*आता जेव्हा मी मुंबईचा विचार करतो – या वेळेच्या अंतरावरून – तेव्हा माझ्या डोळ्यांसमोर कॅलिडोस्कोप असल्यासारखे वाटते. या देखण्या आकृत्या बनतात, तेव्हा काचांच्या तुकड्यांची किणकिण ऐकू येते. काही तुकडे बाजूला पडतात आणि नव्या आकृत्या एका पाठोपाठ एक अशा बदलत जातात. प्रत्येक नव्या नक्षीबरोबर माझ्या अंगावर एक शिरशिरी येते आणि माझी मान नवलाईने आणि आनंदाने मोहरते. ही विरोधाभास असलेली आठवणींतली दृश्ये नजरेसमोरून बदलत जातात. नेहमी त्याच क्रमाने, त्याच स्वप्नगतीने दिसणारी आणि नाहीशी होणारी, प्रत्यक्ष अनुभव घेत असल्याचा आभास देणारी, तासाभरात अनेक दिवसांच्या आठवणींचा पुन:प्रत्यय देणारी आहेत, असे मला वाटते.*

**– मार्क ट्वेन, विषुववृत्तावरून जाताना**

*आणि तसंही नसेल का, ऑस्टरलिझ म्हणत होता की, आपल्याला भूतकाळाशी एका ठरवलेल्या वेळी भेट घ्यायची असते. जे घडून गेलंय आणि बहुतांशी विझून गेलंय, तिकडे आपण पुन्हा जाऊन, ज्यांच्याशी आपले काही कालातीत अनुबंध होते, त्या जागांचा नि त्या लोकांचा मागोवा घ्यायला नको का?*

**– डब्ल्यू. जी. सेबल्ड, 'ऑस्टरलिझ'**

*आपल्या घराचा शोध घेण्यासाठी, अनेकदा हद्दपार झालेल्या लेखिकेच्या मनमोकळ्या आठवणींची ही सुरेख बखर आहे. परकीयांनाही स्वकीय वाटायला लावणारे असे अपूर्व कार्य ही 'द गर्ल फ्रॉम फॉरिन' करते.*

**– सुकेतू मेहता, 'मॅक्झिमम सिटी',**
**बाँबे, लॉस्ट अँड फाउंड**

*''सादिया शेपर्ड ही तिच्या – सांस्कृतिक, भिन्नराष्ट्रीय व भिन्नधर्मीय – अशा विषम प्रवाहांचा शोध घेत असतानाच्या तिच्या प्रवासाबद्दल मायेने व नम्रपणे लिहिते – आणि त्यातूनच तिचे व्यक्तिमत्त्व साकारते.''*

**– तेहमिना अनम, 'ए गोल्डन एज'च्या लेखिका**

*'द गर्ल फ्रॉम फॉरिन' हे पुस्तक वाचताना लघुचित्रांची किंवा स्वप्नांची एक मालिका उलगडत जावी, तसे वाटते... गुंतागुंतीची ही कथा काळीज हेलावणारी असून ती सुरेखरीत्या मांडलेली आहे. सादिया शेपर्डची तिच्या आजीच्या पूर्वायुष्यात डोकावणारी ही एक यात्रा आहे. आपली श्रद्धा, स्मृती आणि प्रेम या गोष्टी कधीही न सोडवता येणाऱ्या कोड्यासारख्या असतात, हे पुन्हा एकवार आपल्याला दिसते.*

**– डेबोरा बेकर, 'ए ब्लू हँड;**
**द बीट्स इन इंडिया'ची लेखिका**

'द गर्ल फ्रॉम फॉरिन' या मूळ इंग्रजी पुस्तकाचा मराठी अनुवाद

# विदेशी कन्या

पुर्वजांचा विस्मृतीत हरवलेला इतिहास... त्यांचा शोध घेण्याची
अनिवार ओढ... अशा कौटुंबिक संवेदनांचे चित्रण करणारी सत्यकथा!

लेखक
**सादिया शेपर्ड**
अनुवाद
**स्नेहलता दातार**

**मेहता पब्लिशिंग हाऊस**

✆ +91 020-24476924 / 24460313 / Mob. No. 9545000513

Email : production@mehtapublishinghouse.com

Website : www.mehtapublishinghouse.com



**THE GIRL FROM FOREIGN** by SADIA SHEPARD



Translated into Marathi Language by Snehalata Datar

**विदेशी कन्या / अनुवादित सत्यकथा**

अनुवाद : स्नेहलता दातार

Email : author@mehtapublishinghouse.com

मराठी अनुवादाचे व प्रकाशनाचे हक्क मेहता पब्लिशिंग हाऊस, पुणे

प्रकाशक : सुनील अनिल मेहता, मेहता पब्लिशिंग हाऊस,
१९४१, सदाशिव पेठ, माडीवाले कॉलनी, पुणे - ४११०३०.

अक्षरजुळणी : इफेक्ट्स, २१/६ब, आयडिअल कॉलनी, कोथरूड, पुणे - ३८.

मुद्रक : ट्रिनिटी अॅकॅडमी फॉर कॉर्पोरेट ट्रेनिंग लिमिटेड

मुखपृष्ठ : फाल्गुन ग्राफिक्स

प्रथमावृत्ती : सप्टेंबर, २०१४

किंमत : ₹ ३९०

P Book ISBN 9788184985573

---

*नानासाठी...*

# पुस्तकाविषयी

**सा**दिया शेपर्ड ही बॉस्टन शहरालगतच्या परिसरात अशा घरात वाढली, की जिथे संस्कृतीचा गोफ विणला जात होता– तिचे वडील एक गोरे अमेरिकन प्रॉटेस्टंट होते, तर तिची आई पाकिस्तानातली मुसलमान होती. भारत आणि पाकिस्तानातल्या गूढरम्य, मनोरंजक गप्पागोष्टी सांगणाऱ्या घरात तिचे बालपण गेले आणि एक दिवस, ती तेरा वर्षांची असताना तिला एक नवीनच माहिती समजली. तिची आवडती आजी, नाना, तिच्या इतर पाकिस्तानी नातलगांप्रमाणे मुस्लिम नव्हती, तर रेचल जेकब्ज या नावाने एका छोट्या ज्यू जमातीत तिचा जन्म झाला होता. इस्राईलच्या ज्या टोळ्या हरवल्या होत्या, त्यांच्यापैकी एका गटाचे जहाज दोन हजार वर्षांपूर्वी हिंदुस्थानच्या किनाऱ्यावर आदळून फुटले होते व ते लोक तेव्हापासून तिथेच स्थिरावले होते.

नानाच्या मृत्यूपूर्वी सादिया आजीला वचन देते, की ती नानाच्या जन्मस्थानी जाऊन तिच्या जमातीचा व तिच्या तिथल्या जीवनाचा परिचय करून घेईल. कॅमेरा-साहित्याने भरलेल्या सूटकेसेस घेऊन सादिया मुंबईत उतरते आणि बेने इस्राईल जमातीच्या अनन्य परंपरांची नोंद घेण्यासाठी खूप खटपट, मेहनत घेते आणि स्वतःचा संमिश्र सांस्कृतिक वारसा समजावून घेते. या विलक्षण प्रवासात तिला जुन्यापुरण्या कौटुंबिक रहस्यांचा उलगडा होतो, एखाद्या अनोळखी जागीदेखील प्रेम मिळते आणि आपली जन्मभूमी हरवणे आणि सापडणे, यांचा अर्थ तपासण्याची सक्तीही होते. सादियाच्या आजोबा-आजींचा छुपा विवाह, फाळणीनंतरचे भीषण पडसाद नि स्थलांतरित ज्यू जमातीची फारशी ज्ञात नसलेली माहिती या पुस्तकामुळे

पुन्हा बाहेर आली आहे. 'फॉरिनची मुलगी' हे एका तरुण मुलीने केलेले काव्यमय व प्रेमळ कथन आहे. त्यात तिच्या कुटुंबाचा भूतकाळ नि तिचे स्वत:चे आकारास येणारे भवितव्य, यांच्याशी जमवून घेतानाचे वर्णन आहे. त्याशिवाय तिला दिसतो तो तिचा हरवलेला इतिहास, गाडलेली व्यक्तीचित्रे, निर्बंध असलेले प्रेम आणि त्यापेक्षाही महत्त्वाचे म्हणजे, डोळे उघडणारा आत्मशोध.

# अनुवादाविषयी

**६** एप्रिल २००९, मद्रास बुक क्लबतर्फे पार्क शेरेटन हॉटेलमध्ये या पुस्तकाची व लेखिकेची ओळख झाली. त्या वेळी सादियाने त्यातले काही परिच्छेद सौम्य, मृदू आवाजात वाचून दाखवले. कार्यक्रमापूर्वी मी पुस्तक विकत घेतले होते. त्यातले 'राहत व्हिला'चे चित्र बघितले आणि मला माझे लहानपण आठवले.

माझे वडील आईला मोटार ड्रायव्हिंग शिकवायला वरळी सी फेसच्या रस्त्यावर घेऊन जात असत, तेव्हा आम्हा तिघा भावंडांना व आणखी एक-दोन मुलांना गाडीत घालून घेऊन जात आणि त्यांच्या शिकवणीचे तीन-चार राऊंड होईपर्यंत आम्हाला त्या घरासमोरच्या ठेंगण्या कठ्ठ्यावर बसवून ठेवीत. आम्ही समुद्राच्या लाटा, तुरळक जाणाऱ्या गाड्या किंवा समोरचे बंगले न्याहाळत बसून राहत असू व गाण्याच्या, गावांच्या किंवा नावांच्या भेंड्या लावीत टाईमपास करीत असू.

कार्यक्रमानंतर मी सादियाला भेटले. तो देखणा बंगला मला चांगला आठवत होता व या पुस्तकाचा मराठीमध्ये अनुवाद करायला मला आवडेल, असे तिला मी सांगितले. तिने मेहता पब्लिशिंग हाऊसमध्ये चौकशी करायला मला सांगितले. जूनमध्ये त्यांची संमती आली, पण माझ्या घरेलू अडथळ्यांमुळे अनुवाद पूर्ण व्हायला वेळ लागला.

मराठीत ही कहाणी आणताना मला माझ्या शाळा-कॉलेजातल्या ज्यू मैत्रिणी आठवल्या. पन्नास-साठ वर्षांपूर्वीच्या त्या काळात आम्ही अतिशय सहजपणे एकत्र मिसळत होतो. परंपरा, रूढी पाळून, दुसऱ्या धर्माविषयी रास्त आदर बाळगून व अंतर राखून आमचे दैनंदिन व्यवहार पार पडत होते. त्या वेळी आजच्यासारखे

विषारी, गढूळलेले वातावरण नव्हते किंवा किशोरवयात असुरक्षित भावनाही नव्हती. त्या वेळची मुंबई स्वच्छ होती, नीटनेटकी होती आणि तिची एक वेगळीच खानदानी शान होती. मी पुन्हा त्या काळात गुरफटले आणि त्या वेळची सामाजिक, राजकीय परिस्थिती, नातीगोती, सामूहिक दर्जेदार शिस्त व जबाबदारीची जाणीव, यांची सातत्याने मला आठवण होत राहिली.

नाना, समीना व सादिया यांच्या सहवासात मी पुन्हा जुन्या, झुळझुळीत मुंबईत रमले आणि दर उन्हाळ्यात महिना-दोन महिने नेमाने आंजर्ल्याला कोकणात सुटीसाठी जाऊन मिळवलेले निरोगी समाधान, पुन्हा उपभोगले. बॉस्टनच्या मुलाकडे सात वेळा जायचा योग आला, तेव्हा सादिया जेथे राहते, तो परिसरही ओळखीचाच होता. मी एक माजी मुंबईकरीण– शिवाजी पार्कवाली आणि दादर कॉन्व्हेंट व एल्फिन्स्टनची विद्यार्थिनी– त्यामुळे या पुस्तकात मी पुन्हापुन्हा माहेरपण अनुभवले.

तसेच माझा जन्म पुण्यात सदाशिव पेठेत आजोळी झालेला, सासर प्रभात रोडला, आजोळसासर नारायण पेठेत आणि आप्तेष्टांचा मेळावाही मोठा; त्यामुळे आजतागायत दरवर्षी पुण्याला जाऊन मनभऱ्या सुटीची आनंदवारी होतेच. सादियाला भेटलेली सारीच पुणेकर मंडळी माझ्या गोतावळ्यातली वाटतात. अगदी जवळची!

मला ही संधी दिल्याबद्दल मी मेहता पब्लिशिंग हाउसची आभारी आहे. त्यांच्या वेगवान एक्स्प्रेस वेळापत्रकात माझी मद्रास-सदर्न मराठा पॅसेंजर फारच रेंगाळली, तरी त्यांनी तक्रार केली नाही, याबद्दल मी त्यांची ऋणी आहे.

**स्नेहलता दातार**
**चेन्नई**

# अनुक्रमणिका

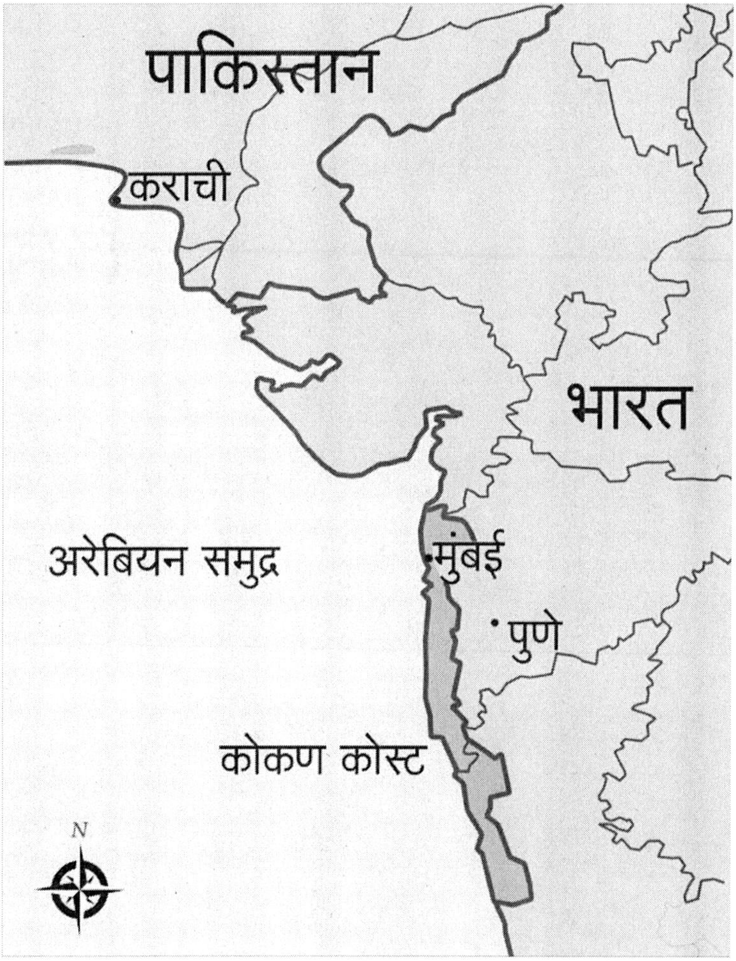
पाकिस्तान
कराची
भारत
अरेबियन समुद्र
मुंबई
पुणे
कोकण कोस्ट
N

# प्रस्तावना

*लहानपणी आपण जे आवाज ऐकतो, ते आवाज आपल्याला घडवतात. माझी आजी दोन्ही हातांच्या तळव्याखालचा भाग दाबून मसाल्याच्या जिनसा कटकन मोडायची, तो आवाज मला अजूनही आठवतो. हळदीच्या पाण्यात ती माशांचे तुकडे अलगद सोडायची, तेव्हा तिच्या बोटांची होणारी नाजूक सुळसुळ, टम्म फुगलेली गरम चपाती दोन्ही तळव्यांमध्ये थापटून ती त्यात प्राण फुंकायची. तिच्या दगडी पोळपाटावरची प्रत्येक चपाती अगदी आखीव गोल आकाराची असायची. तिच्या साडीची सळसळ, तिच्या हातातल्या विणकामाच्या सुयांची क्लिक-क्लिक, तिच्या पायांच्या टाचांचा सँडल्सवर होणारा टॅप-टॅप आवाज, या सगळ्या गोष्टींमध्ये माझ्या आजीचे मोर्स कोड लपलेले आहे.*

*माझ्या लांब केसांच्या ती वेण्या घालायची, तेव्हा तिच्या शांत, हुकमी आवाजात ती गोष्टीचे तुकडे सांगायची. हिंदुस्थानातल्या तिच्या आयुष्यातले काही आठवणींचे तुकडे. माझ्या चिमुकल्या कानांमध्ये ती हळूच तिची स्वप्ने सांगत असे– भीतिदायक, विचित्र स्वप्ने, जी तिला लहानपणापासून दिसत. आमच्या कुटुंबातल्या प्रत्येकाचा मृत्यू सूचित करणारी. तिची ती स्वप्ने आणि त्या कथा ती माझ्या वेणीमध्ये गुंफे. लाल रिबनमध्ये घट्ट बांधलेली आता ती स्वप्ने माझी झाली आहेत.*

*नीट लक्ष देऊन ऐका हं. हे माझ्या घरातले आवाज आहेत.*

*खाली, अंगणवाटेवर, माझे वडील माझ्या सहा वर्षांच्या भावाला, कासीमला, दोनचाकी सायकल चालवायला शिकवताहेत. कासीम अगदी छोटा आहे. तो*

सायकलवरून पडतोय, तरीही हसतोय. माझे वडील त्याला ओरडून सरळ समोर बघायला सांगताहेत. "खाली बघू नकोस, समोर बघ, झालं तर! सरळ ताठ राहा! वाट नीट धरून राहा!" माझी आई स्वयंपाकघरात आहे, फोनवरून तिच्या पाकिस्तानातल्या भावांशी बोलते आहे. आत्ता बॉस्टनमध्ये दुपार आहे, कराचीत मध्यरात्र झालेली आहे; ती जोरजोराने उर्दूमधून ओरडतेय, एवढ्या दूरच्या अंतरावर ऐकायला तर गेले पाहिजे ना! "मी पुढच्या महिन्याच्या सोळा तारखेला तिथे पोहोचेन. इकडून तुम्हाला काय काय हवंय? ड्रायव्हरला एअरपोर्टवर पाठवा!"

अनेक वर्षे उलटून गेल्यानंतर आता मी एक सज्ञान व्यक्ती म्हणून मुंबईला भेट देते आहे आणि हे अपरिचित शहर मला विलक्षण ओळखीचे वाटते आहे. मधूनच व्यत्यय आलेल्या एखाद्या संवादासारखे. इथले वास : उकळलेला जळका चहा, नुकतीच पेटवलेली शेगडी, दांड्यांना लावून उघड्यावर वाळवत ठेवलेले मासे, अँटेना. इथले आवाज : मोटारींच्या भोंग्यांचा कर्णकर्कश गोंगाट, डोक्यावरून उडून जाणाऱ्या पक्ष्यांची माळ, पार्श्वसंगीतासारखे सतत ओरडत रडणारे लोकप्रिय पॉपसंगीत, इथला प्रकाश : सकाळचे धुके विरून गेल्यानंतर माध्यान्हीचे भगभगीत ऊन आणि संध्याकाळी साडेपाच वाजता होणारे चहापान– त्या वेळी हे शहर सिनेमातल्या एखाद्या राक्षसाने आळोखेपिळोखे द्यावे तसे वाटते. सारा गोंधळ सोनसळी प्रकाशात न्हायलेला वाटतो.

माझ्या आजीच्या गोष्टींची रूपरेषा मला ठाऊक आहे. काळ्या शाईने कागदावर रेखाटल्यासारखी. त्यातली प्रमुख माहिती. "मुंबई हे माझे जन्मगाव होते. माझ्या आईला बारा मुले झाली. त्यापैकी सहा वारली." नाना जेव्हा मला तिच्या गतायुष्याबद्दल जे काही सांगायची, तेव्हा ते सगळे आठवणींचे कपटे असत. काही वाक्यं, काही गोष्टींचे अंश– ती सांगायला लागली, की मी तिला त्यातला बारीकसारीक तपशील विचारून सतावत असे. सुचतील तेवढे झाडून सारे प्रश्न मी तिला विचारीत असे. मला वाटायचं, की कधीतरी या सगळ्या गोष्टी इतरांना सांगताना मला त्या उपयोगाला येतील, मी कोण आहे, याचा खुलासा करण्यासाठी. एखाद्या श्वेतशामल फोटोमधली तिची साडी कोणत्या रंगाची असेल आणि त्या प्रश्नाचं उत्तर द्यायला त्या वेळी कदाचित ती तिथे नसेलही. भारताबद्दलच्या माझ्या मनात ज्या काही कल्पना होत्या, त्यांची एकूण गोळाबेरीज नीट होत होती, ती मात्र माझ्या आजीच्या बदामसाली रंगाच्या अल्बममधल्या, शेकडो लहानसहान करवती कडांच्या फोटोंमधून. त्यातून जे काही बारीक तपशील दिसतात, तो आहे माझा शोध; एका नातवंडाने, रेशमी भरतकाम करून त्याला दिलेला आकार आणि रंगछटा. त्यामध्ये रंग भरण्याचा प्रयत्न मी गेल्या कित्येक वर्षांपासून करतेय.

मला फुलब्राईट स्कॉलरशिप मिळाली, आणि मी नोकरी सोडली, माझं सामान एका कोठीघरात ठेवलं आणि भारतात यायला एकेरी तिकीट काढलं. आता मी इथे आलेली आहे, तेव्हा ही शक्यता जास्तच भोवळ आणणारी वाटायला लागलीय. माझ्या

पासपोर्टवरचा नवीन शिक्का मी न्याहाळून बघते, त्या उठावदार अक्षरांवरून अलगद बोटे फिरवते आणि नवं वर्ष माझ्यासाठी काय घेऊन येणारं आहे, त्याची उत्सुकता मनात घोळवते. माझ्या व्हिसावर, डाव्या हाताच्या कोपऱ्यावर 'R' हे अक्षर आहे– रिसर्चचा आर. माझ्या आजीबद्दल आणि माझ्या पूर्वजांबद्दल मला खूप काही जाणून घ्यायचं आहे नि सध्या तरी ते एक संरक्षित कवच असलेलं रहस्य आहे, एक गुपित आहे आणि मी आहे एक हौशी गुप्तहेर. बहुतेक अमेरिकन प्रवाशांप्रमाणेच– पण मी येथे आलेय, ते माझ्या या वेगळ्या वंशवृक्षाची मुळं शोधण्यासाठी!

आता हे खरं तर उलटं स्थलांतर आहे. माझी आजी व माझी आई यांचं ज्या भूमीनं संगोपन केलं, त्या भूमीवर आता मी आले आहे. माझ्या खांदेपिशवीमध्ये तऱ्हेतऱ्हेच्या वस्तूंचा संग्रह आहे: कुटुंबातल्या सदस्यांच्या नावांची एक जीर्णशीर्ण यादी (mimeograph), पांचपिवळट, कणा खिळखिळी झालेली, प्रेमळ पुस्तकं आणि अनोळखी चेहऱ्याचे सेपिया रंगातले काही ओंजळभर फोटो.

चेस्टनट हिलपासून, फारच दूर आल्यासारखं मला वाटतं आहे. ज्या पांढऱ्या पट्ट्यांच्या घरामध्ये मी वाढले होते, तेथल्या मुघल मिनिएचर पेंटिंग्जमधले माझ्या वडिलांच्या खापरपणजीच्या तैलचित्रामधली तिची ती सावध, सोनेरी छटेची नजर, लहानसे डोळे, मला आठवताहेत. त्या घराचं सान्निध्य अजूनही माझ्यासोबत आहे, त्या घराच्या लाकडी काळसर दरवाज्यांच्या कवेतून एक उत्फुल्लता आत पसरायची. ते घर चांगलंच भक्कम होतं: माझे वडील, माझी आई आणि माझी आजी, या माझ्या तिन्ही पालकांनी ते घट्ट धरून ठेवलेलं होतं! लहानपणी मला वाटायचं, की या कर्तव्यकठोर नि दयाळ त्रिमूर्तीने चालवलेलं एक राज्य म्हणजेच आपलं घर आहे; पण आता तरुणपणी मात्र एक वेगळाच शोध घेण्याच्या इच्छेने मला इथे आणलंय, मुंबई बघायला. जिच्या गोष्टी ऐकून मी वाढले, त्या गोष्टींच्या पाठीमागचा पडदा बघायला! माझी आई आणि आजी ज्याच्या गोष्टी सांगायच्या, ते परीकथेमधलं घर अजून आहे का, ते पहायला. माझ्या माहितीमधल्या अनेक रिकाम्या जागा या मुंबईकडून मला भरून हव्या आहेत, म्हणजे मी परिपूर्ण झाल्यासारखी वाटेल.

माझी टॅक्सी मुंबईच्या रहदारीतून वेगाने चाललेली आहे आणि नानाच्या आवाजातली एक आठवण माझ्या कानांत गुंजते आहे, तिचा आवाज दाबून ठेवलेल्या वीजप्रवाहासारखा होता:

''तुझ्या आजोबांनी माझ्यासाठी मुंबईत एक घर बांधलं होतं. अगदी समुद्राच्या समोर. झोपताना लाटांचा आवाज अगदी सहज ऐकायला यायचा. जणू काही तुम्ही जहाजावर झोपला आहात असा...''

मला माहिती आहेत, ते हे गोष्टीचे असे अनेक तुकडे. मी इथे आलीये ती ते सारे तुकडे नीट विणून एक नवीन कहाणी निर्माण करण्यासाठी. जी कहाणी फक्त माझीच असेल, एक अनन्य अशी कहाणी.

# भाग पहिला

## कथाकथन

# रंगवलेली नगरी

*चेस्टनट हिल १९८५/मुंबई, सप्टेंबर २००१*

बॉस्टनजवळच्या, माझ्या लहानपणीच्या आमच्या घरात, वरच्या मजल्यावर माझ्या आईचं एक हुबेहूब मोठं तैलचित्र लावलेलं आहे. मुंबईतले जे सिनेमा-चित्रकार पडद्यावरची प्रणयदृश्यं रंगवत आणि जे बघून संपूर्ण भारत व्याकूळ होत होता, अशा मुंबईतल्या सिनेमा-पेंटरांपैकी एकाने ते चित्र काढलेलं होतं. ते चित्र आलं, ती वेळ मला चांगली आठवतेय. १९८५ मधली एक चिकचिकीत संध्याकाळ. माझा भाऊ कासीम, माझे वडील, आजी व मी, लोगन विमानतळावर उभे होतो. उपखंडातून आलेल्या स्थलांतरित लोकांच्या गर्दीत अधीरपणे वाट पाहत थांबलो होतो– बदामी-तपकिरी चेहऱ्यांचा एक समुद्र आणि माझे उंच, गोरे, वडील. आम्ही आंतरराष्ट्रीय आगमनकक्षाबाहेर कडं करून कराचीहून रात्री येणाऱ्या विमानाची वाट पाहत होतो. दोन दारांचे यांत्रिक दरवाजे उघडले गेले आणि थप्प; त्यातून प्रवासी बाहेर ओसंडायला लागले. हाताने लिहिलेले नावफलक पक्ष्यांच्या थव्याप्रमाणे वरवर जाऊ लागले. फ्लॅप फ्लॅप, वर, आणखी वर आणि चित्कार ''इकडे. इकडे, या इकडे'' आणि ''ती बघा, आलीय!''

तेवढ्यात एका हाताखाली काखेत धरलेलं हे तैलचित्र आणि चेहऱ्यावर जिंकल्याचा विजयश्री आनंद घेऊन ममा अवतीर्ण झाली. तिच्या आनंदाचं नेमकं कारण काय ते आम्हाला नंतर समजलं! नियतीनं तिला बहाल केलेल्या काही गोष्टी तिने चित्रकाराला जरा सुधारायला सांगितल्या होत्या– त्या चित्रात ती जास्त गोरी, बारीक आणि सधन दिसत होती. तिच्या काळ्याभोर केसांवर सोनेरी झळाळी होती

आणि तिचा उजवा हात तिने आपल्या मुलायम गालावर ठेवला होता, जणू काही ती विचारांत गढलेली आहे. खांद्यापर्यंत लोंबणारी हिऱ्यांची लांबलचक कर्णभूषणं तिच्या कॉलरला भिडलेली होती. चेहऱ्यात मात्र विलक्षण साम्य होतं. तिच्या बदामाकृती चेहऱ्यात काहीतरी परिचयाचं नक्कीच भासत होतं आणि हनुवटी एका खट्याळ कोनात, आणि तरीही हे माझ्या ममाचं हुबेहूब चित्र आहे, असं मी म्हणणं, म्हणजे दुतोंडी सत्य स्वीकारण्यासारखंच आहे. भारतीयांची मागे-पुढे, उजवी-डावीकडे, डोकं हलवायची सवय असते ना, तसंच; हो आणि नाही, दोन्हीही!

त्या चित्रातल्या पार्श्वभूमीतलं ते शहर– निळ्या छटांची ती आकाशरेखा, मशिदींच्या मिनारांची ती टोकं– मला कायम तीच मुंबई वाटत आली. फाळणीच्या वेळी माझी आई व आजी, यांनी हे शहर सोडलं त्यावेळचं ते शहर माझ्या आजीला कायम आठवत राहायचं! हे खरं आहे, की ते स्वप्नांसारखं, अस्पष्ट असं फाळणीच्या अगोदरच्या हिंदुस्थानचं गुणगान होतं आणि माझ्या कुटुंबाच्या आठवणीतलं तिथे घर होतं... पण ही पुराणकथेतली मुंबई नगरी, म्हणजेच लहानपणी मी ऐकलेल्या अनेक कथांचा रंगमंच होता आणि त्या काळात तो तसाच मनात गोठलेला राहिला होता. आज ज्या भारतातून मी प्रौढपणी चालते आहे, तो पूर्वीचा भारत असणे आवश्यकही नाही.

*२००१ च्या सप्टेंबरमध्ये,* अति त्रासदायक उकाड्यात मी मुंबईत येऊन पोहोचतेय; माझ्या आजीच्या मृत्यूनंतर पंधरा महिन्यांनी. भारतात वर्षभर अभ्यास करण्यासाठी मला फुलब्राईट स्कॉलरशिप मिळालीय. न्यूयॉर्कमधल्या माझ्या अपार्टमेंटमधलं सामान मी एका कोठीघरात (गोडाऊन) ठेवलं आहे. माझ्याजवळ पाच कॅमेरे आणि दोन बॅगा भरून लागणारं सामानसुमान आहे. इथल्या मुक्कामात माझी आजी लहानपणी जिथे राहत होती, त्या जागी जायची आणि तिच्या पूर्वजांची माहिती काढण्याची मला इच्छा आहे. तसं मी आजीला ती जाण्यापूर्वी वचनही दिलंय. सुरुवातीला मी पुण्यात राहणार होते– हे शहर मुंबईच्या आग्नेय दिशेला १७० किलोमीटर अंतरावर आहे; पण आता माझा पहिला पडाव, मुंबईमध्ये, माझ्या आजीच्या गावात आहे.

मी रात्री कुलाब्यात राहायचं ठरवते. मुंबईच्या या भागात बरेच पाश्चिमात्य प्रवासी येत असतात. थोड्याच दिवसांपूर्वी वर्ल्ड ट्रेड सेंटरवर हल्ला झाला होता. कुलाबा कॉजवेवरून चालताना त्या दाहक आठवणींचा कल्लोळ मी मनात दाबून ठेवते. या रस्त्यावरचे फेरीवाले स्वस्त कपडे आणि किरकोळ वस्तू, इमारतींच्या आडोशाने दुकानं टाकून विकतात. इथले इंग्लिश, मराठी आणि हिंदी दैनिकांचे ढीग बघत मी पुढे जाते. सगळ्या वर्तमानपत्रांवर न्यूयॉर्कमधला धूर आणि दगडमातीच्या ढिगाची तीच तीच चित्रं आहेत.

एका जुन्या गेस्टहाऊसमध्ये मी खोली मिळवली. माझ्या बॅगा नीट लावल्या,

अंघोळ केली आणि एक जुना सलवार-कमीज घातला. पूर्वी पाकिस्तानला गेले होते, त्या वेळी तो आणलेला होता. माझ्या गळ्यात आजीच्या सामानात मिळालेली एक वस्तू आहे– एक लहान वाकलेली तांब्याची किल्ली, एका सोन्याच्या साखळीत ओवलेली. ती कसली किल्ली आहे, ते मला ठाऊक नाही; पण एखादा ताईत वापरावा, त्या भावनेने मी ती घातली आहे. तिच्या मृत्यूनंतर, तिची आठवण म्हणून. तिचं असं काहीतरी माझ्याबरोबर या परतीच्या प्रवासात आहे, ही कल्पनाच मला सुखद वाटते.

उकाड्यातच बाहेर पडून मी चालायला लागते. एका टॅक्सीला हात करते आणि वरळी सी-फेसला गाडी न्यायला सांगते– समुद्राकडे बघत असलेल्या शहराच्या या भागात बहुतेक सारी राहती घरे आहेत. दाट गर्दीच्या गजबजलेल्या रस्त्यांतून जात असताना, माझ्या आजीच्या गोष्टीतले विखुरलेले तुकडे मला आठवतात. आमच्या दोघींचा हा संवाद– किती वेळा झाला होता?– आम्ही चुलीपाशी उभ्या असताना, आलं-लसूण ठेचून वाटताना– ते जहाल मिश्रण हा आमच्या सगळ्या खाद्यपदार्थांचा मूळ पायाच होता. तिची ही गोष्ट नेहमी एकाच पद्धतीने सुरू व्हायची आणि मीही नेहमी तेच प्रश्न विचारायची.

"तुझ्या आजोबांनी वरळी सी-फेसवर समुद्राच्या किनाऱ्यावर माझ्यासाठी घर बांधलं. ते अतिशय सुंदर, पांढरं-शुभ्र असं घर होतं– तीन मजले आणि दोन बगिचे. एक मागे नि एक पुढे. किनाऱ्यावर लाटा येऊन आपटत, त्यांचा आवाज सहजच ऐकायला येई. जहाजात झोपावं, तसं वाटे बघ. एखाद्या मोठ्या जहाजात! बाहेरच्या बाजूलाच घराचं नाव होतं, 'राहत व्हिला.'"

"नाना, तुझ्या नावाचं?"

"हां. माझ्या नावाचं. माझ्या पतींनी माझ्यासाठी घराला ते नाव दिलं होतं! तुझ्या आईचा जन्म तिथेच झाला आणि आम्ही पाकिस्तानात जायला लागेपर्यंत आम्ही तिथेच राहत होतो. माझी आई नि माझे भाऊ माझ्यासोबत राहत होते तेव्हा मी अगदी स्वतंत्र होते. ते माझं स्वत:चं घर होतं. कराचीमधल्यासारखं तिथं नव्हतं. अनेक बायका, कितीतरी मुलं!"

"नाना, आजोबांचं लग्न झालेलं तुला माहिती होतं, तरी तू त्यांच्याशी लग्न का केलंस?"

"ती गोष्ट एका लहान मुलीसाठी नाही!"

मला जे काही माहीत होतं, ते मी टॅक्सी-ड्रायव्हरला सांगितलंय. वरळी सी-फेस, एक मोठ्ठं पांढरं घर, राहत व्हिला, समुद्रासमोर. आम्ही किनाऱ्यालगतच्या रस्त्याने जातो, तेव्हा फारच थोडी, किमती घरं उरलेली मला दिसतात. बहुमजली इमारतींनी बाकीच्या घरांची जागा पटकावलीय. माझ्या पोटात खड्डा पडतो. कदाचित ते या इथे नसावं. कदाचित तेही पाडून टाकलेलं असेल. आम्ही समुद्राकडे तोंड

करून उभ्या असलेल्या इमारतींच्या शेवटी, टोकाला येतो आणि मी ड्रायव्हरला आलेल्या रस्त्यानेच परत तिथून गाडी न्यायला सांगते, पण या वेळी मात्र जरा सावकाश गाडी न्यायला सांगते. मला एक आर्ट डेको बंगला दिसतो, पांढरा स्टको; पण त्याला दोनच मजले आहेत, तीन नाहीत. हाच असेल का तो? नाही, ती नेहमी म्हणायची तीन मजले आणि दोन बगिचे, एक पुढे नि एक मागे आणि एक मंदिर. मला आठवतं, की तिथे एक छोटं सूफी पूजाघर होतं. भिंतीत एका मोठ्या कोनाड्यात आणि आजोबांनी त्याचं सुधारित रूपांतर केलेलं होतं आणि अचानक मला तो दिसतो! तो बंगला ओळखीचा वाटतो. जणू काही मी तो लाखो वेळा बघितलाय आणि माझ्या लक्षात येतं, की मी त्याचे फोटो माझ्या आजीच्या अल्बममध्ये चिकटवलेले होते, ते पाहिले होते. फक्त जिथे 'राहत व्हिला' असायला हवं होतं, तिथे आता 'शांडिल्य व्हिला' असं नाव होतं; पण नि:संशय, हेच ते घर. मी ड्रायव्हरला थांबवते आणि त्याला पाठवून देते. नंतर लक्षात येतं, की इथून परत जायला मला टॅक्सी मिळेल की नाही, कोण जाणे!

पण मी इथे आले आहे. गाडीवाटेवरून मी अंगणात चालत आत घराकडे जाते. समुद्राकडे माझी पाठ आहे. पुढच्या हिरवळीवर एक नक्षी कोरलेली मंडपी आहे. त्याच्याभोवती झाडेवेलींचा गुंता आहे आणि दर्शनी भव्य, प्रशस्त दरवाजा आहे, काळ्या शिसवी लाकडाचा, त्याला धरायची पितळी मूठ आहे, आणि ही घराची भिंत, त्याच्यावर चढून माझ्या आईने शेजारच्या अंगणात असलेल्या तिच्या आयाला, ल्यूसीला हाका मारल्या होत्या. जास्त पगार मिळाला म्हणून ल्यूसीनं शेजारी काम धरलं होतं. हाच तो मागीलदारचा व्हरांडा– तिथे माझी पणजी नारळ खवत होती.

एक रखवालदार हळूहळू माझ्याकडे येतो. माझ्या येण्याबद्दल त्याला कुतूहल आहे.

"मिस्टर शांडिल्य है?" मी विचारते, "मिस्टर शांडिल्य इथे आहेत का?" नव्या मालकाने घराला आपलं नाव दिलं असावं, असा माझा तर्क.

तो मला हाताने खूण करून पुढे जायला सांगतो आणि मी बाजूच्या प्रवेशद्वाराकडे जाते. घंटी वाजवते; पण मी काय बोलणार आहे, याची मलाही कल्पना नाही, हे मला जाणवतं. एक घरगडी दार उघडतो आणि मी तोच प्रश्न पुन्हा विचारते, "मिस्टर शांडिल्य है?"

तिथे काहीतरी गोंधळ आहे. तिथे दोन मिस्टर शांडिल्य आहेत. थोरले वयस्कर आणि धाकटे तरुण. मला खुलासा विचारल्यानंतर मी थोरल्या मि. शांडिल्यांना भेटायची इच्छा आहे, अशी विनंती करते. मला घरात घेतलं जातं आणि तिथलं सारं काही परिचयाचं वाटतंय, हे बघून मी चकित होते. ती पांढरी संगमरवरी नक्षीदार जाळी पाहून माझ्याजवळच नाना आहे, असं वाटतं. तिथल्या भिंती, कोनाडे, फळ्या, हे सारं तिच्या पसंतीच्या, टिकाऊ दर्जाच्या होत्या: भक्कम, जड, कालातीत

अशी सामग्री होती ती. या घरात तिने सहा वर्षं वास्तव्य केलं होतं. तिची पहिली दोन्ही मुलं, तिची आई आणि तिचे भाऊही सोबतीला होते इथे. फक्त हे एकच घर तिच्या स्वत:च्या मालकीचं होतं. इथून दुसरीकडे गेल्यावर तिनं इथल्यासारखाच संसार मांड मांडायचा प्रयत्न केला, पण आयुष्यात पुढे कधीही तिला तसं मांडता आलं नाही. त्या दिवसांत, तिचा पोषणकर्ता, तिचे पती 'राहत व्हिला'मध्ये फारच क्वचित येत, ते ही अचानक न कळवता येत आणि नंतर थोड्याफार सूचना देऊन त्यांच्या इतर बायका व मुलांकडे निघून जात. हिंदुस्थानची फाळणी झाल्यानंतर नाना मुंबई सोडून कराचीला गेली. तिची जन्मभूमी व जमात सोडून एक नवीन आयुष्य सुरू करायला. तिथे ती एका एकत्र मुस्लिम कुटुंबातली तिसरी पत्नी झाली आणि तिन्ही कुटुंबं एका छपराखाली राहायला लागली.

माझं हृदय धडधडतंय. मी हे घर परत घेऊन जायला आले आहे, असं मला वाटतंय.

मला दिवाणखान्यात नेण्यात येतं. बैठकीच्या मुख्य दालनात. अजूनही तिथे आर्ट डेको पद्धतीचीच सजावट केलेली आहे. १९३० च्या दशकाच्या अखेरीस ही गृहसजावट लोकप्रिय होती. त्या वेळेला माझ्या आजीने तशी खास बनवून घेतली होती. काळ्या शिसवीचं कोरीव काम केलेल्या फर्निचरचे खास नमुने, त्यांच्या वळणदार झालरीसारख्या कडा. इथलं फर्निचर संभाषणास सोईस्कर अशा गटांमध्ये मांडलेलं आहे आणि ते पाहून मला बॉस्टनमधल्या आजीच्या खोलीची जबरदस्त आठवण आली. तिथे जी काही मांडणी तिने केली होती, ती इथलीच रचना तिथे पुन्हा करू पाहत होती, हे आज मला समजतंय. ते सारं इथलं आहे, मी हे आताच बघते आहे.

आम्ही मध्यवर्ती जिन्याने वरच्या मजल्यावर जातो आणि माझा श्वास अडकतो. एका खोलीमधलं ड्रॉवर्सचं एक ठेंगणं कपाट मला ओळखीचं दिसतं. त्याच्यावर हस्तीदंती तुकडे लावून जे कोरीवकाम केलेलं होतं, अगदी तशीच नक्षी असलेलं

एक कपाट आमच्या कराचीच्या घरात नानाच्या खोलीत होतं. त्या खणांच्या कपाटात ती तिचे दागिने आणि महत्त्वाची कागदपत्रं ठेवत असे. मी त्या सेवकाला खूण करून, खोलीत गेले तर चालेल का, म्हणून विचारते आणि तो मान डोलावून होकार देतो. ही माझ्या आजीची बेडरूम असावी, असं मला वाटतं. मी मनातल्या मनात तिला एक काल्पनिक तार (टेलिग्राम) पाठवते. 'नाना, मी राहत व्हिलामधल्या तुझ्या पलंगावर बसले आहे. तू इथेच आहेस, अशी माझी कल्पना आहे.'

घरातल्या वरच्या मजल्यावर, व्हरांड्यामध्ये मिस्टर शांडिल्य पाईप ओढीत, आराम करत आहेत. लॉनकडे तोंड करून ते एका खुर्चीवर बसले आहेत. ते बहुधा ८४-८५ च्या वयाचे असावेत. माझी आजी हयात असती, तर तीही यांच्याच वयाची असती. त्यांचे कपडे स्वच्छ पांढरे आहेत. जणू काही ते कागदाचे बनले आहेत आणि जोराचा वारा आला, तर ते उडून जातील असं वाटतंय. मी त्यांना खुलासा करून सांगते, की मी राहतची नात आहे, अमेरिकेहून आले आहे. ही बातमी ऐकून ते बुचकळ्यात पडले आहेत, हे स्वच्छ दिसतंय. ते गोंधळून गेल्यासारखे, दिलगीर असल्यासारखे, कसनुसं हसतात आणि पुन्हा त्यांच्या पाईपकडे लक्ष देतात. मला जे काही हिंदी येत होतं, त्या हिंदीमध्ये मी बोलत असते. माझे हिंदी भाषण संपल्यानंतर मी पुन्हा तेच इंग्लिशमध्ये सांगायला सुरुवात करते. ''मी न्यूयॉर्कची आहे. माझं नाव सादिया. राहत ही माझी आजी होती.'' आणि या वेळी मी त्यांना इतरही काहीबाही सांगते.

''माझी आजी या घराबद्दल सांगायची. कधीकधी ती मधेच जागी झाली, की तिला वाटायचं, ती इथे याच घरात आहे, वरच्या मजल्यावर, समुद्राकडे बघणाऱ्या तिच्या बेडरूममध्ये. ती इथल्या समोरच्या खडकावर बसून पाणी बघत बसे. त्या तिथे, रस्त्याच्या पलीकडे.''

मिस्टर शांडिल्य त्यांची काठी हळूहळू जमिनीवर आपटायला लागतात आणि तो नोकर पळतच येतो. चहा आणला जातो आणि त्याबद्दल मला कृतज्ञता वाटते. मला माहिती आहे, की कदाचित माझं बोलणं त्यांना कळत नसावं; पण या ठिकाणी नानाबद्दल बोलणं आवश्यकच आहे. महत्त्वाचं आहे. कारण, ही एकच जागा कधी काळी तिच्या एकटीच्या मालकीची होती. आम्ही उपकृत, अवघड शांततेचा अनुभव घेत भारावून बसलो आहोत. मला घाम फुटलेला असतो.

ती नेहमी सांगायची, ते मला आठवतं. आपण प्रत्येक जण, आयुष्यातल्या एखाद्या काळाबद्दल, पुन्हापुन्हा विचार करीत, एकाच जागी परत-परत येत राहतो आणि त्या जागी आपण निमूटपणे चालत राहतो. नाना वारली, तेव्हाचा वसंत ऋतूचा काळही मला ती म्हणायची तसंच नेहमी आठवत राहतो. मी झोपले तरी आजीच्या अखेरच्या वर्षातल्या एप्रिल-मेमधल्या त्या दिवसांत मी अडकते. त्या

वेळी मी तिला पाहू शकत होते, तिच्याशी बोलू शकत होते; पण तिच्यासाठी, तिची 'राहत व्हिला'मधली वर्षं, हीच तिच्या सतत आठवणीत येत होती. तिच्या नंतरच्या आयुष्यात, जेव्हा केव्हा ती रात्री झोपेतून अचानक जागी व्हायची, तेव्हा ती 'राहत व्हिला'मध्येच अडखळत असायची.

मिस्टर शांडिल्य त्यांची काठी अंगठा आणि तर्जनीमध्ये फिरवत असतात. मागे-पुढे, मागे-पुढे. एक पक्षी दुपारची साद घालतो. "मला हे घर स्वतःच्या डोळ्यांनी एकदा बघायचं होतं." मी त्यांना सांगते.

ते गंभीरपणे मान डोलावतात. जणू काही त्यांना सारं स्पष्ट समजलेलं होतं. ते अत्यंत विनम्र असावेत किंवा ठार बहिरे तरी असावेत. उत्तर द्यायला ते पाईप भरतात. एक तरुण मुलगा तिथे येतो नि मिस्टर शांडिल्यांबरोबर काहीतरी बोलतो. तो वितिन आहे, त्यांचा नातू. मी कोण आहे, ते त्याला मी समजावून सांगते आणि तो चटकन मानेने होकार दर्शवतो. सबंध घर दाखवायला तो मला घेऊन जातो. सर्वांत अगोदर मला गच्चीवर जायचं असतं. नाना कितीतरी वेळा घराच्या गच्चीवरून किनाऱ्यावर आदळणाऱ्या लाटा पाहत असे. वितिन मला घरातल्या खोल्यांमधून घेऊन जातो, तेव्हा मी त्याला त्याचे कुटुंबीय आणि त्याच्या अभ्यासाबद्दल विचारते. माझ्या प्रश्नांना तो जरा लाजत, पण चटकन उत्तरे देतो. तो माझ्यापेक्षा वयाने थोडा लहान आहे आणि कम्प्युटर सायन्स शिकतो आहे. तो जिन्याने मला गच्चीवर घेऊन जातो. त्या रुंद, प्रशस्त गच्चीवर आम्ही जातो. चारी बाजूंना भिंतीचा कठडा आहे. तिथून खाली फुटणाऱ्या लाटांकडे आम्ही बघत राहतो.

"मी कोण आहे, हे तुझ्या आजोबांना ठाऊक आहे का?" मी विचारते.

क्षणभर थांबून तो गंभीरपणे म्हणतो, "खरं म्हणजे हे अगदी विलक्षण आहे. मला वाटतं, ते तुम्हालाच राहत, या घराची मूळ मालकीण समजताहेत."

"ती माझी आजी होती," किनाऱ्यावर एक धोबीण एक ओला कपडा उंच धरून पुन्हापुन्हा काळ्या दगडावर आपटत होती. तिच्याकडे पाहून मी त्याला म्हटलं, "मरण्यापूर्वी तिने मला इथे यायला सांगितलं होतं. तिचं हे घर मी बघावं, असं तिला फार वाटत होतं. ती जसं वर्णन करायची, अगदी तस्संच आहे हे घर."

पाण्याकडे आणि खाली रस्त्यावरच्या मोटारी वेगाने जात होत्या, त्यांच्याकडे बघत आम्ही उभे आहोत. नाना नेहमी म्हणायची, राहत व्हिला एका उंच जहाजासारखं वाटायचं आणि तिला त्याबद्दल काय वाटत होतं, ते मला आत्ता प्रथमच समजतंय.

"तुम्ही आलात, हे फार चांगलं झालं," वितिन म्हणतो.

# फुटलेल्या जहाजावरचे पूर्वज

## *चेस्टनट हिल, १९८८*

तेव्हा मी तेरा वर्षांची होते, एका शनिवारी, मी माझ्या आजीच्या खोलीपाशी घुटमळत होते. माझी आई आजीच्या पायापाशी बसली होती. आजीनं तिचं डोकं दोन्ही गुडघ्यांमध्ये धरलं होतं आणि नाना ममाच्या डोक्याला खोबरेल तेलाचे मालीश करत होती. त्या दोघी उर्दूत बोलत होत्या. ती त्यांची खासगी भाषा होती आणि त्या काय बोलताहेत, हे जाणून घेण्याची मला उत्सुकता होती.

दाराजवळच्या शेल्फवर नाना तिचं किमती काचसामान आणि तिने त्या त्या वेळी परदेशातून आणलेल्या चित्रविचित्र वस्तू ठेवत असे. त्यात एक स्वीडनचा चहाचा कप होता; त्याच्यावर 'फार्मॉर = ग्रँडमा' असं लिहिलं होतं. चिनीमातीच्या घरट्यात एक चिमुकलं अंडं होतं, बकिंगहॅम पॅलेसवरच्या पहारेकऱ्यांची एक लहानशी प्रतिकृती होती. त्या वेळी नानाच्या खोलीत रेडिओ लावलेला होता आणि त्यावर एक बाई हिंदी पॉप गाणं गात होती. मला खोलीत जायचं होतं, पण तिला ते रुचेल किंवा नाही, याची मला खात्री नव्हती.

नानाचा मोठा काळा लाकडी पलंग खोलीच्या मध्यावर होता. खिडक्यांना इंग्लिश पद्धतीचे चिटाच्या कापडाचे पडदे होते. त्यावर मोठे लाल गुलाब होते. तिच्या पलंगावरच्या गुलाबी रजईला ते मॅच होत असे. उजव्या बाजूला फायरप्लेस होती. तिच्या महिरपी चौकटीवर ओळीने कुटुंबीयांचे फोटो ठेवलेले होते. त्यात नानाची मुले होती : माझी आई आणि आईचे भाऊ. पाकिस्तानात राहत असताना, माझी आई पंधरा वर्षांची असताना, ती अमेरिकेला यायला निघाली त्या दिवसाचा

फोटो, तिच्या चेहऱ्यावर अभिमान दिसतोय, तिने झेंडूच्या माळा घातलेल्या आहेत आणि तिच्या काळ्याभोर लांबसडक केसांची कमरेपर्यंत रुळणारी एक वेणी फोटोत दिसतेय. माझे विशीतले मामा व त्यांच्या प्रत्येकाच्या लग्नातले फोटो. त्याशिवाय माझ्या कुटुंबीयांचे रंगीत फोटोही तिथे होते. कोलोराडोच्या रॉकी माऊंटन्समधल्या माझ्या वडिलांच्या गावातल्या घरी, माझ्या आई-वडिलांचं लग्न झालं होतं, त्याचा फोटो; माझा धाकटा भाऊ कासीम आणि माझे बालपणातले, चालायला लागल्यावर काढलेले फोटो आणि नंतर दहा आणि तेरा वर्षांचे असतानाचे फोटो!

नाना ममाशी बोलायची, तशी माझ्याशी कधी बोलत नसे. माझ्याशी ती इंग्लिशमध्ये शांतपणे आणि अडखळत बोलायची. ममाशी ती जोरजोरात उर्दूमध्ये बोलायची, तेव्हा बऱ्याच वेळा ती रागावलेली वाटायची. त्या दिवशी मी ओळखलं, की त्या दोघी आमच्या कराचीतल्या घरासंबंधी– सिद्दीकी हाऊसबद्दल, तेथील प्रॉपर्टीच्या वाटण्यांबद्दल बोलत आहेत. तीन विधवा आणि दहा मुलं यांच्यात वाटण्या होणार होत्या. नानाची मुले म्हणजेच माझ्या आईचे चारी भाऊ, युरोप व अमेरिकेत विखुरलेले होते. आम्हाला ते बराच काळ भेटत नसत आणि मग येत तेव्हा मात्र भरपूर भेटवस्तू घेऊन, आलिशान गाड्या चालवत आणि छान-छान कपडे घालून येत असत. माझी आजी त्या वेळी अत्यंत खूष असे. तिची सारी मुलं एकाच ठिकाणी असत ना! खरं तर मुलीकडे व जावयाकडे आईने राहायची पद्धत नाही. त्यामुळे बरेचदा नाना एखाद्या मुलाकडे जाऊन राहायचा विचार बोलून दाखवायची. दर वर्षी तशी ती काही दिवस जाऊनही यायची. तिच्या व्यवस्थित भरलेल्या मोठ्या बॅगा घेऊन ती पाकिस्तान, इंग्लंड, स्वीडन असे लांबलांबचे प्रवास करायची, तसेच अगदी जवळच म्हणजे न्यू जर्सीपर्यंतही जाऊन यायची. पण उरलेल्या वर्षभरात ती आमच्याकडेच असे. आमच्या घराचे कान नि डोळे बनून! तिची खोली जिन्यावर होती आणि तिच्या पलंगावर बसून तिला घरातलं कोण आलं, नि कोण गेलं यावर लक्ष ठेवता यायचं.

मी हळूच खोलीत सरकते. खोबरेल तेलाचा उग्र वास आणि कस्तुरी आणि कँडी यांचा संमिश्र गंध खोलीत भरलेला होता. त्यांच्या संभाषणात व्यत्यय आणायचा नाही, हे मला चांगलंच ठाऊक होतं, म्हणून मी आजीच्या कपाटाजवळ गेले आणि त्याच्या दोन्ही हँडलवर हात ठेवून उभी राहिले. मला सेफ्टीपिन हवी होती असं तिला सांगून, मी कपाट उघडू का, असं विचारलं.

ममा आणि नानाचं माझ्याकडे लक्ष होतं की नाही, कोण जाणे! नानाने एका छोट्या, गडद रंगाच्या बाटलीतून ममाच्या डोक्यावर थोडं तेल ओतलं आणि उजव्या हातानं ते सगळीकडे पसरून बोटांनी डोक्याला छान मालीश केलं. ममाचे डोळे सुखानंदाने मिटलेले होते आणि तिने मला जे हवं ते करायची मुभा पुटपुटत दिली.

नानाच्या कपाटातल्या वरच्या ड्रॉवरमधल्या वस्तूंवरून मी हात फिरवत होते.

त्यांचं बोलणं ऐकायला मला काहीतरी सबब हवी होती. त्यांच्या खासगी विश्वात मी घुसते आहे, असं काहीसं मला वाटलं. जेव्हा कधी मी नानाच्या खोलीत जात असे आणि ती कापडाने डोकं झाकून घेऊन दुपारची प्रार्थना करत असे, त्या वेळीही मला असंच अवघडल्यासारखं वाटायचं.

मला ड्रॉवरमध्ये दोऱ्यांची रिळे आणि नाणी व कागदाचे कपटे कोंबलेल्या लहान लाकडी पेट्या सापडल्या. त्यातली एक पेटी मी उघडली. आत गर्द निळ्या मखमलीचे अस्तर होते. पेटीत एक लहान गोल, धातूची पिन होती. त्यावर फ्लॉरेन्स नाईटिंगेलचे चित्र कोरलेले होते व एक बोधवाक्य होते:

*'तू नम्र, सावध, प्रामाणिक, सत्यवादी, विश्वसनीय, वक्तशीर, शांत, शिस्तप्रिय, स्वच्छ आणि नीटनेटके असायला हवेस.'*

त्या पिनवर एक चकचकीत छोटी, नावासाठी पट्टी होती व त्या जागी कोरलेले होते.

*'Awarded to: Rachel Jacobs* (*रेचल जेकब्ज यांना बक्षिसाप्रीत्यर्थ*)*'*

"नाना, ही रेचल जेकब्ज कोण गं?" मी त्यांच्या गप्पांत अडथळा आणला.

"ते माझं लग्नापूर्वीचं नाव होतं," ती शांतपणे म्हणाली.

खोलीत एकदम शांतता पसरली, त्या क्षणाची माझी आठवण म्हणजे रेडिओवरची लोकप्रिय गायिका गात असताना मधूनच किंचित थांबते ना, तस्सं वाटलं होतं मला!

मी गोंधळून गेले होते. मला नाना ही राहत म्हणून माहिती होती, रेचल म्हणून नव्हे. "पण हे तर अमेरिकन नावासारखं वाटतंय."

माझ्या आईने डोळे उघडले आणि तिच्या आईकडे किंचित हसून बघत, आता ही काय उत्तर देते, ते बघायला लागली.

"ते माझं लग्नापूर्वीचं ज्युईश नाव होतं."

"तुझं ज्युईश नाव, म्हणजे काय, म्हणतेस तरी काय तू?" माझी आजी मुस्लिम होती, हे मला ठाऊक होतं. कारण तिच्याकडे कुराण होतं नि ते घेऊन ती प्रार्थना करायची आणि माझ्या वडिलांनी जर कधी घरात बेकन (डुकराचं खारवलेलं मांस) आणलं, तर ती खूपच चिडायची.

तिने उजव्या हाताच्या तळव्यात थोडंसं तेल ओतलं नि त्या चिमुकल्या तेलाच्या तळ्याकडे पाहत ती क्षणभर थबकली. नंतर तिने एक गोष्ट सांगायला सुरुवात केली. ती गोष्ट मी आधी कधीही ऐकलेली नव्हती.

"फार फार पूर्वी, तुझ्या पूर्वजांनी एका जहाजात बसून इस्राईल सोडलं– एक खूप मोठं, रुंद, लाकडी जहाज– पण भारताच्या किनाऱ्याजवळ ते जहाज फुटलं. त्यातले सारे जण ज्यू धर्माचे होते, मग ते सगळे हिंदुस्थानातच स्थिरावले. त्या बुडलेल्या जहाजात त्यांचे सगळे 'तोरा' नष्ट झाले आणि ते त्यांचा धर्म विसरले."

"ते कोण होते, ते त्यांना आठवत नव्हतं?"

"त्यांना आठवत होतं, पण फक्त एकच प्रार्थना त्यांच्या लक्षात राहिली होती. त्यानंतर तेही एकाच देवावर विश्वास ठेवू लागले– अल्लावर– पण त्याला ते वेगळ्या नावाने ओळखत होते. ते पुढे हिंदुस्थानातच राहिले, त्यांच्या कित्येक पिढ्याही तिथेच नांदल्या– परत पुन्हा इस्राईलला जायची वेळ येईपर्यंत! तुझी आई तुझ्या वयाची होती, तेव्हा आमचे बाकीचे सारे नातलग इस्राईलला गेले. फक्त माझा धाकटा भाऊ निस्सीम हा भारतात मागे राहिला."

मी मान डोलावली. मी विचारलं, की जर तिचं कुटुंब इस्राईलला गेलं, तर तिला तिकडे का जायचं नव्हतं?

नाना खाली बघत हसली, "माझं आधीच लग्न झालेलं होतं आणि तुझ्या आजोबांशी लग्न करायचं, म्हणून मी मुस्लिम झाले होते, त्यामुळे मला नाही जाता आलं."

का कुणास ठाऊक, पण तिच्या आवाजात मला थोडी खंत जाणवली.

''मग तू मुस्लिम आहेस, की ज्युईश आहेस?'' मला वाटत होतं, की तिने एकच बाजू धरावी आणि मला तिचं उत्तर आमच्या बाजूला हवं होतं.

''आत्ता मी मुस्लिम आहे, पण दोन्ही धर्मांतला देव एकच आहे.''

या नव्या माहितीमुळे माझं डोकं गरगरायला लागलं. नाना आणि तिची आई रेशमी साड्या नेसलेल्या आहेत. मी कल्पना करू लागले, की न्यूटनमधल्या इमॅन्युएल टेंपलमध्ये नाना जाते आहे, जिथे माझ्या मित्रमैत्रिणींबरोबर मी त्यांच्या 'बार अँड बॅट मिटझवाज'ना गेलेली होते आणि मला ते अशक्यच वाटायला लागलं. मनात एक नवीन विचार घोळवतच मी वळले. माझी आई गप्प होती. जणू काही ती मनातून कुठेतरी दूर, वेगळ्याच विश्वात होती.

''म्हणजे तू सुद्धा ज्यू आहेस?'' मी ममाला म्हटलं. आम्हाला सोशल स्टडीजमध्ये शिकवलं होतं, की जर तुमची आई ज्यू असेल, तर तुम्ही ज्यू असता.

''ज्यू कायद्याप्रमाणे मी ज्युईश आहे,'' ममा म्हणाली, ''पण मी छोटी होते, तेव्हा मला अरेबिक प्रार्थना शिकवल्या गेल्या. मला त्याच माहिती आहेत.''

''मला पसंती करता येईल का?'' मी विचारलं, कारण माझी आई मुस्लिम, वडील ख्रिश्चन आणि आजी ज्युईश होती. मी मशिदीत गेले होते आणि चर्च व सिनगॉगमध्येही गेले होते. माझ्या पसंतीला इथे वाव होता का?

''अर्थातच,'' ममा म्हणाली, ''आम्ही तुला प्रत्येकाबद्दल सगळं सांगू आणि मग तू तुझा निर्णय घेऊ शकतेस.''

''तू आता ज्यू नाहीस, म्हणून तुला वाईट वाटतं का गं?'' मी नानाला विचारलं.

ती काहीच बोलली नाही आणि थोड्या वेळानंतर माझ्या आईशी उर्दूमध्ये काहीतरी बोलली. तिच्या जगातली ती खिडकी बंद झाली होती, हे उघड होतं. त्यांचं 'खास प्रौढांसाठी'चं संभाषण पुन्हा सुरू झालं.

मी ती पिन पुन्हा ड्रॉवरमध्ये ठेवली आणि जिन्यावरून खाली उतरले नि अंगणवाटेवरच्या लख्ख उन्हात माझे डोळे लकाकले. वर्गातल्या एखाद्या नवीन मुलीचं नाव डोक्यात सारखं घुमत राहावं, तसं ते नवीन नाव माझ्या डोक्यात घुमू लागलं. रेचल जेकब्ज. रेचल नावाची माझ्याएवढी लहान मुलगी होती नाना, अशी कल्पना मला करताच येईना. ती नानाखेरीज इतर काही असू शकते, हे मला कल्पनेतही मानवत नव्हतं.

*त्या रात्री मला नीट झोप* येत नव्हती. मी खोलीबाहेर फिरत राहिले. माझी खोली आणि माझ्या धाकट्या भावाच्या खोलीमधल्या भागात मी येरझारा घालीत

होते. मी त्याच्या खोलीच्या दाराबाहेर रेंगाळले. माझे वडील त्याला रात्रीची, निजण्यापूर्वीची गोष्ट सांगत होते. त्यांचा आवाज संथ, शांत आणि गंभीर होता. मधूनच कासीमला झोप लागण्यापूर्वी, त्यांनाच डुलकी लागली नि मग त्यांच्या अंगाई-गोष्टीत त्यांची नवीन बांधकामं, त्यांच्या आराखड्यांतले शब्द, त्यांची यादी आली. 'हँगिग बीम', 'बे विंडो' आणि आकड्यांच्या माळा– १८ बाय २४, ३६, ४२. कासीमने त्यांच्या खांद्यावर हळूच थापटलं. ''अब्बा, पुढे काय झालं? मग काय झालं?''

माझे वडील दचकून जागे झाले आणि त्यांची गोष्ट पुढे चालू झाली. त्या रात्री, माझ्या वडिलांनी आणखी एक चमत्कारिक कथा गुंफली होती. गोष्ट पुढे सरकायची, तशी त्यांत ते भर घालायचे– एक लांब, भरकटणारी गोष्ट– राजा लुडविग व त्याची हिरव्या डोळ्यांची राणी लुसिंडा आणि त्यांचा मुलगा, राजपुत्र हंफ्री! कासीम मोठ्या उत्सुकतेने त्यांच्याकडे बघत, लक्षपूर्वक ऐकत होता. त्या अर्धवट प्रकाशात त्याचे दोन डोळे म्हणजे जणू दोन मोठे चंद्रच आहेत, असं मला वाटलं होतं.

''राजपुत्र हंफ्रीला ट्रिस्टिआना राज्यकन्येच्या राज्यात जाण्यासाठी एक लांबलचक व खडतर प्रवास करायचा होता. त्या हिऱ्यांच्या राज्यातल्या शाही कविसंमेलनात त्याला भाग घ्यायचा होता, शिवाय तिच्यासाठी मेवामिठाई सुद्धा न्यायची होती...'' ''हॅलो सादु,'' मला बघितल्यावर ते म्हणाले, ''तुला आत येऊन बसायचं आहे का?'' मी होकारार्थी मान हलवली आणि माझ्यासाठी पलंगावर जागा करायला म्हणून ते जरा बाजूला सरकून बसले. ''राजपुत्र हंफ्रीला ट्रिस्टिआना राजकन्येचं मन जिंकायचं होतं, म्हणून तो खेडोपाडी हिंडत होता. तिच्यासाठी अनोख्या, मौल्यवान वस्तूंचा शोध तो घेत होता आणि त्या वेळी तिच्यावर त्याने दोन सुंदर कविता रचल्या होत्या. उत्सवामध्ये तो त्या म्हणून दाखवणार होता...''

''त्याला राजकन्येशी लग्न करायचं होतं का?''

''हो कासू. त्याची खूप इच्छा होती, पण तिचं लग्न एका दुष्ट सरदाराशी अगोदरच ठरलेलं होतं. तो सरदार खूप दूर असलेल्या मोचुबिस्तान देशात राहत होता आणि तो फारच तापट होता...''

ते सांगत असताना, कासीमच्या डोळ्यांची उघडमीट होत होती. पुढची गोष्ट ऐकायला तो कसाबसा जागा राहण्याचा प्रयत्न करत होता. शेवटी, त्याची झोप अनावर झाली आणि माझे वडील नि मी दोघेही त्याचा संथ लयीतला श्वासोच्छ्वास बघत राहिलो. त्याचा हलका अस्पष्ट आवाज आम्ही शांत बसून ऐकत होतो.

''अब्बा, नाना ज्यू आहे,'' मी जाहीर केलं. ही माहिती खोलीभर पसरली. माझे वडील काय म्हणतील, त्याचा मला अंदाज नव्हता.

''हो, बरोबर आहे,'' ते माझ्याकडे वळून बघत म्हणाले. ''ते खरं आहे.''

“म्हणजे मग मी नि कासीम कोण होतो?” मी प्रश्न केला.

“खरं म्हणजे तुम्हाला जे व्हावंसं वाटतं, ते तुम्ही होऊ शकता.”

“तुम्ही ख्रिश्चन आहात?” मी विचारून खात्री करून घेतली.

“होय, आहे.”

“पण ममाशी लग्न करायला तुम्ही धर्म बदललात. म्हणजे मला वाटलं, की त्यामुळे तुम्ही मुस्लिम झालात.”

“खरं आहे ते. मी झालो. माझ्या आई-वडिलांनी मला एपिस्कोपॅलियन चर्चमध्ये वाढवलं; पण जेव्हा मी तुझ्या ममाशी लग्न करायचं ठरवलं, तेव्हा मला तिच्या धर्माबद्दल समजलं. माझा असा विश्वास आहे, की जरी मी इस्लाम धर्माचा स्वीकार केला, तरी मी माझा धर्म सोडलेला नाही. तो अजूनही माझा एक हिस्सा आहे.”

“म्हणून आपण ख्रिसमस साजरा करतो.”

“बरोबर. म्हणून आपण ख्रिसमस साजरा करतो आणि तुझ्या मॉमसाठी आपण रमझान आणि ईदही साजरी करतो.”

“पण आपण हनुक्का किंवा पासओव्हर कधी साजरा करीत नाही.”

“खरंच, आपण नाही करत ते सण...”

“जर नाना ज्यू आहे, तर तिचे सणही आपण साजरे करायला हवेत. कदाचित, तिला वगळल्यासारखं वाटत असेल.”

“अगं, माझ्या हे लक्षातच आलं नव्हतं. छान कल्पना आहे हं, लाडूबाई.”

मी माझ्या खोलीत परतले. चटकन नाईटगाऊन घातला आणि नानाचा विचार करत पांघरुणात शिरले. तिचं नाव मी पुन्हापुन्हा घोकलं, रेचल जेकब्ज. एखादी कठपुतळी दोरीने उचलली जावी, तसं माझं डोकंही वर, वर जायला लागलं नि ज्यांचं अस्तित्वच मला ठाऊक नव्हतं, अशा लोकांच्या जाळ्यामध्ये मीही जोडली गेले.

मला पसंतीला वाव होता. मी काय पसंत करायला हवं?

# परदेशातली मुलगी

## *पुणे, सप्टेंबर २००१*

राहत व्हिलाला भेट दिल्यानंतर दुसऱ्याच दिवशी मी पुण्याची एक्स्प्रेस गाडी पकडली. पुणे स्टेशन आल्यावर एक खाष्ट वाटणारा गृहस्थ 'शेपर्ड, सादिया मिस, फिल्म अँड टीव्ही इन्स्टिट्यूट ऑफ इंडिया' असे लिहिलेला एक लहान फलक हातात घेऊन उभा असलेला दिसला. इन्स्टिट्यूटला मी पाठवलेल्या तारा मिळाल्या होत्या तर! मला सुटल्यासारखं वाटलं आणि कुतूहलही वाटलं. मला कुणीतरी 'न्यायला' आलं होतं. माझी आई तसं म्हणायची.

एफटीआयआय किंवा फिल्म अँड टीव्ही इन्स्टिट्यूट ऑफ इंडिया या यजमान संस्थेमध्ये माझी फुलब्राईट स्कॉलरशिप आहे आणि इथेच पुढचे कित्येक महिने चंबूगबाळं ठेवायचा माझा विचार आहे. जेव्हा मी फुलब्राईटसाठी अर्ज केला होता, तेव्हा माझ्या एका जुन्या प्रोफेसरांनी सुचवलं होतं, की मी इन्स्टिट्यूटच्या संचालकांशी संपर्क साधायला हवा. मी तसं केलं आणि अशा पत्रमालिकेनंतर मी इथे येण्याची व्यवस्था झाली. मी इथे वर्गामध्ये बसणार आहे का, हे संचालकांना जाणून घ्यायचं होतं. मी त्यांना कळवलं, की मला लायब्ररीमध्ये जास्त वेळ हवा होता. राहायला जागा आणि इतर चित्रपट बनवणाऱ्या तरुण मंडळींशी विचारविनिमय करण्याची संधी मला हवी होती. "आमच्याकडे चित्रपट बनवणारे तरुण भरपूर आहेत," त्यांचं उत्तर आलं, "म्हणजे, जेव्हा ते संपावर नसतात तेव्हा!"

ही एक सार्वजनिक सरकारी संस्था आहे. एका जुन्या चित्रपट स्टुडिओच्या प्रांगणात वसवलेली. भारताच्या कानाकोपऱ्यातून इथे येण्यासाठी विद्यार्थी एक

महाकठीण प्रवेशपरीक्षा पार करतात आणि इथल्या शिक्षणक्रमातल्या महत्त्वाच्या अभ्यासक्रमात जागा मिळावी, म्हणून अतोनात धडपड करतात. एफटीआयआय मधली पदवी असली, म्हणजे जीवघेणी स्पर्धा असलेल्या भारतीय चित्रपटसृष्टीत सहजसुलभ प्रवेश होतो. इथले विद्यार्थी त्या दुनियेतले हिरो होतात, मग ते कलात्मक चित्रपट असोत किंवा कमर्शियल गल्लाभरू असोत! दोन वर्षांपूर्वी या संचालकांची जेव्हा नेमणूक झाली होती, तेव्हा त्यांनी काही अप्रिय बदल केले. त्यात वार्षिक फीमध्ये वाढ सुचवली होती, त्यामुळे विद्यार्थी बिथरले होते आणि त्यांनी बंड केलं होतं.

माझ्या फुलब्राईट योजनेचा तपशील व त्याची रूपरेषा अगदी अस्पष्ट आहे. भारतातल्या युनायटेड स्टेट्स एज्युकेशनल फाऊंडेशनला मी सांगितलंय, की मला बेने इस्त्राईल या जमातीविषयी– ज्यातून माझी आजी आली होती– त्या जमातीचा अभ्यास करायचा आहे. ही एक फारच लहानशी जमात आहे. त्यातले बहुतेक जण मुंबईत राहणारे आणि आपण इस्त्राईलमधून हरवलेल्या एका टोळीचे वंशज आहोत, असं मानणारे आहेत. या बेने इस्त्राईल लोकांवर छायाचित्रं आणि माहितीपटाच्या माध्यमातून मला संशोधन करायचं आहे. माझ्याकडे जरा जास्तीच कॅमेरे आहेत : एक व्हिडिओ कॅमेरा, एक १६ मि.मि. बोलेक्स, एक सुपर ८ मिमि कॅमेरा, एक मध्यमप्रतीचा स्थिरचित्रणाचा आणि शेवटचा पण तोही कमी महत्त्वाचा नाहीये, 'रोखा नि फोटो काढा' छाप कॅमेरा, जो मी सतत माझ्या जवळच बाळगते. नाहीतरी काहीतरी गमावण्याची भीती असतेच मला. मुंबईत विमानतळावरच्या कस्टमवाल्यांच्यात त्यामुळे मी जरा कुतूहल निर्माण केलं होतं. इतकी सारी सामग्री बरोबर घेऊन मी काय करणार होते? माझ्या संशोधनाच्या योजनेचं शीर्षक व्हिसावर होतं– 'भारतातले ज्यू.'

त्या ऑफिसरनं विचारलं, "मुंबईत किती ज्यू आहेत?"

"तीन हजार, पाचशे," मी उत्तर दिलं. त्यापेक्षा जास्त माहिती मला नव्हती; पण त्या उत्तराने मला विमानतळावरच्या गर्दीतून आणि नंतर या झुंडीच्या शहरातला प्रवेश खुला झाला.

मुंबईबाहेर पुण्यातही बऱ्यापैकी बेने इस्त्राईल वस्ती आहे आणि माझ्या संशोधनासाठीही जास्त सोईस्कर व आटोपशीर जागा पुण्यातच आहे. मी फुलब्राईटच्या अधिकाऱ्यांना ठामपणे सांगितलं होतं, की मी बेने इस्त्राईल जमातीच्या प्रमुख मंडळींशी संपर्क ठेवून आहे आणि त्यांनाही माझ्याशी संवाद साधायची आणि त्यांची कहाणी सांगायची आतुरता आहे; परंतु खरी गोष्ट म्हणजे माझ्याजवळ फक्त आजीच्या जुन्या टेलिफोन डायऱ्यांमधून घाईघाईने खरडलेले फोन नंबर्स आहेत, एका वयस्क नातेवाईकाचे आणि १९८० च्या सुमारास लिहिली गेलेली दोन मानवजाती शास्त्रावरची पुस्तकं आहेत. बेने इस्त्राईल लोकांबद्दल छापील माहिती

फारच थोडी आहे आणि ते कसे आहेत त्याबद्दल, जवळजवळ काहीच नोंद नाही.

या अनोळखी शहरात आल्यानंतर एका काळ्या-पिवळ्या टॅक्सीतून खडखडत वाट काढत मला जावं लागेल, अशी मला कल्पना नव्हती. भारतात मी टॅक्सीने एकटी हिंडतेय, या कल्पनेनं माझी आई धास्तावली होती. माझ्या बॅगा मी सामानाच्या विभागातून उचलते, तेव्हा मला तिचा आवाज ऐकू येतो.

"तू जर पाकिस्तानात जाणार असतीस, तर मी तुझी न्यायची व्यवस्था केली असती; पण इथे तू इंडियात जाते आहेस..."

मी म्हणते, "पण आपण इंडियातलेच आहोत की ममा! आपण पाकिस्तानचे होण्यापूर्वी आपण इंडियाचेच होतो."

"खरं आहे," ती कळवळते, "पण, तरी सुद्धा तिथे आपल्या ओळखीचं कुणी नाहीये!"

नानाला दिलेलं वचन पूर्ण करण्यासाठी मी भारताची निवड केली होती हे खरं, पण दुसरंही आणखी एक कारण होतं, जे सांगायला खरं तर मला संकोच वाटतो. इथे मी मोकळेपणी हिंडू शकते, तसं पाकिस्तानात होत नाही. पाकिस्तानात मी समीनाची मुलगी असते, राहतची नात असते, मी 'अमेरिकन कझिन' असते, अविवाहित विचित्र मुलगी, कधीमधी येणारी पाहुणी असते. आम्ही जेव्हा कराचीला जातो, तेव्हा माझ्या आईचे स्नेही नरिमन यांचा प्रमुख नोकर, सज्जाद, हा आम्हाला न्यायला हजर असतो, मग तेव्हा रात्र असो वा सकाळ कोणतीही अडनिडी वेळ असो. नरिमन अंकलच्या घरी जाताना मी खिडकीबाहेर बघत राहते आणि मागल्या खेपेपेक्षा आता कितीतरी नवीन इमारती बांधल्या गेल्या आहेत, याचं आश्चर्य करू लागते. गेल्या वेळेला विमानतळाबाहेरच एक चकचकित मॅक्डॉनल्ड्स पाहून मी चकित झाले होते आणि लहान, भित्र्या, नाणी मागणाऱ्या मुलांच्या गराड्यात कावरीबावरी झाले होते. मला जरी टूथपेस्ट किंवा सलाईन सोल्युशन हवं असलं, तरी मी ड्रायव्हर किंवा एखाद्या नातलगाबरोबर जाते. कराचीत मी चालत जात नाही. ही एक गुदमरवून टाकणारी चैन आहे. आपल्याला माहिती असतं, हे असुरक्षित शहर आहे अन् आपण सुरक्षा कवचात वावरत आहोत.

मला माहीत आहे, की भारतात मला अनामिक असण्याचं स्वातंत्र्य मिळेल, जे मी पाकिस्तानात कधीच अनुभवलं नव्हतं. त्यातला धोका आणि अव्यक्त सामर्थ्य मला सावध राखतात. एफटीआयआयच्या मिनी-व्हॅनमध्ये माझ्या बॅगा मागच्या बाजूला मी ठेवते. त्याच वेळी माझ्याच वयाची एक स्त्री चपळाईने एका मोटरसायकलवर बसून पार्किंग लॉटमधून बाहेर पडते. या दोन्ही देशांतल्या काही गोष्टी सारख्याच आहेत– पेप्सी जाहिराती, लोकांचा बुजबुजाट, धूळ; पण मला स्पष्ट जाणवतं, की इथे हे काहीतरी वेगळं आहे, मीही इथे वेगळीच आहे.

ड्रायव्हर शहरातून गाडी नेत असतो आणि मी त्या व्हॅनच्या खालच्या काचेतून पुणं पाहत असते. लहानपणीचा काही काळ नानाने इथे घालवला होता आणि तिला हे गाव प्रचंड आवडायचं. ती ब्रिटिश स्पेलिंगप्रमाणे 'पूना' लिहायची आणि 'पूह-नाह' असा उच्चार करायची. नवं मराठी स्पेलिंग 'पुणे' असले, तरी काही जण 'पूहने' असाही उच्चार करतात. आयुष्याच्या अखेरीस ती पत्रं लिहायची, त्या पत्त्यांवरून तिचं स्पेलिंग मला ठाऊक होतं. तिची नजर अधू झाली होती आणि अक्षरही वेडंवाकडं होऊ लागलं होतं. थोड्याच वर्षांपूर्वी तिची लिली नावाची एक कझिन (चुलत/मामे/आते/मावस बहीण) इथे राहत होती. लिलीचा पती अजून जिवंत आहे. त्यांना भेटायचं, असं मी मनाशी ठरवते. खिडकीतून हात बाहेर काढून मी वाऱ्याचा अंदाज घेते, न्यूयॉर्कपेक्षा जरा जड हवा वाटतेय. इथे झाडं आहेत. माझ्या अंदाजापेक्षा बरीच जास्त आहेत. त्यामानाने शहर बैठं, सखल वाटतं. अति उंच इमारती कुठे दिसत नाहीत.

आम्ही जेव्हा इन्स्टिट्यूटच्या फाटकापाशी पोहोचलो, तेव्हा तिथला रखवालदार माझं नाव लिहिलेलं एक पाकीट मला देतो. त्यात एक किल्ली आहे. खुणेनंच तो जरा उतारावरच्या एका जागेकडे टॉर्चने वाट दाखवतो आणि ड्रायव्हर लालमातीच्या एका लांबलचक वाटेवरून सावकाश गाडी आत नेतो. रखवालदार मागून चालत येत असतो. दोरीचा झोपाळा बांधलेल्या एका लहान, खुरट्या झाडाभोवती सदनिका असलेल्या कॉंक्रीटच्या इमारती मला दिसतात. तिथल्या अनेक दरवाज्यांपैकी एका दारासमोर ड्रायव्हर मला सरळ नेत असतो. पायऱ्यांवर पांढरं कापडी काहीतरी दिसतं आणि क्षणातच जवळ गेल्यानंतर तिथे तीन छोट्या गोंडस मुली दिसतात. गाडी बघून त्यातल्या दोघी पळून जातात, पण गाडीच्या उजेडात तिसरी मात्र तिथेच ढिम्म बसून राहिलेली असते. ती दिव्यांकडे बघते आणि तोऱ्यात मान वळवते. जणू काही रखवालदाराला ती सांगतेय, की मला हाकलून तर बघ! रखवालदार टॉर्च मिचकावतो आणि काहीतरी पुटपुटतो, मग ती छोटी झटक्यात दिसेनाशी होते.

एक मोठा कडीकोयंडा काढल्यावर माझं दार उघडतं. आत ट्यूबलाईट आणि कापराचा वास आहे. त्या सिमेंट ब्लॉकच्या खोलीचं अवजड कुलूप मी काढून ठेवते आणि मला दिलेल्या कॉटवर सावकाशपणे शिरते, अंगावरच्या भरपूर कपड्यांतच. त्या रात्री मला नानाची स्वप्नं पडतात.

*त्या स्वप्नांत,* चेस्टनट हिलच्या ज्या घरात मी वाढले, तिथेच मी असते. घरात पार्टी चाललीय. सुटातल्या आणि रंगीबेरंगी भडक रंगाचे सलवार-कमीज घातलेल्या पै-पाहुण्यांनी घर भरलंय. तेवढ्यात, कुणीतरी निरोप्या मला सांगायला येतो, की मी नानाशी बोलू शकेन आणि मी नकारार्थी मान हलवते. मी तिला

भेटायला हॉस्पिटलमध्ये वेळेवर पोहोचू शकले नव्हते; पण तो निरोप्या आग्रहाने सांगतो, की ती आहे, वर तिच्या खोलीत आहे, मी जाऊन तिच्याशी बोलू शकेन, पण मी उशीर करता कामा नये. मी गोल जिन्याने दुसऱ्या मजल्यावर जाते, हळूच दार ढकलते आणि नाना तिच्या पलंगावर बसलेली दिसते. एखाद्या राणीच्या ऐटीत, निळी रेशमी साडी नेसून. तिच्या लांब रुपेरी केसांचा अंबाडा बांधलेला आहे– मी लहान होते तेव्हा ती तसे केस बांधायची– तिच्या चेहऱ्यावर एक चमत्कारिक हास्य आहे. ती मला खाली बसायची खूण करते.

"ऐक. मला तू माझ्यासाठी काहीतरी करायला हवं आहे."

मी बसते आणि ती हळूहळू बोलायला सुरुवात करते.

मी शेवटचं तिला पाहिलं, त्यावर आमचं संभाषण आधारलेलं होतं– ती जाण्यापूर्वी तीन महिने अगोदर. त्या वेळेलाच, नाना खूप खराब दिसली होती. वय आणि आजारपण यामुळे ती अशक्त झाली होती. आम्ही सोफ्यावर शेजारी बसलो होतो, माझ्या भविष्यातल्या योजनांबद्दल बोलत होतो, तेव्हा तिने माझ्या दंडावर हात ठेवला होता.

"मला एक वचन दे," ती अचानक गंभीर होऊन म्हणाली, "इंडियाला जा, तुझ्या पूर्वजांबद्दल जाणून घे."

मी तिच्याकडे डोळे भरून पाहिलं अन् माझे अश्रू आवरण्याचा प्रयत्न केला. तिला काय सांगायचं होतं, ते मला माहिती होतं– हे जे काही मी करावं, असं तिला वाटलं होतं, ते ती गेल्यानंतरचं होतं. यापूर्वी नानाने माझ्याकडे कधीच काही मागितलं नव्हतं.

"ऑफ कोर्स, नाना," मी म्हणाले. "मी वचन देते."

"मग या साऱ्याचं सार्थक होईल," डोकं मागे टेकत ती म्हणाली. "जर तू माझी कहाणी सांगितलीस तर."

*मी गोंधळून जागी होते,* उकाड्याचा ढग अंगावर बसलाय; एखाद्या फिल्मसारखा. ही खोली अंधारी आहे, त्यात खिडकीच्या जाड तपकिरी पडदयांनी उजेड अडवलाय. बाहेर बघण्यासाठी मी पडदे बाजूला सारते आणि धुळीचा लोट आत येतो. मला पटापट शिंका यायला लागतात. मी प्रथमच खोलीत नजर फिरवते. खोलीत एक लांब अरुंद पलंग, एक लाकडी टेबल, खुर्ची आणि एक जुना, शेवाळी रंगाचा सोफा आहे. दारालगत बाथरूम आहे. मी आत डोकावते नि झटकन त्या दर्पापासून मागे सरते. मी टेबल सरकवते तर त्याच्या खुणा जमिनीवर दिसतात. या खोलीत बरेच दिवस कुणी राहिलेलं नसावं. दरवाज्यावर टकटक ऐकायला येते नि मी उत्तर देते. एक लहानखुरा, निळ्या, गचाळ शॉर्टमध्ये असलेला एक माणूस हातात

बादलीभर काळं पाणी, आणि एक झिजलेला खराटा घेऊन दारात उभा असतो, आत येण्याबद्दल खुणेने विचारतो. माझ्याकडे ओशाळगत नजरेने बघतो. मी जरा घुटमळते आणि त्याला आत यायला सांगते. ते काळं पाणी तो बाथरूममध्ये सगळीकडे फेकतो आणि खराट्याने सफाई करतो. त्याचं काम संपल्यानंतर तिथली फरशी जास्तच खराब वाटते. मी तसं त्याला सांगायचा प्रयत्न करते, पण त्याला काही ते समजत नाही. मी 'असू दे' म्हणून डोकं हलवते. तो जातो. मी व्यवस्थित कपडे बदलते. माझा दुपट्टा उजव्या खांद्यावर घेते आणि माझे अव्यवस्थित केस बाथरूमच्या आरशात बघत ठीक करते. मी उंच आहे, निदान सर्वसाधारण भारतीयांच्या डोक्याइतकी तरी. माझे केस कुरळे आणि नेहमी मोकळेच असतात. लहानपणापासून माझा एक खेळ आहे, तो मी सुरू करते. जर माझे केस काड्यांसारखे सरळसोट असते, तर मी इकडे सामावले असते का? जर मी थोडी ठेंगणी असते तर? जर माझा रंग सावळा असता तर? किंवा आणखी काहीतरी वेगळाच फरक असता तर?

मी अंगणात जाते आणि रात्री जे अर्धवट दिसलं होतं, ते आता नीट पाहायला लागते. मी एका कॉम्पाउन्डमध्ये राहते आहे. त्यात कदाचित शंभरएक फिकट निळ्या गिलावा केलेल्या खोल्या आणि सदनिका आहेत. त्यांच्या समोरचा मधला छोटा रस्ता मुख्य रस्त्याकडे जातो. मी त्या वाटेने चालत जाते आणि लॉ कॉलेज रोडवरची अभेद्य रहदारी पाहत राहते. इन्स्टिट्यूटचं भव्य प्रवेशद्वार माझ्यासमोरच आहे. मोटारबाईक्स, रिक्षा आणि मोटारी माझ्याजवळून भरधाव वेगाने धावत असतात. माझ्या वयाचेच दोघे पुरुष विद्यार्थी बिनधास्तपणे रस्त्यावर जातात आणि पिवळ्या रेषेपाशी थांबतात. येणाऱ्या बाईक्स, मोटारींना दोन्ही बाजूंनी इंच-इंच अंतरावर चुकवत ते पुढे सरकतात. ते मिनीटभर थांबतात आणि रस्ता ओलांडतात; परंतु चार मुलं घेऊन जाणाऱ्या एका मोटारबाईकवाल्याशी त्यांची जवळजवळ टक्कर होते. ते तरुण, मी उभी असते त्या बाजूला येतात, त्यातला एक जण माझ्याकडे तुच्छता आणि दया यांचं मिश्रण असलेल्या नजरेनं बघतो.

"ही काही नदी नाही. तुम्ही बुडणार नाही, कळलं का?" तो हात हलवत म्हणतो. ते दोघे माझ्याजवळून जातात आणि इन्स्टिट्यूटच्या आवारात शिरतात. काही वेळ मी तिथे बावळटासारखी उभी राहते. मी इथे परकी आहे, हे मला कळतंय. रस्त्यावरच्या माणसांपेक्षा मी उंच आणि वेगळ्या रंगाची आहे आणि माझ्या जुनकट सलवार-कमीजमध्ये तर मला नक्कीच कुणीही सहजपणे दूरस्थच समजलं असतं. या गोष्टीचा मला खूप राग येतोय. घरी, न्यूयॉर्कमध्ये, मी वेगळी दिसत नाही, पण इथे मात्र मी परदेशी आहे किंवा यापुढे मला एक फॉरिनची मुलगी म्हणूनच ओळखलं जाईल. मी धीर एकवटते आणि रस्ता ओलांडू लागते. दुसऱ्या बाजूला जाईपर्यंत त्या प्रयत्नाने मला चांगलीच धाप लागलेली असते.

मी इन्स्टिट्यूटच्या प्रवेशद्वारातून आत जाऊ लागते, पण खाकी गणवेषातला एक चिडखोर शिपाई मला मी कोण आहे, ते विचारायला लागतो. मी माझी स्कॉलरशिपची पत्रं दाखवते आणि मी इथे फेलोशिप मिळवून आले आहे आणि वर्षभर इथे विद्यार्थी म्हणून राहणार आहे, हे सर्व सांगते.

''मॅडम, तुमचं नाव रजिस्टरमध्ये नाही.''

''तुम्ही नीट तपासून पाहाल का? मी इथे इन्स्टिट्यूटच्या डिरेक्टरना भेटणार आहे. मला इथे बोलावलेलं आहे.''

मी त्याला कागदांची चवड दाखवते. तो ती हाताने बाजूला सारतो.

''तुम्ही उद्या या. तुमचं नाव नोंदलेलं नाही.''

''पण मला विमानतळावर न्यायला आले होते. मला इथे अभ्यासासाठी फेलोशिप आहे. मी विद्यार्थिनी आहे.''

''तुम्ही फॉरिनच्या आहात का?''

मी मान हलवते. तो आतल्या ऑफिसात दिसेनासा होतो. मी प्रवेशद्वाराजवळील बाकावर बसते. रस्त्यांतून ओसंडणाऱ्या विद्यार्थ्यांकडे बघत राहते. ते जोडीनं, तिकटीनं, चौघांच्या गटागटानं येत असतात. काही जण हसतहसत, तर काही हातात हात घालून. प्रत्येक जण मला कुणाचीतरी आठवण करून देतो. मला घराची ओढ वाटायला लागते.

महाराष्ट्र राज्यात पुणे हे पश्चिमेच्या बाजूला आहे आणि इथे ब्रिटिश पद्धतीच्या अवशेषांचा प्रभाव अजूनही आहे. १८१७ मध्ये हे शहर ब्रिटिशांच्या अंमलाखाली आलं आणि इथला एक मोठा भाग सैन्याच्या अधिकाऱ्यांनी कँटोनमेंट विभाग म्हणून बनवला. मुंबईचा उकाडा आणि गर्दी यातून निसटण्यासाठी, इथे उन्हाळ्यात राहायला घरं बांधली. त्यांचे प्रशस्त व्हरांडे रस्त्यापर्यंत येतात आणि त्यांच्यावर प्रणयी वाटणाऱ्या वेली चढवलेल्या दिसतात. शहरातले मोठे रस्ते इतर भारतीय गावांसारखेच आहेत– मोठाल्या जाहिराती, नवी फास्ट-फूड हॉटेल्स– पण आडरस्त्यातून मात्र अजूनही जुन्या काळचं पुणं शिल्लक आहे– त्या काळात ते हिरवीगार झाडं आणि फुलांनी भरलेली झुडुपं असणारं विश्रांतिस्थान होतं. माझी आजी लहानपणी सुट्टीसाठी इथे तिच्या नातलगांकडे येत असे, तेव्हा हे शहर कसं दिसत होतं कोण जाणे. एका दगडी घराच्या दर्शनी दरवाज्यावर तारखेची पाटी असते १९१७, नाना जन्मली ते वर्ष!

तो रखवालदार परत येतो आणि मला सांगतो, की संचालक दिल्लीला मीटिंगसाठी गेलेले आहेत आणि आता पाच दिवस तरी परत येणार नाहीत.

''ते परत येईपर्यंत मी आहे त्याच जागेत राहू का?''

''ते मला ठरवता येणार नाही. ते ठरवण्याचं काम माझं नाही.''

''म्हणजे त्याचा अर्थ 'हो' असा आहे का?''

रखवालदार मागे-पुढे मान हलवतो, हो आणि नाही दोन्हीही आणि पुन्हा ऑफिसमध्ये अदृश्य होतो.

मी परत रस्त्यावर अडखळत जाते आणि वाहतुकीच्या विरुद्ध दिशेने चालायला लागते. लहानवयात आई-वडिलांनी शिकवलं होतं तसं. रिक्षांमधील कार्बन मोनोक्साईडच्या धुरामुळे दाट धुकं पसरतं आणि माझा घसा त्या एक्झॉस्टच्या चवीमुळे खवखवतो. रस्त्यातला कचरा गोळा करणारी दोन मुलं पाठीवरच्या झोळ्यात वाटेतले कागद व रंगीत तुकडे गोळा करत चाललेली आहेत. स्त्रिया मुलांना बरोबर घेऊन बाजारहाट करत आहेत आणि मुले आईची साडी ओढत खाऊसाठी हट्ट करताहेत. मी कुठे जातेय, ते मलाच माहिती नाहीये, पण मला वर्तमानपत्र आणि काहीतरी खायचे पदार्थ शोधायचेत एवढे नक्की.

मी एका भाजीवालीपर्यंत पोहोचते. तिच्या पुढ्यातल्या चादरीवर थोडासा माल विकायला ठेवलेला दिसतो. चार काकड्या, मूठभर लहान लाल कांदे, कोथिंबिरीच्या जुड्या, लिंबं आणि काही संत्री. मी त्यांच्याकडे बोट दाखवून ती केवढ्याला, असं विचारते.

ती माझ्याकडे वर बघते. ती माझ्यापेक्षा वयाने जास्त मोठी नसावी बहुधा; पण तिच्या कपाळावरच्या रेषा तिची कथा सांगतात. तिचे डोळे लालसर आहेत. ती चौकस नजरेने माझ्याकडे बघते, मान वाकडी करून, नीट निरखून मला न्याहाळते आणि माझा साधासुधा सलवार-कमीजही पाहते. नंतर तिचे दोन्ही हात ती दोन्ही बाजूंना सरळ करते, एखादे विमान असावे तसे आणि ते खालीवर करत उजवीकडे, डावीकडे वळवीत, तोंडाने मोठा आवाज करत ती मला सुचवते. मग ती एका मोठ्या इमारतीशी टक्कर झाल्याची नक्कल करते. इमारतीचा आकार हाताने दाखवत ती इमारत खूप उंच होती, हे सांगायचा प्रयत्न करते. मी चकित होते नि मला धक्का बसतो. ती वर्ल्ड ट्रेड सेंटरवर झालेल्या हल्ल्यासंबंधी मूकाभिनय करून सांगत असते. बूम! ती थांबते आणि पुन्हा दुसरे विमान होते आणि दुसऱ्या टॉवरवर आदळल्याचा अभिनय करते. बूम! तिचे लाखो तुकडे होतात. माझी भेदरलेली प्रतिक्रिया पाहून ती हसते. तिचे डोके मागे उडवते आणि माझ्याकडे बोट दाखवून मोठ्याने हसते.

''अमरिका, अम्रिका!'' ती हसते आणि पुन्हा विमानाचा आवाज काढायला लागते आणि माझ्याशी दुवा जोडण्याचा प्रयत्न करते.

मी तिच्याकडे बघून मान डोलावते आणि ती जे मला सांगायचा प्रयत्न करतेय, ते मला कळलंय, असं म्हणून तिला थांबायची खूण करते. मला रडू कोसळतं. ''अमेरिका,'' मी माझ्याकडे बोट दाखवून म्हणते, ''अमेरिकन.''

ती माझ्याकडे प्रश्नार्थक मुद्रेने, नव्याने पाहते नि एक हात तिच्या हृदयावर आणि दुसरा माझ्यासमोर धरून जणू काही पुरे आता, बस झालं, असं सुचवते!

मागे-पुढे डोकं हलवते. ती अनाकलनीय हालचाल, सारं काही एकदम. ती माझ्याशी संवाद साधण्याचा आणि तिला वाईट वाटतंय, हे सांगण्याचा प्रयत्न करते आहे.

मीही मान डोलावून आभार मानते आणि रस्त्याने पुढे चालायला लागते. रस्त्याच्या कडेला एका खिळखिळ्या फोनबूथच्या दिशेने जाते.

ममाने मला तिची भाषा तर शिकवली नव्हतीच, पण तिने निदान भारतीयांचे हातवारे, मानेच्या हालचाली करायच्या लकबी, चामड्याच्या चपला घालून चालताना दर पावलाला अंगठा आणि पायाचे दुसरं बोट दाबून चपलेची टाच उचलायला लागते, ते तरी शिकवायला हवं होतं, असं मला वाटून गेलं. या गोष्टी तिने मला का शिकवल्या नाहीत, हे जेव्हा केव्हा मी तिला विचारी, तेव्हा तिचं एकच उत्तर असायचं, ''तुझ्या शाळेतल्या मुलांच्यापेक्षा तू कुणी वेगळी आहेस, असं मला तुला जाणवू द्यायचं नव्हतं.'' पण मी आहेच की वेगळी! मी माझ्या देशातही वेगळी असते आणि इथेही वेगळी आहे. माझ्या देशात वेगळी असणं, ही खास आकर्षक बाब असते. त्यात एक सांस्कृतिक चौकसपणा असतो, पण इथे केवळ अवघडलेपणा आहे.

मी फोनबूथवरच्या खुर्चीत बसते आणि माझ्या वहीतल्या पुण्याच्या दोनापैकी एका सिनगॉगचा फोन नंबर शोधते. संचालकांना फोन लावते. मी कोण आहे आणि भारतात का आलेय, ते समजावून सांगते. दुसऱ्या दिवशी वेळ ठरवून मी सिनगॉग पाहायला आले तर चालेल का, म्हणून विचारते. त्यांनी फोन बाजूला ठेवून खोलीतल्या कुणाला तरी विचारलेलं मला एकू येतं, ''मुस्लिम नाव आहे. सादिया हे मुस्लिम नाव आहे.''

ते दुसरे कुणीतरी काय उत्तर देतात, ते नीटसं ऐकू येत नाही; पण पुन्हा एकदा फोनवर येऊन नम्रपणे पण ठामपणे ते सांगतात, ''माफ करा, पण ते जमणार नाही. तुम्ही आठवडाभराने फोन करावा, म्हणजे बरं पडेल.''

फोनची लाईन तुटते, अकस्मात. पुढे काय करायचं, त्याबद्दल खात्री नसल्यामुळे मी तशीच बसून राहते.

पुन्हा विचार करताना, माझ्या जुन्या खास मित्राला, टोनीला, फोन करावासा वाटतो. मी की-पॅडवरचे परिचित फोन नंबर पाहते. सॅन-फ्रान्सिस्कोमध्ये आत्ता किती वाजले असतील, त्याचा हिशेब करते. त्याच्या माळ्यावरच्या खोलीतून आत्ता त्याला उठवावं, असं मला वाटतं. तिथलं कोपऱ्यातलं टेबल त्याच्या निबंधाच्या आणि गणिताच्या समीकरणाच्या कागदांनी भरलेलं असेल, आत्ता तिथे रविवारची सकाळ असेल. आम्ही तिथे दुपारी काय करायचं, त्याचा विचार सकाळी करायचो. आमच्यासमोर पसरलेल्या त्या दिवसांचा विचार माझ्या मनात येतो. सूर्यप्रकाश आणि टेकड्यांवरच्या कार्यक्रमाच्या अनेक शक्यता असत; पण आता आम्ही दोघेही

वेगवेगळ्या किनाऱ्यावर राहून वेगळे झालो आहोत. भारतात यायचं ठरवलं, त्याच वेळेला मी त्याला आणि त्या सगळ्याला सोडून आले, कारण हे काम मला एकटीनंच करायचं होतं.

बूथच्या दारावरची टकटक जोरजोरात आणि सातत्याने व्हायला लागते. प्रथम माझ्या लक्षात येत नाही, मी काचेतून बाहेरच्या वाहतुकीकडे बघत असते. दार उघडते आणि एक तरुण आत डोकावतो.

''तुमचं झालंय ना?''

मी हातात मोड घेते आणि माझी हँडबॅगही.

''सॉरी, सॉरी.'' मी बूथमधून बाहेर येत म्हणते, ''मी तुम्हाला किती द्यायचे?''

''ते तुम्ही फोन अटेंडंटला विचारलंत तर बरं होईल.''

मघाशी रस्ता क्रॉस करणाऱ्या दोघांपैकीच तो एक विद्यार्थी होता. मला 'तुम्ही बुडणार नाही' म्हणणारा! माझ्या आत्ता लक्षात येतं, की त्याच्या काळ्या केसांचं एक झुलूप त्याच्या डोळ्यांपर्यंत येतं आहे. निळ्या-पांढऱ्या चौकडीच्या ऑक्सफर्ड शर्टवर त्याने लोकरीचा बिनबाह्यांचा निळा स्वेटर घातला आहे आणि त्याच्याकडे सैनिकासारखी एक कॅनव्हासची पिशवी आहे. त्याच्या डाव्या हाताच्या बोटांमध्ये एक वेगळीच अंगठी आहे. माणिक आणि पाचू शेजारी बावीस कॅरट सोन्यामध्ये बसवलेली जुळ्यांची विजोड जोडी. तो मला अभ्यासू वाटतो. त्याच्याविषयी काहीतरी सुखावह पण जुनकट वाटते; जणू काही आत्ताच लायब्ररीतून बाहेर पडलेला असावा. खरंच, त्याचा वास पुस्तकांसारखाच आहे.

फोनबूथशेजारच्या टेबलाकडे तो बोट दाखवतो. तिथे एक तरुणी टॅली-वही घेऊन बसलेली आहे. दिवसभरातले कॉल्स आणि डायल केलेले नंबर त्यात लिहिते आहे.

''ओह, सॉरी.'' मी चिल्लर मोजीत पुटपुटते. ''मी सादिया.'' चुकीची दुरुस्ती करण्यासाठी मी हात पुढे करते. ''मी इथे फेलोशिपवर आलेय, पण मी कोण आहे, ते कुणालाच माहिती नाही. संचालक गावात नाहीत आणि आता काय करायचं, ते मला कळत नाहीये.''

''मला माहीत आहे तू कोण आहेस ते,'' माझ्याशी हस्तांदोलन करत तो सहजपणे म्हणतो, ''तू ती अमेरिकन फिल्ममेकर आहेस, न्यूयॉर्कची.''

तो फोन करायला बूथमध्ये घुसतो. मी बाहेर तशीच उभी राहते, बावरल्या सारखी. मी केलेल्या टेलिफोनचा नंबर ती मुलगी वहीत लिहिते. तो फोनवर हिंदीमध्ये काहीतरी भराभरा ओरडतो. ते मला काही समजत नाही. तो बूथमधून बाहेर येतो आणि माझ्याकडे क्षणभर बघतो. मी अजून तिथेच आहे, हे पाहून चकित होतो.

''मी न्यूयॉर्कची आहे, हे तुला कसं कळलं?'

''अफवा.'' असं म्हणून तो माझ्या पुढून जातो.

मी अगदीच एकटी आहे, हे पाहून मी जरा धिटाईनेच पुढे होते.

“मला कुठेतरी काही खायला मिळेल का?” त्याच्या पाठोपाठ जात मी विचारते. एका खांद्यावरून मागे वळून तो माझ्याकडे बघतो आणि मान डोलावतो. “मी तुला माझ्या आवडत्या ठिकाणी घेऊन जाईन.”

मुख्य रस्त्यावर तो माझ्या पुढून चालायला लागतो आणि नंतर एका लहानशा गल्लीत वळतो. त्याच्या मागे त्याच्या वेगानं चालणं मला जरा कठीण जातं त्याची चूकभूल होईल की काय, अशी मला भीती वाटते. वीस मिनिटं चालल्यानंतर माझ्या लक्षात येतं, की त्याला हाक मारायची झाली, तर अजून मला त्याचं नावच ठाऊक नाही.

तो एका छोट्या कमानीखालून जातो. त्या अंधाऱ्या, चिंचोळ्या वाटेवर दोन्ही बाजूंना बायका मांड्या घालून बसलेल्या आहेत आणि छोट्या पांढऱ्या शुभ्र मोगऱ्याच्या कळ्यांचे गजरे गुंफताहेत. हे गजरे नंतर त्यांची स्त्री-गिऱ्हाइकं अंबाड्यावर माळतील. त्या साकवाच्या दुसऱ्या बाजूला आम्ही एका खूपच अरुंद गल्लीत शिरतो. शेकडो नि शेकडो तेजस्वी रंगीत काचेच्या बांगड्या आणि प्लॅस्टिकचे दागिने विकणारी लहानसहान दुकाने तिथे ओळीने आहेत. माझ्या दोन्ही बाजूंना हुज्जत घालणाऱ्या गिऱ्हाइकांच्या गर्दीतून वाट काढत छोटी मुलं ये-जा करत आहेत. एक दुकानदार गिऱ्हाईकावर हताशपणे रागावून म्हणतोय, “हे फिक्स किमतीचं दुकान आहे,” ते मी ऐकते.

मी ज्या तरुणाच्या पाठोपाठ जात होते, तो तरुण त्या गर्दीत मधूनच मागे वळून, माझ्याकडे हताश नजरेनं बघतो.

“तुला हिंदी बोलता येत असतं, तर बरं झालं असतं.”

“मलाही तसंच वाटतंय.” मी उत्तर देते.

आणखी काही मिनिटांनंतर, आम्ही ‘लकी’ नावाच्या जागी येतो. एक लहानसं, ट्यूबलाईट लावलेलं तळघरातलं कँटीन. “सगळ्या महान भारतीय चित्रपट निर्मात्यांनी या कॅफेमध्ये वेळ घालवलेला आहे,” त्या कोंदट जागेकडे हातानं खूण करत तो तरुण म्हणतो.

त्या जागेचं काहीतरी गारूड त्याच्यावर असावं असं मला वाटतं आणि मी एकवार सभोवती पाहून घेते.

“तू त्याचाच विद्यार्थी आहेस का? फिल्ममेकिंगचा?”

तो निर्लेपपणे मान हलवतो, “दिग्दर्शन. इतर गोष्टींपैकी तू कसल्या फिल्म बनवतेस?”

“डॉक्युमेंटरीज.”

इथे माझ्यापेक्षा लोक शांततेत देखील किती निवांत आहेत, ते मी विसरले आहे. मी वेटरसाठी टेबलावरची घंटा वाजवते. तो किचनमधून उगवतो आणि मी

त्याला झोपेतून जागं केलं असावं, अशा आविर्भावात ऑर्डरसाठी टेबलाजवळ येतो. गडद राखी रंगाचे तेलाचे डाग पडलेले फडके त्याच्या हातावर निर्जीवपणे लोंबते आहे.

"कोल्ड ड्रिंक?" तो विचारतो.

मी थोडी बिस्किटं आणि केक मागवते. तो विद्यार्थीही त्याच्यासाठी एक मागवतो आणि परत जाणाऱ्या वेटरला थांबवतो.

"नाही, तू थम्सअप घेऊन बघ. इंडियन कोला. दोन."

वेटर मानेने 'हो' म्हणत कँटीनच्या मागल्या भागात जातो आणि एका प्लॅस्टिक ट्रेमध्ये एक बिस्किटांचा पुडा आणि दोन थंडगार थम्स-अपच्या ओल्या टॉवेल्समध्ये गुंडाळलेल्या बाटल्या आणि दोन लांब शीतपेयांच्या नळ्या घेऊन येतो.

"तुझं नाव काय?" आमची पेयं आल्यानंतर मी विचारते.

"रेखेव. तू भारतात नक्की काय करते आहेस?"

"बेने इस्राईल किंवा इस्राईलची मुले, या जमातीचा मी अभ्यास करतेय. माझी आजी त्यांची वंशज होती." रेखेव थम्सअप पिताना मान डोलावतो.

"तुला त्यांच्यावर फिल्म करायची आहे का?"

"अगोदर मला बरीच छायाचित्रं काढायची आहेत. नंतर कदाचित फिल्म करीन. एकदा मी त्यांना भेटले आणि त्यांची कहाणी मला समजली की त्यानंतर."

"तुला हे आवडलं?" बाटलीकडे बोट दाखवून तो विचारतो.

"कोकपेक्षा छान, वेगळं आहे." मी म्हणते.

"हल्ली बऱ्याच मुस्लिम हॉटेलवाल्यांनी अमेरिकन वस्तूंवर बहिष्कार टाकला आहे, म्हणून त्यांना 'कोक' विकायला आवडत नाही; पण गंमत म्हणजे थम्सअप हे कोकच्याच मालकीचं आहे आणि हे कुणाला माहीत नाही. भारत देश तसा थोडा विचित्रच आहे म्हणा. तुमच्या देशावर हल्ला झाला, त्याबद्दल तुला काय वाटतं?"

"आता जग वेगळं वाटायला लागलंय. मी इथे राहावं की घरी परत जावं, असा मलाही प्रश्न पडलाय."

"तुला घरी परत जायचंय का?"

"नाही."

"मग राहा," प्रथमच माझ्या नजरेला नजर देऊन रेखेव बोलतो. तो एक सिगरेट पेटवतो. "हल्ल्यानंतरच्या अमेरिकन प्रतिक्रियेबद्दल तू तुझं मत बनवायला हवंस. लोक तुला त्याबद्दल विचारतील."

"मला मत नाही, असं काही मी म्हटलेलं नाही," मी म्हणते. संरक्षक पवित्रा.

काही क्षण आम्ही गप्प असतो. "मला एक मिळेल का?" मी त्याच्या सिगरेटकडे बोट दाखवून विचारते. पण मी ती सिगरेट ओढू शकत नाही. भारतीय

सिगरेट्सनी मला खोकला येतो. रेखेव हसतो.

"तू कसल्या फिल्म बनवतोस?" मी विचारते.

"खरं म्हणजे, मी एक कादंबरी लिहितो आहे. पाकिस्तानच्या सीमेवरचं कथानक आहे. मी त्याच भागात वाढलोय. तुला भारतीय पुराणाबद्दल कितपत माहिती आहे?"

"फारशी नाही."

"मग फार वाईट हं. तुला माझं पुस्तक समजणारच नाही. तू इथे आहेस तोवर काही आवश्यक ग्रंथ तू वाचायला हवेस. चालू साहित्याकडे लक्ष देऊ नकोस; रामायणाचं एक चांगलं भाषांतर मिळवून घे."

"म्हणजे काय?"

"पाश्चिमात्यांची हीच चूक होते– त्यांना वाटतं, की नीट लक्षपूर्वक अभ्यास केला, की त्यांना 'भारत' समजेल आणि ते सहज जमेल; पण ते कधीही हे जुनं साहित्य बघत नाहीत. त्यांना जे हवंय, त्याचा खरा पाया तो आहे. मी जम्मूमध्ये एक किस्सा ऐकला होता. दोन शास्त्रज्ञ असतात– एक ऑस्ट्रियाचा आणि एक जपानचा– ते रस्त्याच्या कडेच्या घाणीचे नमुने गोळा करीत असतात. दोन खेडूत तिथून जातात. त्यातला एक खेडूत दुसऱ्याला म्हणतो, 'किती वाईट, नाही? त्यांच्या स्वत:च्या देशात कामधंदा नाही, म्हणून ते इथे आलेत आणि आपला कचरा गोळा करताहेत.' "

मला हसायला येतं. मीही कचरा गोळा करणारीच आहे.

"मला इंग्लिशमध्ये बोलायची जास्त सवय नाही हं," दुसरी सिगरेट काढीत तो म्हणतो.

"तू छान बोलतोस की."

"कारण दिवसभर मी तेच वाचत बसतो; पण एकाच वेळेला मी इतका कधी फारसा बोलत नाही. त्या दृष्टीने, मला तुझी चांगली मदत होईल!"

तो सिगरेट शिलगावतो आणि आम्ही शांततेत हरवतो. मी जरी अजून नीट ओळखलं नसलं, तरी रेखेवनं त्याच्या तुटक पद्धतीनं, माझ्यावर लक्ष ठेवायची कामगिरी स्वयंस्फूर्तीने स्वीकारलेली दिसते. दुसऱ्या दिवशी मी एका जुन्या पुस्तकांच्या दुकानावरून जात असताना रामायणाची प्रत विकत घेते.

# भाग्यवान पोर

## *कॅसल रॉक, १९१७*

रेचल जेकब्ज. एकदा मी हे नाव शोधल्यानंतर या नावाचे नवे दरवाजे माझ्यासमोर उघडू लागतात. माझ्या मनात नवनवीन, उत्सुक विचार येऊ लागतात अन् मी नानाच्या मागे लागून जास्त माहिती विचारायला लागते: भारतात लहानाची मोठी होताना ज्युईश असणं, म्हणजे काय होत होतं? तिच्या पूर्वजांनी 'तोरा' शिवाय त्यांचा धर्म कसा पाळला?

जेव्हा कधी बालपणातल्या गोष्टी सांगण्याचा नानाचा मूड असे, तेव्हा ती त्याची सुरुवात एकाच गोष्टीने करीत असे व ती म्हणजे तिच्या पहिल्या भविष्यसूचक स्वप्नाच्या कहाणीने. ती गोष्ट ती शांतपणे, पण उत्तेजित होऊन सांगत असे. जणू काही खात्री पटवायला, की ते तसं घडलं होतं आणि त्यातून मला सावधगिरीची सूचना मिळावी. ती गोष्ट जेव्हा मी पहिल्या वेळी ऐकली, तेव्हा मला रात्रभर झोप आली नव्हती. बहुतेक वेळी, नानाच्या गोष्टी म्हणजे साध्यासुध्याच घटनांची मालिका असायची. त्या ती फार कमी वेळा सांगायची, जणू काही ते शब्द फार महाग होते; पण तिच्या स्वप्नांच्या कथा मात्र भयकथा होत्या– अलंकारिक कल्पना जागृत केलेल्या आणि त्यांचे अर्थ नीटसे स्पष्ट न होणाऱ्या, अशा त्यातल्या प्रतिमा असत.

"काळजी करू नकोस," तिला असं सांगायला आवडायचं.

"मी नेहमी तुला संदेश पाठवत राहीन, जरी मी नसले तरी सुद्धा. तू झोपलीस, की आम्ही येऊन जाऊ."

*रेचलचे बालपण एका* खाणउद्योग असलेल्या दूरच्या कॅसलरॉक या खेड्यात गेले होते. मुंबईहून तिथे रेल्वेने जायला दोन दिवस लागत. तिचे वडील राल्फ यांनी तेथे एक मँगनीझची खाण चालवली होती. तिच्या जन्मापूर्वी राल्फ आणि सेगुळाबाई– तिची आई– हे कित्येक वर्षं मुंबई आणि आसपास खाणींचा उद्योग चालत असलेल्या निरनिराळ्या भागांत तात्पुरते बिऱ्हाड थाटून राहत होते. एका मोसमात त्यांना एक रिकामा दुमजली दगडी बंगला सापडला, तो कॅसलरॉक स्टेशनपासून चार किलोमीटर अंतरावर होता. रस्त्यापासून घर जरा आत होते. घरासमोर एक बदकांचं तळं होतं आणि मागील बाजूला लहानसा पूल असलेली नदी होती. राल्फनी घराची चौकशी केली, तर ते खरं म्हणजे कित्येक महिने रिकामं होतं. त्या खेड्यात अफवा होती, की त्या घरात भुताटकी आहे, म्हणून कुणीही ते घर भाड्याने घेत नव्हतं. राल्फ नि सेगुळाबाईंनी ते घर घ्यायचं ठरवलं आणि त्यांनी आपले सामानसुमान तिथे हलवलं– ट्रंकांचा ढीग, दोन टेबले आणि एक डबलबेड. पुढील सहा वर्षांत सेगुळाबाईने सहा मुलांना जन्म दिला. तिची दोन मुले जेव्हा जन्मल्यानंतर लवकरच वारली, तेव्हा बेने इस्राईल जमातीतल्या, काही इतर गावांतल्या स्त्रियांच्यात सेगुळाबाई अपशकुनी आहे, अशी कुजबूज सुरू झाली. ती इतकी धर्मभोळी असू नये, त्या बायका भजायच्या, तसे तिनेही स्थानिक हिंदू देवांचीही भक्ती करावी, म्हणजे देवीचा कोप होणार नाही... मुलांना देवी होणार नाहीत, असा त्यांचा विश्वास होता. "नाहीतरी आपला देव, इथून कित्तीतरी दूर आहे, होय ना? आपल्याला इथेही संरक्षण हवंच की," हातातल्या पंख्याने वारा घेता घेता त्या बायका तिला म्हणायच्या.

पण राल्फनी त्यांच्याकडे मुळीच लक्ष दिलं नाही आणि सेगुळाबाई व मुलांना घेऊन तीन दिवसांचा प्रवास करत राल्फ त्यांच्या कुटुंबाच्या सिनगॉगला, ज्युईश 'हाय हॉलिडेज'साठी गेले. त्या वेळी त्यांना चार मुलं होती. एक सुदृढ, काळ्याभोर केसांची मुलगी लिझी आणि तीन मुलगे. एलायझेर, जॉर्ज नि बेंजामिन. त्यांचा रंग गोरा होता आणि शरीरयष्टी वडिलांसारखी लवचिक होती.

जेकब्जच्या घरात दर शनिवारी नेमाने शब्बात पाळला जायचा. त्या दिवशी विश्रांती घ्यायची आणि सेगुळाबाईने आदल्या दिवशी रांधलेलं अन्न खायचं, हा ठरलेला कार्यक्रम असे. त्यांचे हिंदू शेजारी विचारायचे, की दर शनिवारी ते आराम का करतात? तर त्यांना उत्तर मिळायचं, की ही त्यांची परंपरा होती, पिढ्यान्‌पिढ्या चालत आलेली. त्यांच्या देवाला मान देण्यासाठी. शेजारी माना डोलावत. त्यांनी यांच्या गुराढोरांची दिवसभर निगराणी करण्याची मदत देऊ केली. जेकब्जनीही त्यांच्या शेजाऱ्यांचा मान राखण्यासाठी घरात गाईचं मांस आणणं बंद केलं. दर आठवड्याला हिब्रू शिक्षक मुलांना 'तोरा' शिकवण्यासाठी घरी येत आणि जेव्हा मुलं

प्राथमिक धडे नीट गिरवू लागली, तेव्हा त्यांनी एक एडक्याचे शिंग आणलं आणि 'शोफर' वाजवण्याची तालीम मुलांना मिळू लागली. मुलं सतत एकत्र असत. त्यांचं बिऱ्हाड गावोगावी बदलायचं, त्यामुळे मुलांचं एक अभेद्य वर्तुळ, एक छोटीशी सेनाच जणू तयार झाली होती. मुलं दणकट होती, स्वयंसिद्ध होती आणि आईची व्यवस्थित काळजी घेत होती, कारण सारख्या गर्भारपणामुळे ती अशक्त झाली होती.

जेव्हा सेगुळाबाई रेचलच्या वेळी गरोदर होती, तेव्हा ती त्यांच्या कुटुंबाच्या सिनगॉगला गेली होती, कारण तिला रिवाजानुसार प्रसाद म्हणून तेथे 'मलिदा' दाखवायचा होता आणि तिचं बाळ सुखरूप रहावं यासाठी एलायझा प्रेषिताला विनंती करायची होती. तिने एक थाळी घेतली, त्यात मऊ शिजवलेला भात आणि ओलं खोबरं घातलं. बाजाराच्या वाटेवरून त्यांच्या जमातीतल्या बायका फळांनी भरलेल्या पिशव्या घेऊन आल्या. सिनगॉगच्या आवारात एका झाडाच्या सावलीत सगळ्याजणी बसल्या. त्यांनी एक चादर अंथरली आणि त्यांचं काम त्यांनी निगुतीनं सुरू केलं. त्यांनी खजूर, केळी, अंजीर, संत्री आणि चिक्कू ही फळं प्रथम पातेल्यात घालून धुतली, सोलली आणि गप्पा मारतामारता नारळ खरवडले गेले. सिनगॉगमध्ये व्यक्त केलेली इच्छा पूर्ण होते, असं मानलं जात होतं आणि इच्छा बोलून दाखवताना एलायझा प्रेषिताला, आवडत्या एलियाहू हानाबीला प्रसाद दाखवणं, ही पद्धत होती.

सेगुळाबाईचे पती राल्फ यांनी प्रसाद ठेवून प्रार्थना म्हटली आणि आपला धंदा जोरात चालावा, म्हणजे त्यांच्या वाढत्या कुटुंबाचं तो संगोपन चांगलं करू शकेल, अशी इच्छा प्रकट केली. त्या रात्री त्यांना नीट शांत झोप लागली. त्यांनी सर्वतोपरी काळजी घेतली होती, आशीर्वाद मागितले होते आणि नव्या बाळाच्या आगमनासाठी सुयोग्य तयारी केलेली होती. त्या विचाराने त्यांची उमेद वाढली होती.

रेचलचा जन्म अगदी सहज नि सुलभ झाला होता. सकाळी कळा यायला सुरुवात झाली, सुईणबाई घरी येईपर्यंत सेगुळाबाई तयारच होती. त्या दिवशी, जेव्हा सेगुळाबाईने रेचलला जन्म दिला, तेव्हाच राल्फला बातमी समजली, की सरकारने त्यांच्या कंपनीला एक नवीन मोठं कंत्राट दिलं होतं आणि त्यामुळे त्यांचा नफा वर्षभरात तिपटीने वाढला असता. त्याचा अर्थ निश्चितच एक धनलाभ होता.

त्या रात्री, राल्फ खाणीकडून घरी परत आले, तेव्हा त्यांची बायको, सासूबाई आणि मुलं नव्या बाळाच्या भोवती बेडरूममध्ये जमलेले होते. एक सुंदर राजसबाळी.

"ही पोर भाग्यशाली आहे!" राल्फनी जाहीर केलं.

ते सेगुळाबाईकडे बघून हसले. ती थकलेली होती, पण खुषीत होती, हाताच्या कोपरावर डोकं ठेवून विश्रांती घेत होती. तिने त्याच्याकडे शांत नजरेनं बघितलं,

तेव्हा त्याने तिला नवीन कंत्राटाबद्दल सांगितलं.

"हो, मलाही आज काहीतरी वेगळंच वाटत होतं."

तेव्हापासून रेचल ही भाग्यवंत, पायगुणाची ठरली. तिची निगराणी उत्तम प्रकारे झाली पाहिजे, अशी खास सूचना वडिलांनी दिलेली होती. ते सर्व जण तिला त्यांची लक्ष्मी म्हणायचे, हिंदूंची संपत्तीची देवता म्हणजे ही लक्ष्मी. राल्फनी मुंबईहून तिच्यासाठी सोन्याच्या चिमुकल्या बांगड्या आणि कानातल्या छोट्या रिंग्ज आणल्या. तिची आजी सारा, तिला आंघोळ घालताना पाण्यात गुलाबपाणी घालायची आणि तिच्या छोट्याशा हाता-पायांना बदामाचं तेल लावून मालीश करायची. रात्री ती आजीच्या मोठ्या दुहेरी पलंगावर झोपायची आणि आजी तिला झोपवताना उजव्या हाताने तिच्या पाठीवरून हात फिरवायची व डाव्या हातातल्या पंख्याने तिच्या नाजूक, सुगंधित शरीरावर वारा घालायची. या असल्या कौतुकाचा, रेचलची मोठी बहीण लिझी हिला खूप राग यायचा, कारण लिझी आईचा उजवा हात बनून घरकामात मदत करायची, तिच्या वाट्याला असलं भरमसाठ कौतुक कधीही आलेलं नव्हतं. रेचलला नेहमी रेशमी कपडे मिळत आणि ते मळवण्याची तिला परवानगी नव्हती. ती थोडी मोठी झाली, तरी खाली अंगणात संध्याकाळी खेळणाऱ्या आपल्या भावाबहिणींकडे वरच्या बाल्कनीतून बघत बसे. तिला खेळायला जावंसं वाटे, पण जाता येत नसे. तिच्या आजीने तिला समजावलं होतं, की ती मोठेपणी एका श्रीमंताशी लग्न करणार होती. शानदार घरात राहणार होती आणि आपल्या भावंडांना मदत करणार होती. तिला चांगलं सौंदर्य आणि नशीब मिळालं आहे, तेव्हा ते उन्हात खेळून काळवंडू देणं परवडणारं नव्हतं.

"नानीजान, मला गोष्ट सांग ना." रेचल आजीच्या मागे लागत असे. मग तिची आजी त्यांच्या पूर्वजांची कथा सांगायला लागायची. इस्राईलपासून कठीण प्रवास करत शेवटी सात जोडपी कशी वाचली, त्यांनी हातांनी आपली घरं कशी बांधली आणि स्थानिक किनारपट्टीवरच्या बियांचं तेल काढून ते दिव्यांसाठी वापरायला व विकायला ते कसे शिकले, त्याची गोष्ट.

अशा रीतीने रेचल व तिची आजी दुपारच्या वेळी गप्पा मारीत असा वेळ घालवत. नऊ वर्षांतल्या साऱ्या दुपारी!

*एका रात्री तिला तिची* आजी तिच्या शेजारी दिसली नाही. रेचलनं लिझीला उठवलं. लिझी बेंजामिनजवळ मुटकुळे करून हाताची उशी करून झोपली होती.

"नानीजान कुठे आहे?" रेचल रडत रडत विचारू लागली.

"ती गेली," लिझीने अर्धवट झोपेत उत्तर दिले.

"कुठे गेली?" रेचल घाबरून जास्तच रडायला लागली.

"ती वारली. झोप आता, आपण सकाळी बोलू या."

रेचलला झोप येईना. तिच्या पाठीवर रोज असणारा आजीचा हात, तिच्या पंख्याचा वारा आज नव्हता. हा धक्का तिला अचानक बसला होता आणि तो समजायलाही फार कठीण होता. त्या रात्री रेचल रातकिड्यांचे आवाज ऐकत अंथरुणात पडून राहिली होती. तिच्या श्वासोच्छ्वासाचा आवाज, तिचं सारं नऊ वर्षांच्या वयातलं विश्व, या दुमजली घरात सामावलं होतं आणि त्याच्या केंद्रस्थानी असणारी तिची आजी, अचानकपणे निघून गेली होती.

आजीच्या सोबतीशिवाय झोपणाऱ्या रेचलला आता स्वप्ने पडायला लागली... अशाच एका रात्री तिला पडणाऱ्या स्वप्नांतलं तिचं ते पहिलं स्वप्न फारच भयंकर होतं. त्यात तिला वाळूमध्ये ओळीने असलेली तीन डोकी दिसली. ती डोकी होती तिच्या भावांची– डेव्हिड आणि मेनहिम– हे दोघे तिच्या जन्मापूर्वीच वारले होते– नि तिसरं डोकं होतं तिचा भाऊ एलायझर याचं! एलायझरचं डोकं मध्ये होतं आणि नारिंगी ज्वाला त्याच्या चेहऱ्याभोवती लपेटत, भडकत होत्या. त्या दिवशी रेचलला सकाळी जाग आली, ती तिच्या आईच्या रडण्याने. एखादं हिंस्र जनावर गोळी लागून ओरडावं, तसा तिचा आकांत होता. रेचल धावतच भावाच्या बेडरूममध्ये गेली आणि तिथे तिची आई एलायझरचं शरीर मागे-पुढे हलवत, आंदुळत होती. तो झोपेतच वारला होता. डॉक्टरांना बोलावण्यात आलं, पण त्यांनाही देवाने त्याला का लवकर नेलं, याचं निदान करता आलं नाही. तो चौदा वर्षांचा होता.

जेव्हा सेगुळाबाई परत तिच्या पलंगावर झोपायला आली, त्यानंतर अनेक आठवडे ती पलंगावर निजूनच होती. तिचं जेवण तिच्या खोलीतच आणलं जात असे, आणि ती तिथल्या खिडकीतून खालच्या बदकांच्या तळ्याकडे तासन्तास नुसती बघत बसून राही. त्यातली बदकं त्यांच्या लांब चोचींनी लयबद्ध हालचाल करीत. पाण्यातून काहीतरी भक्ष्य उचलून आणीत. रेचल आईला त्या वेळी सोबत करायची, तिच्या पायाजवळ स्टुलावर बसून ती आईचे पाय चेपायची. केव्हातरी आईच्या चेहऱ्यावर पुसटसं हसू येई. बहुतेक वेळी सेगुळाबाई रेचलकडे नुसतीच बघत राही. तिच्या मुलांच्या मृत्यूचं दुःख सतत तिच्या मनात होतं. त्यांना जवळ घेणारे तिचे हात आता मोकळेच होते.

सेगुळाबाई हळूहळू जास्तच उदास होत गेली आणि लिझीवर बरीच अवलंबून राहायला लागली. जेव्हा तिच्या मुलाचा, निसीमचा जन्म झाला, तेव्हा दाईने बाळ सेगुळाबाईच्या हातात ठेवलं, तेव्हा सेगुळाबाईने त्याच्या हाताची नि पायाची बोटं मोजली. पाच, पाच, पाच, पाच अन् एकवार त्याच्याकडे बघून तिने उशीवर मान वळवली आणि म्हटलं, "बाळाला त्याच्या बहिणीकडे दे."

मुलांच्या मृत्यूचं दुःख सेगुळाबाईवर एखाद्या शालीसारखं लपटलेलं होतं.

लिझी आता पंधरा वर्षांची होती. तिने निसीमला हातात घेतलं आणि पोटच्या पोरासारखं त्याचं संगोपन केलं. आईच्या बेडरूममधल्या या गोष्टी रेचल अगदी उत्सुकतेने बघत असे. निसीमचा जन्म झाला, तेव्हा त्याचा तिला फार आनंद वाटला, कारण आता तिला कुणीतरी खेळायला सवंगडी मिळणार होता.

रेचलने आईजवळ आपल्या स्वप्नांची वाच्यता कधी केली नाही. ते गुपित तिने स्वत:जवळच राखून ठेवलं होतं, पण लिझीच्या पलंगावर ती सुरक्षितपणे झोपली असली, तरी रेचलला ते स्वप्न पुन्हा पुन्हा आठवत असे. पाच महिन्यांनंतर, एका रात्री तिला पुन्हा आणखी एक स्वप्न पडले. या खेपेला तिला वाळूमध्ये ओळीनं चार डोकी दिसली. गेल्या खेपेप्रमाणे, डेव्हिड, मेनाहिम आणि एलायझरची डोकी होतीच, पण आता बेंजामिनचंही डोकं मध्ये होतं आणि नारिंगी ज्वाळा त्याच्या डोक्याभोवती उसळत होत्या. त्या दिवशी रेचल पहाटेच उठली. भीतीने तिचा नाईटड्रेस ओला झाला होता. ती पळतपळत भावाच्या खोलीत गेली, पण सारं काही शांत होतं. वेगळं असं काहीही नव्हतं. नऊ वाजता तिचे वडील कामावर जायला तयार झाले आणि प्रत्येक मुलाच्या डोक्याची त्यांनी नेहमीप्रमाणे पापी घेतली. रेचल मुलांच्या खोलीत खेळायला लागली. खाली अंगणात तिचा भाऊ होता, त्याच्याकडे तिचं लक्ष होतं. बेंजामिनने आईला हाक मारली आणि रेचल बाल्कनीतून त्याच्याकडे पाहत होती.

"ममा, ममा! ही बदकं पाहा!" तो ओरडला. तो ब्रेडचे तुकडे पाण्यात फेकत होता, ते पकडायला ती बदकं वेगानं पाण्यात चोची बुडवत होती, त्यांच्याकडे त्यानं बोट दाखवलं.

सेगुळाबाई हसली.

"मी बघतेय ती, मी बघतेय हं ती!" ती वरून मृदू आवाजात म्हणाली.

दोन तासांनंतर बेंजामिन आईच्या खोलीत आला. त्याचे डोळे लालसर होते आणि त्याला घाम फुटला होता.

"ममा, ती बदकं पेटलीत. ती आगीत जळताहेत!" तो किंचाळला.

रेचल व तिची आई खिडकीकडे झेपावल्या, पण तिथे तर ती बदकं नेहमीसारखीच शांतपणे, संथपणे पोहत होती. बेंजामिन भ्रमिष्ट झाला होता आणि खिडकीतून खाली उडी मारायचा प्रयत्न करत होता.

"मला उडता येतं! मला उडता येतं, ममा, जाऊ दे मला!" तो तिच्या पकडीतून सुटण्याचा प्रयत्न करत ओरडत होता.

सेगुळाबाईने जॉर्ज व लिझीला हाक मारून लवकर यायला सांगितलं.

"काय केलंत तुम्ही? तळ्याजवळ त्याला काय झालं?" तिने विचारलं.

पण जॉर्ज त्याच्या मित्रांबरोबर घराच्या पाठीमागे क्रिकेट खेळत होता आणि

बेंजामिनला काहीतरी वेगळंच झालंय, हे त्यानं बघितलंही नव्हतं. लिझी स्वयंपाकघरात होती. सेगुळाबाईने जॉर्जला डॉक्टरांना बोलवायला धाडलं आणि गावातल्या चौकापर्यंत चार किलोमीटर अंतर तो पायी चालत गेला. ती आणि लिझी आळीपाळीनं थंड पाण्याच्या घड्या बेंजामिनच्या कपाळावर ठेवत होत्या आणि थर्मामीटरने ताप मोजत होत्या. ताप १०४° झाला आणि हळूहळू वाढायला लागला १०४, १०५, १०७. सेगुळाबाईच्या जिवाचा थरकाप झाला. रेचल पलंगाभोवतीच घुटमळत होती नि आईच्या आणि बहिणीच्या हातात तिचा भाऊ तडफडत होता, त्याच्याकडे ती पाहत होती. बेंजामिनने हाक मारली, "मम्मा! एलायझर बागेत उभा आहे. त्याच्याभोवती सगळीकडे गुलाबाची फुलं आहेत. तो मला खेळायला बोलावतोय – मला जाऊ दे!"

सेगुळाबाई पलंगाच्या एका बाजूला बसली होती आणि लिझी दुसऱ्या बाजूला. बेंजामिनच्या अंगावर ठेवलेले एकमेकींचे हात दोघींनी घट्ट धरले होते, तो पलंगावरून जोराने उठू नये म्हणून, कारण ती बाग फक्त त्यालाच दिसत होती.

आणि मग, जसं हे सारं अचानक सुरू झालं, तसंच ते अचानक थांबलं. डॉक्टर आले, तेव्हा त्यांना बेंजामिनच्या निर्जीव शरीरावर सेगुळाबाई व लिझीने एकमेकींचे घट्ट धरलेले हात दिसले. रेचलच्या डोळ्यांत भीती दाटली होती, एक हात पलंगाच्या कठड्यावर ठेवून ती उभी होती.

दिवस मावळल्यानंतर राल्फ जेव्हा कामावरून घरी परत आले, तेव्हा घराचा नूरच बदललेला त्यांना दिसला. बेंजामिन संध्याकाळी सव्वा सात वाजता वारला होता, सहा तासांच्या या क्रूर अवधीमध्ये केवळ त्या राल्फ आठ तास घराबाहेर होते. बेंजामिनच्या आजाराचं कारण समजू शकलं नाही. त्याच्या भावांनी तळ्यात शोध घेतला. अत्यंत दुःखी अंतःकरणानं ते त्या छोट्याशा पुलावरून मागे-पुढे बघत जात होते! सांगण्यासारखं तिथे काहीही दिसलं नाही. विषाची कुपी नव्हती, की कुणी रहस्यमय पाहुणाही आलेला नव्हता.

गावातले लोक म्हणायला लागले, की ते घर भुताटकीनं झपाटलेलं आहे. मग घराचं शुद्धीकरण करण्यासाठी गावातला एक साधू बोलावण्यात आला. त्याने प्रत्येक खोलीत जाऊन त्याचा मंत्रदंड आपटला, मंत्र म्हटले आणि तळ्याभोवती सात फेऱ्या घालीत मंत्रपठण केलं. एके दिवशी, सकाळी राल्फ उठले आणि त्यांनी बदकाच्या तळ्याकडे सतरा गोळ्या झाडल्या. प्रत्येक वेळी एक पांढरा ठिपका, मग रक्ताची चिळकांडी, भीतीची केविलवाणी किंकाळी आणि अंत.

बेंजामिन गेल्यानंतरच्या काही वर्षांत आणि तिने आई-वडिलांचे घर सोडण्यापूर्वी, रेचलला आणखी दोन वेळा भाकितसूचक स्वप्नं पडली होती. आणखी दोन मुलं वारली. त्या वेळी मात्र तिनं आईला त्याची कल्पना दिली होती. आईनं रेचलला देणगी बहाल केली, ती एका अनाम, न सांगता येणाऱ्या उदासीची. चेहऱ्यावरच्या

स्तराखाली रेचलने ती जन्मभर सोबत बाळगली.

मोठेपणी, नानाने तिचे वडील, आई, बहीण, स्वत:चे पती आणि त्यांच्या पहिल्या दोन्ही बायकांच्या मृत्यूची भाकितं केली होती.

*तेव्हा मी चौदा वर्षांची होते.* एका सकाळी सहा वाजता पाकिस्तानातून ट्रंककॉल आला. माझी आई उर्दूमध्ये काहीतरी ओरडून बोलली आणि एकदम सन्नाटा पसरला. बाहेर एक पक्षी खिडकीचं एक तावदान वाऱ्यानं आपटत होतं, तेवढाच आवाज. माझ्या आजोबांची पहिली बायको, बडी अम्मा, वारली होती. ममा नि मी नानाला उठवायला गेलो; पण ती कपडे बदलून तयारच होती. तिला ठाऊक होतं. तिला स्वप्न पडलेलं होतं.

ममा आणि मी तिच्या पांघरुणात शिरलो. तिने एका हाताच्या कवेत ममाचं डोकं धरलं होतं आणि दुसरा हात ती माझ्या केसांतून फिरवत होती.

रात्रीचा अंधार विरत होता आणि दिवस सुरू होत होता. मला मात्र दिवसाची ती सुरुवात तशीच थांबावी आणि रात्र तशीच पुढे चालू राहावी, असं वाटत होतं, कारण तो क्षण मला जपून माझ्या खिशात ठेवून घ्यायचा होता.

मला सबंध घरातल्या खिडक्या पळतपळत जाऊन बंद कराव्यात आणि इथे नानाच्या खोलीतल्या शांततेमध्ये बसून राहावं, असं वाटत होतं.

''अम्मा, जेव्हा तुझी वेळ येईल, तेव्हा तू मला मात्र अगोदर कळवायला हवंस हं. मला वचन दे.'' माझी आई म्हणाली होती, ''वचन दे.''

''मी वचन देते, बेटी. शूऽऽ शूऽऽ, झोपा आता.''

# एम. इब्राहिम, व्यावसायिक छायाचित्रकार

*पुणे, ऑक्टोबर, २००१*

मला पुण्यात येऊन महिना झालाय. संध्याकाळी लायब्ररीतून परत गेस्ट हॉस्टेलवरच्या माझ्या खोलीकडे परत येत असताना, रस्ता ओलांडायच्या वेळी मला खूपच त्रास होत होता. तेव्हा एका तरुणाने मला मदत केली, एका वळणाऱ्या रिक्षाला हाताने खूण करून मला जाऊ देण्यास सांगितले, आम्ही पलीकडे पोहोचलो, तेव्हा मी त्याचे आभार मानले. तो उत्साहाने म्हणाला, "नो प्रॉब्लेमो!" गंमतीची गोष्ट म्हणजे, त्याने त्याची जीन्स कमरेला पेटंट लेदरच्या पट्ट्यानं अतिशय घट्ट बांधलेली आहे आणि त्याचे बूटही मॅचिंग आहेत. त्याला पाहून मला तीन शिलेदार प्रौढपणी दिसावेत, त्याची आठवण येते. तो मला माझ्या खोलीपर्यंत पोहोचवायला आला नि म्हणाला, "खरं तर, मला बरेच दिवस तुम्हाला भेटायची इच्छा होती. मी काही इथला विद्यार्थी नाही. माझे वडील विद्यापीठात काम करतात. मी व्यावसायिक फोटोग्राफर आहे. मला तुमच्याशी कॅमेऱ्याबद्दल बोलायचंय."

आपला मुद्दा ठसवण्यासाठी त्यानं भुवया उंचावल्या, आश्चर्यचकित झाल्यासारखा. मी सहजपणे उत्तर देते, की आपल्याला केव्हातरी नक्कीच भेटता येईल आणि निरोपादाखल त्याला हस्तांदोलनही करते. मी खोलीची कडी उघडून आत आले. शांत ठिकाणी आल्याबद्दल सुटकेचा निःश्वास टाकते आणि पलंगावर आडवी होते. तासाभराने मुलींच्या वसतिगृहामध्ये रात्रीच्या जेवणासाठी मी जायला निघते, तर दाराखालून सरकवलेली एक चिठ्ठी मला दिसते.

*मिस सादिया,*
*आदरणीय बाईसाहेब, हाय!*

*मी आठवतोय का? आज संध्याकाळीच आपण भेटलो होतो. मला तुम्हाला माझ्या कुटुंबीयांबरोबर चहाचं निमंत्रण द्यायची इच्छा आहे, सकाळी नऊ वाजता, दहा वाजता, अकरा वाजता किंवा दुपारी बारा वाजता. तुम्ही ठरवावं आणि सरळ यावं. हे निमंत्रण तुम्ही स्वीकाराल, अशी मला आशा आहे. आम्हाला निराश करू नका.*
*सादर विनम्र,*

*एम. इब्राहिम, व्यावसायिक फोटोग्राफर*
*फ्लॅट नंबर २२१८*

*दुसऱ्या दिवशी सकाळी,* मी जरा साशंक मनानेच, हातात ती चिठ्ठी घेऊन जिना चढते. भारतातल्या तरुण मुलांशी मैत्री करताना जरा जपून राहण्याचा इशारा माझ्या आईने मला आधीच दिलेला होता; पण शेजाऱ्यांच्या कुटुंबाबरोबर चहापान करणं, हे निरागस वाटत होतं. 'आम्हाला निराश करू नका.' असं त्यानं लिहीलं होतं, मग गेले नसते, तर तो उद्धटपणा वाटला असता.

जेव्हा मी २२१८ नंबरच्या दारावर टकटक करते, तेव्हा इब्राहिमखेरीज त्या कुटुंबातले सर्व जण पक्ष्यांसारखे लगेच पांगतात. एम. इब्राहिम हा त्याच्या आई-वडिलांबरोबर दोन खोल्यांच्या फ्लॅटमध्ये राहतो. वडील विद्यापीठात काम करतात आणि त्याला एक धाकटा भाऊ आहे, सहा वर्षांचा. तोही तिथेच राहतो. मी जेव्हा आत जाते, तेव्हा थोरले मि. इब्राहिम माझ्याकडे ताठपणे बघून मान डोलावतात नि बाहेर जातात. मिसेस इब्राहिम स्वयंपाकघरातून, तिच्या दुपट्ट्याआडून डोकावून बघते.

इब्राहिम व मी कॅमेरा या विषयावर बोलतो. त्याने बोटॅनिकल गार्डनमध्ये घेतलेला आणि एनलार्ज केलेला रंगीत फोटो तो मला दाखवतो. आम्ही त्याची स्वत:च्या फोटोंची युनिरॉनिक (unironic) मालिका तपासून बघतो– इब्राहिम फाटक्या ब्लू जीन्समध्ये आणि मोटारसायकलला टेकून उभा असतो. स्वयंपाकघरातून शांतपणे मिसेस इब्राहिम चहा व टोस्ट घेऊन येतात आणि मी उठून उभी राहते. त्यांचे मनापासून भरघोस आभार मानते. लगेचच त्या परत आंत जाण्यापूर्वी, माझं तिथे जाणं, ही काही नेहमी घडणारी बाब नव्हती, हे उघड होतं, पण तरीही इब्राहिम मात्र असा काही वागत होता, की अमेरिकन स्त्रियांना तो जणू काही वरचेवर चहाला बोलावत असावा. म्हणून मीही त्याच्याप्रमाणेच सहजपणे वागायचा प्रयत्न करते. इब्राहिमचा भाऊ माझ्याकडे बोट दाखवतो आणि घुबडाचा आवाज काढतो, "हूट्! हूट्!"

माझ्याकडे लेन्स ब्रश नाही, हे ऐकल्यानंतर इब्राहिम थक्क होतो आणि मी त्याचा ब्रश उसना घ्यावा म्हणून तो आग्रह धरतो. हा ब्रश म्हणजे एका स्टँडर्ड, लहान, राखी रंगाच्या ब्लोअरच्या एका टोकाला असलेला छोटा ब्रश असतो, तो धुळीचे कण फुंकण्यासाठी वापरतात. मी त्याला कॅमेऱ्याची सामग्री कुठे मिळेल, ते विचारते. तो उत्साहाने मला सांगतो, की दुसऱ्या दिवशी तो मला त्याच्या 'सरांना'– ज्यांनी त्याला फोटोग्राफी शिकवली– त्यांना भेटायला घेऊन जाईल. मला सौजन्यशील राहायचे आहे, पण इब्राहिमची मदत घ्यायला मी जरा नाखूष आहे, कारण इब्राहिमच्या मोटारसायकलवरून येण्या-जाण्याचा अर्थ माझे शेजारी कसा लावतील, कोण जाणे!

चहानंतर मी इब्राहिम व त्याच्या अम्मीचे आभार मानून निघते आणि लायब्ररीत विसावते. तिथे माझ्यासमोरच रीडींगरूममध्ये बसलेला रेखेव मला दिसतो. मला त्याला त्या सकाळच्या चहाबद्दल सांगायचंय, पण त्याच्या कामात व्यत्ययही आणायचा नाहीये. मी एक चिठ्ठी लिहिते आणि टेबलावरून त्याच्याकडे सरकवते. क्षणभर मला माध्यमिक शाळेत असल्यासारखं वाटतं. ती चिठ्ठी तो त्याच्या पुस्तकावर ठेवतो आणि समोर न बघताच उलटी धरून वाचतो. तो चिडलेला आहे, हे मला दिसतंय. त्याचं वाचून झाल्यावर तो त्या कागदावर काहीतरी खरडतो आणि माझ्याकडे पाठवतो. त्या पानावर त्यानं लिहिलंय, ''ही एक विलक्षण गोष्ट आहे.''

*चार दिवसांनंतर,* दारावरची थाप ऐकून मी जागी होते. बाहेर इब्राहिम उभा असतो, त्याने नवीन फॅशनची हँडलबारसारखी मिशी वाढवली आहे. हातामध्ये त्याच्या अम्मीने दिलेली ताटली आहे, त्यात डोसा आहे. आता हा मस्त गरम नाष्टा मी कसा बरं नाकारणार? त्याच्या आईच्या प्रेमळपणाबद्दल मी त्याचे आभार मानते.

ती ताटली परत करायला जेव्हा मी वरच्या मजल्यावर जाते, तेव्हा माझा कॅमेरा नीट चालत नाही, हे सांगायची चूक मी करते. इब्राहिम ताडकन उठतो, त्याच्या अस्वस्थपणे खांदा उडवत राहण्याच्या पद्धतीने!

''तू मला अगोदर का सांगितलं नाहीस? अरे बाबा, मी इथे व्यावसायिक फोटोग्राफर आहे. हे माझं कार्यक्षेत्र आहे, हे माझं शहर आहे!''

माझ्यावर रागावून बोलताना इब्राहिम जणू वर-खाली उडत असतो. इलेक्ट्रिक सॉकेटमध्ये त्याचं बोट अडकावं, तसं तो मागे-पुढे चालत, उडत राहतो आणि हे सगळं मी बऱ्याच गोष्टी सांगून झाल्यानंतर. ही मोठी गंमतशीर प्रतिक्रिया आहे. तो उड्या मारतो आणि नंतर माझ्याकडे उत्तरादाखल बघतो; पण त्याची नजरही भेदक आहे, जणू काही मीच त्याला धोक्याची सूचना दिलीय.

''इब्राहिम, अरे, मी बोलत असताना तू सारखा असा उड्या का मारत

राहतोस?'' मी त्याला विचारते. ही अत्यंत तापदायक सवय आहे.

"हे बघ, माझ्या एका कानाने दुसऱ्या कानापेक्षा मला जास्त चांगलं ऐकायला येतं,'' आपल्या कानांकडे बोटं दाखवत तो म्हणतो नि आपला मुद्दा ठसवायला तो ते कुरवाळतो आणि भुवया उंचावत त्याच वेळी माझ्याकडे बघतो. मला हसायला येईल, अशी धास्ती वाटते.

"माझ्या चांगल्या कानाकडून वाईट कानाकडे आवाज हळू पोहोचतो आणि नंतर बँग!''

"बँग!'' त्याचा भाऊ टाळ्या वाजवत म्हणतो.

"इब्राहिम, जर आपली मैत्री व्हायला हवी असेल, तर तू हे उड्या मारणं थांबवलं पाहिजेस हं. त्यामुळे मी नर्व्हस होते.''

"ओके. बॉस!'' इब्राहिम प्रसन्नपणे उत्तर देतो.

"सहा व्होल्टची कॅमेऱ्याची बॅटरी मला इथे कुठे मिळेल, ते सांगू शकशील का?'' मी विचारते.

"कम ऑन! मी फोटोग्राफीच्या क्षेत्रात काम करतोय की नाही? मग मला का सांगितलं नाहीस?''

इब्राहिम व मी त्याच्या सरांना भेटायला जातो. त्यांचं फोटोचं दुकान पुण्याच्या दुसऱ्या भागात आहे. दुर्दैवानं, नवीन बॅटरी घेऊनही माझ्या कॅमेऱ्याचा प्रॉब्लेम सुटत नाहीये. सर त्यांच्या टेबलामागे बसलेले असतात आणि एका फिरत्या, लेझी सूझनसारख्या टेबलावर त्यांनी माझा कॅमेरा ठेवलेला असतो व तो त्याच्यावर गोलगोल फिरवत ते बारकाईने निरखून बघत असतात. माझा कॅमेरा बराच वेळ निरर्थकपणे फिरताना मी बघत राहते आणि शेवटी कंटाळून, माझ्या मताप्रमाणे कॅमेऱ्यात काय बिघडलं असेल, हे खुलासेवार सांगायला सुरुवात करते.,

"सर, आतला आरसा अडकून बसला असेल, असं मला वाटतंय...'' मी म्हणते.

सर मात्र माझी उपस्थिती देखील मानायला तयार दिसत नाहीत. काही मिनिटांनंतर ते व्ह्यू-फाइंडर बाहेर काढतात आणि पुन्हा पुन्हा लावून बघतात आणि तेही विनाकारणच.

इब्राहिम माझ्याकडे बघून गमतीने टिचक्या वाजवत म्हणतो, "इतकी उदासवाणी बघू नकोस. तुला खूप टेन्शन आलंय! काहीही होणार नाही.''

काही मिनिटं आम्ही निमूटपणे बसून राहतो. दुकानात सामसूम आहे. माझ्या कॅमेऱ्यावर एका लहानशा काडीने सर हळूच आपटताहेत. त्याचा क्लिक क्लिक आवाज तेवढा येत राहतोय. भारतात मला नवीन कॅमेरा घेता येईल का, त्याबद्दल

मी विचारते.

"नको, नको," इब्राहिम म्हणतो. "त्याची जरूर लागणार नाही."

आणि चमत्कार घडल्यासारखा त्या शटरचा क्लिक आणि व्हर्रऽऽ आवाज माझ्या कानांवर पडतो. सर प्रथमच माझ्याकडे बघतात आणि हसतात. "कॅमेरा दुरुस्त झालाय." मला एकदम सुटल्यासारखं, मोकळं आणि अत्यंत कृतज्ञ वाटायला लागतं. सरांच्या तीव्र बुद्धिमत्तेबद्दल मला शंका वाटली होती, त्याबद्दल मलाच आता भयंकर कसनुसं वाटू लागतं.

"बघ! मी तुला सांगितलं होतं, की सर दुरुस्त करतील म्हणून! मी सांगितलंच होतं! आता तुझं टेन्शन नाहीसं झालंय. सरांनी तुझं टेन्शन दुरुस्त केलंय!" असे म्हणत इब्राहिम पुन्हा वर-खाली उड्या मारल्यासारखा हलायला लागतो.

इब्राहिमच्या मदतीचं ओझं माझ्या मनावर आहे आणि त्यानंतर त्याच्याशी फक्त संयमानं व प्रेमळपणानं वागायचं, असा मी प्रयत्न करते, पण मला त्याची उपकृत असल्यासारखंही वाटतंय. तो माझी फिल्म देण्याची कामगिरी स्वीकारतो. मला नवी बॅटरी हवी असते, तेव्हा तो ती लगेच मिळवून देतो. मला कृतज्ञता वाटते. या वस्तू इब्राहिम माझ्यापेक्षा खूपच स्वस्तात मिळवतो. तरी सुद्धा या गोष्टी स्वतःच कराव्यात, असं मला वाटतं.

बऱ्याचदा सकाळच्या वेळी, त्याची मोटारसायकल तो माझ्या दारासमोर फरफरवताना दिसतो. मी लायब्ररीत जाण्यापूर्वी त्याच्या नव्या छायाचित्रांच्या कामाबद्दल चौकशी करते. रात्रीच्या जेवणासाठी जातेवेळी तो माझ्या पाठोपाठ कॅफेटेरियात येतो आणि त्या वेळी मी सौजन्य आणि अंतर, यात योग्य तो समतोल राखण्याचा प्रयत्न करते. एका सकाळी मी त्याला सहज सुचवते, की त्याच्या मदतीबद्दल मी अतिशय कृतज्ञ आहेच, पण कॅमेऱ्यासंबंधित असलेली माझी कामं मला स्वतःच करायला हवीत. त्याच्या मताने माझ्या फिल्म्स मी कुठे डेव्हलप करायला हव्यात?

"हे तुला स्वतःच का करायचंय? इब्राहिम इथे हजर आहे!"

"थँक यू, इब्राहिम; पण मी इथे शिक्षणासाठी आलेली आहे. म्हणून या सर्व गोष्टी स्वतः करायला मला शिकायचं आहे. प्लीज, समजून घे."

दुसऱ्या दिवशी संध्याकाळी माझ्या दाराखालून एक चिठ्ठी आलेली सापडते.

*प्रिय मिस सादिया,*

*तू म्हणतेस, की कॅमेऱ्याची कामं तुला स्वतःच करायची आहेत. मी केव्हाही तुला मदत करायला तयार आहे, पण पुणे हे माझं शहर आहे. नाहीतरी, गेली कित्येक वर्षं हे स्वस्त दर मी मिळवत आलो आहे; परंतु*

*जर मी तुला मदत केली, तर तू मला कधीही या वस्तू कुठे मिळतात किंवा त्यांची किंमत विचारायची नाहीस, ती गुपितं आहेत.*

*तुझा विनम्र मित्र,*
*एम. इब्राहिम, व्यावसायिक फोटोग्राफर*
*फ्लॅट नंबर २२१८*

दुसऱ्या दिवशी रेखेव मला एका कट्ट्यावर बसून सिगरेट ओढताना दिसतो. तो इतर काही विद्यार्थ्यांबरोबर आहे आणि त्यातला एक जण हिंदीमध्ये एक लांबलचक गोष्ट सांगतोय. बाकीचे सारे कुठल्यातरी खासगी विनोदावर हसत आहेत. रेखेवला या वेळी त्रास द्यावा की नाही, असा विचार मला पडतो. मी तिथे काही मिनिटं रेंगाळते आणि त्याचं लक्ष वेधल्यानंतर त्याला ती चिठ्ठी दाखवते.

"तो जरासा वेडसरच आहे, नाही?" तो डोकं हलवत म्हणतो. "मला वाटतं, तू त्याच्यापासून जरा लांबच राहिलेलं बरं!"

*त्यानंतर दुसऱ्या दिवशी मला* रात्री झोप येत नाही. इथे मी काय करायला हवं, असं नानाला वाटत होतं? मी बुचकळ्यात पडले आहे. बरोबर आणलेल्या पुस्तकांतून उत्तर शोधायचा मी प्रयत्न करते. इतिहासातले काही उतारे पुन्हा पुन्हा वाचते आणि त्याच्या नोट्स काढते. मी संपर्क साधला पाहिजे, अशा नावांची यादी पाहते. पुण्यातल्या सुक्काथ शेलोमो या सिनगॉगला मी दोनदा जाऊन आले आहे, पण त्यांचे कुठलेच फोटो एन्लार्ज करण्याच्या योग्यतेचे नव्हते. शेवटी रात्री दोनच्या सुमारास मला झोप यायला लागते, तेव्हा ताडकन् लक्षात येतं, की मागील अंगणातल्या ओट्यावर मी कपडे वाळत घातलेले होते. सकाळपर्यंत जर ते तसेच राहिले असते, तर दवाने ओलेचिंब झाले असते. माझ्या मागल्या खिडकीलगत असलेली व कठड्याने आखून ठेवलेली जागा म्हणजे तो ओटा. मी बादलीमध्ये कपडे धुऊन तिथे वाळत घालते. तिथे सर्वांच्यासमोर माझ्या ब्रेसियर्स व अंतर्वस्त्रं वाळत घालण्याची, मला जरा लाज वाटते. हल्लीच मी इतर कपड्यांखाली ही अंतर्वस्त्रं वाळत घालायचा उपाय करून पाहिला, पण ही पद्धतही काही तितकीशी परिणामकारक ठरलेली नाहीये.

मी थकलेली होते, तरी तशीच जाऊन टांगलेले कपडे ओढून गोळा करते आणि काखेत पकडते, तेव्हा मला कठड्याच्या मागून एक काळी आकृती जाताना दिसते. संपूर्ण काळ्या कपड्यातला तो इब्राहिम असतो.

"इब्राहिम! तू इथे काय करतो आहेस?"

तो दचकून उडी मारतो.

"मी तुला चकित करायचं ठरवलं होतं."

तो असा बरेच वेळा येत असला पाहिजे आणि माझ्याकडे बघत असला पाहिजे, हे माझ्या लक्षात येतं. माझ्या अंगावर काटा येतो आणि मला राग येतो.

"इब्राहिम, घरी जा. हे बस झालं. तू खरंच मला घाबरवलंस. आता तू प्लीज जा."

"मिस सादिया..."

"नाही, खरंच, खूप उशीर झालाय, गुड नाईट, इब्राहिम."

मी आत जाते आणि दार लावून घेते.

*दुसऱ्या दिवशी* सकाळी दाराखाली एक चिठ्ठी असते.

*"प्रिय मिस सादिया,*

*काल रात्री मी तुझ्यावर एक गमतीदार विनोद केला, जो मला गंमतशीर वाटला, पण आता मला कळतंय, की ती माझी चूक होती. मी हे माझ्या मैत्रिणीला (मला एक मैत्रीण आहे) सांगितलं आणि ती म्हणाली, की मी हे असं करायला नको होतं. मी दिलगिरी व्यक्त करतो, ती स्वीकारावी. मी तुला असं घाबरवायला नको होतं. तू भ्यायलेली दिसलीस. हा– हा– हा."*

*तुझा मित्र,*

*एम. इब्राहिम, व्यावसायिक फोटोग्राफर*
*फ्लॅट नंबर २२१८*

कँपसमध्ये एक जुनं, विशाल असं फांद्यांची गुंतागुंत असलेलं झाड ऑडिटोरियमच्या बाहेर आहे, त्याला इथे 'विझ्डम ट्री' म्हणतात– 'ज्ञानवृक्ष'– त्या झाडाखाली रेखेव बसलेला मला दिसतो. काय घडलं, ते मी त्याला सांगते. तो नीट लक्षपूर्वक ऐकतो आणि लांब अंतरावरच्या एका बिंदूकडे टक लावून काही क्षण बघतो. माझं बोलून झाल्यावर, मी काय करावं, असं त्याला विचारते. एका मिनिटानंतर तो एक सिगरेट शिलगावतो.

"कधी कधी लोकांपासून तू अंतर ठेवून वागलीस, तर ते तुझ्याच हिताचं होईल. गोंधळ कमी होतील."

*माझ्या कुटुंबीयांपैकी आजीचा* भाऊ निसीम हा भारतात हैद्राबादला असतो, तोच फक्त उरलाय आणि लग्नसंबंधामुळे नातं जुळलेला अंकल मोझेस, हा पुण्यात असतो. अंकल मोझेस माझी पुण्यातल्या आणि मुंबईतल्या ज्यू लोकांशी ओळख करून देतील, अशी मला आशा वाटते.

मी त्यांना फोन करते आणि फोन घेणाऱ्या बाईंना मी कोण आहे, त्याचा खुलासा करते. मी त्यांना भेटायला येऊ शकते का? येण्यासाठी त्या मला अनेक वळणावळणांच्या मार्गदर्शक सूचना देतात आणि दुसऱ्याच दिवशी मी कॅमेऱ्याच्या सामग्रीसकट माझं गाठोडं एका ऑटोरिक्षात घालते नि पुण्यातल्या इतर बायकांप्रमाणे माझा दुपट्टा डोक्याभोवती व तोंडाभोवती नीट लपेटून घेते. रस्त्यातली दाट, काजळीयुक्त धुक्यासारखी प्रदूषित हवा त्यातून गाळून घेण्यासाठी हा प्रयत्न असतो.

एका मोठ्या काँक्रीटच्या इमारतीच्या दाराशीच एक स्त्री माझे स्वागत करते. ती पन्नाशीची असून दिसायला आकर्षक आहे. आधुनिक पद्धतीने कापलेले तिचे आखूड केस आणि मोकळा, स्नेहशील चेहरा. ती मोझेसची मुलगी नीना आहे, असं सांगते आणि पुढे म्हणते, की तिच्या वडिलांची प्रकृती सध्या तितकीशी बरी नाही आणि त्यांचे मूड बेभरवशी असतात. ती मला दिवाणखान्यात घेऊन जाते. तिथे प्लॅस्टिकचं संरक्षक आवरण घातलेले दोन कोच आहेत. ती चहा विचारते आणि मी कृतज्ञतापूर्वक होकार देते. ती आधण ठेवायला दुसऱ्या खोलीत जाते. मी तिथे एकटीच असते. त्या मोठ्या दालनातल्या एका भिंतीलगत भरपूर रोपं आहेत आणि दुसऱ्या भिंतीवर काही फोटो आणि अनेक शोभिवंत बशा आहेत.

काही मिनिटांनंतर अंकल मोझेस एका काठीच्या आधाराने आत येतात. त्यांना अभिवादन करायला मी उभी राहते नि ते म्हणतात, "तू रेचलची नात, अमेरिकेतली." मी मानेने होकार देते.

"तुला म्हणे ज्यूंची माहिती हवी आहे!" ते माझ्याकडे बघत गुरगुरतात नि खाली बसतात. माझ्याकडे भेदक नजरेनं बघत राहतात.

"होय, हवी आहे."

"आता या गोष्टी तू माझ्यावर रोखायच्या नाहीस, मी आधीच सांगतोय!" माझ्या कॅमेऱ्याच्या पिशव्यांकडे खूण करत ते ओरडतात.

आतल्या खोलीतून नीना त्यांना सूचनात्मक आवाजात हाक मारते, "डॅडी..."

"हा भयंकर विषय आहे. ज्यू लोक. भयंकर विषय," ते डोकं हलवत पुटपुटतात.

नीना दिवाणखान्यात चहा आणि गुलाबी केकच्या तुकड्यांची एक प्लेट घेऊन येते.

"डॅडी, बी नाईस."

"तू हा विषय बदलायला हवास!" ते म्हणतात आणि जमिनीवर काठी आपटतात.

“असं का म्हणता तुम्ही?” मी विचारते.

“ही अगदीच लहान जमात आहे. बहुतेक सगळे जण इस्राईलला गेलेत; जे उरलेत ते एकमेकांत भांडतात. ‘याचा मालक कोण?’ ‘मला हे पाहिजे–’ असलंच काहीतरी. त्यांच्या एकमेकांत लाथाळ्या सुरू असतात. त्यांना मी नेहमी भेटत होतो, पण आता मी या सगळ्यासाठी खूप म्हातारा झालोय. माझा धर्म या इथे आहे–” ते त्यांच्या हृदयाकडे बोट दाखवून म्हणतात, “आणि या इथे आहे!” त्यांच्या डोक्याकडे बोट दाखवत म्हणतात, “या सगळ्या मूर्खपणाच्या पलीकडे मी आता गेलोय. सगळे ज्यू आता म्हातारे झालेत.”

“म्हणून तर मला हा प्रोजेक्ट करायचाय, अंकल मोझेस.” मी सुरुवात करते, “यापुढे वीस किंवा पंचवीस वर्षांनंतर, या जमाती आज आहेत तशा उरणार नाहीत. मला भेटता येईल असे आणखी कुणी ज्यू पुण्यात आहेत का? म्हणजे माझ्या प्रकल्पासाठी मी त्यांची मुलाखत घेईन.” मी आशेचा सूर लावत म्हणते.

“तुझ्याकडे कागद आहे? लिहून घे.”

माझी काळी वही नि पेन मी काढते.

“मी सिनगॉगला फोन करून तुझ्याबद्दल त्यांना सांगितलं होतं.” ते मान हलवत म्हणतात, “पण ते म्हणाले, की ‘सादिया’ हे मुस्लिम नाव आहे. तिला कशाला इथे यायचंय? सिनगॉगचे फोटो काढायलाच ना? न्यूयॉर्कवर हल्ला झाल्यानंतर ते फारच हळवे झाले आहेत. मी त्यांना तुझ्या आजीविषयी सांगतलं. म्हटलं, ‘ती माझ्या बायकोची बहीण आहे. अहो, तुम्हाला काय झालंय काय?’ पण यापेक्षा तू ना मुंबईला जा. तिथे अनेक सिनगॉग आहेत आणि तुझ्यासाठी म्हणून काहीतरी माझ्याजवळ आहे, हे बघ. यात तुला जे हवंय, ते सगळं मिळेल. तुझ्या आजीच्याच एका भावाने लिहिलंय ते. हे वाच.”

त्यांच्या बाजूच्या टेबलावरचं एक लहानसं पुस्तक ते मला देतात. पुस्तकावर नाव आहे– भारतातल्या बेने इस्राईल यांचा इतिहास. लेखक– एच. एस. किहीमकर, १८९७ मध्ये लिहिलेलं आणि १९३० मध्ये प्रसिद्ध झालेलं.

“किहीमकरने हे काही स्वत: रचलेलं नाही. त्याने आमचा इतिहास लिहून काढला, ते सारं यात आहे.”

“थँक यू, अंकल मोझेस, तुमच्या या मदतीबद्दल मी तुमची अत्यंत आभारी आहे.”

अंकल मोझेस कुरकुरत मान डोलावतात. “हो. हो.”

“मुंबईत आणखी कुणी असे आहेत का, की ज्यांना मी भेटू शकेन? मी ऐकलंय, की तिथे एक ज्युईश व्होकेशनल स्कूल आहे, तिथे हिब्रू भाषा शिकायला लोक जातात. तिथे काम करणारे कुणी तुमच्या माहितीचे आहेत का?”

"माझा मुलगाच तिथे मुख्य आहे! बेनी आयझॅक त्याचं नाव. त्याला सांग, की त्याच्या आईच्या कझिनची– बहिणीची तू नात आहेस. ऐकते आहेस ना? मुंबईतले सगळेजण इस्राईलला जाताहेत. उरलंय तरी कोण? मला खरंच कळत नाही, की हा सगळा खटाटोप तू का करते आहेस."

ते उठून त्यांच्या खोलीकडे जातात. त्यांना आता जरा पडायचं असतं. नीना दिलगीर असल्यासारखी हसते

"डॅडींना त्यांचं स्वत:चं मत असतं," ती मला म्हणते.

# तीन पालक

## *चेस्टनट हिल, १९९२*

नाना आमचं घर चालवत असे. घरातल्या हालचाली आणि दिनचक्राचे काटे तिच्या नियमानुसार फिरत असत. जेवण बनवतांनाच्या निळ्या भांड्यांच्या आवाजावर आणि तिच्या वॉशर नि ड्रायरच्या आवाजावर घर चालायचं. तिचं स्वयंपाकघर, त्याच्या खिडकीतलं तिचं उच्चासन, तिथून आमच्या मागच्या अंगणामधली एल आकाराची गाडीवाट स्पष्ट दिसत असे. ती वाट जुन्या घोडागाडीचा तबेला असतो, तशा बिल्डिंगपर्यंत जायची. तिथे माझ्या आई-वडिलांचं ऑफिस होतं. तिथे ती दोघं तरुण आर्किटेक्ट्स व डिझायनर्स यांच्यासह इमारतींचे नकाशे आणि वार्षिक अहवाल यांच्यामध्ये डोकी खुपसून, वाकून बघत बसलेली असत. तिथे त्यांच्या व्यावसायिक गिऱ्हाइकांना ते भेटत असत आणि पांढऱ्या फळ्यांवर चित्रं, आराखडे लावून त्यांना तो दाखवण्याच्या प्रात्यक्षिकांची न संपणारी मालिका तिथे करत असत. संध्याकाळी, बाकीची मोठी माणसं घरी गेली, की कासीम नि मी तिथे रेंगाळत राहायचो. न्यूजप्रिंटच्या रोल्सचे कागद काढून आम्ही त्याच्यावर घरांची चित्र काढायचो, जुन्या मासिकातली चित्रं कापून 'कोलाज' बनवायचो; पण आमच्या घराचा केंद्रबिंदू होता, नानाचं स्वयंपाकघर. तिथे ती घरातल्या सर्वांच्या जाण्या-येण्याच्या वेळा लक्षात ठेवून आम्हाला चांगलंचुंगलं जेवायला घालायची, आमची देखभाल करायची. तिच्या आयुष्याचं हेच काम होतं.

तीन पालक. तीन धर्म. आत्ता ऐकायला मला हे चमत्कारिक आणि आगळंवेगळं वाटतंय खरं, पण लहानपणी ते एक सवयीचंच वाक्य होतं. इतर मुलांना दोन

पालक असत, क्वचित वेळा दोन पालकांच्या जोड्याही असत. कासीम नि मला मात्र तीन पालक होते : एक आजी, आई नि वडील. दोन रक्ताची नाती– आई आणि आजी. दोन मनोवृत्तीची (स्वभावधर्माची) नाती– माझी आजी आणि वडील आणि दोन विश्वासाने/निष्ठेने जोडलेली– माझी आई नि वडील. आमची ही खासगी दुनिया कशी आहे, हे समजावून सांगायची कल्पना एखाद्या अदृश्य, अधाशी, जादूच्या वेलासारखी वाढत गेली. आमच्या घरातल्या गोलाकार जिन्यासारखी. ही कल्पना मनात इतकी ठाम बसली, की तिची सुरुवात केव्हा झाली, ते काही आठवत नाही. बालपणी माझा भाऊ आणि मी नेहमीच एकमेकांना पाठ केलेलं म्हणून दाखवायचो. "ज्युडाईझम हा कायदा आहे. ख्रिश्चियानिटी ही दया आहे, इस्लाम हा कायदा आणि दया आहे."

कालांतराने, नाना म्हणजे कायदा, हे माझ्यासाठी समीकरण झालं. अब्बा म्हणजे दया आणि ममा म्हणजे कायदा व दया हे एकत्र असलेली, असं वाटायला लागलं.

घरामध्ये सकाळच्या वेळी नानाचा अंमल असे. ती स्वयंपाकघराची आणि घराच्या नियमांची रक्षणकर्ती होती. तिच्या घड्याळानुसार माझा भाऊ कासीम व मी साडेसहा वाजता उठत असू, आंघोळ करून शाळेसाठी तयार होत असू, त्यानंतर आम्ही आयुष्यातलं सर्वोच्च कार्य म्हणजे नीट अभ्यास करणं, हे पूर्ण करावं म्हणून तिने काळजीपूर्वक योजून बनवलेल्या नाष्ट्याचे काही घास घाईघाईने खात असू. तेवढ्यात "गाडी आलीय!" माझ्या वडिलांचा ओरडा घुमायचा. त्याचा अर्थ इतकाच, की नेहमीप्रमाणे कोणते कपडे घालावे, हे ठरवण्यात मी जास्त वेळ

अळमटळम करत असे. मुख्य दरवाज्यातून बाहेर पडून कारपूलच्या व्हॅनमध्ये आम्ही आदळेपर्यंत, नाना दारात आमच्या अर्धवट खाल्लेल्या नाष्ट्याच्या बशा हातात घेऊन आणखी एखादा घास आम्ही खावा, म्हणून आर्जवं करत तशीच उभी असायची– उप्पीट, तळलेली केळी व गुळीसाखर, क्रीम घातलेली उकडलेली अंडी– 'घे, घे, खा, खा' असं म्हणत. त्या लांबलचक गाडीवाटेनं आम्ही जाईपर्यंत ती तशीच दारात उभी राहायची. गाडीच्या मागच्या काचेतून मी पाहायची, तिच्या हातात दोन पांढऱ्या प्लेट्स, खंत दर्शवणारे ते दोन अर्धचंद्र. माझ्या पुरतं म्हणायचं, तर मी पुन्हा एकदा माझा नियम तोडलेला असे.

त्या तशा सकाळच्या वेळेला, मी नानाला नाराज करणार नाही, असं वचन मी एकदा देवाला दिलं होतं. घरातून बाहेर पडल्यानंतर आम्ही काय करतो, हे तिच्या कक्षेबाहेरचं होतं, पण तिला हे मात्र ठाऊक होतं, की कासीमला व मला सर्वोत्तम शाळेत घालण्यासाठी, माझे आई-वडील अपार कष्ट करत होते. त्या शाळेत भरपूर शिकवलं जात होतं आणि त्या शिक्षणामुळे मोठ्या संधी प्राप्त होणार होत्या. आम्ही दोघांनी बक्षीस मिळवलेली प्रत्येक ट्रॉफी चकचकीत पुसून नाना तिच्या बेडरूममध्ये एका शेल्फवर ठेवत असे. त्यांचं काय महत्त्व होतं, त्याची तिला तेवढी कल्पना नव्हती. त्यांची उंची, चकाकी आणि प्रत्येक ट्रॉफी तिच्या नातवंडांनी जिंकली होती, हेच तिच्या लेखी महत्त्वाचं होतं. आम्हाला ज्या शैक्षणिक शक्यता उपलब्ध होऊ शकल्या असत्या, त्या तिच्या आकलनापलीकडच्या होत्या. ते पाहण्याचं काम तिनं आमच्या आई-वडिलांवर सोपवलं होतं.

माझ्या वडिलांचं अधिकारपद सुरू होई ते संध्याकाळी, जेव्हा आम्ही शाळेतून होमवर्कच्या वह्या-पुस्तकांचे ढीग ओढून आणत, गणितं व इतर परीक्षांमुळे गोंधळलेल्या मन:स्थितीत घरी परत येत असू तेव्हा; पण कोणतीही अडचण सहजपणे निस्तरण्याची गूढ हुशारी अब्बांच्या स्वभावात होती. ते एक योजना मांडायचे आणि आम्हाला कष्टप्रद वाटणाऱ्या कामांना अगदी हुशारीनं कसं तोंड द्यायचं, ते सांगायचे. विषयाची रूपरेषा आणि शाळेतल्या विषयांची ते पुन्हा ओळख करून दयायचे, त्यामुळे ते आम्हाला मार्गदर्शन करू शकत. इंग्लिश आणि इतिहास या विषयांत माझी प्रगती वेगात होती; पण गणित आणि विज्ञान यांत मात्र मी प्रचंड हळूबाई होते आणि जे मला येत नसे, ते करायला मला अजिबात आवडत नसे. मी ठामपणे मनाशी ठरवलं होतं, की त्या नावडत्या गोष्टींचा मला मोठेपणी कोणताही उपयोग होणार नाहीये. माझ्या आर्किटेक्ट वडिलांनी मला शांतपणे समजावलं होतं, की त्यांच्या कलेसाठीही त्यांना गणिताची गरज होती.

पुढे, आयुष्यात मला संतापाची भावना ओळखता येऊ लागली. तो असमर्थपणा आणि असंतोष असतो. जेव्हा तुमची नोकरी जाते किंवा प्रेमभंग होतो वा मैत्री तुटते,

तेव्हाचा राग! लहानपणीच्या गणित वा विज्ञान या छोट्या राक्षसांशी लढायला मी नाखूश होते. त्या नाराजीला मी कॉलेजमध्ये शिव्याशाप द्यायची, कारण कॅमेऱ्याची रचना समजायला आकडे आणि पदार्थविज्ञानशास्त्र हे आवश्यक होतं. आरशावर परावर्तित होणारं प्रतिबिंब, हे गूढ मी लगेच स्वीकारत होते. जरी मला ती पळवाट वाटली, तरीही. "ते तसंच होतं," मी रिकाम्या वर्गामध्ये ओरडून म्हणायची; पण ते समजून घेण्याचे जास्त कष्ट घेत नसे.

माझा धाकटा भाऊ माझ्यापेक्षा जास्त चलाख होता. आम्ही घरी आलो, की तो लागलीच तिसऱ्या मजल्यावरच्या त्याच्या बेडरूममध्ये जाऊन स्वत:ला एकांतवासात गुरफटून घ्यायचा. त्याला तेव्हा कुणाची मदत नको असायची. बऱ्याच वेळानंतर तो बाहेर येई. कधीकधी मोठ्या उत्साहाने तो डायनिंग रूममध्ये येऊन आपल्या खुर्चीत बसायचा आणि ताटभरून जेवण वाढून घेऊन, "आता झालं!" असं म्हणत तोंडभर हसायचा. काही वेळा तो चोरपावलाने आत येऊन बसायचा आणि लाजत सांगायचा, की त्याच्या खेळण्यांशी त्याची जोरदार लढाई झाली होती आणि त्यात त्याच्या हाती काहीही लागलं नव्हतं.

तशा रात्रीच्या वेळेला, अब्बा त्याच्याकडे बघत हळुवारपणे म्हणायचे, "अरे कासू, पण अशानं तुझं आयुष्य तू जास्ती कठीण करून ठेवतो आहेस ना!" मी दुसऱ्या दिशेकडे बघायची आणि 'तू दुपारी काय केलंस?' हा प्रश्न अब्बांनी मला विचारू नये, अशी आशा करत राहायची. मी कासीमपेक्षा साडेतीन वर्षांनी मोठी आहे. या फरकामुळे माझ्या वेळेवर मलाच पोलिसगिरी करण्याची मुभा वडिलांनी मला दिली होती. हा एक विश्वासाचा भाग होता, मी नुसतीच खिडकीतून बाहेर बघत राहत दुपारचा वेळ घालवत नाही ना, हे पाहायला ते आता आत येत नसत, पण जेवणानंतर जर त्यांना संशय आला, की मी एखादं अवघड काम करायचं टाळत आहे, तर ते माझ्या खोलीत सहज म्हणून येत. "तुझं गणित काय म्हणतंय, सादू?" ते विचारत. "छान आहे," निश्चित असल्याचा आव आणीत मी म्हणायची. समोरच्या वहीच्या कोऱ्या पानांकडे ते माझ्या खांद्यावरून अगदी सहजपणे दृष्टिक्षेप टाकत आणि माझं खोटं बोलणं निर्विकारपणे स्वीकारीत.

एका रात्री ते मला म्हणाले, "माझ्याकडे आहे त्यातलं थोडं तुझ्यामध्येही आलंय, बरं का सादू."

"काय ते अब्बा?"

"मी बघतोय, की जे करायची तुला इच्छा नसते, ते टाळण्यात तू आपली बरीचशी शक्ती वाया घालवतेस; पण मला असं वाटतं, की जी गोष्ट आपल्याला कराविशी वाटत नाही, ती सर्वांत प्रथम करावी. म्हणजे तुमची जास्त शक्ती तुम्ही त्या गोष्टीला देता ज्या गोष्टी तुम्हाला सहज जमतात, त्या केव्हाही होऊन जातात."

माझ्या वडिलांनी सांगितलेल्या गोष्टींपैकी हे एक प्रखर सत्य होतं, पण त्या वेळी तरी मी ते ऐकायला किंवा पटवून घ्यायला तयार नव्हते. ते कसं कबूल करावं, हे मात्र तेव्हा कळत नव्हतं; पण तसले अभ्यासाचे प्रश्न सोडवताना, मला एक फार वेगळीच आणि उगीचच धडकी भरलेली असे.

"आपण दोघे जण मिळून हे प्रश्न एकत्र सोडवायचे का?" त्यांनी खाली बसत विचारलं, "मी तुला सुरुवात करून देतो."

मला माहीत होतं, की माझ्या खोलीतून बाहेर पडल्यानंतर माझे अब्बा परत त्यांच्या ऑफिसमध्ये जातील आणि प्लॅन्स काढणं व हिशेब करणं, यांत ते मध्यरात्रीपर्यंत गढून जातील. नंतर चार तास झोप काढून ते पुन्हा ऑफिसमध्ये जाऊन दोन तास काम करतील, त्यापूर्वी सकाळी नानाला स्वयंपाकघरात न्याहारी बनवायला मदत करतील. त्यांना उशीर केल्याबद्दल मला अपराधी वाटतं आणि त्याच वेळी सुटका झाल्यामुळे मी जरा भिरभिरतेही.

माझी आई आमच्या घराची राणी होती. दिवसा आणि रात्रीचीही मालकीण. प्रत्येक गोष्टीला खास डूब देण्याची क्षमता तिच्यात होती. रोजचं साधं, रटाळ, सामान्य जेवण असलं, तरी तिच्या अत्यंत बुद्धिमान मुलांसाठीच जणू खास बनवलेल्या जादुई मेजवानीचा ढंग ती त्या जेवणाला देऊ शकत असे. जेवणाचं टेबल मांडणं, हे रोजचं माझं काम होतं. चांदीची भांडी काळजीपूर्वक मोजून घेतल्यासारखी मोजत– एक, दोन, तीन, चार, पाच– पाच प्लेट मी टेबलमॅटवर ठेवत असे. एके दिवशी इंग्लिश गुलाब, तर पाकिस्तानी चौकटीचं कापड दुसऱ्या दिवशी!

"झकास!" ममा टेबलाकडे अभिमानानं बघत उद्गारायची.

आम्ही जेवायला बसलो, की ती प्रार्थना म्हणायची, "हे देवा," ती सुरुवात करायची, "सर्व देशांच्या व सर्व लोकांच्या देवा..."

तिच्या प्रार्थनेत माझ्या वडिलांच्या आजीचा उल्लेख असे, तिला 'पाय' म्हणत. ती कट्टर एपिस्कोपॅलियन होती. माझ्या आईचं लग्न झालं, त्या वेळेस प्रत्येक जेवणापूर्वी पाय प्रार्थना म्हणायची. त्या प्रार्थनेच्या शब्दांत पायनं थोडे शब्द बदलले, कारण त्यामुळे ममाला त्या घरातलीच मानल्यासारखं वाटावं, असा पायचा विचार. ममाचं लग्न झालं, त्यानंतर पाय आणि नाना जिवश्च कंठश्च मैत्रिणी बनल्या आणि क्वचित गुन्ह्यातल्या भागीदारही होऊ लागल्या. या साऱ्या गोष्टी आम्हाला सांगायला ममाला खूप आवडत असे. ममाच्या ठराविक आवडत्या गोष्टींपैकी ही एक गोष्ट होती, की जेव्हा एकदा माझ्या वडिलांना डेनव्हर बोटॅनिकल गार्डन्समधून फोन कॉल आला, तेव्हा पाय व नानाला, पायच्या काठीनं केळीची पानं झोडून घेताना चक्क पकडलं गेलं होतं! कारण नानाला रविवारच्या लंचसाठी केळीच्या पानांतले बेक्ड फिश करायचे होते, त्यासाठी ती पानं तिला हवी होती. जेव्हा माझे वडील त्या

दोघींना सोडवून आणायला गेले, तेव्हा तिथल्या पहारेकऱ्याला पाय सुनावत होती, "अरे पोरा, मी बोटॅनिकल गार्डन्सच्या बोर्डावर आहे आणि माझ्या मैत्रिणीला तिच्या पदार्थांसाठी केळीची पानं हवी होती!"

जेवणाच्या टेबलावर आमची नेहमीच कौटुंबिक सभा भरलेली असायची. माझी आई प्रत्येकाला त्याचा दिवस कसा गेला, ते विचारत असे. आम्ही तिला आमच्या मित्रांच्या गोष्टी, शिक्षक, शाळेच्या नाटुकल्यासाठी चाचण्या वगैरे सांगून तिची करमणूक करायचो. तिच्या दृष्टीने कासीम व मी हे आमच्या शाळेनं पाहिलेली सर्वांत उत्तम, सुस्वभावी व बुद्धिमान अशी मुलं होतो आणि या कल्पनेवर ती नेहमीच ठाम होती. जर एखादा वर्गमित्र, एखादा खत्रूड शिक्षक किंवा कुणी आम्हाला सतावलं, तर हल्ला करण्याची तिची योजना तयार असायची. जेवणाचा तासभराचा वेळ आम्ही वेगवेगळ्या योजनांवर घालवत असू. ममाकडे नेहमीच उत्तरं तयार असत आणि जर एखादे वेळी नसलं, तरी तिच्याकडे जादू होती.

"मी त्या माणसावर जादू टाकीन." माझ्या नाटक-शिक्षिकेशी माझा बराच मतभेद होत होता. त्यावर ममा म्हणाली, "आपण त्यांच्याशी चांगलंच वागू या, बिच्चारी!" हे असे क्षण होते, की त्या क्षणांमध्ये मला उदार मनाची महान ताकद समजत गेली.

ममाच्या जादू टाकण्यावर विश्वास बसण्याचं वय ओलांडून कासीम व मी पुढे गेलो; परंतु तिच्याकडे निर्दोष सहजप्रवृत्तीचं प्रचंड सामर्थ्य होतं, ही आमची भावना कधी बदलली नाही. ती उत्तेजित झाली, की ती सारी खोली उजळल्यासारखी वाटायला लागत असे. दिवसभरातल्या तिच्या ऑफिसमधल्या गमती ती आम्हाला सांगे– खट्याळ मदतनीस आणि सदा असंतुष्ट ग्राहक यांच्याशी होणारे वादविवाद; आणि आम्हाला हसू येई; पण त्यात ती नेहमीच विजयी होत असे, त्याचा आम्हाला खूप आनंद होत असे. जेव्हा ती नुकतीच प्रवासाहून परतलेली असे– न्यूयॉर्क, कराची किंवा लंडनहून आलेली असे– तेव्हा तर तिच्याकडे साहसकथा सांगण्यासारख्या खूपच असत. जवळजवळ चुकलेलं विमान, राजकारणी लोकांबरोबरचे भोजन-समारंभ, लहान गावातल्या कार्यशाळांमधले लोककलाकार, त्यांच्या कहाण्या ते तिला सांगत– त्यांचा साठा तिच्याकडे असायचाच. पाकिस्तानवरच्या पुस्तकांची एक मालिका तयार करण्याचं काम ममा करत होती. सुंदर चित्रं असलेली जाडजूड पुस्तकं होती ती. त्यातून तिनं तिचं पाकिस्तान दाखवलं होतं. ही बाजू अमेरिकेतल्या कुणालाच माहिती नव्हती आणि त्यामुळे ती हताश झाली होती. त्यात भव्य मशिदी व राजवाडे होते, चकित करणारी अथांग निसर्गदृश्यं, बाजारपेठेतल्या लहान नागमोडी गल्ल्यांतून विक्रीसाठी असलेल्या चित्रविचित्र वस्तू होत्या. वर्षातून एकदा आम्ही आई-वडिलांबरोबर पाकिस्तानला जात होतो. त्या वेळी या पुस्तकांसाठी

त्यांनी असंख्य फिल्मरोल्स वापरून छायाचित्रं घेतली होती.

"माझी पुस्तकं, हे माझं खरं काम आहे," एका संध्याकाळी अशीच गोष्टी सांगता सांगता ममा गंभीरपणे म्हणाली. मला ठाऊक होतं, की सारा वेळ हेच काम करत राहावं, असं तिला वाटत होतं. "पाकिस्तानात मी कधीही असं काम केलं नसतं. तेथे मी फक्त कला निर्माण केली असती." ती जेव्हा हे म्हणाली, तेव्हा तिने तिचे मनातले विचार उघड केले. ती कराचीतच राहिली असती, तर तिचं माझ्या वडिलांशी लग्न झालं नसतं.

"स्टार मार्केटमध्ये हिरवा घेवडा आलाय बरं का!" नानाने मध्येच तोंड उघडलं. "माझ्याकडे वर्तमानपत्रातलं कुपन आहे."

ममा, कासीम नि मी या असंबद्ध उद्‌गाराबद्दल हसायला लागलो. नानाला हल्ली ऐकायला कमीच येत होतं नि ती आमच्या संभाषणाकडे टवकारून लक्ष द्यायला लागली होती. बऱ्याच वेळा तिला नीट संदर्भ लागतही नसे. माझ्या वडिलांनी तिच्याकडे प्रेमळपणे टक लावून बघितलं. जणू काही त्या दोघांमधलं ते एक गुपित होतं.

"मी उद्या तुम्हाला घेऊन जाईन, नाना. उद्या सकाळी आपण पहिली गोष्ट तीच करायची." ते म्हणाले.

"थँक यू, स्वीटहार्ट," ती सुखावून म्हणाली, "मला तो चुकवायचा नाहीये."

*नानाला जाणून घेण्यासाठी* ती स्वयंपाक करीत असताना मी तिच्या शेजारी उभी राहत असे. तिला काही माझ्या मदतीची खास जरूर नसायची. त्यापेक्षा मी माझा अभ्यास करावा, असं तिला वाटायचं. मी चमचा घेऊन चुलीवरच्या भांड्यातला पदार्थ ढवळला, की ती म्हणायची, "जा, अभ्यास कर. इकडे नको लक्ष देऊस," कधीमधी मी बघायची, की ती दहा कांदे भराभरा, अगदी सफाईनं चिरायची. चिकनची हाडं वेगळी काढायची. पांढरा कॉलीफ्लॉवर पिवळा करायची. तांदूळ चाळून त्यातले खडे व कचरा काढून नीट निवडून ठेवायची. तिचे मसाल्याचे पदार्थ एका गोल धातूच्या लहान-लहान कप्पे असलेल्या डब्यात असायचे. त्यातला प्रत्येक लहानसा कप्पा म्हणजे सुगंधी बियांचं जणू गाठोडंच होतं. त्या बिया ती तिच्या आईच्या वेळेपासून असलेल्या खलबत्त्यात बारीक करायची. त्या पांढऱ्या संगमरवरी खलाला अनेक वर्षांच्या वापराने गोलाई आली होती. तिचं काम संपलं, की मी तो खल हातात घेऊन न्याहाळत बसे. त्याचा पृष्ठभाग एखाद्या न फोडता येणाऱ्या अंड्यासारखा गुळगुळीत, पण कठीण होता. हिंदुस्थानातून निघताना नानाने अनेक वस्तू तिथेच सोडून दिल्या होत्या, पण हा खलबत्ता मात्र तिने बरोबर घेतला होता. इतर घरांत असलेले खलबत्ते कोणत्या प्रकारचे असतील आणि त्यांचे वापर

कसे होत असतील, याची कल्पना मी मनात आणायची. ''हा मम्माचा होता,'' तिने एकदा खुलासा केला होता. सेगुळाबाईंना ती मम्मा म्हणत असे. ती कांदा परतायला लागली, की मी तिथे उभी राहून मी तो मसालामिश्रीत वास हुंगून घेत असे. ''तिथे उभी राहू नकोस, बेटी! केस सांभाळ!'' हा असा वास आहे, की तुम्ही तिथून लांब जागी गेलात, तरी तो वास तुमच्या अंगावर राहतो आणि तुम्ही कुठून आला आहात, त्याची आठवण होत राहते.

नाना पुरणपोळी, सांदणं, चिंच घालून मटणकरी आणि नारळाचं दूध घालून फिश करी करायची. हे पदार्थ पाकिस्तानातले आहेत, असं मला आधी वाटायचं. कित्येक वर्षांनंतर कळलं, की माझी आजी कोकणपट्टीवरचे हे पारंपरिक बेने इस्राईल पदार्थ आम्हाला खाऊ घालीत होती. हे पदार्थ तिच्या आईनं तिला शिकवले होते आणि त्यापूर्वी तिच्या आईच्या आईनं! त्या पदार्थांमध्ये गोडवा होता. मिरचीचा तिखटपणा कमी करण्यासाठी खवलेला नारळ आणि आंबट चवीचा ताजा चिंचेचा कोळ त्यात घातलेला असे. ती चिंच भिजत घालून छान कुस्करायची आणि चवीचा समतोल राखायची. नानाच्या कालवणांमध्ये गाईच्या दुधाऐवजी नारळाचं दूध वापरलं जायचं. कोशेर राखण्याचा तो वारसा तिने जपला होता. लग्नानंतर ती बिर्याणीसारखे लोकप्रिय मुस्लिम पदार्थ करायला शिकली, पण मी मात्र माझ्या आजीच्या हातचे मासळीचे पदार्थच तिच्या आठवणींशी जोडते– बेसनात लाल तिखट घालून तळलेले मासे, भातावर वाढलेला हिरवट रंगाचा रस्सा, सरंग्याचे जाडसर तुकडे टोमॅटोबरोबर शिजवलेले! नाना म्हणजे निरनिराळ्या किनारपट्टीवर लावणी केलेलं रोपटं होतं– मुंबईहून कराचीला आणि तिथून बॉस्टनला. ती किनाऱ्यावरची कन्यका होती.

स्वयंपाक करायचा म्हणजे तासन्तास उभं राहायचं आणि बहुतेक रोजच, मग दिवसाअखेरीस नानाची पाठ दुखायला लागायची; पण त्याकडे तिने फारसे लक्ष दिले नाही. तिला अनुभवाने माहिती होतं, की जर तिने तसं सांगितलं, तर दुसऱ्या दिवशी आम्ही तिला स्वयंपाक करू दिला नसता. माझी मदत घेणे तिला पसंत नव्हते. कधीकधी रात्रीचे जेवण झाले, की मी तिच्या खोलीत जाऊन तिची पाठ चेपून देत असे; पण माझा अभ्यासाचा वेळ मी तिच्यावर घालवत आहे, याची तिला काळजी वाटायची. ती नेहमी 'फॅमिली सर्कल' आणि 'रीडर्स डायजेस्ट' ही मासिके वाचायची. त्यातल्या केक-बिस्किटांच्या कृती आणि छानशा कल्पना शोधून काढायची. हल्ली हल्ली काही दिवसांपासून ती ज्युडाईझमबद्दल वाचायला लागली होती. नुकतीच 'हडास्सा' या ज्युईश भगिनींच्या संघटनेची ती सभासदही झाली होती आणि त्यांचे मासिकपत्रक आले, की ती मोठ्या उत्साहाने ते तासाभरात संपूर्ण वाचून संपवायची.

"नाना, काय करते आहेस?" तिच्या पलंगाच्या कडेला बसत मी विचारले.

"मी ज्यूंच्याबद्दल शिकते आहे," ती माझ्याकडे बघत सरळपणे म्हणाली.

मी पुस्तकाच्या कव्हरकडे बघितले आणि त्यात काय असेल, याबद्दल मला कुतूहल वाटले.

"तुमचे लोक भारतात कसे आले, नाना?"

"बेटी, मी तुला ते सारं सांगितलंय!"

"पुन्हा एकदा सांग ना!"

तिचे पूर्वज म्हणजे एक गहन कोडे होते आणि ते सोडवण्याचा तिचा प्रयत्न होता. त्या शोधात तिला सापडलेले तुकडे, संदर्भ, प्रकरणे यांची ती मागे-पुढे वर्षागणिक जुळणी करत होती. आता आयुष्याच्या उतरणीवर तिच्या ज्यू पूर्वजांबद्दल तिला ही माहिती कशासाठी हवी होती, हे तिच्या मुलांना समजत नव्हते. ते तिला म्हणत, की जाऊ दे आता सगळं. जे झालं, ते झालं! मला वाटतं त्यांना ते अडचणीचं ठरलं असतं. ते अमेरिकेत स्थायिक झालेले पाकिस्तानी मुसलमान होते आणि मग त्यांची आई ज्यू होती, या रहस्याचा उलगडा त्यांना करावा लागला असता. माझी आई नानाला जास्त पाठिंबा देणारी होती. आम्ही न्यूटनजवळच्या चेस्टनट हिलमध्ये राहत होतो. बॉस्टनच्या पश्चिमेस असलेल्या इतर उपनगरांप्रमाणेच इथेही ज्यू धर्माचे बरेच लोक राहत होते. आमचे डॉक्टर ज्यू होते आणि आमचे असे अनेक परिचित लोक होते, की त्यांना नानाच्या पार्श्वभूमीबद्दल अल्पज्ञान असले, तरी विलक्षण औत्सुक्य होते. "इंडियात ज्यू आहेत?" डोळे विस्फारित ते विचारायचे. "खरंच?"

नानाला मी पोटावर झोपायला सांगितले आणि हातांना होमिओपॅथिक तेल चोपडले. तिने स्वत: घरी शिवलेला नाईटड्रेस खांद्यावरून बाजूला सरकवला आणि दोन्ही लहानखुरे हात अंगालगत ठेवले. तिच्या कातडीला मी स्पर्श केला, तेव्हा मला स्पष्टपणे जाणवलं, की मी त्या वेळात वर्तमानकाळात नव्हते. माझ्या साऱ्या आठवणी प्रौढपणातल्या प्रदीर्घ हिवाळ्यासाठी मी साठवत होते. कदाचित त्या वेळी ती तिथे नसेलही. या आठवणींची मी पुन्हा पुन्हा स्वत:शीच उजळणी करणार आहे, एखाद्या खूप वेळा वापरलेल्या टेपसारखी, हे मला माहिती होते.

तेल लावल्यानंतर मी हात स्वच्छ धुतले आणि तिच्या पुस्तकांच्या शेल्फवरच्या टॉवेलला पुसले. मी तिच्या पुस्तकांची नावे पाहत होते. तिच्या खोलीत प्रथमदर्शनी न दिसेल, अशी तिने स्वत:चीच रेफरन्स लायब्ररी केली होती– ओळीने चार खणांत लावलेली अशी तिच्या आवडीची पुस्तके त्यात होती– तारीखवार नि क्रमाने लावलेली– एका फळीवर विणकामाची पुस्तके, एकावर १९३० च्या दशकातली तिची नर्सिंगवरची पत्रके व पुस्तके, एक मराठी– इंग्लिश डिक्शनरी आणि सगळ्यांत वरच्या फळीवर एक कुराण, 'तोरा', 'तालमुद'मधील निवडक वचने, १०१

ख्रिसमस कुकीज व रेसिपीज, इस्त्राईलवरचे एक चित्रमय पुस्तक आणि बेने इस्त्राईल जमातीबद्दलची तीन पुस्तके. ''त्याची काळजी नको. आधी शाळेचा अभ्यास पुरा करा,'' मी जर बेने इस्त्राईलवरचे पुस्तक उचलले, तर लगेच ती म्हणायची. तिच्या त्या वाक्याने मला लहानपणी ऐकलेली व्हीनसच्या एका जादूच्या पेटीची नेहमी आठवण होत असे. जर तुम्ही तिला चुकीचा किंवा नको तो प्रश्न विचारलात, तर ती पेटी बंद व्हायची आणि तुम्ही कितीही आर्जवे केलीत तरी ती उघडत नसे.

दर खेपेला नानाने मला संधी दिली, की मी तिच्या आयुष्यातलं एकेक वेगवेगळं प्रकरण जोडून बघण्याचा प्रयत्न करू लागे. माझ्या आजोबांशी तिचं लग्न झाल्यापासून ते नर्सिंग स्कूलला जाणे, तिचे मुंबईतले जीवन, ते थेट भारताच्या फाळणीनंतर पाकिस्तानला स्थलांतर होणे, अशा मला तिच्या जीवनगाथेच्या सर्व ठळक गोष्टी ठाऊक होत्या, पण त्यातले बारीकसारीक तपशील मात्र माहिती नव्हते. तिच्या पुस्तकांप्रमाणेच या गोष्टीही तिने सगळ्यांच्यापासून लपवून सुरक्षित ठेवलेल्या होत्या.

''नाना, माझ्या आजोबांच्यावर तुझं प्रेम होतं?'' एका संध्याकाळी मी तिला विचारलं.

असल्या प्रश्नाने ती एकदम बावरली आणि नुसतेच हाताने 'काहीतरीच' असे सुचवून तिने तो विषय झटकून टाकला.

''माझं सोडून दे, बेटी.'' हातातले विणकाम उचलून घेत ती म्हणाली, ''तुला जेव्हा केव्हातरी, कुणीतरी भेटेल, तेव्हा त्याचं तुझ्यावर इतर सर्वांपेक्षा जास्ती प्रेम आहे ना, याची मात्र आधी खात्री करून घे, तुझं त्याच्यावर किती प्रेम आहे, याच्यापेक्षाही. त्याने तुझी देखभाल केलीच पाहिजे. तू दुःखी असलीस, तर त्याने तुला दिलासा द्यायला हवा. हे तुला तेव्हाच कळेल, जेव्हा निर्णय घेण्याअगोदर तुला निरनिराळी माणसे भेटतील.''

तिच्या स्वतःच्या लग्नावरून तिला तसं सांगावंसं वाटलं असावं. ममा म्हणाली होती, की नानाने जेव्हा आजोबांशी लग्न केलं, तेव्हा ती वयाने खूपच लहान होती. ही गोष्ट तिला अजूनही संकोचाची वाटत होती.

''तुझं लग्न झालं, तेव्हा तुझं वय काय होतं, नाना?''

''फार लहान,'' ती म्हणाली. तिने कधी नक्की तारीख किंवा वयही सांगितले नाही. ''मला नीटसे माहिती नाही.''

''तू काय नेसली होतीस?'' वधूवेशात ती कशी दिसली असेल, त्याची कल्पना करत मी विचारले.

''नेसले होते?'' जरासा डोळा बारीक करत ती विचार करीत म्हणाली, ''नाही बाई आठवत.''

मला तिचे उत्तर खटकले. कोणत्याही स्त्रीला तिच्या लग्नाच्या दिवशी तिने

कोणते कपडे घातले होते, ते कसं आठवणार नाही?

"ते लग्न थाटात झालं का?"

"नाही, नाही," ती घाईने म्हणाली, "तसलं काही नव्हतं. फक्त मी आणि माझे पती. दोघे साक्षीदार. आम्ही सह्या केल्या. सगळं झटपट झालं."

"तुला ममा झाली, तेव्हा तुझं वय किती होतं?"

"हं, ती खूप उशिरा झाली होती. तेव्हा मी सव्वीस वर्षांची होते."

"सव्वीस..." मी म्हटले, "म्हणजे तुला मूल होण्यापूर्वी काही वर्षे तुझं लग्न झालेलं होतं..."

तिने मानेने होकार दर्शवला, एकीकडे ती लोकरीचा गुंडा सोडवत होती.

"तू इतकी वर्षे का थांबलीस?" मी विचारले.

"ते गुपित होतं." मी मृदूपणे म्हणाली, "माझं लग्न झाल्याचं मी दहा वर्षे गुप्त ठेवलं होतं."

*जेव्हा जेव्हा माझी आजी* तिच्या लग्नाबद्दल चर्चा करायची, तेव्हा तेव्हा तिने गुप्त राखलेलं तिचं हे रहस्य व तिच्या अपराधाची बोच तीव्र होत जाई. तिचे वडील वारले, तेव्हा त्यांना तिच्या लग्नाबद्दल काहीही माहिती नव्हती. जेव्हा नाना ममाच्या वेळेला गरोदर राहिली, तेव्हा तिच्या आईला आपल्या मुलीच्या लग्नाबद्दल समजलं. ज्यू किंवा ख्रिश्चन स्त्रीने मुसलमान पुरुषाशी लग्न केलं, तरी तिला धर्म बदलायची आवश्यकता नसते, मात्र तरीही तिनं तिच्या वैवाहिक आयुष्यात जन्मभर मुस्लिम धर्माचंच पालन केलं. तिने प्रार्थना केली, तीही तिला लग्नानंतर जी शिकवली गेली, त्यानुसार अरबी भाषेतलीच केली; पण आता आयुष्याच्या अखेरीच्या दिवसांमध्ये तिला वेगळे, विरोधी वाटायला लागले होते. तिने धर्माबाहेर जाऊन लग्न केले, ती चूक होती की काय, याची चिंता तिला सतत पोखरत होती. तिचे आयुष्य मुस्लिम धर्मानुसार गेले होते, तरी मरताना ती ज्यू म्हणून राहील किंवा नाही, याची तिला काळजी वाटत होती. तिच्या पतीने तिचे अंत्यसंस्कार ज्यू धर्मानुसारच होतील, असे तिला वचन दिलेले होते.

"तुला स्वत:ला काय वाटतं नाना, तू ज्यू आहेस, की मुस्लिम?" मी विचारले. त्यावर उत्तर देण्यापूर्वी ती काही क्षण थांबली.

"मला माहीत नाही." आणि ती शेवटी म्हणाली, "एक धर्म आहे माझ्या वाडवडिलांचा आणि दुसरा धर्म आहे माझ्या मुलांचा."

"सगळे मार्ग देवाकडेच जातात, नाना," मी तिला म्हटलं. तिला 'गुडनाईट' म्हणून तिची पापी घेतली आणि तिला आश्वासक दिलासा दिला.

"सगळे मार्ग देवाकडेच जातात," तिने पुन्हा तेच वाक्य म्हटले.

*माझ्या आजीच्या लग्नाची कथा,* माझ्या समजुतीप्रमाणे १९३४ मध्ये सुरू झाली. त्या वेळी नाना ही सतरा वर्षांची मुग्धा होती. माझ्या आजोबांच्या– अलींच्या– प्रेमात ती पडली आणि तिने त्यांच्याशी गुपचूप लग्न केले. ते तिच्यापेक्षा दहा वर्षांनी मोठे होते, ते तिच्या वडिलांचे मित्र आणि धंद्यातले भागीदार होते. जर बेने इस्राईल जमातीत ही बातमी फुटली असती, तर तो लोकापवाद ठरला असता आणि जर तिच्या आईला व भावांना हे समजले असते तर काय होईल, याची कल्पनाच तिला करवत नव्हती.

मुंबईतल्या कामा हॉस्पिटलमध्ये नर्सिंगचे शिक्षण घेण्यासाठी तिने पतीला पटवून त्यांची परवानगी घेतली. तिच्या आईच्या घरातून निघून ती नर्सिंग स्कूलच्या स्त्रियांच्या वसतिगृहात राहायला गेली आणि जास्त पैसे मिळवण्यासाठी हॉस्पिटलमध्ये कामही करू लागली. तिच्या आईला व भावांना ती दर पंधरवड्याला पैसे पाठवत असे आणि रविवारी त्यांना भेटायला जात असे. त्या वेळी ती लक्ष्मीच्या, भाग्यवंत मुलीच्या भूमिकेत शिरत असे. ते दिवस आनंदाचे, गडबडीचे होते. जेव्हा वर्षातून दोन वेळा तिचे पती धंद्याच्या कामासाठी मुंबईला येत, तेव्हा ती त्यांना भेटे. एरवी त्यांचा नोकर तिच्यासाठी जेवणाचा पितळी टिफीन सायकलवरून घेऊन येई. ही रोजची एक गोष्ट सोडली, तर तिचं लग्न झालंय, हे ती विसरलेली असे आणि ते वावरताना दाखवायलाही सोपं होतं.

कामा हॉस्पिटलमध्ये तिच्या वॉर्डला डॉ. सिंग नावाचे एक शीख डॉक्टर होते. ते शांत व एकलकोंडे होते; पण रेचलकडे त्यांचे लक्ष असते. तिच्याकडे पुरेशी सामग्री आहे की नाही हे, ते आर्वजून पाहत, तिने एखादी गंभीर गोष्ट बघितली, तर तिला पाणीबिणी देऊन ते तिला बसायला सांगत. ते एक चांगले डॉक्टर होते आणि त्यांच्या पेशंट लोकांना ते खूप आवडत. राऊंडवर त्यांच्याबरोबर मदतीला जायला रेचलही उत्सुक असे.

एके दिवशी, एक इंग्लिश डॉक्टर 'उष्ण कटिबंधातले दुर्मिळ आजार' या विषयावर व्याख्यान द्यायला कामा हॉस्पिटलमध्ये येतात. डॉ. सिंग नानाला ते भाषण ऐकायला यायला आवडेल का, असे विचारतात आणि ती होकार देते. ते इंग्लिश डॉक्टर काही स्लाईड्स दाखवतात आणि त्या पाहून नाना प्रभावित होते. नंतर डॉ. सिंग व नाना उपाहारगृहात चहा प्यायला जातात. त्या व्याख्यानाबद्दल दोघे चर्चा करतात. रेचलला ज्या काही गोष्टी समजल्या नव्हत्या, त्याबद्दल ती डॉक्टरांना शंका विचारते.

"तू फार छान प्रश्न विचारतेस, रेचल! तू स्वत:च डॉक्टर व्हायला हवं होतंस!" ते हसून म्हणतात.

रेचलला त्यामुळे फार आनंद वाटतो. ती लाजतेही. ती हळूच सांगते, की लहानपणी तिला डॉक्टर व्हावे, अशी इच्छा होती.

"मग का झाली नाहीस?" ते विचारतात.

तिला सत्य परिस्थिती सांगता येत नाही, की तिचं लग्न झालंय आणि तिचे निर्णय तिचे पती घेतात.

ती खाली मांडीकडे बघत राहते आणि मौन हेच तिचे उत्तर असते.

पुन्हा जेव्हा भाषण असते, तेव्हा डॉ. सिंग तिला ते ऐकण्यासाठी निमंत्रण देतात आणि ती जाते. भाषणानंतर दोघेही हॉस्पिटलच्या आवारात रेंगाळतात.

"आपण जेवायला जायचं का?" ते सहज सुचवतात.

ती क्षणभर विचार करते. रेस्टॉरंटमधल्या इतर लोकांना वाटेल, की ती त्या शीख डॉक्टरांचीच पत्नी असावी. ती हॉस्टेलमध्ये एकटीच असते. तिला तिच्या भावंडांची आठवण येते. तिलाही जरा बदल वाटला असता; पण तिने रात्रीचे जेवण खाल्ले नाही, तर नवऱ्याचा नोकर परत जाऊन ती बातमी देणार, कदाचित हे सगळं बरोबर ठरणार नाही.

"मला नाही येता येणार. हे पाहा, माझं जेवण घरून येतं." नाना चाचरत सांगते.

डॉ. सिंग जरा निराश होतात.

"बरं तर," ते मान हलवून म्हणतात, "ठीक आहे, गुडनाईट."

हाताने निरोपाची खूण करत ते निघून जातात.

त्यानंतर त्यांच्याशी अस्वस्थ न होता बोलताना नानाला खूप संकोच वाटतो. ती त्यांच्याबरोबर राऊंड्सला जाते, पण त्यानंतर वैयक्तिक गोष्टींबद्दल मात्र ते कधीही एकमेकांशी बोलत नाहीत. पुढचे सहा महिने ते शांतपणे एकत्र काम करतात आणि नंतर तिची दुसऱ्या वॉर्डला प्रमोशनवर बदली होते. ती हेड-मेट्रन होते. वर्षभरानंतर तिला कळलं, की त्यांनी एका शीख मुलीशी विवाह केलाय.

एका संध्याकाळी, नाना कोपऱ्यावरून येत असते, तेव्हा हॉस्पिटलच्या वळणावर गाडीतून उतरताना तिला त्यांची पत्नी दिसते. ती नव वधूसारखी सजलेली आहे. सिल्कची लाल साडी, भांगात सिंदूर भरलेला आहे. बिल्डिंगमधून बाहेर येणाऱ्या डॉ. सिंगना ती उत्साहाने हाक मारते, "गुरुदेव." डॉक्टर उत्तरादाखल हसतात, ते नानाला दिसते. तिने उपाहारगृहात तेच हास्य पाहिलेले होते. त्यांच्या पत्नीने हाक मारेपर्यंत नानाला त्यांचे पहिले नावही माहिती नव्हते. त्या नावातली अक्षरे जिभेवर घोळवत ती उच्चारते, 'गुरुदेव.'

क्षणभर नाना तिथे थबकते आणि त्या शीख डॉक्टरांच्या पत्नीचा विचार करते.

मिसेस सिंग. एक रीतसर लग्न झालेली मुलगी. साऱ्या जगासाठी एक विवाहिता दिसणारी.

*"तू त्या शीख डॉक्टरांच्या* प्रेमात पडली होतीस का गं?" मी जरा धिटाईने विचारलं.

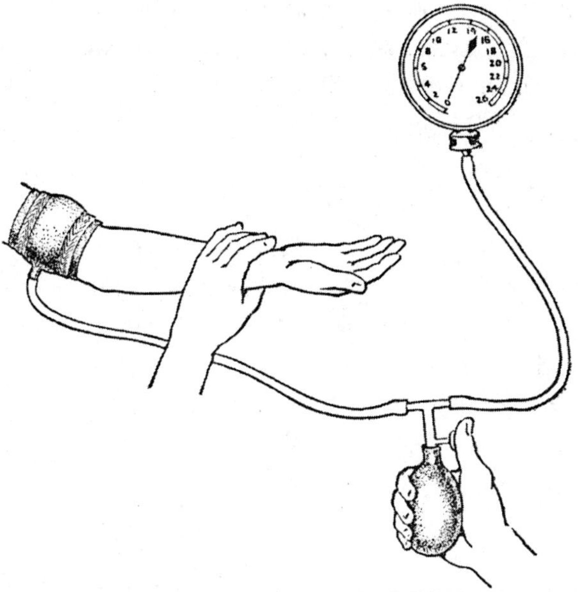

[*Newton & Co*

96. *How Blood Pressure is Recorded.—Air is pumped into a rubber sleeve placed round the upper arm until the pressure is sufficient to block the arm artery. The dial registers this pressure with precision.*

"छे, अजिबात नाही," ती म्हणाली, "मी माझ्या नवऱ्याच्याच प्रेमात होते."

तिच्या अंथरुणावरची, अभ्रावर भरतकाम केलेली उशी मी उचलली आणि तिच्या सुबक क्रॉस-स्टिचच्या टाक्यांवरून अलगद बोटे फिरवली. काही वर्षांपूर्वी नानाने मला क्रॉस-स्टिचचे भरतकाम करायला शिकवले होते. तो एकच टाका मला येत होता.

"इतकंच, की मी लग्नाच्या वेळी फारच लहान होते." ती म्हणाली, "तसलं प्रेम, म्हणजे त्याचा एक तमाशा होतो. उगाच फार गोंधळ होतो."

*तिच्या भावांचे तरुण मित्र,* जे बेने इस्राईल होते, ते कधीकधी रेचलबद्दल विचारत; पण ती लग्नाबद्दल बोलायला नकार देई. तिचं शिक्षण पूर्ण व्हायचंय, असं उत्तर ती सर्वांना देई. सत्य परिस्थिती फक्त तिलाच माहिती असते, त्याची जाणीव म्हणजे जणू पोटात सतत जळत राहणारं एक भोक असतं.

नंतर एका सकाळी तिला एक पर्याय सुचतो. तो म्हणजे तिथून अदृश्य होणं. कामा हॉस्पिटलमध्ये, विमेन्स आर्मी ऑक्झिलियरी कॉर्प्समधल्या दोन इंग्लिश

नर्सेस एक टेबल लावत असतात. त्यांच्या समोर कागदांचा एक उंच गठ्ठा असतो. अर्जाचे कागद. डोळ्यांच्या कोपऱ्यातून नाना त्यातल्या रंगीत खुणांकडे बघत राहते. ''युद्धाच्या प्रयत्नात सामील व्हा,'' आणि ''एक वीर व्हा!'' परदेशात अनुभवी नर्सेसची गरज होती, ही घोषणा रेडिओवरून गेले कित्येक आठवडे ती ऐकत होती. तिथे कितीतरी जखमी सैनिक असत आणि त्यांची शुश्रूषा करण्यासाठी पुरेशा परिचारक नसत. जाक नावाचा तिचा एक भाऊ सैन्यामध्ये होता आणि त्याला ब्रह्मदेशात धाडलेले होते आणि दुसरा एक भाऊ जॉर्ज मुंबईतच नोकरी करत होता. तिचे दोघेही भाऊ केव्हाही आघाडीवर जाऊ शकतील, असं तिच्या मनात येतं.

चौथ्या दिवशी, त्या टेबलाजवळून जाताना ती तिथं घुटमळते. भरती होऊ इच्छिणाऱ्या एका उमेदवाराला त्यातली एक नर्स अर्जाचे नियम समजावून सांगत असते. ''सैन्यात दोन प्रकारची कामे असतात. ॲक्टिव्ह ड्यूटी आणि नॉन-ॲक्टिव्ह ड्यूटी. नॉन-ॲक्टिव्ह ड्यूटीमध्ये तुम्हाला एखाद्या हॉस्पिटलमध्ये नेमले जाते आणि ॲक्टिव्ह ड्यूटीमध्ये तुम्ही आघाडीच्या कँपमध्ये काम करता...''

'जर मी सैन्यात भरती झाले तर...' रेचलच्या मनात विचार येतात; पण जर तिच्या पतीला, अलींना हे विचार समजले, तर ते किती संतापतील, याची तिला कल्पना असते आणि तिच्या जिवाचा थरकाप होतो. पण तरीही ती एक अर्जाचा कागद मागून घेते आणि चटकन हँडबॅगेत कोंबते. ती वॉर्डकडे वळते आणि त्या फॉर्मबद्दल नंतर विचार करायचे ठरवते.

त्या रात्री तो फॉर्म काढून ती पुन्हा तो नीट काळजीपूर्वक वाचते.

''यामुळं माझं कधी काळी लग्न झालंय, हे मला विसरता येईल,'' तिच्या मनात येतं. ''यापुढे मी कधीही कुणावरही भार होऊन राहणार नाही.''

ती क्षणभर थांबते आणि ॲक्टिव्ह ड्यूटीची निवड करते. तिच्या मनात विचार येतो, ''जरी मी मेले, तरी माझे मरण चांगल्या कामासाठीच असेल.''

ती पेन उचलते आणि नाव, पत्ता वगैरे माहिती भराभरा लिहिते. तिचे नाव काळ्या शाईने लिहिते. रात्री तो अर्ज पूर्ण लिहून तयार ठेवायचा आणि दोन पत्रे लिहायची, असे ती ठरवते. एक तिच्या पतीला आणि दुसरे तिच्या कुटुंबीयांना. त्या पत्रांत, तिने सैन्यात प्रवेश घेतला आहे, असे ती लिहिणार होती. तिच्या कुटुंबाला तिचा अभिमानच वाटला असता आणि तिचा पती? त्यांच्या नोकराजवळ निरोप द्यायचा, की एका लग्नासाठी ती बाहेरगावी जाते आहे आणि दोन आठवड्यांनंतर परत येणार आहे, असे ती सांगायचे ठरवते. म्हणजे जेव्हा त्यांना कळेल, तोपर्यंत ती खूप दूर गेलेली असणार. काहीही करण्यासाठी त्यांना उशीरच झाला असता.

''मत्प्रिय अलीसाहेब,'' ती पत्राला सुरुवात करते. पुढे कसे लिहावे? दुसऱ्या मजल्यावरच्या तिच्या हॉस्टेलच्या खोलीतल्या खिडकीतून ती खाली अंगणात

सहज बघते, तर तिला झाडूवाला झाडत असलेला दिसतो. तो खाली टाचांवर उकिडवा बसून लांब झाडूने अगदी तालबद्ध फटकारे मारत असतो– उजवीकडून डावीकडे, डावीकडून उजवीकडे– इंचाइंचाने मागे जात आणि पाऊलखुणा पुसून टाकीत, तो झाडत असतो.

खोलीचे दार उघडलेले तिला ऐकू येत नाही. मांजरासारखे चोरपावलाने अली आत येतात. तीन लांब पावले टाकून ते तिच्या खुर्चीच्या मागे उभे राहतात, ते ती पत्रे लिहिताना शांतपणे बघत राहतात आणि अचानकपणे तिचे पत्र आणि तो अर्ज ते एका हातानेच हिसकावून घेतात. "हे काय आहे?" तिच्यापासून ते कागद लांब धरीत ते विचारतात. नाना भेदरून त्यांच्याकडे बघते. ते कागद परत घ्यायचा प्रयत्न करते. तिच्यापाशी बोलायला शब्दच नसतात.

"माझ्याबद्दल हेच का तुला वाटतं? मला न सांगता जाणार होतीस?" ते विचारतात. तो अर्ज व पत्र ते चुरगाळून टाकतात आणि तिच्या पलंगावर बसून तिला मिठीत घेऊन रडू लागतात. दोन्ही हातांत तिचा चेहरा ते धरतात आणि तिचे तोंड त्यांच्या ओठांनी बंद करतात. "मेरी जान, जर तू मेलीस तर? मी सुद्धा मरेन..."

नानाच्या डोळ्यांतून अश्रूधारा वाहू लागतात. ती वर बघते. स्वतःच्या भल्याच्या विचारापेक्षा तिचे त्यांच्यावरच अधिक प्रेम आहे, हे तिला जाणवतं. तो एक सापळाच असतो.

"हे सगळं सोडून दे," ते म्हणतात, "मी तुला आता माझ्याजवळच राहायला, जामनगरला घेऊन जातो, म्हणजे तिथे तू माझ्यासमोरच असशील."

त्या वेळी अली जामनगरचे कस्टम कलेक्टर होते. जामनगर हे गुजरातमधल्या नवानगर संस्थानात होते. नवानगरचे जामसाहेब त्यांचे चांगले मित्र होते. तिथे एक फार चांगले रुग्णालय होते. अगदी लगेचच, रेचलने जामनगरला जाण्याचे ठरते, तिथेच तिने नर्सिंगचा पुढचा अभ्यास करायचेही ठरते. रेचलच्या आईला अली सांगतात, की तिच्या दिवंगत वडिलांच्या म्हणजे त्यांच्या मित्राच्या स्मरणार्थ, त्यांनी रेचलचा सारा शिक्षणखर्च करायचे ठरवले आहे. तिची आई कृतज्ञतेने भारावते.

आता ते तिच्याकडे जास्त बारकाईने लक्ष देतात, उडून जाण्याच्या वाटा शोधतात, त्यांचे हे लक्ष तिला सुखावते.

*जामनगरमध्ये रेचल अत्यंत* दुःखी असते. तिथे नर्सिंगचे वर्ग फक्त गुजरातीमध्ये घेतात आणि तिला फक्त इंग्लिश आणि तिची मातृभाषा मराठी, या दोनच भाषा येत असतात. तिच्या कुटुंबाची तिला खूप आठवण येत राहते. ती भरपूर अभ्यास करते, तरीही मागे पडते. त्या वर्षी ती परीक्षेत नापास होते. माझी आजी रात्रभर अभ्यास करून दुसऱ्या दिवशीच्या परीक्षेची तयारी करत आहे, असे दृश्य डोळ्यांसमोर

आणण्याचा मी प्रयत्न करते, पण तो देखावा मनात जमत नाही.

एकदा दुपारच्या वेळी, जामसाहेबांची गाडी तिच्यासाठी येते. ''रेचलबिबी, तुम्हाला राजवाड्यात जायचं आहे.'' ड्रायव्हर सांगतो. सांगितल्याप्रमाणे ती करते. डोके खाली वाकवून ती गाडीत शिरते. ती एक सुंदर परदेशी बनावटीची मोटार असते आणि त्यात खऱ्या चामड्याच्या सीट्स असतात. ड्रायव्हर सांगतो, की जामसाहेबांच्या पत्नी, महाराणींनी तिला बोलावलेलं आहे. महाराणींना बाळ होणार होतं, म्हणून त्यांना मदतीसाठी एक परिचारिका हवी होती. प्रथम रेचलला वाटलेलं, की ती गाडी तिच्या पतीनेच नर्सिंग स्कूलला जाण्यासाठी तिच्यासाठी पाठवली होती. आता तिला वाटायला लागतं, की जर ती राजवाड्यावर त्यांच्याशिवाय एकटीच गेली, तर त्यांना काय वाटेल? जामनगरमध्ये अगदी तुरळक मोटारी होत्या. त्यांची गाडी राजवाड्याकडे जात असताना, समोरच्या बोळातून तिच्या पतीची गाडी येताना तिला दिसते. दोन्ही गाड्या जवळून जाताना त्यांना रेचल दिसते. ते तिच्याकडे थिजलेल्या नजरेने बघतात. ती घाबरते. ते ड्रायव्हरला गाडी बाजूला नेऊन थांबवायला सांगतात आणि जामसाहेबांच्या ड्रायव्हरला हाताने खूण करून त्याची गाडी थांबवायला सांगतात. ते गाडीतून उतरतात आणि तिच्या गाडीच्या काचेवर बोटे आपटून तिला काच खाली करायला सांगतात. जामसाहेबांच्या गाडीमध्ये ती काय करते आहे, हे ते तडकून विचारतात. ती सांगते, की महाराणींनीच तिला बोलावून घेतलंय, म्हणून ती राजवाड्यावर निघालीय. ते तिला तिथे जायला मनाई करतात.

तिचे पती त्यांच्या गाडीतून तिला नर्सिंग स्कूलमध्ये परत पाठवतात आणि दुसरी एखादी नर्स महाराणींसाठी पाठवण्याची व्यवस्था करतात आणि त्यानंतर खुलासा करण्यासाठी म्हणून ते स्वत: राजवाड्यात जातात.

*या गोष्टी नानाने इतक्या वेळा* सांगितलेल्या होत्या, की मी वेगवेगळी दृश्ये मनामध्ये आणून त्या क्षणांचा विचार करत बसे. नियतीने आपली खेळी बदलली असती आणि चित्र पालटून गेले असते तर? जर ती ते पत्र लिहीत असताना माझे आजोबा तिथे आलेच नसते तर? काही मिनिटांनंतर जरी ते आत आले असते, तरी तिने पत्र पूर्ण केले असते आणि लपवले असते. दुसऱ्या दिवशी सकाळी अर्ज नेऊन दिला असता. तिने दुसऱ्या जागतिक महायुद्धात नोकरी केली असती. तिचे लग्न झालेच नाही, अशी बतावणी झाली असती आणि युद्ध संपल्यानंतर तिच्या जमातीतल्या एखाद्या तरुणाशी लग्न करून तिने संसार थाटला असता. जामसाहेबांच्या गाडीतून ती जाताना नेमके त्याच क्षणी तिच्या पतींनी तिला पाहिले नसते तर? तिने सहजगत्या महाराणींचे बाळंतपण केले असते आणि ती त्या राजकुटुंबाची खासगी

परिचारिका झाली असती. त्यांच्या दरबारातला एखादा चांगला तरुण तिला भेटला असता आणि तिने अगदी वेगळे जीवन कंठले असते ?

"त्या काळातले जामसाहेब बक्षिसांची खैरात करीत. तशी त्यांना आवड होती," नानाने खुलासा केला. "मला वाटतं माझ्या पतींना चिंता वाटत होती, की जर महाराणींना मी आवडले, तर त्या मला वरचेवर बोलावून घेतील आणि मला बराच वेळ राजवाड्यात थांबावं लागलं असतं. माझे पती फार मत्सरी होते. दुसऱ्या पुरुषांनी माझ्याकडे पाहिलेलं त्यांना आवडत नसे."

नानाने पलंगाजवळच्या विणकामाच्या दोन सुया नि लोकरीचा गुंडा हातात घेतला.

"जर त्या वेळेला ते तिथून गाडीतून जात नसते, तर मी कायमची गेलेच असते..."

*वर्षभरातच रेचल मुंबईला कामा* हॉस्पिटलमध्ये परत आली. तिथे ती आणखी काही वर्षे काम करत राहीली. आता तिच्या पतीशी वरचेवर भेटीगाठी होत राहतात. त्या नेहमीच अगोदर न सांगता-सवरता असत. तिला अनवधानाने पकडण्यासाठी. कधीकधी त्यांच्या कोटाच्या खिशातून ते तिच्यासाठी नवीन कर्णफुले आणत. त्यांच्या भेटींमुळे ती उत्तेजितही होते आणि तिला अपराधीही वाटते. तिच्या कर्णफुलांतले हिरे प्रकाशात चमकतात आणि त्यांचा उजेड ताऱ्यांसारखा खोलीच्या छतावर परावर्तित होतो. ती डोके हलवते आणि ते पाहत बसते. ते प्रकाशकिरण तिच्याकडे बघत जणू डोळे मिचकावत असतात.

१९४३ मध्ये, जेव्हा माझी आजी सव्वीस वर्षांची होती, तेव्हा ती कामा हॉस्पिटलमध्ये हेड-मेट्रन होती. तिच्या व्यावसायिक क्षेत्रातली ही तिची सर्वोच्च कामगिरी. ती प्रसूती वॉर्डमध्ये एकटीच रात्रपाळी करत असे. स्त्रियांना भेटून त्यांचे चार्ट तपासत बसे. डॉक्टरांची व नर्सची मदत न मिळाल्यामुळे तिच्या आईची किती मुले दगावली होती, त्याचा विचार तिच्या मनात येई. तिच्या या कामाबद्दल तिला अभिमान वाटे, समाधान वाटे. एकदा सकाळच्या राऊंडवर ती जात असताना एक पेशंट तिला खुणेने बोलावते.

"काल रात्री तुम्ही मला किती मदत केलीत. माझी पाठ चेपलीत, त्याबद्दल थँक यू!" पेशंट म्हणते.

रेचल मान डोलावून पुढे जाते. विचित्रच आहे, ती स्वत:शी म्हणते, 'मी काही काल रात्री तिची पाठ चेपली नव्हती.' दुसऱ्या एका स्त्रीची नाडी तपासताना, तीही पेशंट हसून रेचलचा हात थोपटते, आणि म्हणते,

"पाणी दिल्याबद्दल थँक यू, डियर."

रेचलच्या लक्षात येऊ लागतं, की मॅटर्निटी वॉर्डमधल्या बऱ्याच पेशंट तिच्यात आणि दुसऱ्या एका नर्समध्ये गफलत करताहेत. अनेक जणी तिचे वर्णन करून सांगतात, की ती एक सुंदर अँग्लो-इंडियन बाई होती, कुरळे तपकिरी केस आणि नर्सची त्रिकोणी टोपी नि पांढरा शुभ्र गणवेश. तिचे नाव रोझ असते.

ही कोण नर्स आहे, त्याचा उलगडा रेचलला होत नाही. ती पुन्हा शेड्यूल तपासून पाहते. रोझ नावाची एकही नर्स पटावर नसते. वेळोवेळी अनेक रुग्ण रेचलला सकाळच्या राऊंडवर, तिने रात्री न केलेल्या मदतीबद्दल तिचे आभार मानायला लागतात, तिला रोझ नावाने हाक मारून बोलवतात. याबद्दल रेचल काही जुन्या नर्सेसना विचारते आणि तिला कळतं, की रोझ नावाची नर्स १९२० च्या सुमारास कामा हॉस्पिटलमध्ये कामावर होती. तिचा मृत्यू संशयास्पद होता. लोक त्याबद्दल कुजबुजत असत. ती मरण पावल्यानंतर सैन्यातला एक अधिकारी तिचे लेडीज हॉस्टेलमधले सामान न्यायला आला होता. लोक म्हणत, की त्याच्यापासून तिला दिवस राहिलेले होते आणि जेव्हा त्याने लग्नाचा प्रस्ताव नाकारला, तेव्हा तिने गर्भपात करून घेतला. त्या शस्त्रक्रियेतून ती वाचली नाही. त्यानंतर तिचे भूत मॅटर्निटी वॉर्डमधल्या गरोदर स्त्रियांना मदत करते. तिचे भूत फक्त गरोदर असलेल्या स्त्री-रुग्णांनाच दिसत असे.

रेचललाही रात्री उशिरा रोझ दिसायला लागते. रेचलला ते अस्तित्व जाणवते. तिला ती दिसते, कामात गर्क असलेली, पण रेचलच्या कक्षेबाहेर. जेव्हा रेचल तिच्याशी बोलायचा प्रयत्न करते, तेव्हा ती वळून दुसरीकडे जाते व नाहीशी होते. रेचलला वाटतं, की तिची झोप पूर्ण होत नाही म्हणून तिला असले भ्रम होत आहेत, नसणाऱ्या गोष्टीही दिसताहेत. तिला गळून गेल्यासारखे वाटते, उत्साह वाटत नाही, अशक्तपणा जाणवतो. एका रात्री ती वर बघते, तर रोझ तिच्याकडे बघत उभी असते. रोझ तिच्या ओटीपोटावर हात ठेवते आणि हसते. एक हळुवार, शांत, स्मितहास्य. दुसऱ्या दिवशी सकाळी रेचल उठते आणि उंच छतावरच्या तुळईकडे बघते. फक्त तिच्या खोलीच्या भिंतींनाच ऐकू जाईल, अशा आवाजात मोठ्याने जाहीर करते, "मला बाळ होणार आहे."

तिला आश्चर्य वाटते, की भीतीऐवजी तिला एक प्रकारे सुटका झाल्यासारखे वाटत होते. आता तिला लग्नाची बातमी लपवून ठेवता येणार नव्हती. तिला आता बाळ होणार होते.

तिच्या बहिणीची, लिझीची मदत ती घेते आणि त्यांच्या आईच्या कानांवर ही बातमी घालण्याचे काम ती लिझीवर सोपवते. मम्माला जेव्हा हे कळतं, तेव्हा ती खूप रडते. गरम आसवांनी तिच्या साडीचा पदर भिजून जातो. शेवटी ती म्हणते, "तुला मूल होणार आहे, हे चांगले आहे."

माझे आजोबा मुंबईला वरळीच्या समुद्रकिनाऱ्यावर नानासाठी एक बंगला बांधतात आणि तिच्या नव्या नावावरून ते बंगल्याचं नाव 'राहत व्हिला' ठेवतात.

रेचलची राहत होते, ज्यूची मुस्लिम होते. नवे जुन्याला झाकोळते. आता यापुढे सारं काही वेगळं होईल.

*"झोपायला जा आता बेटी, उशीर झालाय."*

नाना नि मी अंधारात बसलो होतो. बर्फगार वारा आमच्या जुन्या घरावर फटकारे मारीत होता. त्याच्याखेरीज दुसरा कसलाच आवाज नव्हता.

"मी जाते."

"झोप, झोप."

नानाचा श्वास ऐकू येईपर्यंत मी थांबले होते, अजून ती तिथेच आहे याची खात्री करून घ्यायला.

"तू सुद्धा झोप."

# प्रभाव

## *पुणे, नोव्हेंबर २००१*

मला यापेक्षा इतके जास्त एकटे कधीही वाटलेले आठवत नाही. रोजचा संध्याकाळचा तोचतोचपणा मला गुदमरवून टाकतो. मग मी लॉ कॉलेज रोडच्या टोकापर्यंत फिरायला जाते किंवा एका लहानशा, धुळकट सायबर कॅफेमध्ये जाते. तेथे तीन कम्प्युटर्स आहेत. त्यांच्यावर मी घरच्या बातम्या वाचते आणि माझ्या कुटुंबीयांना आणि मित्र-मैत्रिणींना मी ठीक असल्याचा निर्वाळा देते. भारतात वर्ल्ड ट्रेड सेंटरवरच्या हल्ल्याचा काय परिणाम झाला आहे, त्याबद्दल लिहून ते चौकशी करतात. जेव्हा टोनी हे विचारतो, तेव्हा त्याचा अर्थ मी जास्त लवकर परतणार आहे का, असा असतो. काय उत्तर द्यावे, ते मला सुचत नाही. मी त्यांना सांगते, की इथले दैनंदिन जीवन पहिल्यासारखेच चालू आहे. इथले लोक सहजपणे, पूर्वी झालेल्या पुराच्या आणि रोगराईच्या साथीत लाखो लोक कसे दगावले होते त्याच्या, आणि गाडीतल्या बॉंबस्फोटाच्याही न संपणाऱ्या गोष्टी पुन्हापुन्हा सांगतात. त्यांचे आकडे ऐकून डोके गरगरते आणि जीवनचक्र पुढे चालूच राहते. या गोष्टी माझ्या तिथल्या अमेरिकन मित्र-मैत्रिणींना विचित्र वाटतात. आता न्यूयॉर्क कसं बदललंय, हे मला ते सांगतात आणि मी त्याचे कल्पनाचित्र डोळ्यांपुढे उभे करण्याचा प्रयत्न करते. मी माझ्या रोजच्या परिचयाच्या साऱ्या गोष्टी सोडून इकडे आले, आणि त्यानंतरच्या दोन महिन्यांत जगामध्ये कितीतरी घटना घडल्या होत्या. मनात एक विसंगत भावना उचंबळते, की मी पिंजऱ्याच्या दारातून बाहेर पडलेय आणि जगातल्या दुसऱ्या एका समांतर दुनियेत येऊन पोहोचले आहे.

सायबर कॅफेच्या बाहेर आल्यानंतर तरुण मुले गटागटाने लॉ कॉलेज रोडवरच्या एक उघड्या चहा-कॉफीच्या दुकानाकडे जाताना दिसतात. तिथे तिन्ही बाजूंना लाकडी फळ्यांनी बंदिस्त केलेले आहे आणि समोरच बसायला एक ठेंगणे बाक आहे. मला ते कठपुतळ्यांच्या नाचाच्या मंचासारखे वाटते. त्या स्टॉलच्या भोवती ते घोळक्यांनी उभे असतात. लहानलहान स्टीलच्या कपातून, एकमेकांवर सहजगत्या रेलून, काही जण मोटरबाईकवर बसून चहा पीत असतात. ते कायम गहन वादविवादात गढलेले दिसतात आणि ते काय बोलताहेत त्याबद्दल मला नेहमी कुतूहल असते. मला त्यांच्यात मिसळावेसे वाटते; पण तो आगाऊपणा ठरू शकतो– शिवाय मला संकोचही वाटतो. एकदा दिवसा मी त्या चहाच्या दुकानात जाते आणि आत डोकावून बघते. लाकडी खोक्यासारख्या बांधलेल्या त्या दुकानाच्या आत तीन भली मोठी रिकामी पातेली असतात. चोराला सुद्धा जड वाटावीत अशी. गंमत म्हणजे त्याचा मालक तिथे दिसत नाही. त्याचा धंदा रात्री अकरानंतरच सुरू होत असावा.

माझे त्या दुकानाबद्दलचे औत्सुक्य फारच वाढायला लागले म्हणून एका रात्री मी त्या स्टॉलसमोरून जाते. फिल्मचे काही विद्यार्थी तिथे असतात, त्यांना मी माझी ओळख सांगते. मी हात पुढे करते, पण ते हस्तांदोलन करत नाहीत. फक्त माझ्याकडे बघून माना डोलावतात. जवळच दोघी मुली फुरंगटून उभ्या असतात. मी त्यांच्या शेजारी जाऊन उभी राहते आणि काहीतरी संभाषण सुरू करायचा प्रयत्न करते, पण उपयोग शून्य. मी बघते, की जेव्हा हे विद्यार्थी आपापसात चेष्टामस्करी करत वायफळ गप्पा मारतात, पाठीवर थापट्या मारतात, तेव्हा ते हिंदीमध्ये बोलतात; पण जेव्हा त्यांचे संभाषण चालू असते, तेव्हा मात्र ते इंग्लिशचा वापर करतात. त्यातला एक मुलगा पुटपुटतो, "हो, ती अमेरिकन," आणि इतर सारे हसतात. त्यातला एक जण माझ्याकडे हात पुढे करत मला म्हणतो, "माझ्या मित्रांच्या वतीने मी माफी मागतो. ते उद्धटपणा करताहेत. हे मला चांगलं माहिती आहे. माझा भाऊ कनेक्टिकट मध्ये असतो."

जो चहाचा स्टॉल वाटतो, तो खरे तर कॉफीचा स्टॉल असतो, तिथे गोड, दुधाळ नेसकॉफी मिळते. ती कॉफी लहानशा, चिरा पडलेल्या त्या कपातून पीतपीत ही मुले, त्यांच्या खोलीत अजून वाचायला हवीत अशा पुस्तकांचा ढीग पडलेला असतो, त्याबद्दल कुरकुरत असतात... मध्यरात्रीच्या वेळी, विद्यार्थिनींच्यावर कर्फ्यू असतो, त्याबद्दल त्या तक्रार करत असतात. सुदैवाने हे नियम मला लागू होत नाहीत, म्हणून मला थोडा दिलासा वाटतो आणि जरा आनंदही होतो. कॉफी स्टॉलच्या एका कडेला बसलेला रेखेव मला दिसतो. दोघातिघा विद्यार्थ्यांना त्याच्या लघुपटाची संकल्पना समजावून सांगण्यात तो गर्क आहे. ते तिघे खिळल्यासारखे

त्याचे बोलणे ऐकताहेत.

"आता पाहा, एक मुलगा– म्हणजे आता तो एक म्हाताराही असतो– गोष्ट सांगायचा प्रयत्न करतो. ही फिल्म दोन भागांत असेल. पहिल्या भागात तो मुलगा शाळेत जातो, तो सगळा विधी असेल. दुसरा भाग म्हणजे एक डोळ्यांसमोर दिसणारे खरेखुरे गोष्टीचे पुस्तक असेल. त्यातले पौराणिक उल्लेख आम्ही कोडी म्हणून वापरू. त्यापैकी काही सोमदेवच्या 'कथासरित्सागर' यातले असतील आणि काही मिलोराद पाविकच्या 'डिक्शनरी ऑफ द खजार्स'मधले असतील."

"तुमच्या कल्पना किती प्रचंड गुंतागुंतीच्या असतात." एक जण कौतुकानं डोकं हलवत म्हणतो, "आम्ही काही तुमच्यासारखे जिनियस नाही, यार...." मी खाली बसते आणि ते तरुण त्यांच्या पूर्वीच्या संभाषणाचा धागा पकडून हिंदीमध्ये बोलणे सुरू करतात आणि ते मला काहीच कळत नाही. रेखेव एक मोठी, हिरवी वही उघडतो आणि त्यात काहीतरी फाऊंटनपेनने लिहितो, तोवर मी कॉफी पीत असते. तो वही बंद करतो आणि माझ्याकडे टक लावून बघतो.

"तुला रॉबर्ट ब्रेसनचे काम माहिती आहे का?"

कुणीतरी मला एक प्रश्न विचारला, याबद्दलच मला कृतज्ञ वाटतं. कुणाशी तरी संभाषण सुरू होतंय, याची कृतज्ञता. मी त्याला सांगते, की कॉलेजमध्ये असताना मी त्याच्या फिल्म्स पाहिल्या होत्या; पण आत्ता या क्षणी मला त्या स्पष्टपणे आठवत नाहीत. रेखेव माझ्यावर नाराज होतो. "तू त्याचं 'नोट्स ऑन द सिनेमाटोग्राफर' हे पुस्तक वाचलं आहेस का?"

मी नकारार्थी मान हलवते.

"त्या पुस्तकामुळे इथे आम्ही फारच प्रभावित झालेलो आहोत. तुझ्यावर कुणाचे प्रभाव पडलेले आहेत?"

"प्रभाव?" मी बावळटपणे विचारते.

"कोणत्या कलावंतांचे आणि लेखकांचे तू सर्वांत जास्त कौतुक करतेस? भारावून जातेस? तुला सर्वांत जास्ती कोण आवडतात?" तो गंभीरपणे विचारतो.

माझ्याजवळ उत्तर तयार नसतं आणि मी भांबावते.

"तू मला हे सांग, तू जॉन केज याचं संगीत ऐकलं आहेस का?"

मी ऐकलंय. तसं मी त्याला सांगते आणि त्याच्या चेहऱ्यावर तो चमकल्याचं स्पष्ट जाणवतं.

"मी त्याचं 'सायलेन्स' हे पुस्तक वाचलंय. त्याचं दुसरंही एक पुस्तक मी वाचलेलं आहे. त्याची पुस्तके वाचून मी अगदी मोहून गेले होते; पण अजून मी त्याचं संगीत काही ऐकलेलं नाही. कसं आहे ते सांग तरी मला." मी म्हणते.

केजचा प्रसिद्ध ४' ३३" हा पीस रेखेवला माहिती आहे. त्यात केज

पियानोसमोर साडेचार मिनिटे स्वस्थ बसलेला असतो. केजच्या शक्याशक्यतेच्या संकल्पना आणि फिल्म बनवताना होणारा त्याचा उपयोग, यांनी रेखेव भलताच प्रभावित झालेला होता. त्या संगीताचं वर्णन कसं करावं, ते मला कळत नाही. मी काही मिनिटे प्रयत्न करते, तेव्हा माझ्या प्रोफेसरांनी केजची एक गोष्ट सांगितली होती, ती मला आठवते. न्यू इंग्लंडमधल्या एका लहानशा कॉलेजमध्ये झाडांच्या राईत केजने कार्यक्रम केला होता. ते प्रोफेसर झाडीतून आसपास हिंडत होते, तेव्हा चार-पाच जणांबरोबर हा कलावंत तेथे त्यांना शांतपणे उभा दिसतो. प्रोफेसरांनी त्याला ओळखले व विचारले, ''केज! माय गॉड. हे तर विलक्षण आहे! तू इथे काय करतो आहेस?'' जॉन केज सावकाशपणे त्यांच्याकडे वळून म्हणाला, ''मी काम करतोय, टिम. माझा कार्यक्रम चालू आहे नि मी कार्यक्रमात आहे.'' आणि मग प्रोफेसरांच्या लक्षात आले, की केजच्या काही संगीताच्या पीसेसमध्ये ते चालतचालत शिरले होते.

ही गोष्ट ऐकून रेखेव हसतो. मला न्यूयॉर्कची किती आठवण येते आहे, ते मला जाणवतं.

*इन्स्टिट्यूटच्या लायब्ररीत अंकल* मोझेसनी मला दिलेल्या बेने इस्राईलवरच्या पुस्तकांतून नोट्स काढण्यात मी दिवसाचा वेळ घालवते. मुंबईला परत जाऊन त्या जमातीतल्या लोकांशी ओळख करून घेण्यापूर्वी, त्यांच्या इतिहासाचा नीट परिचय करून घेऊन माझी बैठक मला पक्की करायची आहे. त्यांच्या बद्दल फारच थोडी पुस्तके लिहिली गेली आहेत. नानाच्या शेल्फवरची त्यापैकी काही पुस्तके येताना मी बरोबर आणली आहेतच. प्रत्येक पुस्तकाची सुरुवात सारखीच आहे. जहाज फुटल्याची कहाणी. इस्राईलच्या प्राचीन भूमीवरून बेने इस्राईल एका जहाजात बसून नवगांवच्या किनाऱ्यावर उतरले– हे लहानसे खेडेगाव मुंबईच्या दक्षिणेस १६० किमी अंतरावर आहे. या पुस्तकांमध्ये काही जुनी चित्रं आहेत, पण हल्लीची अजिबात नाहीत.

''हे केव्हा घडलं होतं, नाना?'' माझा आवाज मला ऐकू येत होता.

''दोन हजार वर्षांपूर्वी, बेटी.'' ती म्हणते.

दोन हजार वर्षे. पुस्तकाच्या पानावर मी दोन्ही हातांचे तळवे पसरते आणि कल्पनाशक्तीला वाव देते. दोनशे वर्षांसाठी हाताचे एक बोट. लहानपणापेक्षा आता हे मोजणं मला सहज जमतंय.

इस्राईलच्या ज्यू लोकांच्या मूळ बारा टोळ्या, त्यातल्या दहा हरवल्या, पण कल्पनेत आहेत आणि त्यांचा मागोवा अजून घेतला जातो, अगदी आजही. बेने इस्राईलना वाटतं, की त्या हरवलेल्या गटांपैकी ते एक आहेत. पृथ्वीवर नव्या

भूमीच्या शोधासाठी त्यांना धाडण्यात आलेले आहे. आता आजीने सांगितलेल्या गोष्टी आणि मी वाचलेली माहिती, यांचा मेळ कुठे होत गेला, ते मला सांगता येत नाही आणि या लुप्त कुळांचा इतिहास कुठला आणि दंतकथा कुठल्या, यातला फरकही मला सांगता येणार नाही.

पारंपरिक ऐकीव माहितीनुसार, फुटलेल्या जहाजातून वाचलेले बेने इस्राईल, कोकणच्या किनाऱ्यावर उतरले नि तिथेच स्थिरावले. कित्येक पिढ्यांपर्यंत शांततेने नांदले. त्यांच्या धार्मिक ग्रंथापासून ते वेगळे पडलेले होते, त्यामुळे त्यांच्या धर्माबद्दल जे काही थोडंफार त्यांना आठवत होतं, ते म्हणजे शब्बात पाळणे, कल्ले आणि खवले काढलेले मासे न खाणे आणि मुलगा जन्मला, की आठव्या दिवशी त्याची सुंता करणे, हे ते पिढ्यांपिढ्या करत राहिले. कालांतराने ते हिब्रू भाषा विसरले आणि त्यांनी स्थानिक मराठी भाषा स्वीकारली; परंतु त्यांच्या 'शेमा' प्रार्थनेच्या सुरुवातीचे वाक्य मात्र त्यांच्या लक्षात राहिले होते. ज्यू धर्माचे ते मध्यवर्ती तत्त्व– त्याचे पारायण, ते प्रवासाच्यावेळी संकटकाळामध्ये किंवा उत्सव साजरे करताना करत असत: ''ऐक, हे इस्राईल, परमेश्वर, आपला स्वामी, हा एकच ईश्वर आहे.''

एकोणिसाव्या शतकाच्या सुरुवातीला, चर्च ऑफ इंग्लंड, स्कॉटिश प्रेस्बिटेरियन आणि अमेरिकन काँग्रेगेशनल मिशनचे ख्रिस्ती मिशनरी मुंबईत व रायगड जिल्ह्यांत काम करत होते. त्या वेळी त्यांनी बेने इस्राईलचा उल्लेख ऐकला होता. या जमातीतले लोक शब्बात पाळतात आणि त्यांना हिब्रू भाषेचे काही शब्द येतात, हे पाहून ते चक्रावले होते. जेव्हा त्या मिशनऱ्यांचा बेने इस्रायली लोकांशी संपर्क आला, तेव्हा त्या जमातीतल्या लोकांनी सांगितले, की त्यांचे पूर्वज उत्तरेकडच्या देशातून हिंदुस्थानात आले होते. जहाज फुटल्यामुळे ते या किनाऱ्याला लागले होते, अशी कथा त्यांच्यापर्यंत आली होती. जिवंत राहिलेल्या सात जोडप्यांनी, जे वाचले नाहीत, त्यांना दोन मोठे खड्डे खणून त्यात पुरले आणि ते जवळपासच्या खेड्यांत राहू लागले. गेली कित्येक शतके इतर ज्यूंपासून ते वेगळे होऊनच राहत होते.

त्या मिशनऱ्यांनी मुंबई व कोकण भागांत प्राथमिक शाळा सुरू केल्या आणि कित्येक बेने इस्राईल पुरुषांना शिक्षकांच्या नोकऱ्या दिल्या. त्यांची बेने इस्राईल मुले त्या शाळांतून शिकायला लागली. या शाळांतून बेने इस्राईलना इंग्लिश व 'जुना करार'ही शिकवले गेले. त्यातल्या गोष्टींमधून इतिहासाचे धागे त्यांना ओळखीचे वाटायला लागले; पण ख्रिस्ती धर्मांतरास मोठ्या प्रमाणावर उत्तेजन मिळण्याऐवजी, बेने इस्राईल लोकांची ख्रिश्चन मिशनऱ्यांशी जवळीक झाली आणि भारतातल्या व जगातल्याही इतर ज्यू लोकांशी दळणवळण सुरू करण्याचे ते एक चांगले साधन बनले.

एकोणिसाव्या शतकाच्या अखेरीस, बहुसंख्य ज्यू कुटुंबं मुंबई या आधुनिक शहरात केंद्रित झालेली होती. शंभर वर्षांच्या आतच बेने इस्राईल लोक, जे मराठी

बोलत व खेड्यांत राहून शेती करत, ते पूर्णपणे बदलून आता मराठी व इंग्लिश बोलणारे, मध्यमवर्गीय, शहरी नागरिक बनले होते. १९३० च्या जनगणनेच्या अहवालावरून मला समजतं, की नाना व तिचं कुटुंबही त्या वेळच्या, या अशा लोकांपैकीच एक असावेत. तिचे आई-वडील, आजी-आजोबा खेड्यांत वाढले असतीलही, पण नाना व तिची भावंडे मात्र शहरातल्या मुलांसारखी वाढली. सण-उत्सव साजरे करताना, लग्नसमारंभांना पुणे व मुंबईतल्या खच्चून भरलेल्या सिनगॉगमध्ये जाणारी! नाना वयात आली त्या वेळी बेने इस्राईल जमात उंचीच्या स्थानावर होती. त्यांचे तीस हजार सभासद होते आणि फाळणीपूर्व मुंबईतल्या विविध जाती-धर्मांच्या संमिश्र अशा वातावरणात ते समाधानी होते, सुरक्षित होते. तिच्या वडिलांचे हिंदू, ख्रिश्चन, जैन, शीख मित्र होते. त्यांचा एक जिवलग मित्र आणि धंद्यातला भागीदार मुसलमान होता, अली सिद्दीकी. हा गृहस्थ पुढे नानाचा नवरा होणार होता, म्हणजे माझे आजोबा.

*जे मी सारे काही वाचते आहे,* त्यात बेने इस्राईल लोकांचे भारतातून इस्राईलला होणारे त्याच प्रकारचे स्थलांतर वर्णन केलेले आहे. १९४० मध्ये प्रथमच एक झिऑनिस्ट शिष्टमंडळ इस्राईलमधून भारतात आले. त्यांना हिंदुस्थानी ज्यूंची इस्राईलसाठी भरती करायची इच्छा होती. स्वतंत्र हिंदुस्थानची आणि इस्राईलची निर्मिती, या दोन्ही गोष्टी आता लवकरच खऱ्या होणार होत्या. या प्रस्तावाचा बेने इस्राईल मंडळींनी विचार केला आणि त्या वेळी तरी, जिथे आहोत तिथेच राहायचे ठरवले.

पण १९४७ मध्ये कथेला या वेगळे वळण मिळाले. हिंदुस्थानवर दिडशे वर्षे असलेले आधिपत्य संपवून ही वसाहत सोडून जाण्याची तयारी ब्रिटिश सरकार करू लागले. भारतीयांच्या हाती सत्ता सोपवून एक नवीन, स्वतंत्र देश निर्माण होणार होता; पण वाढते तणाव आणि हिंदू व मुसलमानांची भांडणे विकोपाला गेल्यामुळे देशाची फाळणी करून हिंदुस्थानी मुसलमानांसाठी पाकिस्तान हा नवीन देश निर्माण करण्यासाठीची बोलणी वाढत गेली. इंग्लिश लोक इंग्लंडला परत जायची भाषा बोलू लागले होते. मुंबईत यापुढे आपले भवितव्य कसे असेल, असा विचार बेने इस्राईलही करू लागले. इस्राईलमध्ये जाऊन जगातल्या इतर ज्यूंबरोबर सामील व्हावे, हा विचार खूप गंभीरपणे होऊ लागला.

नाना म्हणाली होती, की तिचा थोरला भाऊ जॉर्ज हा अगदी पहिल्या बेने इस्राईल समूहातून भारतातून स्थलांतर करणारा होता. झिऑनिस्टच्या कार्यासाठी झटणाऱ्यांसाठी जी भूमी आरक्षित ठेवलेली होती, तिथे जाऊन त्यांची जमात नव्या भूमीवर वसाहत निर्माण करणार होती. कुटुंबातली इतर मंडळीही नंतरच्या वीस वर्षांत हळूहळू गळत तिकडे स्थायिक झाली. फक्त नाना आणि तिचा धाकटा भाऊ

निसीम यांनी इस्राईलला कधीही स्थलांतर केलं नाही. जेव्हा नाना पाकिस्तानला गेली, त्या वेळीही निसीम भारतातच राहिला.

मी माझ्या वहीत लिहिते : "इथे मागे राहिलेल्या इतर बेने इस्राईल लोकांचं काय?" त्यांच्या मनातल्या विचारांची नोंद फारशी कुठे आढळली नाही. त्यांचे जाणे-येणे, त्यात गुरफटणे, सुट्ट्या, प्रार्थनेची स्थळे, ज्या लोकांमुळे आणि स्थानांमुळे त्यांची जडणघडण झाली, ते कुठेही दिसत नाही; पण त्या सगळ्याची नोंद मला करायची आहे, मला ते जतन करायचं आहे. जे उरलंय, त्यात मला रस आहे. माझ्या आजीनं जी वाट निवडली नाही, त्या वाटेनं चालत-चालत मला मागे जाता येईल का? मला बघायचंय.

*लायब्ररीमध्ये समोरच्या बाजूला रेखेव* बसलेला मला दिसतो. त्याच्याकडे बघून मी हात हलवते. तो माझ्याकडे वर बघतो आणि टेबलावरून एक पुस्तक माझ्याकडे सरकवतो. अमृता शेरगिलवरचे ते पुस्तक आहे. ती अर्धी हंगेरियन, अर्धी हिंदुस्थानी. चित्रकार आहे. मी तिच्याविषयी वाचते, की १९३० च्या सुमारास ती इटली व फ्रान्समध्ये कलाशाखेची विद्यार्थिनी म्हणून सुरुवातीला अभ्यास करत होती. मी तिची चित्रं पाहते. मला तरी ती इतर चित्रकारांच्या नकला केल्यासारखी वाटतात. त्यानंतर त्यात बदल येतो. १९३४ मध्ये ती भारतात येते आणि भारतीय चित्रकलेचा अभ्यास करते. मुघल लघुचित्रं, अजिंठ्याची चित्रं, यातली मूलतत्त्वं ती एकत्र करते. ती तिच्या डॉक्टर असलेल्या कझिनशी (आते/मामेभाऊ) लग्न करते आणि उत्तर प्रदेशातल्या तिच्या कुटुंबाच्या गावात ते प्रथम राहायला लागतात आणि नंतर लाहोरला जातात. तिच्या विनोदी, हजरजबाबी स्वभावाबद्दल आणि तिच्या लफड्यांबद्दल ती प्रसिद्ध होती. पुरुष आणि स्त्रिया यांच्याबरोबर तिचे संबंध असतात. वयाच्या अठ्ठाविसाव्या वर्षी, रहस्यमय तऱ्हेने तिचा मृत्यू होतो. काही जण म्हणतात गर्भपातामुळे, तर काही जणांच्या मते गुप्तरोगामुळे (सिफिलीस.) हा पाठ इथेच संपतो. मी तिच्या फोटोकडे बघते. तिच्या चेहऱ्यात तिच्या हंगेरियन पालकांच्या खुणा शोधते आणि नंतर भारतीय पालकांच्या. निम्मी-निम्मी व्यक्ती. माझ्यासारखी.

पाच वाजायच्या सुमारास मी खुर्चीवरून उठते. रेखेवही त्याच वेळेला माझ्याबरोबर बाहेर पडेल की काय, याची उत्सुकता असतेच. तोही निघतो. आम्ही मुकाट्याने बाहेर जातो, दोघांची लायब्ररीतून बाहेर जाताना मिरवणूक.

तो खास दिवस असल्यासारखं वाटतं, शाळेतून बाहेर पडल्यासारखं. आम्ही कुठे जात आहोत, ते मला खात्रीने सांगता येत नाही. आम्ही एका छोट्या सिगरेटच्या दुकानावरून जातो आणि रेखेव सिगरेटचं अर्धं पाकीट नि काड्यापेट्या विकत घेतो. चहाच्या दुकानाच्या पलीकडे एक मंदिर आहे, असं मी ऐकलं होतं; पण मी अजून तिथे

गेले नव्हते. ते मंदिर खूप लांब आहे का, असं मी त्याला विचारते.

ते लांब नाही, अशा अर्थी रेखेव मान हलवतो.

"तू बिझी आहेस का?" मी विचारते.

"माझा असा विचार होता, की कर्वे रोडला एका माणसाकडून मी जेथून पुस्तकं विकत घेतो, तिथे तुला घेऊन जावं."

"ओह, आय सी." मी म्हणते. कुणीतरी मला कुठेतरी घेऊन जाणार आहे, हे मनाला सुखद वाटते. मी जरा खुशालते.

"पण, तुला हवं तर, अगोदर मंदिरात जाऊ." तो पुढे म्हणतो.

"चल, जाऊ या," मी सांगते.

पण लगेच लक्षात येतं, की आम्ही योग्य ती पादत्राणे घातलेली नाहीत. आम्हा दोघांच्याही पायांत सँडल्स आहेत. टेकडीचा चढ उभा आहे आणि अजून सूर्यही खाली गेलेला नाही, त्यामुळे उष्मा आहेच.

"आपण जरा थांबायला हवं होतं," रेखेव म्हणतो.

त्या बाजूने टेकडी चढताना मध्येच काही खडक असतात, त्यांच्या आसपास छोटी मोकळी जागा असते. तिथे आम्ही थांबतो आणि चहूबाजूंनी हिरव्या, तपकिरी, बदामी रंगाच्या टेकड्यांचा देखावा डोळे भरून पाहतो.

"चल, बसू या," तो म्हणतो आणि एक सिगरेट काढीत बसतो. चालण्याचा व्यायाम आणि धूम्रपान एकाच वेळी करायच्या कल्पनेने मला हसू येतं, पण त्यात त्याला काही हसण्याजोगं वाटत नाही.

"तू ज्यूंच्याबद्दल काय शिकते आहेस?" थोड्या वेळानंतर खालच्या दरीकडे बघत तो विचारतो.

"त्यांचा विश्वास आहे, की दोन हजार वर्षांपूर्वी एक जहाज फुटलं आणि ते इथे आले." मी सांगते, "सात पुरुष आणि सात स्त्रिया त्यातून वाचल्या. या सात जोडप्यांपासून पुढची सारी जमात निर्माण झाली, असा त्यांचा विश्वास आहे."

"हे खरं आहे का?"

"मला माहीत नाही, पण त्यांचा त्यावर विश्वास आहे," मी म्हणते.

"ही एकदम इंडियन (भारतीय) कल्पना आहे. तुला माहिती आहे का, तुम्ही दुसरीकडून इकडे आलात, असा विश्वास बाळगायची कल्पना!" रेखेव वर बघत म्हणतो.

"ते कसं काय?" मी विचारते.

"आपण एक मिश्र भेसळ आहोत. आपल्यापैकी कुणीही इथले नाहीत. नायपॉलने याचबद्दल लिहिलंय. आपण दुसरीकडून कुठून तरी येऊन इथे राहिलोत, या कल्पनेला लोक चिकटून बसतात. त्याबद्दल अनेक दंतकथा प्रचलित आहेत–

समुद्रावरून आले ते ग्रीक लोकांचे वंशज, महाराष्ट्रात चित्तपावन ब्राह्मण म्हणून एक जात आहे, तेही जहाज फुटल्यावर नावेतून आले, असं म्हणतात. बरं, अमृता शेरगिलबद्दल तुला काय वाटतं?''

''ती भयंकर गोंधळून गेलेली होती, असं मला वाटतं.''

रेखेव वाऱ्याने विझलेली सिगरेट पुन्हा पेटवतो.

''कदाचित तुला ही साम्यस्थळं स्पष्टच वाटतील, पण मला तरी तसं वाटलं होतं– अर्धी हिंदुस्थानी मुलगी, ती कोण आहे, ते शोधायला इकडे येते. मी दिल्लीला शाळेत होतो, तेव्हा तिची चित्रं पाहायला जात होतो. आर्ट म्युझियममध्ये एक संपूर्ण दालन त्यासाठीच आहे. त्यापूर्वी मी ती चित्रं फक्त पुस्तकातच पाहिलेली होती; पण ती जवळून पाहिली, तेव्हा मी फारच चकित झालो होतो. तुला जर पटलं, तर मला वाटतं, की अमृता शेरगिलला एखाद्या मार्गदर्शकाप्रमाणे म्हणून तुला घेता येईल.''

रेखेव एकामागून एक अशा भराभरा सिगरेट्स ओढतो. त्याची पाचवी सिगरेट पाहताना माझ्या लक्षात येतं, की तो सिगरेट नुसती ओढत नाही, तर नुसतीच फुंकतो आहे. मी रेखेवला त्याच्या कुटुंबाबद्दल विचारते. त्याची आई एक शिक्षिका आहे. वडील सरकारी सेवेत आहेत. तो दीड वर्षांत घरी गेलेला नाही.

''त्यांना तू तिथे यायला नको आहे का?'' मी विचारते.

''मी फारसा प्रवास करत नाही, हे त्यांना ठाऊक आहे,'' तो सांगतो.

रेखेवला पाकिस्तानविषयी कुतूहल आहे. मी त्याला 'सिद्दीकी हाऊस'बद्दल सांगते. ते कराचीतले घर आहे, जिथे माझी आई वाढली. त्या घरात तिचे आई-वडील, तिची नऊ भावंडे, तिच्या वडिलांच्या दुसऱ्या दोन बायका, यांच्याबरोबर ती राहिलेली होती. तिथे एकूण दहा मुले होती, त्यातली पाच नानाची होती.

''ते सगळे तिथे एकत्र राहत होते?'' तो विचारतो.

''माझे आजोबा सिद्दीकी विलक्षणच होते.'' मी उत्तर देते.

रेखेवचे कुटुंब पूर्वी रावळपिंडीजवळच्या एका खेड्यात राहत होते. आता रावळपिंडी पाकिस्तानात आहे. फाळणीनंतर ते जम्मूत स्थायिक झाले.

''तुला तिथे इथल्यापेक्षा वेगळं वाटतं का?'' तो मला विचारतो. सर्वांत मोठे फरक उघडच आहेत. प्रार्थनेची पुकार, घराबाहेर स्वयंचलित बंदुकधारी पहारेकरी, काळजीपूर्वक आखलेल्या विवाहसमारंभातील गुलाबांच्या फुलांनी सजवलेले बगिचे. माझ्या सर्वांत प्रभावी आठवणी या माझ्या आईच्या माहेरातल्या गजबजलेल्या पायवाटांमधल्या आहेत.

''कराचीत तुम्ही चालत जात नाही,'' मी म्हणते.

''आपण स्वावलंबी असणं, हे महत्त्वाचं आहे, नाही का?'' त्याचं निरीक्षण.

"हो ना, असायला हवं."

"तीही एक परीक्षाच,"

मी होकारार्थी मान डोलावते आणि टेकडीच्या खालच्या अंगाला नजर टाकते. एक बैल व त्याचा मालक लांबच्या वाटेने जाताना दिसतात, ते मी न्याहाळते.

"माझ्या वडिलांच्या आईनं मला सांगितलं होतं, की आमच्या कुटुंबाकडे पण एक सुंदर बाग होती. ती आता पाकिस्तानात आहे. ती पार जमीनदोस्त झाली आहे, असं म्हणतात," त्याची सिगरेट कातळावर विझवत तो म्हणतो.

मी त्याला जम्मू व काश्मीरबद्दल विचारते. आर्मी स्कूलला जाताना व येताना, बसमध्ये बसण्यापूर्वी रोज खाली वाकून प्रथम बॉंबबिंब काही नाही ना, ते पाहायची सवय लागलेली होती, त्याबद्दल तो सांगतो. लहानपणी आणि पौगंडावस्थेतही, त्याची उंची चार फूटच राहिली होती.

"एवढा उंच," तो आपल्या खांद्याच्या खाली हात ठेवून मला दाखवत म्हणतो. मी त्याला प्रत्युत्तर म्हणून कबुली देते, की मी तेरा वर्षांची होते, तेव्हापासून माझी उंची पाच फूट, साडेनऊ इंच इतकी आहे, आत्ताएवढीच.

"मला असे गुंतागुंत असणारे लोक आवडतात," तो हसून म्हणतो.

# सिद्दीकी हाऊस

## *कराची, १९८३*

सिद्दीकी हाऊसची पुढची बाजू कोणती आणि मागची बाजू कोणती, हे ठरवणं कठीण होतं. दोन्ही बाजूंना अगदी सारख्या, पण विरुद्ध दिशांना जाणाऱ्या गाडीवाटा होत्या आणि दोन समांतर रस्त्यांना लागून नीटनेटकी राखलेली, व्यवस्थित कापलेली हिरवळ माझ्या आजोबांनीच हा नकाशा तयार केलेला होता. तो पाहिला की वाटतं, की दोन माणसे पाठीला पाठ लावून, हातांची घडी घालून, दुसरा काय पाहतोय ते मुळीच पाहायचे नाही, असे ठरवून बसलेली असावीत. दोन्ही प्रवेशद्वारांवर 'सिद्दीकी हाऊस' हे शब्द होते. फिक्कट पिवळ्या पार्श्वभूमीवर पांढरी प्लॅस्टरची अक्षरे उठून दिसत. ही इमारत केव्हा बांधली, त्याचे साल १९४८ हे फाटकावर कोरलेले होते. बघताक्षणीच छाप पाडणारी अशी ही वर्तुळाकार भव्य बिल्डिंग आर्ट डेको स्टाईलमध्ये असून, ती एकाच कुटुंबासाठी असलेले मोठे घर अशी न दिसता, अनेक सदनिका असलेली इमारत असावी, असे वाटते.

'सिद्दीकी हाऊस' ही एका माजी ब्रिटिश अधिकाऱ्याच्या बंगल्याच्या पायावर वाढवलेली इमारत होती. फाळणीनंतर माझ्या आजोबांनी हा बंगला विकत घेतला आणि लगेचच तो टप्प्याटप्प्याने वाढवायला सुरुवात केली, म्हणजे त्यांचे सारे कुटुंब तिथे राहिले असते. त्यांचा इरादा होता, की त्यांच्या तिन्ही बायका, त्यांची मुले, यांना वेगवेगळ्या सदनिका, वेगवेगळी प्रवेशाची दारे आणि प्रत्येकाच्या नावाने त्या संपत्तीत वाटा असावा. माझे आजोबा हयात असेपर्यंत हे सबंध कुटुंब एकाच मोठ्या घरात, एकमेकांच्या डोक्यावर आदळत, तरीही एकमेकांच्या वाटेमध्ये न

येण्याची दक्षता घेत छान राहिले होते. एकावर एक मजले चढवत बांधकाम वाढवले गेले. माझ्या आजोबांच्याभोवती त्याची कक्षा आखलेली होती. तिथून ते हुकूम सोडीत असत.

त्यांचा ट्रेडमार्क म्हणजे पांढरा शार्कस्किनचा सूट, तुकतुकीत लाल रंगाची फेजकॅप आणि पांढरे-काळे जोडे वा चढाव! माझी आई वर्णन करताना सांगते, की त्या सुरुवातीच्या दिवसांत सिद्दीकींच्या भोवती सतत गोंगाट आणि मजुरांची वर्दळ असायची. त्याचबरोबर ऊसाचा रसवाला, फळवाला यांच्या हाका आणि कुत्र्यांचे भुंकणे, यांचीही साथसोबत होतीच. त्या कुटुंबातला गोंधळ कधी कमी झालाच नाही.

*मी आठ वर्षांची होते नि* कासीम पाच वर्षांचा होता, तेव्हा माझ्या आईच्या धाकट्या भावाचे, सलमानचे लग्न ठरले होते. नानाच्या इतर मुलांनी आपापले जोडीदार शोधून लग्नं केली होती; पण तिच्या या पाचव्या आणि शेवटच्या मुलासाठी मात्र सारं काही रीतसर व्हावं, अशी तिची इच्छा होती. त्याच्यासाठी तिने शेहजादी नावाची आमच्या समाजातलीच 'मोहाजिर' कुटुंबातली मुलगी ठरवली होती, म्हणजे हिंदुस्थानातून स्थलांतर केलेल्या आम्हां मुस्लिमांसारखीच ती होती. अंकल सलमान जरी आमच्याजवळच न्यूटनमध्ये राहत होता, तरी त्याची वाग्दत्त वधू पाकिस्तानातली होती, तेव्हा हे लग्न सिद्दीकी हाऊसमध्ये व्हावे, असे नानाला वाटत होते. तिच्या शेवटच्या मुलाचे लग्न तिच्या पतींना आवडले असते, तशा थाटामाटात आणि रीतीरिवाजांप्रमाणे व्हावे, असा तिचा आग्रह होता. त्यांची जवळीक असलेल्या पारसी मित्रांच्या घरी रिसेप्शन आणि पंचतारांकित हॉटेल्सच्या बागांमध्ये इतर पार्ट्या तिला करायच्या होत्या.

त्या वेळी आम्हाला कुणालाच वाटलं नव्हतं, की आम्ही पाकिस्तानात साजरा करणारा हा आमच्या कुटुंबातला शेवटचाच लग्नसमारंभ ठरेल. अंकल सलमानच्या लग्नानंतर, सारे कुटुंब फारच लांबलांब पांगले गेले आणि इतक्या लांबचा प्रवास करून एरवी जाण्यासाठी कराचीतले आमचे संबंधही बरेच पातळ झाले होते.

पाकिस्तानातल्या आमच्या कुटुंबामध्ये जी प्रत्येक गोष्ट होत असे, त्याप्रमाणे लग्नाच्या तयारीलाही एक वेळेची मर्यादा होती. त्याचं एक अंतस्थ, बेशिस्त, तर्कशास्त्र असतं. सिद्दीकी हाऊसमध्ये एका कुटुंबाच्या तीन शाखा राहत होत्या. त्यापैकी दोन शाखांचे संबंध बऱ्याच दिवसांच्या भांडाभांडीमुळे तणावाखाली होते आणि त्याचं मूळ कारणही फारच थोड्या मंडळींना आठवत असेल; पण त्यामुळे लग्नाची तयारी जास्तच आव्हानात्मक व्हायला लागली होती. लग्नाची तारीख जवळजवळ येऊ लागली अन् नानाच्या सॅम्सोनाईट बॅगा कराचीहून येणाऱ्या मागण्या-विनंत्यांनी हळूहळू भरायला लागल्या. कॅसिओ सिंक्रोनाईझर, बेटी क्रॉकर केकमिक्स, शॅनेल नं.५.

बॉस्टनहून कराचीला केलेला तो प्रवास म्हणजे माझ्यासाठी जणू मजलदरमजल केलेली ती मस्त सहलच होती. बॉस्टन ते न्यूयॉर्क, न्यूयॉर्क ते फ्रँकफर्ट, फ्रँकफर्ट ते कायरो, कायरो ते कराची. माझ्या शिक्षकांनी मला एक छान निळी स्पायरल वही दिली होती. त्यात माझ्या प्रवासाचे वर्णन मला लिहायचे होते. मी ती वही बॉस्टनच्या लोगन एअरपोर्टवर, ममाच्या मागोमाग कासीमबरोबर सिक्युरिटी चेकच्या गोंधळातून जाताना, खाकेत धरून ठेवलेली होती. विमानतळावरच्या सिक्युरिटीच्या बाबतीत ममा खूप घाबरलेली होती– ते फारच प्रश्न विचारत. ती अमेरिकेत किती दिवस राहिली होती, ती पाकिस्तानला कशासाठी जात होती, तिचा नवरा कोण होता! जेव्हा तिने इतर भारतीय, पाकिस्तानी व बांगलादेशी कुटुंबे पाहिली, तेव्हा ती शहारली– त्यांच्या साड्यांवरून घातलेली लोकरीची जाकिटे, दोरीनी बांधलेली, फुगलेली पुडकी, त्यांच्या सूटकेसेसवर मोठ्या ठळक अक्षरांत लिहिलेली त्यांच्या मुक्कामाच्या गावांची नावे. ममाचा विश्वास होता, की जर आपले कपडे नीटनेटके असले, तर आपल्याला जास्त चांगली वागणूक मिळते. मी लोकरीचा चौकटी डिझाईनचा ड्रेस व टाईट्स घातल्या होत्या. पायांत मेरी जेन शूज घातले होते. कासीमला नवा निळा स्वेटर व त्याच रंगाची पँट चढवली होती. ममाने गडद हिरवा सलवार-कमीज व डाव्या हातात दहा सोन्याच्या बांगड्या घातल्या होत्या. त्या बांगड्यांच्या बाबतीत तिची प्रचंड अंधश्रद्धा होती, त्यामुळे ती त्या काढत नव्हती. त्यामुळे आमच्या संपूर्ण प्रवासात प्रत्येक विमानतळावर सिक्युरिटी बझरचा आवाज येत होताच!

फ्रँकफर्ट विमानतळावर पोहोचल्याबरोबर आम्ही चटकन लांब, काळे कोच पकडायला गेलो. त्यांच्यावर आता आमचे शरीर झोकून देऊन आम्ही चक्क आडवे पडणार होतो. आठ तासांच्या त्या थांबायच्या मधल्या काळात हे कोच म्हणजे आमचा तळ होणार होता. ममा नि नानाने आमच्यासाठी ब्लँकेट अंथरली. आजपर्यंत पाहिलेल्या सगळ्या विमानतळांपेक्षा इथली चॉकलेट्स सर्वांत उत्तम असतात, असं माझं पक्कं मत होतं. ममा आणि नाना नेहमीच तीन-चार बॅगांत खाऊ भरून घेत असत. माझे मामा, मावश्या, भावंडे या सगळ्यांना देण्यासाठी, नेस्ले क्वालिटी स्ट्रीटचे जांभळे डबे, राऊंड ट्री, फ्रूट गम्स, स्मार्टीजच्या ट्यूब्ज आणि सोनेरी कागदांत लपेटलेले क्रंची बार. कासीम व मी विमानात खायला म्हणून एकेक बार पसंत केला. खूप वेळ विचार करून मी एक सुंदर लव्हेंडर रंगाच्या वेष्टनात गुंडाळलेले लांबट, चौकोनी चॉकलेट पसंत केले. कासीमने एक फ्लेक बार हसतहसत छातीशी घट्ट धरला. त्याच्या नव्या शर्टावर त्याचे ओघळ लवकरच दिसले असते.

जर मी ममा व नानाला नक्की कुठे जातेय हे सांगितलं आणि त्याप्रमाणे तशीच परत आले, तर मला विमानतळावर एकटीने फिरायची परवानगी होती. एककू

क्लॉकचे दुकान पाहून मी हुरळून गेले होते. तिथली सगळी जागा त्या घड्याळांनी भरलेली होती. तासाची घंटा व्हायची वेळ झाली, की मी तिथे न चूकता हजर राहायची खबरदारी घेत होते, म्हणजे मला सगळी घड्याळे एकदम कशी वाजतात ती बघायला मिळाली असती. त्यातले एक घड्याळ मी मनात पसंत करून ठेवलेले होते. एक चिमुकले घर, त्याचे हिरवे उतरते छप्पर आणि घरातल्या पोर्चमधून खाली लोंबत असलेल्या तीन छोट्या सोनेरी साखळ्या; तासाचा ठोका पडायच्या वेळेला अंगठ्याएवढी एक कापडी स्कर्ट घातलेली बाहुली नर्तिकेसारखी बाहेर येई. एका पिटुकल्या गाण्यावर प्लॅस्टिकचा एक हात हलवत ती गिरक्या घेई आणि जशी झटकन ती बाहेर येई, तशीच चटकन घरात निघून जाई आणि तो लहानसा दरवाजा फटकन बंद होई. तिचा तो पोर्च तिला कधीच सोडता येत नव्हता, म्हणून तिला कधी वाईट वाटत असेल का, असा विचार माझ्या मनात आला होता. "गुडबाय!" ती शेवटच्या वेळी आत गेली, तेव्हा मी तिला हळूच कुजबुजत सांगितलं, "मी पाकिस्तानला जातेय!" मी इलेक्ट्रॉनिक सरकवाटेवरून आमच्या कोचांच्या दिशेने परत गेले. माझ्या डाव्या-उजव्या बाजूंनी लोक चालत जात होते. त्यांच्यापुढे सरकत पुढे जात असतांना, त्याच्या वेगामुळे मलाच जरा गरगरल्यासारखे झाले.

माझ्या आईच्या कराचीतल्या मैत्रिणी PIA या नावावरून नेहमी एकमेकींत टिंगल करायच्या. 'पाकिस्तान इंटरनॅशनल एअरलाईन्स'च्या ऐवजी त्या 'प्लीज इन्फॉर्म अल्ला' किंवा 'परहॅप्स आय अराईव्ह' अशी नावे ठेवून हसायच्या. (कृपया अल्लाला कळवा किंवा कदाचित मी पोहोचणार आहे.) कारण PIA शी निगडित असलेली कोणतीही गोष्ट वेळेवर होत नसे. जुनी म्हातारी विमाने आणि त्यातले सर्व जण पश्चिम आणि पूर्व यांच्यामधेच कुठेतरी अधांतरी, वेगळ्याच पातळीवर लटकत असावेत, असे वाटतात. धड इकडचेही नाहीत किंवा तिकडचेही नाहीत. काही व्यापारी मंडळी– ज्यांनी न्यूयॉर्क किंवा लंडनला स्थलांतर केलेले आहे अशी, काही सफर करून घरी परतणारे– हे लोक त्यांच्या वुलनच्या सुटात रात्रभर प्रवास करावा लागणार, म्हणून अस्वस्थ दिसत होते. इतर आया व त्यांची मुले आमच्याकडे तिरपे कटाक्ष टाकत, माझ्या आईला आणि आम्हाला, तिच्या 'फिरंगी' मुलांना आजमावत होत्या. हवाई सुंदरींनी पारंपरिक सलवार-कमीजचा नवा अवतार म्हणून एक लहानखुरे जाकीट व पँट्स आणि अगोदरच घडी केलेली शाल व्यवस्थित पिना लावून बसवलेली, असा गणवेष घातला होता. सुरक्षिततेच्या पद्धतीचे मूकनाट्य उरकल्यानंतर, त्यांनी सिनेमाच्या पडद्यावर मक्केचे चित्र दाखवले. ममाने आम्हाला डोळे बंद करायला सांगितले आणि प्रवासासाठी प्रार्थनेची घोषणा ध्वनिक्षेपकावर झाली.

कुराणातल्या पहिल्या सुराच्या सुरुवातीच्या ओळी विमान सुरू होताना म्हणायच्या, असे ममाने आम्हाला शिकवले होते आणि या प्रवासाची तयारी म्हणून मी रात्रीच्या

वेळी त्यांची उजळणी करत असे. जेटच्या पंख्याचे पहिले घरघरणे सुरू झाल्याबरोबर मी ममाचा हात धरला आणि घट्ट डोळे मिटले. मी प्रार्थना म्हणू लागले :

*ला इल आह हा इल्लिलाह, महंमदुर रसूलल्लाह*
*अल्लाचे नाव घेऊन, हे दयावान आणि करुणाकर देवा,*
*हे तुमचे स्तवन आहे, हे दुनियेच्या मालका,*
*तुम्ही कृपाळू, दयाळू आहात–*
*जे अंतिम निवाड्याच्या दिवसाचे शासक आहेत,*
*त्यांचे आम्ही सेवक आहोत आणि त्यांच्याकडेच आम्ही मदत मागतो आहोत.*
*आम्हाला योग्य मार्ग दाखवावा,*
*असा मार्ग, की ज्या मार्गावर तुमचा आशीर्वाद असेल*
*आणि जो मार्ग तुमची नाराजी ओढवून घेणाऱ्यांचा किंवा चुका करणाऱ्यांचा नसेल.*

*सोळा तासांनंतर पहाटेच्या* धूसर उजेडात आम्ही पाकिस्तानात पोहोचलो. कर्मचारीवर्गाने आमच्या ७४७ ची दारे उघडली आणि तो उग्र गंध स्वीकारण्यासाठी आम्ही विमानाबाहेर आलो. मोगऱ्याची फुले, पेट्रोल, जळणारा कचरा आणि गाईचे शेण. त्या पहाटेच्या वेळी देखील बाहेरची उष्णता लागलीच विमानात शिरली. त्या वेळच्या या आठवणी, मला माझ्या नंतरच्या भेटीमधेही आठवत राहिल्या. पाकिस्तानात विमान टेकलं, की वेगळाच असणारा तो उग्र गंध, वेगळेच कायदेकानून असणारी ती वेगळी दुनिया पाहून वाटायचं, की मी एका नव्या वेगळ्याच दुनियेत आले आहे. नानाने आम्हाला बदलायला कुडते दिले आणि आमचे पाश्चिमात्य कपडे हँडबॅगेत टाकले. आमचे रूपांतर अर्धे पाकिस्तानी-अमेरिकन मुलांतून अर्धे अमेरिकन-पाकिस्तानी मुलांत पूर्णपणे झाले.

विमानतळाच्या बाहेर, मी कासीमचा हात धरून, आमच्याच वयाच्या किंवा त्याहूनही लहान असलेल्या भिकाऱ्यांच्या गर्दीतून कासीमला पुढे नेत होते. आमचे मामा आमचे सामान एका मिनीव्हॅनमध्ये भरताना देखरेख करत होते. माझ्याच एवढी एक लहान मुलगी माझ्याकडे काचेपलीकडून बघत होती आणि हाताने काचेवर थापटी मारत होती. अशा मुलांना पैसे द्यायचे नाहीत, असे आम्हाला सांगितलेले होते, कारण ते पैसे त्या मुलांना न मिळता, भिकाऱ्यांचा धंदा करणाऱ्या दलालांच्या खिशात जातात. त्याच्या ऐवजी, ओळखीच्या गरजू माणसांना पैसे द्यावेत, अशी आम्हाला देश सोडण्यापूर्वी शिकवण दिलेली होती. माझ्याकडच्या

चिमुकल्या पर्समध्ये, मी माझ्या आई-वडिलांच्या ड्रेसिंग टेबलावरचे पाकिस्तानी रुपये साठवले होते, ते खिशात होते आणि त्या मुलीला काहीतरी द्यायला माझे हात शिवशिवत होते. मी खिडकीची काच खाली केली. पुढच्या सीटवर बसलेल्या ममा आणि नानाच्या लक्षात येणार नाही, असा प्रयत्न करत मी ती नाणी त्या मुलीच्या हातात सरकवली. मी तिच्याकडे बघितले, तर ती मुलगी पळाली आणि दुसऱ्या मोटारीच्या मागे लपून हातातली नाणी मोजू लागली. मला एकदम माझ्या शाळेतला वर्ग आठवला. स्वच्छ, सरळ, व्यवस्थित आणि तिथल्या नीटस पायवाटा. पाकिस्तानातल्या भेटींमध्ये मी जे काही पाहत होते आणि अनुभवत होते, ते माझ्या वर्गमैत्रिणींना, मित्रांना कधीच पाहायला मिळाले नव्हते. त्यांना या गोष्टी नीट समजल्याही नसत्या किंवा आवडल्याही नसत्या. मला एक वेगळेपणाची जाणीव झाली. मी मनाशी विचार केला, 'माझ्यामधली अर्धी मी इथली, कराचीमधली आहे; पण म्हणजे माझ्यातली अर्धी मी, ही तिथली, चेस्टनस्ट हिलमधली नाही का?' आमची गाडी विमानतळाच्या बाहेर पडली आणि माझ्या खिडकीलगत शहर बाजूने पळत मागे जाऊ लागले. ती धावती दृश्ये पाहून माझे डोके भणभणायला लागले. झोपड्या, स्कूटर्स, मोठाल्या जाहिराती, सप्तरंगी ट्रक्स. त्या क्षणी– पांढऱ्या कापसाचा फ्लॅश येऊन ती भिकारीण मुलगी मला दिसेनाशी झाली, तो क्षण आणि माझ्या तिसरीच्या वर्गाची नीटनेटकी दृश्ये त्यावरच आदळली होती. तो क्षण आत्ताही मला स्पष्ट दिसतो आहे. माझ्या पायाखाली एक आरशाचा तुकडा आहे आणि त्यातून येणारा प्रकाश, आज आणि तो दिवस यातली मधली वर्षे, त्या प्रकाश झोतातून जात आहेत.

जेव्हा आम्ही सिद्दीकी हाऊसमध्ये पोहोचलो, तेव्हा दर वेळेप्रमाणे एकच विचार माझ्या मनात आला : हे ममाचं घर होतं, इथे ती माझ्यासारखीच लहान मुलगी होती. हे घर खूपच उंच होतं आणि त्यावरील फिकट पिवळ्या रंगावर, वरच्या बाजूला 'सिद्दीकी हाऊस' हे नाव आणि फाटकाच्या लोखंडी सळ्यांमध्ये '१९४८' हे साल आजोबांनी कोरलेलं होतं. आम्ही मोठ्या दरवाज्यातून आत शिरलो, की त्यानंतर ममा ही फक्त आमची आई राहिलेली नसे, तर ती अनेक नात्यांत गुंतलेली असे. थोरली बहीण, धाकटी बहीण, सुपरस्टार, फॉरिन-रिटर्न्ड, बंडखोर आणि मनोरंजन करणारी. अशा वेळेला वाटायचं, की जणू काही आम्हाला त्यांनी थोडे दिवस ममा उसनी, उधारीवरच दिली होती आणि तिच्या खऱ्या घरातून, पाकिस्तानातून, त्यासाठी तिला स्पेशल सुट्टी देण्यात आली होती. सिद्दीकी हाऊसमध्ये एकदा शिरल्यानंतर नानाही तिथल्या वातावरणात पार मिसळून जाई आणि त्या गोंधळात दिसेनाशी होई. आमच्या चेस्टनट हिलच्या घरात तिच्या हातात सत्ता होती. इथे ती एका मोठ्या बजबजपुरीचा एक मुकाट हिस्सा होती.

मी जागे राहण्याचा आटोकाट प्रयत्न करत होते. मला माझी भावंडे (कझिन्स) पाहायची होती. दोन वर्षांत मी त्यांना भेटले नव्हते. ते आता उंच झालेले असतील; पण मला बसवेना. आम्ही काही बोलायच्या आतच, ममा आणि नानानी मला व कासीमला तिथे एका ठेंगण्या पलंगावर झोपवलं. तिथे खिडक्यांचे गडद, जाड पडदे ओढलेले होते. त्यानंतर प्रवासाच्या शिणवट्यानं आमच्या अंगावर वजन टाकलं आणि ते उचलण्याची ताकद आमच्यात उरली नव्हती.

दुसऱ्या दिवशी पहाटे पाच वाजता बांग ऐकू आली आणि मी दचकून जागी झाले. अजूनही माझे डोके सैरभैरच वाटत होते. तशीच उठून मी खिडकीकडे धावले आणि बाहेर बघितले. वाळूच्या रंगाचे दोन मोठे कुत्रे बागेत कुस्ती खेळत होते. आता मी सिद्दीकी हाऊसमध्ये होते, याची मी स्वत:लाच आठवण करून दिली: आमच्या घराच्या वेळेपेक्षा साडेदहा तास आपण पुढे आहोत आणि वेगळे नियम असलेल्या ठिकाणी आहोत. ते कुत्रे फरीदाखालाचे होते. ती माझ्या आईची सावत्र बहीण. ती त्या कुत्र्यांना आपली मुले मानायची, कारण तिला मूल नव्हते. 'बिच्चारी.' फरीदाखालाबद्दल लोक मनात म्हणायचे, 'पुअर थिंग'. मला समजत नव्हते, तरी तिच्या चेहऱ्यावर एक दाट उदासी असलेली मला जाणवायची. तिच्या पोटावरच्या वळ्यांना टाल्कम पावडर आणि नासक्या दुधासारखा आंबूस वास यायचा. तिचे वयस्कर पती, अंकल हमीद हे टेलिव्हिजन आणि प्रार्थनेसाठी व्हरांड्यात ठेवलेली त्यांची चटई यांच्यामध्ये सतत फेऱ्या मारीत दुपारचा वेळ घालवायचे. गेल्या वेळेला आम्ही इथे आलो होतो, तेव्हा कासीम तीन वर्षांचा होता आणि मी सहा वर्षांची होते. त्या वेळेला फरीदाखालाने कासीमचा संपूर्ण सांभाळ केला होता. त्याला कमरेवर घेऊन ती दिवसभर सगळीकडे हिंडायची, त्यामुळे ममा व नाना एकदम खूष होते. त्यांचे हात मोकळे राहिले म्हणून त्यांना समाधान होते. पण आम्ही परत घरी जायला निघण्यापूर्वी दोन दिवस अगोदर फरीदाखालाने माझ्या आईला, कासीमला मागे ठेवून जाण्याबद्दल विचारले.

''तू तरुण आहेस,'' दिवाणखान्यात ती बोलत होती, तेव्हा मी ऐकले. अंकल हमीद पलीकडेच गाढ झोपले होते. ''तुला अजून एक मूल होऊ शकेल. मला होणार नाही.''

आमच्या पलंगाजवळच्या पडद्यापलीकडे माझे आई-वडील रात्रभर बोलत होते. ''जर एका बहिणीला मूल होत नसेल, तर इथे तशी पद्धत आहे; पण मला नाही तसं करता येणार.'' ममा रडतरडत बोलत होती आणि पुन्हापुन्हा माझ्या वडिलांना सांगत होती, ''त्याला सोडून मी नाही राहू शकत.''

माझ्या वडिलांनी कोणत्या शब्दांत तिला समजावून धीर दिला, ते आता मला आठवत नाही; पण आता मला वाटतं, की त्यांनी तिला सांगितलं असेल, की

दुसऱ्या दिवशी आपण बॉस्टनला आपल्या घरी जाणार आहोत. कदाचित ममाने स्वत:ची समजूत घातली असेल, की ती एक घर सोडून गेली, तेव्हा तिथल्या पद्धतीही तिला दुष्ट, अघोरी, अपरिचित वाटायला लागल्या होत्या. ती आता दुसऱ्या घरात जाणार होती, तिथे तिची मुले, आई आणि नवरा हे फक्त तिचेच होते; पण हा माझा प्रौढ वयातला शोध आहे.

*पुढले काही दिवस अनोळखी* मामा-मावश्यांचे लोंढे, परक्या गालांचे पापे घेणे, "अस्सलाम आलेकुम" (देव तुझ्यासोबत असो) म्हणायची आठवण ठेवणे, म्हणजे जर कुणी नवीन भेटले, तर त्यांना म्हणणे आणि जेव्हा ती व्यक्ती तुम्हाला प्रथम अभिवादन करेल, तेव्हा "वालेकुम अस्सलाम" (आणि तुझ्याबरोबरसुद्धा) असे म्हणणे, यात गेले.

एके दिवशी, ममाच्या लहानपणीच्या शिंप्याकडे, 'मास्टरसाहीब' यांच्याकडे आम्ही गेलो. त्यांचे दुकान शहराच्या दुसऱ्या बाजूला होते. एका नागमोडी गल्लीतली एक कपाटाएवढी अशी ती खोली होती. निरनिराळ्या रंगांच्या प्लॅस्टिकच्या बादल्या तिथे टांगलेल्या होत्या. ममाने त्यांच्याशी माझा परिचय करून दिला. एक छोटा, पांढऱ्या केसांचा, पांढऱ्या सुती कपड्यातला आणि मानेभोवती सैलसर रुळणारी टेपपट्टी– ममा मला त्याच्या पुढ्यात ढकलत होती, माझे कौतुक करून घ्यायला.

"अस्सलाम आलेकुम, मास्टरसाहीब," मी म्हटलं.

आपले हात आभाळाकडे वर करत त्यांनी म्हटलं, "माशाल्ला!" आणि त्यांच्या डोळ्यांत दाटलेले अश्रू मला दिसले.

"ममा, ते का रडताहेत?" मी विचारलं.

"अगं, मास्टरसाहेबांनी माझे पहिल्यापासून सगळे कपडे शिवलेले आहेत, मी तुझ्या एवढी छोटी होते ना, तेव्हापासूनचे आणि आता ते तुझे सुद्धा कपडे शिवणार आहेत."

तिने सांगितले, की फाळणीच्या नंतर आजोबांनी ज्या लोकांना पाकिस्तानात येण्यासाठी मदत केली, त्यापैकी मास्टरसाहीब एक होते. शिंपी, आचारी, ड्रायव्हर, लग्नाचे फोटो काढणारा फोटोग्राफर, सोनार– ज्यांना ज्यांना आम्ही आठवडाभरात भेटलो, त्या सर्वांचे माझ्या आजोबांशी काहीना काहीतरी संबंध जुळलेले होते.

"तुझ्या वडिलांना खूप मित्र होते का गं?" मी ममाला विचारले.

"माझे वडील!" ती ऐटीत म्हणाली, "ते कराचीतल्या प्रत्येकाचे मित्र होते."

बडी अम्मा आणि छोटी अम्मा, या माझ्या दुसऱ्या दोन आज्या होत्या, माझ्या आजोबांच्या पहिल्या दोन बायका. बडी अम्मा माझ्या आजोबांची पहिली बायको. ती सारा दिवस, पांढरा दुपट्टा डोक्यावरून घेऊन, अंधाऱ्या खोलीत प्रार्थना करत असे.

ती लहानखुरी नि वाकलेली होती. तिने तिच्या पांढऱ्या केसांच्या बटा मागे एकत्र करून, घट्ट अंबाडा बांधलेला असे आणि तिचे चोचीसारखे टोकदार नाक हे फक्त तारांचा चष्मा सांभाळण्यासाठीच असावे, असे वाटायचे. 'सिद्दीकी हाऊस'च्या कलकलाटामुळे ती सदैव त्रासलेली असे आणि म्हणूनच तिच्या खोलीच्या गारव्यात ती उरलेले दिवस एकांतात घालवत होती. "नॉनसेन्स," आम्ही टीव्ही बघत होतो, तेव्हा मी तिला पुटपुटताना ऐकले. "सब बकवास, ऑल नॉनसेन्स."

नंतरची अनेक वर्षे, मी गांधींचे चित्र बघितले, की मी म्हणायची, की ते बडी अम्मासारखे दिसतात. ममाने मला सांगितलं, की बडी अम्मा ही संपूर्ण गुजरातमधली पहिली स्त्री-डॉक्टर होती. जामनगरच्या युवराजांनीच माझ्या आजोबांशी तिचे लग्न ठरवले. युवराजांना वाटत होतं, की आजोबांची पत्नी सुशिक्षित असायला हवी. बडी अम्माला दोन मुले होती. वारीस आणि सलीक. थोरला मुलगा आजोबांचे इंग्लिश पुस्तकांचे दुकान पुढे चालवायला लागला, 'कँपबेल अँड कंपनी' आणि दुसरा मुलगा इंग्लंडमध्ये स्थायिक झाला. बडी अम्माला संपूर्ण कुराण पाठ येत होतं आणि ती ते म्हणून दाखवी. प्रार्थनेखेरीज दुसरी एकच गोष्ट करताना मी तिला पाहिले होते आणि ते म्हणजे लहानसहान रेशमी तुकड्यांचे छोटे छोटे बटवे शिवणे, त्यात दागिने किंवा बडिशेप ठेवण्यासाठी. मला त्या छोट्या पिशव्यांची भुरळ पडली होती. माझ्या तिसरीतल्या मैत्रिणींना भेट देण्यासाठी मला त्या पिशव्या हव्याच होत्या. कधीकधी, दुपारच्या वेळी, मी साऱ्या सिद्दीकी हाऊसमधून हिंडत राही आणि शेवटी बडी अम्माच्या खोलीत जाई. आत वाकून पाहिलं, तर ती गुडघे टेकून, डोळे मिटून प्रार्थनेची मण्यांची माळ ओढत असे. एका दुपारी, मी अशीच तिच्याकडे बघत असताना पाय घसरून पडले आणि माझ्या पजामा पँटचे कापड खिळ्यात अडकून फाटले.

"कोण आहे तिथे?" तिने विचारले.

"मीच आहे, बडी अम्मा," मी माफीच्या सुरांत म्हटले.

"तू आहेस होय, सादिया?"

"हो."

"इकडे ये, बाळा," ती म्हणाली. आणि मी त्या अंधारात आवाज न करता शिरले.

"तुला काही हवंय का?" तिने मला विचारलं.

मी तिला सांगितलं, की जर तिच्याकडे ज्यादा रेशमी लहान पिशव्या असल्या, तर मला अमेरिकेला परत जाताना हव्या आहेत. तिने क्षणभर विचार केला.

"किती हव्या आहेत?" तिने विचारले.

मी तात्पुरता अंदाज घेत म्हटले, "मला वाटतं... दहा?"

“मी तुला दोन देईन,” ती समजूतदारपणे म्हणाली आणि तिने गळ्यातल्या साखळीत अडकवलेल्या लांबट किल्लीने एक कपाट उघडले. मी त्यातल्या खणात बघितले, तिथे ओळीने बहुतेक सगळी इंग्लिश पुस्तके ठेवलेली होती. तिने कपाटात काहीतरी खुडबूड केली आणि दोन झकास बटवे शोधून काढले. एक झगझगीत जांभळा आणि दुसरा काळसर गुलाबी.

“अगदी तुझ्या आईसारखीच आहेस तू,” मान हलवीत, मला त्या पिशव्या देत ती म्हणाली.

“थँक यू, बडी अम्मा,” मी अडखळत उत्तर देऊन तिथून धूम ठोकली.

*छोटी अम्मा, माझ्या आजोबांची दुसरी* बायको. हिची तिन्ही मुले पाकिस्तानातच राहत होती. इरफान, फरीदा आणि सादिक. दिवसभर ती इरफानच्या खोलीत बसून, त्याच्या बायकोशी, झैतूनशी गप्पा मारीत बसलेली असे आणि एकीकडे स्वयंपाक्यावर देखरेख करत असे. छोटी अम्मा जितकी बडबडी होती, तितकीच बडी अम्मा शांत होती. ही गोलमटोल, तर बडी अम्मा बारकुडी. छोटी अम्माच्या अंगाला नेहमी स्वयंपाकघराचा वास येई. जिरे, तुपाच्या मिश्रणाचा. ती उंच, कर्कश स्वरांत बोलायची आणि जर काही कारणावरून ती चिडलेली असली, तर तिचा आवाज पार टिपेला गेलेला असे. माझ्यासाठी रोज सकाळी ती आवर्जून इंग्लिश पॉरिज बनवायची. तिला वाटायचे, की पश्चिमी मुलांना ते आवडेल. ते चविष्ट असायचे, पण आमच्या घरी मी न्याहारीला जे खायची, तसं नव्हतं ते! याच्यावर गोड, काळसर काकवीचा दाट थर होता. मी स्वयंपाकघरात गेले, की ती निमूटपणे माझ्या हातात एक वाडगा द्यायची आणि मी संपूर्ण वाडगा संपवून, रिकामा करून तिच्या हातात दिला, की ती माझ्या डोक्यावर हात ठेवून म्हणायची, “अच्छी बेटी– गुड गर्ल.” मी कधीही तिला एखादं पुस्तक वाचताना किंवा सिद्दीकी हाऊसमधून बाहेर जाताना पाहिलं नाही. बडी अम्मा आणि छोटी अम्मा ही दोन परस्परविरोधी जोडी होती आणि या समीकरणात माझी आजी कुठे नि कशी काय सामावली असेल, याचं मला नवल वाटायचं. त्याची कथा अशी होती, की जेव्हा माझ्या पणजीला कळलं, की माझ्या आजोबांनी एका गुजराती डॉक्टरणीशी युवराजांच्या सांगण्यावरून लग्न केलं, तेव्हा ती भयंकर संतापली, कारण आजोबांचे लहानपणीच छोटी अम्माशी लग्न ठरलेले होते. याची तिने लेकाला आठवण करून दिली. त्याने घरी अजमीरला लवकर परत यावे, असे तिने निक्षून सांगितले आणि अली व छोटी अम्मांच्या लग्नाची तयारी तिने केली. अशा रीतीने आजोबांच्या दोन बायका झाल्या. पहिली, ही एक व्यावसायिक व्यवस्था होती आणि दुसरे म्हणजे एक कौटुंबिक करार. नानाशी मात्र त्यांचा प्रेमविवाह झाला होता, असं मला नेहमीच सांगितलं जाई.

*सिद्दीकी हाऊसच्या जमिनीवर* पांढऱ्या स्वच्छ चादरी अंथरलेल्या होत्या. आमच्या कुटुंबातल्या बायका एकत्र बसून लाल सेलोफिन कागद आणि रिबन्स वापरून एकवीस थाळ्या सजवत होत्या. त्यात वधूला देण्यासाठी झगमगणारे एकवीस सलवार सूट ठेवायचे होते. माझ्यापेक्षा मोठ्या असलेल्या माझ्या दोघी बहिणी, सायमा आणि फारा याही कामात गर्क होत्या, त्यांनी जरा सरकून मला त्यांच्या शेजारी बसायला जागा करून दिली. त्यांच्यामध्ये एका वर्षाचे अंतर होते, तरी त्या जुळ्या बहिणी असाव्यात, असे वाटत होते. मला त्यांच्याजवळ वावरायला आवडत असे. त्यांचे आवाज गोड, नाजूक होते आणि त्यांच्या अंगाला चंदनी साबणाचा वास येई. त्यातली मला कोणती जास्त आवडायची, ते सांगता यायचे नाही. त्या मला नेहमी आमच्या एका जुन्या पाकिस्तान भेटीवरून चिडवत. मी तीन वर्षांची असताना आम्ही सायमाच्या लग्नाला आलो होतो. मेहंदीच्या समारंभात मी तिच्या पायाशी अगदी आज्ञाधारकपणे बसून होते. माझ्या सर्व माम्या, मावश्या तिच्या डोक्यावरून चकचकीत चांदीचे रुपये तीन वेळा ओवाळून तिच्या मांडीवर टाकीत. नंतर ते पैसे शेवटी गोरगरिबांना वाटायचे होते. ती नाणी जमताना पाहिल्यानंतर माझ्या मनात आलं, की ही नाणी माझ्या नर्सरी क्लासमधल्या सगळ्या मुलांना मला भेट म्हणून देता येतील. मला हा मोह काही टाळता येईना आणि मी एकेक नाणे हळूच माझ्या पजाम्यामध्ये ठेवू लागले. रात्र झाली, तेव्हा ही नाणी कुठे गेली, ते कुणालाच कळेना. मीही शोधायचे नाटक केले, खुर्च्यांच्या खाली, घागऱ्यांच्या खाली, पण मी ते चोरलेत, हे मात्र मी कुणालाच कळू दिले नाही. समारंभ संपल्यानंतर जेव्हा फाराने मला उचलून घेतले, तेव्हा माझे वजन जास्त झाल्याचे तिला जाणवले आणि माझ्या पजाम्यांतली नाणी पाहिल्यावर ती गालात हसली.

"तुझ्याकडे ती नाणी इतका वेळ होती!'' ती गोष्ट आठवून त्या मला चिडवत होत्या. "कधीतरी सादू, तुझीही स्वतःची मेहंदी होईल आाणि तुझा स्वतःचा निकाह होईल, तेव्हा तू अगदी सुंदर नवरी दिसशील.''

जर माझं लग्न पाकिस्तानात झालं, तर मी कोणते कपडे घालीन, माझा नवरा कसा दिसेल, याची कल्पना मी करू लागले. अमेरिकेत लग्न होताना घालतात तसा पांढरा वधूवेष घालण्याची दाट इच्छा मात्र माझ्या मनात ठसलेली होतीच. माझ्या मनात या दोन्ही चित्रांची चुरस चालली होती.

आमच्या हातांना आणि पायांना मेहंदी लावायला एक बाई घरी आली होती. एका हातावर नक्षी काढून घेईपर्यंत मी कशीबशी चुळबूळ न करता बसू शकले. ते पाहून सायमाआपा नि फाराआपा हसत होत्या.

"आंटी शेहजादी पण तिच्या हातांवर मेहंदी लावणार आहे का?'' मी फाराला विचारलं. माझ्या मामाच्या वधूविषयी मला अतिशय उत्कंठा होती. अजून ती

आमच्या कुटुंबातली सदस्य झालेली नव्हती, म्हणून तिची ही तयारी आमच्या नव्हे, त्यांच्या घरी चालली होती. लग्नाच्या रात्रीच्या पूर्वी ती आणि अंकल सलमान यांना एकमेकांना बघण्याची परवानगी नव्हती. ममा मला म्हणाली, की सध्या शेहजादी मांजाच्या काळात होती, म्हणून तिने फक्त पिवळ्या रंगाचे कपडे घालायचे होते आणि तिच्या मैत्रिणी व इतर नातेवाईक स्त्रियांच्याबरोबर तिने वडिलांच्या घरातले हे शेवटचे दिवस घालवायचे होते. तिच्या अंगाला दररोज डाळीचे पीठ आणि चंदनाची उटी लावत होते, म्हणजे तिची कांती तेजस्वी झाली असती. रात्री त्या साऱ्या जणी गाणी गात असत. ममा म्हणाली, की पिवळे कपडे वापरल्यामुळे शेहजादीला दृष्ट लागली नसती. तिच्या लग्नाच्या रात्री जेव्हा रंगीत कपड्यांमध्ये ती तेजस्वी दिसेल, तेव्हा तो परिणाम चकित करणारा असेल.

"हो तर, तिच्या हातांवर व पायांवर खूप नक्षीदार मेहंदी असेल," फारा मला म्हणाली. "तू बघशीलच की, आपण तिच्या मेहंदी समारंभाला जाऊ तेव्हा!"

शेहजादीबद्दल सारखं विचारून मी ममाला भंडावून सोडलं होतं. शेवटी तिनं मला त्यांच्या घरी भेटायला नेलं. नवाब कुटुंबीयांच्या बरोबर ममा बोलत बसली आणि चहापान झाले. शेहजादी येण्याची वाट बघत मी खाली थांबले होते. ममाला तिचे आई-वडील सांगत होते, की ती शेवटच्या वर्षाच्या परीक्षेचा अभ्यास करत होती. अमेरिकेत जाण्यापूर्वी तिला तिचे पदवीचे शिक्षण पूर्ण करायचे होते.

मला वाटले त्यापेक्षा शेहजादी लहानशीच होती. पिवळ्या सलवार-कमीजमध्ये ती मामी वाटण्याऐवजी मुलगीच वाटत होती, पण तिच्या चेहऱ्यावर मात्र मामीचा आत्मविश्वास होता. तिने मला मागच्या अंगणात नेलं आणि आम्ही दोघी एकमेकींकडे बघू लागलो.

"तुला मला भेटायचं होतं का?" तिने सौम्यपणे विचारलं आणि मी एकदम गोंधळून गेले.

"तू आमच्याकडे, अमेरिकेत राहायला येणार आहेस," जे खरं होतं, तेच मी म्हटलं.

"होय," ती मान हलवून म्हणाली.

"मी तुला सगळीकडे घेऊन जाईन, सगळं काही नीट दाखवीन. मी तुला शॉपिंगला नेईन आणि आम्ही काय खातो, तेही दाखवीन."

"थँक यू," ती हसून म्हणाली. "खरंच, ते छानच होईल."

"तुला घोडे आवडतात?" मी विचारलं.

"तशी मला त्यांची फारशी माहिती नाही, पण हो. मला ते आवडतात."

"अंकल सलमानला घोड्यांचं फारच प्रेम आहे."

"हो."

*निकाह समारंभासाठी त्या रात्री,* माझ्या आईचे, ती जेव्हा माझ्या एवढी होती, तेव्हाचे दागिने घालायची परवानगी मला मिळाली. जांभळे याकूत (ॲमेथिस्ट) व लहान हिऱ्यांचा तो नेकलेस ममा शाळेत पहिली आली म्हणून तिच्या वडिलांनी तिच्यासाठी बनवला होता. नानाने बँकेत तिच्या इतर दागिन्यांबरोबरच, तो हार ही जपून ठेवलेला होता. मास्टरसाहिबांनी माझ्यासाठी फिक्या गुलाबी पोशाखावर, जांभळ्या रंगाचे जरीकाम केलेले होते आणि त्याला मॅचिंग गुलाबी चुडीदार आणि दुपट्टा केला होता. कासीमसाठी पारंपरिक पांढरा रेशमी शेरवानी आणि छोटी पांढऱ्या सिल्कची पगडी होती. अंकल सलमानच्या डोक्यावर होती तशीच, पण चिमुकली. मागच्या अंगणात मोठ्या बहुरंगी मंडपात हा विवाहसमारंभ झाला. त्याला शेकडो निमंत्रित हजर होते. पुढच्या गाडीवाटेने पाहुणे आले आणि शुभचिंतकांनी हातांनी केलेल्या कमानीवजा बोगद्यातून ते जाताना त्यांच्यावर गुलाबाच्या पाकळ्या उधळल्या. जवळपासच्या झोपडपट्टीतून लहान मुले आणि कुटुंबे, येणाऱ्या गर्दीच्याभोवती कोंडाळे करून पाहुण्यांकडे बघत होती. मोक्याची जागा मिळवण्यासाठी त्यांच्यामध्ये ढकलाढकली चालली होती. स्त्रीवेशात नटूनथटून आलेले हिजडेही तिथे होते. अधूनमधून ते त्यांचे नाचगाणे करत होते. त्यांना जास्ती वेळ कार्यक्रम करायचा होता, त्याची सूचनाही ते देत होते. ते माझ्याकडे रोखून बघत होते आणि त्यांच्याकडे डोळे वटारून न बघण्याचा मी अयशस्वी प्रयत्न करत होते. अंकल वारीसनी त्यांना काही नाणी दिली, त्यांच्या आशीर्वादाबद्दल आभार मानले आणि त्यांना जायला सांगितले. सिद्दीकी हाऊसच्या मागच्या बाजूला लग्नाचे जेवण बनवले जात होते. समारंभ पाहण्यासाठी कुंपणापलीकडे जमलेल्या लोकांसाठीही भोजन बनवलं जात होतं.

नवरा-नवरी येण्याची वाट पाहत माझा मामेभाऊ सरताज व त्याची नववधू फातिमा यांच्याबरोबर मी उभी राहिले होते. सरताज उंच होता, त्याची नीट राखलेली छोटीशी गोटी दाढी होती आणि केस व्यवस्थित आखूड कापलेले होते. अंकल सलमानपेक्षा तो काही वर्षांनी लहान होता आणि नुकताच कराचीत बँकर म्हणून कामाला लागला होता. फातिमाने दुपट्ट्याने आपला अर्धा चेहरा झाकलेला होता आणि ती त्या कापडाच्या आडून मंदहास्य करत होती. ती बोलायला फारच लाजरी होती. माझी आई सांगताना मी ऐकलं होतं, की ती फक्त एकोणीस वर्षांचीच होती आणि तिला फारसं इंग्लिश बोलता येत नव्हतं. त्या कापडातून मला तिचा चेहरा अर्धवट दिसत होता. तिचे सुरमा घातलेले मोठे काळेभोर डोळे होते तुकतुकीत काळ्या केसांची एक पोनीटेल तिने बांधली होती. तिचा चेहरा इतका फिकुटलेला होता, की मला ती पाकिस्तानी बिलकूल वाटत नव्हती, माझ्या इतर नातेवाइकांसारखी. तिचा रंगही काळा किंवा सावळा नव्हता. मी तिच्याकडे बघून हसले. तीही

तेवढ्यापुरती हसली.

"मग काय सादिया, माझ्या बायकोशी मैत्री करणार ना?" सरताजने विचारले.

काहीतरी बोलायचं म्हणून आपलं त्यानं विचारलं असावं; पण मी मात्र त्याचा हा प्रश्न गंभीरपणे घेतला.

"होय." मी सावकाश उत्तर दिलं. "मी करीन."

"छान," तो प्रेमळपणे म्हणाला, "ठरलं तर मग."

मी फातिमाकडे बघितलं. तिची नजर विनयानं खाली झुकलेली होती. मला वाटलं, की शेहजादीपेक्षा ही जरा सौम्य स्वभावाची असेल.

ती रात्र म्हणजे जणू रंगांची उधळणच होती– उघडमीट करणारे दिवे, लाल रेशमी वस्त्रे आणि फटाके. माझे डोळे सारं काही साठवत होते. त्या वेळच्या लिहिलेल्या नोंदी आजही माझ्याकडे आहेत. अंकल सलमान पांढऱ्या पोलोच्या घोडीवर बसून घराजवळ आला, त्याच्या पगडीतून (फेट्यातून) गुलाब ओघळत होते आणि त्याच्या नजरेत समारंभाबद्दल वाटणारी गंमत आणि कौतुक मिसळलेले होते. कासीम त्याच्या पुढ्यात ऐटीत घोड्यावर बसला होता, तो लोकांकडे नजर फेकीत निरीक्षण केल्यासारखा बघत होता. कासीमची नियुक्ती म्हणजे एक पुढे ठेवलेली छोटीशी जणू बाहुलीच! अंकल सलमानला दृष्ट लागू नये म्हणून कासीमने आपली ही जबाबदारी मोठ्या गांभीर्याने घेतली होती. घोड्यावर तो अगदी ताठ बसला होता. आसपासच्या गर्दीकडे बघून त्याचे चिमुकले हात नि मान थाटात हलवत होता. घोड्याच्या दोन्ही बाजूंना अंकल सलमानचे 'बाराती' होते. त्या पुरुष नातेवाइकांचा घोळका, अंकल सलमान घोड्यावरून खाली उतरेपर्यंत टाळ्या वाजवत व गाणी गात होता. अंकल खाली उतरून सिद्दीकी हाऊसमधून चालत जात मागच्या अंगणात गेला. तिथे मंचावर बसला व शेहजादी येण्याची वाट पाहू लागला. तिथल्या भिंती, तो मंच आणि छत गुलाबांच्या माळांनी आच्छादलेलं होतं. त्यांचा सुगंध आमच्याभोवती लपेटून राहिला होता. तेवढ्यात सगळीकडे ढोलताश्यांचा आवाज दुमदुमायला लागला आणि शेहजादीने मंडपात प्रवेश केला. तिच्या नातलग स्त्रियांनी तिच्या डोक्यावर एक भरजरी कापड धरले होते. तिचा वधूवेश शानदार नि भपकेबाज होता. नेहमीच्या ठराविक लाल-सोनेरी वेशाऐवजी माझ्या आईने तिच्यासाठी गडद गुलाबी व काळसर जांभळ्या रंगाची विशेष छपाई केलेली खास वधूवस्त्रे बनवलेली होती. तिच्या नाकातल्या सोन्याच्या मोठ्या नथनीच्या कड्याला लांब साखळी जोडलेली होती. ती तिच्या कानावरच्या केसांमध्ये एक लहान हिऱ्यांचे पदक होते, त्याला जोडलेली होती. तिच्या डोळ्यांवर सुरम्याची कड होती. आजपर्यंत शेहजादी इतकी सुंदर स्त्री मी दुसरी कुणीच पाहिलेली नव्हती.

लग्नाचा विधी मात्र मला वाटलं त्यापेक्षा फारच लहान होता. शेहजादीच्या

घुंगटाखाली एक लहानसा आरसा ठेवलेला होता. तिने त्यात बघितलं आणि कित्येक आठवड्यांनंतर सलमानला त्यात प्रथम पाहिलं. कासीम हा तसा नेहमीच दक्ष नसतो; पण त्यानेही नंतर त्या आरशात बघितलं होतं. तिथे, त्या सार्वजनिक ठिकाणी त्याच्या, प्रेमाचा तो पहिला क्षण होता, नव्या आयुष्याचे दालन तिच्या पायाशी उघडत होतं. तिला हे लग्न कबूल आहे का, म्हणून विचारण्यात आले. तिने मानेने होकार दिला. तिच्या कुटुंबातले, दोन पुरुष साक्षीदार आणि आमच्या घरातल्या दोघांनी लग्नाच्या कागदपत्रांवर सह्या केल्या. मौलवींनी हातात धरलेल्या मायक्रोफोनवर अरेबिकमध्ये प्रार्थना म्हटली. पती नि पत्नी, त्यांनी चुंबन घेतले नाही किंवा स्पर्शही केला नाही. हा विधी संपल्यावर ती दोघं तिथेच मंचावर बसून राहिली. त्यांचे फोटो काढले जात होते. नानाने मला आणि कासीमला, अंकल सलमान आणि आंटी शेहजादीच्या पायाशी खाली बसायला सांगितले. नातेवाईक व इष्टमित्र दांपत्याजवळ येऊन त्यांचे अभिनंदन करत होते.

"ब्यूटिफुल ब्राईड. कित्ती गोरी आहेऽऽ... मुबारक, मुबारक." सगळ्या आंट्या जाताना म्हणत होत्या.

जरी तिला आनंद झाला असला, तरी ममा मला म्हणाली, की शेहजादीने वडिलांचे घर सोडताना दु:खी दिसायला हवं होतं आणि शालीनतेची खूण म्हणून तिची नजर खाली झुकलेली असायला हवी. माझ्या मनात आलं, की हे सगळं किती वैतागवाणं असेल. लोक आपल्याबद्दल बोलत आहेत आणि आपण मात्र सतत खाली बघत राहायचं. मी बोटे मोडली आणि ती आनंदात असावी, अशी इच्छा व्यक्त केली. जरी त्या वेळी तिला आपला आनंद दाखवता येत नव्हता तरीही.

नानाने सिद्दीकी कुटुंबातल्या प्रत्येकाला, अगदी दूरच्या नात्यातल्यांनाही, झाडून सगळ्यांना निमंत्रण दिलेलं होतं. या कुटुंबासाठी कामावर असलेल्या सर्व नोकरांना, त्यांच्या कुटुंबीयांना आणि ज्या ज्या लोकांना माझ्या आजोबांनी हिंदुस्थानातून पाकिस्तानला यायला मदत केली होती, त्या सर्वांना निमंत्रण दिलं होतं. अंकल सलमान हा अली सिद्दीकीचा शेवटचा मुलगा होता आणि त्यासाठी त्या क्षणी घरातले एकूण एक लोक उपस्थित होते. त्यांची दाही मुले व तिघी बायकांनी घर भरलेले होते. नमाज, गाणी, अन्नाचे मोठाले थाळे आणि रात्री खूप उशिरापर्यंत असलेली दिव्यांची रोषणाई! हा देखावा समारंभ पाहून माझे आजोबा फारच खूष झाले असते, असं माझी आई म्हणाली. माझ्या मनात त्या दिवशी एकच कल्पना घट्ट रुजली होती, की हा थाटाचा समारंभ ही यापुढे येणाऱ्या आनंदाची नांदी आहे आणि त्या रात्रीचे ते ऐश्वर्य म्हणजे अंकल सलमान आणि आंटी शेहजादी यांच्या अमेरिकेतल्या भावी आयुष्याचे प्रतीक आहे. मला असं कधीच वाटलं नव्हतं, की ती रात्र काहीतरी वेगळी ठरेल; सिद्दीकी हाऊसचा हा अतिभव्य शेवटचा अंक,

म्हणजे माझ्या आजोबांच्या वैभवाला अखेरची सलामी असेल. माझ्या आजीने तिच्या पतीला आपली मुले मुस्लिम धर्मांतच वाढवीन, म्हणून वचन दिले होते. त्याची ती सर्वोच्च पूर्ती होती.

कासीम व मी नीटनेटके आणि स्वच्छ राहण्याचा खूप प्रयत्न केला; पण ते अशक्य होते. रात्र होण्यापूर्वीच आमच्या अंगावर गुलाबांचे लाल डाग पडले होते. त्यांच्या काट्यांनी आमची बोटे हुळहुळी झालेली होती, गळ्यात हार घातलेले असल्याने आमची मान अवघडलेली होती. आमचे सुंदर कपडे चुरगळलेले होते आणि मोजता येणार नाहीत इतके डाग कपड्यांवर पडलेले होते. त्या रात्रीकडे मी जेव्हा पुन्हा बघते, तेव्हा तेव्हा त्या दबलेल्या, पण सुवासिक माळांच्या आडूनच बघते. त्या संध्याकाळनंतर पाकिस्तान, इस्लामविषयीच्या माझ्या मनातल्या कल्पना म्हणजे सदैव सुगंधी गुलाबांचे ताटवे, त्यांचा गोडसर चिकटपणा याच्याशीच जोडल्या गेल्या. मोठेपणी जेव्हा मी सूफी संतांच्या समाधिस्थळांना जाई, तेव्हा तिथे मला ही आठवण हटकून येत असे आणि मी डोक्यावर लाल गुलाबाच्या पाकळ्यांचे मोठे थाळे घेऊन त्या समाध्यांवर वाकून माझी फुले ओतत असे.

*बॉस्टनला परत जातेवेळी* विमानात मी माझ्या निळ्या वहीत या समारंभाची माहिती लिहायला लागते. अधूनमधून झोपेच्या आधीन होत आणि जागी होत, निम्मी पाकिस्तानी, निम्मी अमेरिकन, अर्धी मुस्लिम, अर्धी ख्रिश्चन, अर्धी अर्धी. ''घे घे लाडूबाई (स्वीटहार्ट).'' नाना मला कोपराने उठवत होती आणि तिच्या वाटणीचा विमानातल्या केकचा तुकडा देऊ करत होती.

''थँक यू, नाना'' मी अर्धवट जागेपणी गालात हसले. तिच्या खांद्यावर रेलून डोके ठेवले आणि सेंटचा आश्वासक सुगंध मला जाणवला. रोझ टाल्कम पावडर, गुलाबाच्या वासाचा साबण आणि गुलाबपाणी.

आता उलटी यात्रा : कराची, कायरो, फ्रँकफर्ट, न्यूयॉर्क, बॉस्टन. परत घरी.

# शांतारामांचे तळे

*पुणे, डिसेंबर २००१*

"शांताराम."

आवाज ऐकून मी दचकते आणि रेखेव माझ्या शेजारी येऊन बसतो.

कुठून तरी अचानक येऊन टपकायचं आणि दुसऱ्याचं काम चालू असेल त्याचा बेरंग करायचा, ही त्याला सवय आहे. काही वेळा मला त्याला तसं सांगावंसं वाटतं, पण कोणतीतरी भावना मला थांबवते. जणू काही मी तो मंत्र निष्प्रभ करीन आणि मग पुन्हा तो कधी परत येणारच नाही.

एका जुन्या कृत्रिम तळ्याच्या रिकाम्या, खोल विवराशेजारी, एका पडक्या दगडावर मी बसले आहे. त्या रिकाम्या पोकळीतल्या जमिनीवर रानवेली आणि गवत माजलंय. फिल्म इन्स्टिट्यूटमधली ही माझी आवडती जागा आहे. तुम्ही जर नीट निरखून पाहिलंत, तर मूळ ढाच्याची रूपरेखा आणि तळ्याचा काठ, याची कल्पना सहज येते. पायऱ्या, हत्तीचा ढासळलेला पुतळा– इथे इन्स्टिट्यूट होण्यापूर्वी हा फिल्म स्टुडिओ होता, त्याचे हे अवशेष. त्या बांधकामाला पडलेल्या भेगा आणि त्यातून बाहेर पडून ओसंडणारी हिरवाई. माझ्या मनातल्या त्या चिरा बुजतात आणि मूळ भक्कम चित्र उभं राहतं. ही जागा खरोखरच सेसिल बी. डेमिलच्या भव्य चित्रपटासाठी अगदी योग्य सेटिंग आहे. तळ्याच्या भोवती बसलेल्या, उंच टाचांचे बूट घातलेल्या, ओलेत्या सुंदरी! त्या काळात या तळ्याचे भारतीय चित्र कसे असेल कोण जाणे. मला तिथे दुपारी जायला आवडते. तिथे जाऊन वाचायला आणि लिहायला, अगदी डासांचा त्रास होईपर्यंत.

“हे तळे त्यांच्या नावाने ओळखले जाते.” तो नाकासमोर सरळ बघत म्हणतो, जसा काही मी त्याला प्रश्न विचारल्याप्रमाणे तो पुढे सांगतो, “शांताराम हे फिल्म डायरेक्टर होते. इथे पूर्वी काम करत होते, म्हणजे इथे जेव्हा इन्स्टिट्यूटच्या जागी फिल्म स्टुडिओ होता तेव्हा!”

“त्यांनी हे तळं चित्रपटात वापरलं होतं का?”

“तो चढ पाहिलास? कॅमेरा आत किंवा बाहेर चाकावरून नेण्यासाठी तो वापरत असतील. तुला तिथे एक खोबण दिसतेय का? ते एक लहानसे मंदिर असेल, किंवा प्रार्थनास्थळ...”

काही वेळ आम्ही त्या तळ्याकडे बघत राहतो.

“जागेच्या आठवणी,” तो म्हणतो. “पूर्वीच्या घटनांचे पडसाद वातावरणात असतातच. आपल्याभोवती इथे भुते आहेत. आपण भुतांनी वेढलेलो आहोत.”

“तसंच वाटतंय खरं,” मीही मानेने संमती देत म्हणते.

“ती तिकडे झाडे दिसताहेत ना?” तळ्याच्या पलीकडे मोठी, उंच, पानगळ झालेली बरीच झाडे होती. तिकडे खुणेने दाखवत तो मला विचारतो, “ती (ficus) फीकस झाडासारखी वाटतात. रुंद हिरवी पाने आणि गाठी असलेले, विद्वान वाटणारे त्यांचे जाड बुंधे. ती आहेत पिंपळाची झाडे,” तो सांगतो. “इकडे अशी श्रद्धा आहे, की त्यांच्या मुळात ब्रह्मदेव वास करतो, विष्णुदेव बुंध्यात राहतो आणि शेंड्याच्या मुकुटावर शिवाचे स्थान आहे. भगवान श्रीकृष्णाने अखेरचा श्वास अशा पिंपळाच्या झाडाखालीच घेतला होता, असे मानतात. या झाडाला यज्ञोपवतीचा अधिकार प्राप्त आहे, असे म्हणतात. कोकणात, जिथे तुमचे ज्यू प्रथम राहायला लागले ना, तिकडे तर मी ऐकलंय, की लोक या झाडाला नवस बोलतात आणि त्यासाठी त्याच्या भोवती दिवसातून अनेक प्रदक्षिणाही घालतात. लोकांचा असाही विश्वास आहे, की मृत व्यक्तींचे आत्मे त्यांच्या वंशजांच्या रूपाने पुन्हा जन्म घेतात. खास करून, जर त्यांच्या इच्छा अतृप्त राहिल्या असल्या तर! कधीकधी एखादे मूल एखाद्या मेलेल्या नातेवाइकासारखे दिसत असले, तर त्या पूर्वजाने त्या मुलाच्या रूपाने त्याच कुटुंबात पुन्हा जन्म घेतलाय, असे ते समजतात. तूही एक भूत शोधते आहेस, हो ना? कदाचित म्हणूनच तुला या जागी यायला आवडतं!”

क्षणभर मला वाटतं, की जर रेखेव इतर विद्यार्थ्यांशीही असंच बोलत असेल, तर ते त्याचे लांबलचक भाषणछाप सिद्धान्त माझ्यासारखे सहजपणे ऐकून घेत असतील की नाही कोण जाणे!

*आठवडाभरानंतर मी रेखेवला* पुन्हा भेटते, तेव्हा तो आवारातल्या एका बाकावर बसून पुस्तक वाचत असतो. माझ्याकडे बघून मान हलवतो आणि पुन्हा

वाचनात गर्क होतो. मी तिथे बसते आणि माझ्या हँडबॅगमधून हात फिरवत काहीतरी शोधण्याचा प्रयत्न करते.

"तू नेहमी त्या लाल बॅगेत काहीतरी शोधत असतेस, जणू काही सगळ्या गोष्टींची उत्तरं त्यातच सापडणार आहेत," वर न बघताच तो म्हणतो. "तू जरा काळजीत पडलेली दिसतेस."

"माझे फोटो," मी म्हणते. "ते मला कुठेतरी उदासवाणे, निर्जीव वाटतात. ते चांगले आलेले नाहीत."

"तुझा कॅमेरा इथे बाहेर काढण्यापूर्वी तू या भारत देशात वर्षभर वाचत राहिले पाहिजेस," तो म्हणतो. काही मिनिटे आम्ही गप्प बसून राहतो, नंतर उन्हाची तिरीप येऊ नये, म्हणून एक हात डोळ्यांवर धरत, माझ्याकडे न बघताच तो उठतो.

"चल." तो म्हणतो आणि मी आवाराची लांबलचक गाडीवाट व पुढे लॉ कॉलेज रोडवरून त्याच्याबरोबर चालत जाते. आम्ही कुठे जाणार आहोत, याची मला कल्पना नसते; पण त्याच्या निमंत्रणात करायला भाग पाडणारं, तातडीचं असं काहीतरी असतं. आम्ही रस्त्यापासून जरा आत असलेल्या एका जुन्या दगडी बंगल्यापर्यंत जातो. त्या बिल्डिंगभोवती हिरवेगार वृक्ष आणि फुलांनी लगडलेली झुडपे आहेत. प्रवेशद्वाराजवळ चंद्रकोरी कमानीसारखी पाटी आहे. त्यावर 'भांडारकर ओरिएंटल रिसर्च इन्स्टिट्यूट, स्थापना १९१७.' असं लिहिलं आहे.

आम्ही एका मोठ्या, अंधाऱ्या दालनात शिरतो. काचेच्या कपाटातून ओळीने पुस्तके ठेवलेली आहेत. उजव्या हाताला एका लांब, ठेंगण्या टेबलावर भांडारकर इन्स्टिट्यूट प्रेसने प्रसिद्ध केलेली शैक्षणिक पुस्तके व जर्नल्स (Journals) ठेवलेली आहेत. मी काही नावे बघते. 'Recent Trends in Indology, The Bhagwatgita as a synthesis, The Vedic Sacrifice in Transition, आणि Ancient India Insights & Modern Science.'

"इथे एक महाभारताबद्दल विभाग आहे. तिथे १९१८ पासून महाभारताच्या आवृत्तीबद्दल विद्वानांचे काम चाललेले आहे. १९६० च्या दशकाच्या अखेर मूळ संहितेवरचे काम संपले आणि आता ते उपसंहारावर काम करत आहेत. तुम्हाला भारत समजून घ्यायचा असेल, तर प्रत्येक हवी असलेली गोष्ट त्यांच्यात तुम्हाला सापडेल."

रेखेव त्या दालनात सावकाश फिरतो आणि लोककथांवरच्या पुस्तकांचा ढीग त्याच्यासमोर जमवतो. मी एका लांबट टेबलाजवळ बसते आणि तिथली परिस्थिती न्याहाळते. मला एक गुप्त गोष्ट सापडलीय, असं वाटतं. रेखेव एक मोठा हिरवा ग्रंथ ओढून काढतो आणि माझ्यापुढे ठेवतो. त्याच्या बाजूवर लिहिलेले असते, 'नाट्य-मंजिरी सौरभ. संस्कृत नाट्यशास्त्र.'

“यातली पानं अगदी नाजूक, विरणारी आहेत,” तो सांगतो. “जपून वापर.”

रेखेवने एकदाचा पुस्तकांचा ढीग स्वत:समोर ठेवला, की तो त्या ढिगातून बघत पद्धतशीरपणे कामाला लागतो आणि एका मोठ्या जाड पुठ्ठ्याच्या वहीत, जुन्या फॅशनच्या फाऊंटनपेनने नोट्स (टिपणे) काढायला लागतो. त्याच्या खांद्यावरून वाकून त्याच्या नोंदी वाचण्याची मला अनिवार इच्छा होत असते. मी प्रयत्नपूर्वक तिला आवर घालते आणि माझ्या समोरच्या ग्रंथावर लक्ष केंद्रित करते.

मी पुस्तक उघडते. त्याने मला ते का दिले आहे, याचे कुतूहल आहेच. संस्कृत नाटकांच्या कथारचनेचे पाच टप्पे असतात, त्याबद्दल मी वाचते नि अपरिचित शब्दांचे अर्थ शोधते. पहिला मुक्काम, ‘प्रारंभ’, ही हालचालींची, हावभावांची सुरुवात असते. तिथे नाटकाचा नायक काहीतरी मोठे फलित शोधायला किंवा लक्ष्य गाठायला जातो, ते दाखवणे. दुसरा टप्पा– ‘प्रयत्न.’ यात नायकाला समजतं, की त्याला जे काही साध्य करायचंय, ते काहीतरी योग्य उपाय केल्याशिवाय जमणार नाही. उपलब्ध साधने कोणती आहेत, याचा मागोवा नायक घेतो आणि त्या दृष्टीने कोणती हालचाल करायची, ते ठरवतो. तिसरा टप्पा आहे– ‘प्राप्तीसंभव.’ म्हणजे ‘इच्छित लक्ष्य प्राप्त होण्याची शक्यता–’ जेव्हा ते साध्य हाती लागते, तेव्हाची स्थिती. या टप्प्यावर आशा, अपेक्षा आणि चिंता असते. चौथा टप्पा आहे ‘नियत फलप्राप्ती.’ नियतीने दिलेली फलप्राप्ती. या वेळी नायकाच्या आवाक्यात इच्छित गोष्ट आलेली दिसते. ती प्राप्त झाल्याची कल्पना तो मनात रंगवू शकेल किंवा हेतूपूर्वीचे स्वप्न पाहू शकेल; परंतु त्याचा हेतू सिद्धीस गेल्याची सत्यस्थिती शेवटच्या टप्प्यातच खरी होईल. तो टप्पा आहे ‘फलयोग–’ फलाची प्राप्ती किंवा सिद्धी.

मी तो ग्रंथ वाचत असताना त्यात मला एक चित्र सापडते. त्या ग्रंथाच्या बांधणीतच घडी केलेले. त्याचे शीर्षक आहे– ‘नाटकाची कथा-रचना : अर्थप्रवृत्ती, अवस्था, संधी-संध्यांग यांचे निरुपण व वाव.’ या चित्रात एका पाण्याच्या प्रवाहावर एक मानवनिर्मित बांधकाम आहे. त्याला पाच कमानी आहेत आणि त्या सहा खांबांच्यावर पेललेल्या आहेत. प्रत्येक कमानीवर देवनागरीमध्ये नावे लिहिलेली आहेत. या बांधकामातल्या भिंतींच्या मधल्या सर्व विटांवर लिहिलेले आहे. त्याचप्रमाणे कमानीवरच्या विटांवरही शब्द आहेत. पुलावरचा भाग या विटांनी बांधून काढलेला आहे. हा एक प्रकारचा नकाशाच आहे.

रेखेव माझ्या नोट्सवर वाकून पाहतो. “तुला चित्र सापडलं तर.”

मी होकारार्थी मान हलवते.

“मग– तुझं लक्ष्य काय आहे, ते तू निश्चित केलंस का?” तो विचारतो.

“काय?”

“चल, चहा पिऊ या.” तो म्हणतो, “मला तुला काही कल्पना सांगायच्या आहेत.”

'लकी'च्या वाटेवर मी जोसेफ कॅम्पबेलचे 'द हिरो विथ अ थाऊजंड फेसेस' हे पुस्तक वाचले आहे का, असे रेखेव मला विचारतो... मी त्याला सांगते, की मला अस्पष्टसं आठवतंय, की कॉलेजमध्ये कॅम्पबेलच्या दंतकथेबद्दलची सर्वसाधारण, सर्वसमावेशक कल्पना, याच्याबद्दल मी शिकले होते.

"ही कल्पना मला फारच उत्तेजक वाटते– एका लोककथेची कल्पना एका बांधकामासारखी. सर्वसामान्य जग हे देखील स्थापित असतं. त्याची मजबूत अशी पायाभरणी झालेली असते आणि त्यानंतर साहसी कामासाठी हाक येते. नायक ती हाक नाकारतो. ती पुन्हा येते आणि नायकाला त्याला उत्तर द्यावेसे वाटायला लागते. त्याला उंबरठ्यावरच्या पहारेकऱ्यांशी सामना द्यावा लागतो, कारण ते शंका प्रदर्शित करतात. नंतर त्याला मित्र, जादूगार आणि भामटेही भेटतात. त्याला एक अनुभवी, विश्वासू सल्लागार भेटतो– ज्याने तो प्रवास केला आहे, असा पराभूत नायक आणि ज्याला खलनायकाला मारता येण्याचे मार्ग माहीत आहेत, असा– तो उपदेशक, त्याला एक तलवार देतो. नायक खलनायकावर विजय मिळवतो आणि पुन्हा तो परीसस्पर्श झाल्यासारखा सामान्य जगात आनंदाने परततो. अनेक तऱ्हेने जरी पाहिले, तरी कॅम्पबेलची कल्पना जवळजवळ संस्कृत नाट्यशास्त्राचा आरसा आहे. मला माझं आयुष्यही तशाच तऱ्हेचं वाटतं. टप्प्याटप्प्यानं काळाबरोबर पुढे जाणारं."

आम्ही त्या कॅफेमध्ये शिरतो आणि गेल्या वेळेला बसलो होतो, तेच टेबल निवडतो आणि दोन कप चहा मागवतो. तो सिगरेट काढून पेटवतो, मलाही देऊ करतो, पण मी मानेने नाही म्हणते.

"सल्लागार हा एक प्रकारचा गुरू असतो का?" मी विचारते.

"कदाचित, पण गुरू हा काही नेहमीच शहाण्या, वयस्कर लांब दाढीवाल्या माणसाच्या रूपात नसतो. गुरू हा नेहमीच तुम्हाला काही देतो असं नाही. तो किंवा ती, असे कुणीही असू शकतात, की ज्यांच्याकडून तुम्ही काहीतरी घेता किंवा ते तुम्हाला नवी जाणीव देतात. गुरू नकळत एखादी पद्धत सुरू करून देतो."

"मी हाच नमुना वापरतेय, असं तुला वाटतं का? इथे भारतात?" मी त्याला विचारते.

"इथे राहायला येऊन, कदाचित तू तुझीच गोष्ट लिहिते आहेस. प्रत्येक नव्या पावलाबरोबर! तुला काय वाटतं? तुझ्या आजीनं तुला या साहसासाठी पुकारलं, चालना दिली. तुझ्या वाटेवरचा, मी लबाड माणूस असेन किंवा मी मित्रही असू शकेन."

"तर मग खलनायक कोण? सल्लागार?"

रेखेव सिगरेटचे जळते टोक एका पत्र्याच्या लहानशा डबीत, ज्यात पूर्वीच्या गिऱ्हाइकांनी फेकलेली आधीची थोटके आहेत, त्याच्यावर हळूच ठोकून राख झटकतो आणि क्षणभर थांबतो.

"कदाचित तुला अजून ते भेटलेले नसावेत, कदाचित असावेतही आणि कदाचित तू त्यांना भेटणारही नाहीस, म्हणजे नेहमीच्या संभाव्य स्वरूपात. अंतिमत: ही सगळी दंतकथा आहे. प्रत्येक पात्र तूच आहेस, तुला तो उपदेशक किंवा खलनायक दुनियेत भेटेल किंवा तो तुझ्यातच सापडेल. ग्रीक ट्रॅजेडीमध्ये, नायक हाच शोकांतिकेचा स्रोत असतो. पश्चिम देशांत मी बघतो, तर पुस्तकात किंवा चित्रपटांमध्ये, तुमचा नाट्यशोध हा एकाच मनोविकारातून पुढे जात राहतो; पण भारतात मात्र नायकाला माहितीचा प्रवाह एखाद्या व्यक्तीमध्ये सापडतो."

"म्हणजे मी आता पुलावरून चालते आहे."

"आपण सगळेच चालतो आहोत," रेखेव जरा थांबून पुढे म्हणतो, "कशी होती तुझी आजी?"

क्षणभर मी विचारात पडते. थोडक्या शब्दांत तिचं वर्णन कसं करावं. नानाबद्दलची बारीकसारीक माहिती, जी मी सहसा सांगत नाही, अशी माहीती मला रेखेवला सांगावीशी वाटते. जशा आठवतील तशा गोष्टी सांगून तिचे एक शब्दचित्र त्या टेबलावरच मला त्याला द्यायचं असतं.

"तिच्या खोलीत पुस्तकांचा एक शेल्फ होता. त्याच्यावर तिने परदेशांतून आणलेल्या लहानसहान वस्तू ठेवलेल्या होत्या... वैचित्र्यपूर्ण गोष्टी... शिंपल्यांचा कुत्रा, स्वीडनच्या राजाचे चित्र असलेला कप, बिग बेनची छोटी प्रतिकृती, त्यात सुसंगती नव्हती. तशी तिच्याकडे दृष्टी नव्हती. ती लहान मुलांचे कपडे वाट्टेल त्या

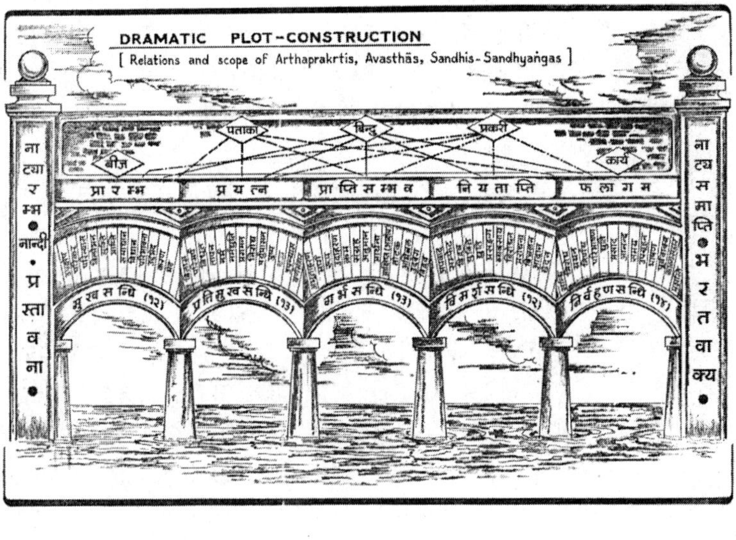

रंगांचे विणायची. पोपटी आणि भडक पिवळी लोकर. माझी आई म्हणायची, 'अम्मा, तू या रंगाची लोकर का घेतलीस?' आणि नाना म्हणायची, 'कारण हा रंग खूप छान आहे!'' मला एकदम हसू येतं. तिच्या हातातला लोकरीचा मऊ गुंडा ती ममाच्या पुढे धरून दाखवतेय, अशी कल्पना माझ्या डोळ्यांसमोर येते. ''आमच्या कुटुंबातल्या कुणाहीपेक्षा तिची सौंदर्यदृष्टी काही निराळीच होती.''

रेखेवही जरासा हसतो.

''मला ती ओळखीची वाटते.'' तो म्हणतो, ''तुला सांगू का, तुझ्या नानाला मी चांगलं समजू शकतो, तुला समजून घेणं कधी काळी शक्य होईल, त्यापेक्षा जास्तच.''

आम्ही शांतपणे चहा पीत बसतो. हॉटेलच्या दारातून मला एक माणूस वाफा येत असलेल्या बर्फाची मोठी लादी सायकलवर मागे बांधताना दिसतो. तो एक ताडपत्रीचा तुकडा लादीभोवती गुंडाळतो, एक जाड स्वाईनचा दोरा त्या लादीभोवती बांधतो आणि ती घसरणार नाही, याची खबरदारी घेतो.

''बघ,'' मी बाहेर बोट दाखवून म्हणते, ''अरे, तो माणूस बर्फ घेऊन जातोय!''

रेखेव खांद्यावरून मागे वळून बघतो आणि निर्विकारपणे पुन्हा चहाच्या कपाकडे लक्ष देतो. मला परकीय असल्यासारखं वाटतं.

''तुझ्या नावाचा अर्थ काय?'' मी रेखेवला विचारते. त्याचं नाव मला त्याच्या वहीवर दिसतं–

''रेखेव भारद्वाज.''

''भारद्वाज हे माझ्या गोत्राचं नाव. गोत्र म्हणजे काय, ते तुला माहिती आहे?''

मी नकारार्थी मान हलवते. ''माझं गोत्र म्हणजे ब्राह्मण मुनी किंवा ऋषींपासूनचं माझं कुल, वंशपरंपरागत आहे. आम्ही मोहियाल हुसेनी ब्राह्मण आहोत. करबालाच्या लढाईत पैगंबराच्या नातवांच्या बरोबर आम्ही होतो. तुमचं कुटुंब शिया की सुनी?''

''सुनी.''

''फार वाईट.'' तो वाकडं तोंड करत म्हणतो, ''आम्ही शियांच्या बाजूचे होतो. मोहियाल लोक मानतात, की आमचा एक पूर्वज राहब मिश्र दत्त हा बगदादमध्ये राहत असताना इमाम हुसेनच्या जवळचा झाला. आता हे सातव्या शतकाच्या अखेरीस घडलं असेल. हुसेन जेव्हा मदिनाहून करबालाला जात होता, तेव्हा माझीदच्या सैन्यानं त्याच्यावर हल्ला केला. दत्त कुटुंब त्या परिवारात काफिल्यासोबत होतं. दत्त पिता व पुत्रांनी इमामाच्या बाजूनं शत्रूला कट्टर सामना दिला. त्या लढाईत दत्तची सात मुलं मरण पावली. जे वाचले ते उत्तर हिंदुस्थानात येऊन स्थायिक झाले, बहुतेक पंजाबात. माझे पूर्वज हिंदूच होते, पण त्यांच्या काही चालीरीतींवर बऱ्यापैकी मुस्लिम पगडा होता.''

"म्हणजे, तुझं कुटुंब माझ्या कुटुंबापेक्षा फारसं काही वेगळं नाही तर," मी म्हणते.

"मला वाटतं, तुझं बरोबर आहे." रेखेव जरा साशंक दिसतो व पुढे म्हणतो, "हे अर्थात शेकडो वर्षांपूर्वी झालं होतं. माझं कुटुंब आता पुष्कळसं उत्तर हिंदुस्थानी ब्राह्मण झालेलं आहे, पण इतिहास मात्र हाच आहे."

"लोकांना तुझ्या जाती-जमातीविषयी माहिती आहे का?"

"फारशी नाही– थोडीशी आहे. काही जणांना अर्थातच भूतकाळ पूर्णपणे पुसून टाकावासा वाटतो. माझे एक म्हातारे काका नेहमी आम्हाला एक पाठांतर म्हणून दाखवायचे, 'वाह दत्त सुलतान, हिंदू का धरम, मुसलमान का इमान, आधा हिंदू, आधा मुसलमान' त्याचा अर्थ असा की, 'हे देवा! हा दत्त राजा हिंदूंचा धर्म पाळतो, मुसलमानांची निष्ठा बाळगतो, अर्धा हिंदू, अर्धा मुसलमान.' माझे एक काका उर्दू कवी होते. अनेक पाकिस्तान्यांपेक्षा ते जास्त चांगले उर्दू बोलत असत. बघ ना, काही धागे पुढे असेच चालू राहतात."

"आणि तुझ्या पहिल्या नावाबद्दल काय? त्याला काही अर्थ तरी आहे का?"

"सगळ्या नावांना अर्थ असतो!" रेखेव जरा चिडखोरपणे म्हणतो.

"चांडोक्य उपनिषदांत रेखेव नावाच्या एका ऋषीचा उल्लेख आहे. अगदी दोनच ओळी आहेत. एक राजा या ऋषीकडे तत्त्वज्ञान– पंचमहाभूतांचे ज्ञान– शिकण्यासाठी येतो. त्याच्या बरोबर त्याची मुलगी, राजकन्या असते. रेखेव राजाला सांगतो, की तो राजाला ते ज्ञान अवश्य शिकवेल, कारण त्याची मुलगी सुंदर आहे. आता लोकांना प्रश्न पडला, की 'तो असं कशासाठी म्हणेल?' या दोन ओळींच्यावर विद्वान मंडळी शेकडो वर्षे चर्चा करत आहेत. कुणीतरी या विषयावर एक कादंबरीही लिहिलीय, 'अनामिक दैनंदिनी' या नावानं, पण दुर्दैवानं तुला ती वाचता येणार नाही, कारण ती हिंदीमध्ये आहे. त्या पुस्तकाचा रेखेव हा नायक आहे."

"ती कादंबरी रेखेवचे राजा व राजकन्या यांच्याशी असलेल्या संबंधावर आधारित आहे का?"

"नाही, उलट चांडोक्य उपनिषदांतल्या त्या दोन ओळींबद्दल त्यात खुलासेवार स्पष्टीकरण आहे आणि त्या भेटीपूर्वी काय घडलं होतं, त्याबद्दल आहे."

"काय गोष्ट होती?"

"ती एक दीर्घकथा आहे. आपण आणखी एक कपभर चहा घेऊ या का?" रेखेव विचारतो आणि मी मानेने होकार देते.

"भैया, दो चाय." तो सांगतो आणि वेटर चटकन आमची ऑर्डर स्वयंपाकघरात घेऊन जातो.

"रेखेव जन्मभर त्या राजकन्येची वाट बघत होता. सुरुवातीला, रेखेव अरण्यात ध्यानधारणा किंवा तपश्चर्या करत होता, कारण तो ऋषी होता. त्यानं साऱ्या

आयुष्यात स्त्री बघितली नव्हती. ही गोष्ट घडते, त्या दिवशी मुसळधार पाऊस पडत होता. राजकन्या जंगलातून जात होती. तिचा रथ मोडला नि अपघात झाला. रेखेवनं संबंध आयुष्यात कधीही स्त्री बघितली नव्हती, त्यामुळे त्याला वाटतं, की ती देवपुरुष असेल. ती राजकन्या जखमी झालेली होती, म्हणून त्यानं तिला पाठीवर उचलून नेण्याची तयारी दर्शवली. पण ती म्हणाली, की ती स्त्री असल्यामुळे ते योग्य ठरलं नसतं. 'स्त्री म्हणजे काय असते?' त्यानं तिला विचारलं. तिनं सांगितलं आणि ते त्याला परिचित वाटलं व समजलं, तरीही त्याला त्याचा काडीमात्र अनुभव नव्हता. मनोभावना या शब्दाला इंग्लिश प्रतिशब्द कोणता...?"

"म्हणजे कोणतीतरी कल्पना...?"

"कल्पना, समजूत?"

"कल्पना. तिनं त्याला कल्पना आणि स्पष्ट, स्पर्शनीय सत्य..."

"दृश्य वस्तू."

"अगदी बरोबर. कल्पना आणि दृश्य वस्तू यांच्या मध्ये. तो तिला म्हणाला, 'तू मला कल्पना आणि दृश्य वस्तू यातला फरक समजावून सांगितलास, म्हणून आता तू माझी गुरू आहेस.'"

"मग ती अरण्य सोडून कशी गेली?"

"ते मला नीटसं माहिती नाही. राजकन्या कशीतरी सुरक्षित ठिकाणी पोहोचली आणि रेखेव त्या मोडक्या रथापाशी खाली बसला आणि त्यानं ध्यानधारणा सुरू केली. राजकन्येला पाठुंगळी घेऊन जाण्याची अयोग्य कल्पना त्याच्या मनात आली, म्हणून त्याच्या पाठीवर पुरळ उठले. त्या तशा बैठकीच्या अवस्थेतच तो कित्येक दिवस, वर्षेही राहिला. पाठ खाजवत नि ध्यान लावत, त्याच्या गुरूला समजावून घेत. नंतर त्यानं तिच्या शोधार्थ प्रवास सुरू केला. त्याला एक जख्ख म्हातारी दिसली. ती त्याला म्हणाली, की त्याला माहिती होती, परंतु ज्ञान नव्हतं, कारण त्यानं सत्संग केला नव्हता. तुला सत्संगाचा अर्थ माहिती आहे का?"

"सत्संग म्हणजे जेव्हा लोक भक्तीगीतं गातात, बरोबर?"

"नाही, नाही. काही लोक त्याला सत्संग म्हणतात, हे खरं आहे, पण सत्संगाचा खरा अर्थ आहे 'थोर मनाची मैत्री.' आता बघ. तो रेखेव एकटा होता. त्याचे कुणाशीही नातेसंबंध नव्हते."

"मग तो त्या मंगल मैत्रीच्या शोधात गेला का?"

"होय. तो गेला. त्या पुस्तकात त्याचाच ऊहापोह केलेला आहे. त्यातून खरं तर एक चांगली फिल्म तयार होऊ शकेल. आता ही माझीच कल्पना आहे! आणि तुला त्यातून जे काही करता येईल ते कर, पण माझा विश्वास आहे, की जेव्हा तुम्ही एका प्रांतातली माहिती दुसरीकडे नेता, तेव्हाच त्यात बदल होतो. त्या माहितीचे

मग ज्ञान बनते. म्हणून तर लोक प्रवास करतात!''

''पण तू प्रवास करत नाहीस.''

''मी सध्या तरी पुणं सोडून कुठेही गेलेलो नाही,'' आणखी एक सिगरेट शिलगावत तो म्हणतो. एकाएकी तो खूप थकल्यासारखा वाटतो.

''आपण परत जाऊ या का?'' तो विचारतो.

''हो, तसंच करू या,'' मी म्हणते.

आता ही आमची रोजचीच सवय झालीय. आम्ही वाटेत न बोलता कँपसमध्ये परत जातो. अंधार पडलाय आणि रात्रीच्या जेवणाची वेळ संपलीय. पुन्हा एकदा मला कणकेची बिस्किटं, बटाटा चिप्स आणि बाटलीतल्या पाण्यावरच जेवण भागवावं लागणार आहे. एका दिवसात मी इतकी माहिती जमवलीय, की त्यानं माझं डोकं ठणकायला लागलंय. रेखेवचे सगळे सिद्धान्त सांगायला त्यानं माझीच निवड का केली असावी, याचं मला नवल वाटतं. तो सगळ्या गोष्टी फारच गंभीरपणे घेत असतो, असं मला वाटतं.

''गुड नाईट,'' माझ्या कंपाऊंडच्या फाटकाजवळ पोहोचल्यानंतर मी हात पुढे करत त्याला म्हणते.

''गुड नाईट,'' घाईघाईने हस्तांदोलन करत रेखेव म्हणतो.

''तू बहुतेक काही दिवस मला भेटू शकणार नाहीस.''

मी निराशा लपवण्याचा प्रयत्न करत म्हणते, ''का ते?''

''मला जरा काही काम पुरे करायचे आहे.'' तो जरा गूढपणे पुढे सांगतो, ''पण आपण पुन्हा तसे लवकरच भेटू.''

तो परत जायला लागतो, तेव्हा मी ओरडून म्हणते, ''तर मग गुडलक.''

''लक?'' तो मागे वळून बघत विचारतो.

''म्हणजे तुझ्या कामासाठी शुभचिंतन– गुडलक.''

''लक हे नियतीने लिहिलेलं असतं,'' तो उत्तर देतो आणि येणाऱ्या गाड्यांमधून वाट काढत आवाराच्या मुख्य प्रवेशद्वाराकडे जातो.

त्या शब्दांनी मला हसू येतं. मीही वळते आणि तो मुद्दामच गूढ वलय निर्माण करतोय की काय, असा विचार करत खोलीकडे जाते.

# रिचर्ड आणि समीना

## *चेस्टनट हिल १९८६*

**मी** अकरा वर्षांची होते, तेव्हा मी माझ्या आईला वाटत असलेले अमेरिकेचे आकर्षण, याची गोष्ट प्रथमच ऐकली होती. माझ्या आई-वडिलांनी एक पार्टी द्यायचे ठरवले होते. ती डिसेंबरच्या पहिल्या आठवड्यातली शनिवारची संध्याकाळ होती. माझी आई नि आजी दिवसभर चिकन बिर्याणी बनवण्यात दंग होत्या. साऱ्या घरात भाजलेल्या जिऱ्याचा वास पसरलेला होता. दिवे मुद्दाम मंद केलेले होते आणि वडिलांनी सनरूममध्ये (सूर्यखोलीत) लाकडे पेटवून फायर-प्लेस चालू केली होती. पाकिस्तानी लोकसंगीताची एक रेकॉर्ड वाजत होती. ही सनरूम आमच्या घराच्या एका टोकाला होती. मुख्य दिवाणखान्यालगतच, पण थोडीशी खाली असलेली, तळमजल्यावरच्या इतर सर्व खोल्यांपेक्षा एक पायरी खाली – ही एक छोटीशी, पण मुद्दाम फरक दाखवण्यासाठी केलेली रचना होती. इथे माझी आई व आजी गोष्टी सांगायच्या. तिथल्या भिंतींना काळ्या रोझवुडचे पॅनेलिंग होते आणि खूप मोठ्या खिडक्या होत्या. त्यांची दारे फिरती होती, त्यामुळे दिवसा घरात सूर्यप्रकाश येई आणि रात्री शेकोटीचा धूर बाहेर जाई. फायरप्लेसवर दोन हिंदुस्थानी बाहुल्या टांगलेल्या होत्या. माझ्या वडिलांनी त्या अशा काही कौशल्याने टांगलेल्या होत्या, की त्यांचे दोघींचे हात वर घेतलेले, आणि तोंडे उघडी असल्याने त्या दोघी जणू काही बोलत आहेत, असं वाटायचं.

माझ्या आईचे पाकिस्तानी स्नेही आणि आई-वडिलांचे बॉस्टनमधले स्नेही यांनी आठ वाजेपर्यंत घर भरून गेलं. त्यांचं पेयपान आणि हास्यविनोद चालू होते. जाड

धातूच्या थाळ्यांमध्ये आणि त्याला साजेशा वाट्यांमधून जेवण वाढले होते. ही भांडी आम्ही खास पाहुण्यांसाठी काढत होतो. पाहुण्यांनी बिर्याणी वाखाणली आणि काही अमेरिकन बायकांनी आजीच्या भोवती जमून ती पाककृती विचारली. आजी जरा लाजत सांगायला लागली, ते मी ऐकलं. ''खरं तर, बिर्याणी काही फारशी अवघड नाही. तुम्ही फक्त आलं, लसूण घ्या...''

जेवणानंतर सारे जण सनरूममध्ये जमले. कुणीतरी माझ्या आईला गोष्ट सांगायचा आग्रह केला. तिच्या मैत्रिणी तिच्या अनुभवांना 'समीनाच्या कहाण्या' म्हणायच्या. त्या रात्री कुणीतरी तिला ती प्रथम अमेरिकेला आली त्या वेळची कथा विचारली. तिने हसून म्हटलं, ''ते सगळं सुरू झालं ना, ते सिनेमामुळे...'' कासीम आणि मी सनरूममध्ये जमिनीवर नानाच्या शेजारी बसलो आणि गोष्ट सुरू झाली.

''तेव्हा मी आठ वर्षांची होते, तेव्हा माझ्या वडिलांनी त्यांच्या तिन्ही बायका, आठ मुलगे, दोन मुली, चार भाचे आणि पाच नोकर अशा सर्वांना कराचीमधल्या गावभागातल्या, पॅराडाईज थिएटरमध्ये, सेसिल बी. डेमिलचा 'द ग्रेटेस्ट शो ऑन अर्थ' हा सिनेमा बघायला नेलं होतं व त्याच दिवशी मी मनाशी ठरवलं होतं, की आपण अमेरिकेला यायचं. तो चित्रपट रंगीत होता आणि तोपर्यंत इतकं भव्यदिव्य असं मी दुसरं काहीही बघितलं नव्हतं. त्यात काठी घेऊन कसरत करणारा कलाकार होता, हत्तींचा शिक्षक होता, एक विदूषक... मला त्या वेळेचे मनातले विचार अजूनही आठवतात. 'अशी आहे का अमेरिका?' ''

माझे वडील त्याच खोलीत, आईच्या समोरच्या बाजूला, पण जरा लांब बसून मंदहास्य करत होते. या गोष्टी त्यांनी कित्तीतरी वेळा ऐकल्या असतील, पण दर वेळी ते त्या प्रथमच ऐकत आहेत, असा त्यांचा चेहरा दिसायचा.

आईची गोष्ट सुरू होती– ''मी पंधरा वर्षांची झाल्यानंतर मला अमेरिकेला अभ्यास करायला जायची परवानगी मिळाली, म्हणून मी जोरदार प्रचार करायला सुरुवात केली. माझी चुलत बहीण उझ्मा हिला मी अमेरिकन फील्ड सर्व्हिस एक्स्चेंज प्रोग्रॅममध्ये माझ्याबरोबर अर्ज करायला मनवले. उझ्मा गोरी होती, माझ्यापेक्षा खूपच गोरी. काळेभोर मुलायम केस आणि लांबसडक पापण्या होत्या तिच्या. आम्ही दोघी जिवलग मैत्रिणी होतो. माझे भाऊ आम्हाला दोघींना 'सुंदरी नि वांदरी' असं म्हणून चिडवायचे.''

पाहुणे हसले. तरुण वयात आपण सुंदर नव्हतो, याबद्दल विनोद करायला माझ्या आईला नेहमी आवडायचे; पण मी तिचे फोटो पाहिले होते आणि ती उगीचच काहीतरी फुगवून सांगत होती, तेही मला कळत होते.

''उझ्माची एक नातेवाईक पॅरिसमधल्या पाकिस्तानी वकिलातीत काम करत होती. ती अधूनमधून फ्रेंच मासिके आणि अंतर्वस्त्रे उझ्माला पाठवायची आणि

युरोपच्या कल्पनेने उझ्मा हरखून जायची. तिला पॅरिसला जायचे होते, पण त्यापेक्षा अमेरिका जास्त चांगली आहे, हे मी तिला समजावून सांगितले होते– आमचा लाडका गायक एल्व्हिस प्रेस्ली याची ती भूमी होती. उझ्माच्या निबंधलेखनात मी तिला मदत करायची तयारी दाखविल्यावर ती नरमली. आमचे अर्ज आम्ही पूर्ण केले आणि अमेरिकन वकिलातीत जाऊन स्वत: देऊन आलो आणि त्यांच्या उत्तराची वाट बघत बसलो. शाळेतून रोज परत आल्यावर, आमच्या घरातला मेजर डोमो मज्जीद, याला मी माझ्यासाठी काही पत्र आले आहे का म्हणून विचारायची आणि रोज मानेनं नकार दर्शवत मज्जीद म्हणायचा, 'नाही बेटी, काही पत्र नव्हतं, उद्या येईल कदाचित पुढे पुढे तर.' ते पत्र येणारच नाही, असंच मला वाटायला लागलं.''

''तीन महिन्यांनंतर एके दिवशी, रात्रीच्या जेवणानंतर, फोन वाजला. उझ्मा होती. 'तुझं पत्र आलं का? आलं की नाही?' ती विचारत होती.''

''माझ्याकडे पत्र आलेलं नाही. तुझ्या पत्रात काय लिहिलंय?''

''ओ सॅम, त्यात लिहिलंय, की न्यूयॉर्क स्टेटमधल्या लॉकपोर्टला मला राहावं लागेल. पार्सन्स नावाच्या एका कुटुंबात माझी राहायची सोय केलेली आहे. त्यांना दोन मुलगे आणि एक मुलगी आहे. तीही पंधरा वर्षांची आहे! ओह, सॅम, किती मस्त वाटतंय हे सारं!' ''

आईनं अगदी निराशेनं मान हलवली.

''खरं तर, मी अतिशय दु:खी झाले होते. माझ्या मनात आलं, की उझ्माची कशी निवड झाली आणि माझी का नाही? हा मला धडधडीत अन्याय वाटला. मी अमेरिकेला जाणार नव्हते नि शिवाय माझी जिवलग मैत्रीणही मी गमावणार होते. पाच दिवसांनंतर मी शाळेतून परत येताना फाटकातून फरफटत आत शिरले, तर काय, मज्जीद विजयी मुद्रेने माझ्यासाठी थांबलेला होता.

''राणीसाहेबांसाठी पत्र!'' त्याने ललकारी दिली.

''आलंय?'' मी दप्तर खाली टाकलं आणि ते पत्र घेऊन जिन्यावरून धावत जाऊन स्वयंपाकघराच्या लगतच्या कोठीच्या खोलीत शिरले– ती एकच खोली अशी होती, की जिथे मी दार बंद करून एकांतात पत्र वाचू शकले असते. तेच ते माझं पत्र आलेलं होतं. जाडजूड, आकाशी रंगाचं आणि अमेरिकेच्या पोस्टाच्या तिकिटांनी नटलेलं. मी अमेरिकेला जाणार होते! मॅनहॅटनला!''

''आता कित्तीतरी कामं उरकायची होती! वर्षभरासाठी मला लागणारे कपडे दोन मोठ्या बोटीवरच्या ट्रंकांमध्ये भरायचे होते. माझ्या अमेरिकन कुटुंबासाठी शोभतील अशा छान भेटवस्तू घ्यायच्या होत्या. शिवाय मला अभ्यास, संशोधन करायचं होतं. मी अमेरिकन वकिलातीत गेले आणि मॅनहॅटनचे फोटो बघायला मागितले. तिथल्या कॉन्सल-जनरलच्या चिटणीसांनी एका स्टुलावर उभे राहून एन्सायक्लोपिडिया

ब्रिटानिका खाली काढला आणि मला स्वातंत्र्यदेवीचा पुतळा, मेट्रॉपॉलिटन म्युझियम ऑफ आर्ट, एम्पायर स्टेट बिल्डिंगचे फोटो दाखवले. मी ते नीट निरखून बघितले आणि अमेरिकेत मी कायकाय करणार आहे, त्याची कल्पनाचित्रं रंगवू लागले. आता मला धीर धरवत नव्हता.''

माझी आई बोलताना थांबली. तिने तिच्या सलवार-कमीजचा कपडा जरा सारखा केला.

''जेव्हा आमची जायची वेळ आली, तेव्हा उझ्मा आणि मला गाड्यांच्या एका लांब ताफ्यातून नेण्यात आलं. आम्हाला फुलांचे हार घालण्यात आले, आमचे फोटो काढले, रडारड झाली. आमच्या बहुतेक नातेवाइकांची खात्री झाली होती, की आमच्या पुढ्यात काहीतरी भलतंच आरिष्ट वाढून ठेवलेलं होतं.

''आम्ही अलितालियाच्या विमानाने पॅरिसला गेलो. तिथे आम्ही दोन दिवस थांबणार होतो आणि नंतर न्यूयॉर्कला जाणारे जहाज आम्हाला पुढे अमेरिकेत नेणार होते. उझ्माची चाची सीमा, हिला तार पाठवलेली होतीच. आम्ही तिच्याकडे दोन दिवस राहणार होतो. दोन दिवस ती आमची सोबतीण असणार होती. आमच्या आया विमानतळाच्या धावपट्टीवर एकमेकींशेजारी उभ्या होत्या नि आपल्या पंधरा वर्षांच्या दोन बावरलेल्या मुलींना ७४७ विमानात चढताना बघत राहिल्या होत्या.

''मला लख्खं आठवतंय, की एकदा आम्ही विमानात शिरल्यानंतर त्यातली स्वच्छ बिस्किट रंगाची अंतर्गत सजावट बघून मी चांगलीच थक्क झालेली होते. त्यापूर्वी मी कधी विमानात बसले नव्हते. जेव्हा जेवण देण्यात आलं, तेव्हा ट्रेमधल्या लहानलहान कप्प्यांतून वाढलेले छोटेखानी पदार्थ पाहून मी भलतीच चक्रावले होते नि त्याचा आस्वाद घ्यायला मी लगेच सुरुवातही केली होती.

''खाऊ नकोस. ते डुकराचं मांस (पोर्क) असेल,'' उझ्मा आवेगानं कुजबुजली.

'ते खायला कुराणात बंदी आहे, म्हणून पोर्कला शिवायचे नाही,' अशी व्यवस्थित सूचना घरातून मिळालेली होती, शिवाय आम्हाला दोघींनाही ते कसं दिसतं, याचीही कल्पना नव्हती.

''मी ते खाणार आहे,'' मी जाहीर केलं.

तासाभरानंतर विमान खराब हवामानाच्या पट्ट्यात आलं आणि आम्ही दोघींनी एकमेकींचे हात घट्ट धरले.

''तू पोर्क खाल्लंस म्हणून झालं बघ तसं!'' उझ्मा घाबरून म्हणाली, ''आता हे विमान देव कोसळवणार आहे, कारण अल्ला तुझ्यावर रागावलाय!''

मग अल्लाने मला माफ करावे, म्हणून आम्ही दोघींनीही त्याची प्रार्थना केली आणि पॅरिसपर्यंत सुखरूप पोहोचावे म्हणून आशीर्वाद मागितले.

''प्लीज अल्ला,'' मी विनवले, ''जर हे विमान फ्रान्सला सुखरूप पोहोचवलेस,

तर मी यापुढे नक्की आज्ञाधारकपणे वागेन.''

''दहा तासांनंतर आम्ही पहाटे चार वाजता पॅरिसला पोहोचलो. आम्ही अर्धवट झोपेत, पेंगतच विमानातून बाहेर पडलो आणि सीमा आंटीला शोधायला विमानतळावरच्या कक्षात गेलो. तिथे आम्हाला एक बाक सापडले आणि आम्ही तिथे बसलो. आमच्या भोवती चार ट्रंका. एक तास झाला तरी सीमा आंटीचा मात्र काही पत्ता नव्हता. काय प्रॉब्लेम आहे, म्हणून विमानतळावरचे पोलीस आम्हाला विचारायला आले. उझ्माला जरासे फ्रेंच येत होते. तिने कसेबसे सांगितले, की सीमा आंटी पॅरिसमधल्या पाकिस्तानी वकिलातीत काम करत होती. पोलीस हताश झालेले उघडच दिसत होते

आणि या दोन हरवलेल्या मुलींचे काय करायचे, याबद्दल साशंक होते; पण नंतर त्यांनी वकिलातीमध्ये फोन केला. तो ऑगस्ट महिना होता आणि सीमा आंटी सुट्टी घेऊन फ्रेंच रिव्हिएराला गेलेली होती. तिला कराचीहून पाठवलेली आमची तार मिळालेलीच नव्हती. वकिलातीने आमच्यासाठी गाडी पाठवली आणि आम्हाला सीमाच्या फ्लॅटवर नेण्यात आले.

आम्हाला खूप भूक लागली होती. तिच्या घरात आम्ही शोधाशोध केली आणि एका बरणीत आम्हाला काही सुटी नाणी सापडली. त्या पैशातून बाहेर जाऊन काहीतरी खायला विकत आणायचे असे आम्ही ठरवले. जवळच, असे एक लहानसे दुकान आम्हाला सापडले. तिथे आम्ही दोन बाटल्या दूध आणि दोन क्रॉईसाँ (गोड पुरणाचे चिरोटे) उचलून काऊंटरवर ठेवले. आमच्या जवळची सगळी सुटी नाणी त्याबरोबर ठेवली आणि त्या कॅशियरकडे बघायला लागलो.

"एवढे पुरेत का?" उझमाने विचारले.

त्या दुकानदाराने आमच्याकडे बघत, आमची न्याहारी आणि आमची नाणीही उचलून घेऊन जायला आम्हाला खुणेने सांगितले.

आम्ही रस्त्याने चालत परत येताना चिरोटे खातखात दूध पीत होतो. आमच्या सुदैवावर आमचा विश्वासच बसत नव्हता.

वकिलातीने सीमाच्या हॉटेलवर तार पाठवली. तिला तिची सुट्टी मध्येच थांबवावी लागली व ती आगगाडीने पॅरिसला परत आली. तोपर्यंत, वकिलातीची मोटार दिवसातून दोन वेळा आम्हाला न्यायला येई आणि तिथे आमच्या जेवणाची व्यवस्था होत होती. उरलेल्या वेळात आम्ही पॅरिसच्या दुकानांच्या शोकेसेस बघत रस्त्यांवर हिंडत होतो. सीमा आंटी आम्हाला अमेरिकेला नेणाऱ्या बोटीची वेळ होण्यापूर्वी कशीबशी पोहोचली.

बोटीवर खेळ, नृत्याचे कार्यक्रम होत होते. आम्हाला साऱ्या युरोपमधले व जगातले विद्यार्थी तिथे भेटले. स्टीव्ह नावाचा एक स्नेहशील डॅनिश मुलगा होता. त्याच्याशी गप्पा मारण्यात मी बराच वेळ घालवला होता. तो ॲरिझोनाला जाणार होता. त्याने मला सांगितले, की मी खूप छान दिसते. पाकिस्तानात कधीही, कुणीही मला सुंदर वा देखणी म्हटले नव्हते– ही एक रोमहर्षक प्रगती होती. जवळजवळ दोन आठवड्यांनंतर, एका सकाळी बोटीच्या पुढच्या बाजूला आरडाओरडा ऐकू आला. अमेरिका दृष्टीच्या टप्प्यात आली होती. मी धावतच पुढच्या डेकवर गेले आणि भारल्यासारखी खिळून बघतच राहिले. स्वातंत्र्यदेवीचा पुतळा दिसायला लागला होता. तो अगदी एन्सायक्लोपिडिया ब्रिटानिकामधल्या चित्रात होता, तस्साच दिसत होता. आम्ही मॅनहॅटनला पोहोचलो होतो.

न्यूयॉर्क बंदराला बोट लागली आणि एक्स्चेंज प्रोग्रॅममधले काही लोक तिथे

आले. त्या सर्वांनी पिवळे शर्ट घातले होते आणि ते हातात क्लिपबोर्ड घेऊन फिरत होते. आमच्या सर्वांच्या नावांच्या चिठ्ठ्या आणि माहितीची पाकिटे प्रत्येकाला देत होते. उझ्मा आणि मी एकमेकींशेजारी उभ्या राहून वाट बघत होतो.

एका माणसाने ध्वनिक्षेपकावर उझ्माचे नाव पुकारले. त्या माणसाच्या शेजारी प्रसन्न दिसणारे जोडपे त्यांच्या दोन किशोरवयीन मुलींसह उभे होते. 'पार्सन्स'– उझ्माचे अमेरिकन कुटुंब.

मी उझ्माची पापी घेऊन तिला गुडबाय केले आणि माझ्या ट्रंकेवर बसून राहिले. एवढा वेळ का लागला असेल? दोन तासांनंतर, सगळे विद्यार्थी गेले आणि तो बोटीचा धक्का रिकामा झाला. फक्त सामानावरच्या चिठ्ठ्या इकडेतिकडे पडलेल्या होत्या. मी हातात हनुवटी ठेवून आता पुढे काय करायचे, या विचारात होते. हातात ध्वनिक्षेपक घेणारा गृहस्थ प्रश्नार्थक चेहरा करून माझ्याजवळ आला.

''तुला कोणत्या गावी जायचंय, यंग लेडी?'' हातातल्या क्लिपबोर्डवर नावे शोधत त्याने विचारले.

''मॅनहॅटन,'' मी उत्तर दिले.

त्याने माझ्या नावाच्या टॅगकडे नीट पाहिले आणि पुन्हा आपल्या हातातली यादी बघितली.

''ओ नो. मुली. तू आता तुझे लाल बूट पायात चढव आणि टोटोला हाक मार! तू मॅनहॅटन, न्यूयॉर्कला जाणार नाहीस. तू मॅनहॅटन कॅन्ससला जाणार आहेस!''

पार्टीमधले श्रोते जरा चमकले आणि माझ्या आईकडे आणि एकमेकांकडे आश्चर्याने बघायला लागले. लाल बूट, टोटो, मॅनहॅटन, कॅन्सस.

''त्या गृहस्थाने मला एक पाकीट दिले. त्यात चौदा डॉलर्स व कॅन्ससचे बसचे तिकीट होते. मला पोर्ट ॲथॉरिटी बस टर्मिनसवर नेण्यासाठी त्याने एक टॅक्सी मागवली. पुढचे तीन दिवस मी ग्रेहाऊंड बसच्या खिडकीच्या काचेवर चेहरा टेकलेल्या अवस्थेत काढले. माझ्या डोळ्यांच्यासमोर अमेरिका उलगडताना मी बघत राहिले होते. इतकी हिरवाई मी कधीही पाहिली नव्हती किंवा इतका अफाट मोकळा प्रदेशही. बसमधले लोक माझ्याशी अगदी प्रेमळपणे वागत होते, शिवाय अगदी अनोळखी पुरुषांशी जास्ती बोलायचे नाही, ही काळजी ही मी घेतली होती. मिसूरीच्या एका बाईने तिची सँडविचेस माझ्याबरोबर वाटून घेतली. ती म्हणाली, ''तुझ्याच वयाची मला मुलगी आहे, ती घरी आहे. तू अगदी एकटी बसली आहेस, तुला तुझ्या घराची खूप आठवण येतेय असं वाटतंय.'' कॅन्सस शहरात बसमधून उतरल्यावर पुन्हा रेल्वेगाडीत बसले. अमेरिका इतकी मोठी आहे, यावर माझा विश्वासच बसत नव्हता. शेवटी, १८ ऑगस्ट १९६१ रोजी मी संध्याकाळी चार वाजता मॅनहॅटनला पोहोचले.

तिथे प्लॅटफॉर्मवर मॅनहॅटन हायस्कूलचा संपूर्ण मार्चिंग बँड (संचलनाचा वाद्यवृंद) 'शी इज अ जॉली गुड फेलो' ही धून वाजवत होता. त्यांनी एक मोठा फलक उंच धरला होता, त्याच्यावर 'The Little Apple Welcomes Samina!' असे लिहिलेले होते.

यापूर्वी मी जिथे गेले होते, त्या कोणत्याही गावापेक्षा हे मॅनहॅटन गाव खूपच लहान होते. ते अत्यंत स्वच्छ होते. तेथील घरांना कुंपणे नव्हती. आजपर्यंत नेहमी मी घरांना कंपाऊंडच्या भिंती पाहिल्या होत्या; पण इथे तर सगळीकडे इतके गवत होते! मी वाळवंटातून आलेली, त्यामुळे इथली हिरवळ आणि झाडी बघून थक्क झाले होते. कुठेही भिकारी नव्हते. गरीब माणसे दृष्टीसही येत नव्हती आणि प्रत्येकाकडे मोटार होती.

त्या प्लॅटफॉर्मवर माझे स्वागत करायला, तपकिरी केसांची एक सुंदर मुलगी उभी होती. तिने पिवळ्या रंगाचा स्कर्ट व ब्लाऊज घातला होता. ती सगळ्या मुलांच्या पुढे होती आणि तिने उजवा हात पुढे केला.

"मी सूझी बेक, सिनियर क्लासच्या विद्यार्थ्यांची प्रेसिडेंट आहे नि आम्ही तुझे मॅनहॅटनमध्ये स्वागत करायला आलो आहोत. तू इथे अगदी आनंदाने राहशील, अशी आम्हाला आशा आहे."

ममाने तिचे दोन्ही हात एकमेकांवर दाबले आणि सनरूममधल्या सर्वांकडे एक नजर टाकली. तिचे डोळे चमकत होते.

"अमेरिका अशी दिसत असेल, अशी मला बिलकूल कल्पना नव्हती; पण मी तिथे आलेली होते."

पाहुण्यांपैकी दोघे जण नानाकडे वळले. समीनाला जाऊ देताना तिला भीती वाटली नव्हती का?

"हो." त्या आठवणीने नानाला पुन्हा रडू आले. "ती इतकी हट्टी मुलगी होती आणि किती लांब जायचं होतं ना!"

*मला त्याचे नवल वाटण्याइतकी* मी मोठी होईपर्यंत माझ्या आई-वडिलांचे सहजीवन सार्थ होते. त्याला एक ताल होता व एक शिस्त होती. माझ्या आईने येशूची प्रार्थना पाठ केली होती आणि थँक्सगिव्हिंगच्या वेळी आवर्जून असणारी टर्की शिजवायला ती शिकली होती. माझ्या वडिलांनी पाकिस्तानी पद्धतीने वडीलधाऱ्यांना सलाम करायची सवय केली होती आणि गरज पडेल, तेव्हा ते क्रिकेट ही खेळत, पण एकमेकांची निवड करण्याची त्यांना काय कुणी जबरदस्ती केली होती का?

माझे आई-वडील येलला पदवी परीक्षेचे विद्यार्थी असताना भेटले. माझे वडील आर्किटेक्टचे शिक्षण घेत होते आणि माझी आई 'कला नि डिझाईन' या विषयांचा

अभ्यास करत होती आणि पाकिस्तानात ठरलेले तिचे लग्न ती पुढे ढकलत होती. लग्न करण्याच्या बाबतीत तिच्या मनात संमिश्र भावना होत्या; पण तिने साखरपुडा करायला होकार दिला होता. तिच्यासाठी निश्चित केलेला वर, हुसेन, हा डॉक्टरकीचा अभ्यास पूर्ण करायला पाश्चिमात्य देशात जाऊन आला होता. तिच्यापेक्षा आठ वर्षांनी तो मोठा होता आणि माझ्या आईची खात्री होती, की त्याच्याशी लग्न झाल्यानंतर तिला कराचीमध्ये स्थैर्य मिळेल आणि तिचे ध्येय साध्य करण्यासाठी आवश्यक असलेली मोकळीकही तिला मिळाली असती. साठच्या दशकाच्या अखेरीस पाकिस्तान हा एक नवीन देश होता आणि माझ्या आईच्या मनात अनेक कल्पना होत्या. तिला सार्वजनिक टेलिव्हिजनवर काम करायची इच्छा होती. तिला पाकिस्तानबद्दल एक मासिक सुरू करायचे होते. अमेरिकेत कायमचे स्थायिक होण्याचा तिचा मुळीच विचार नव्हता– पण लग्न होण्यापूर्वी एकदा प्रेमात पडण्याचा अनुभव असावा, असं काहीसं तिला वाटत होतं. पाकिस्तानात परत गेल्यानंतर म्हातारपणी असल्या काही रम्य, हळव्या आठवणी कुरवाळायला तिला बऱ्या वाटल्या असत्या.

माझ्या वडिलांचे लाल बंडाना आणि काऊबॉय बूट आईने प्रथम 'आर्ट अँड आर्किटेक्चर बिल्डिंग'च्या लिफ्टमध्ये बघितले. सहा फूट सहा इंच उंचीचे ते

तिच्यासमोर टॉवरसारखे उभे होते आणि त्या वेळी तिला ते तिने पाहिलेल्या अमेरिकन पुरुषांमध्ये सर्वांत देखणे तरुण वाटले होते. खऱ्या जीवनातला 'मार्लबरो मॅन' असल्यासारखे. माझे वडील सांगतात, की ते तिला कौतुकाने दुरून न्याहाळायचे, पण तिच्यात त्यांनी जास्त गुंतू नये, अशी त्यांना सूचना मिळालेली होती. "तिच्या मायदेशी तिला तिचा मित्र आहे." इतर विद्यार्थ्यांनी त्यांना माहिती पुरवली होती. "ती तुझ्या क्षेत्रापासून फार दूरवरची आहे."

फोटोग्राफीच्या एका वर्गात ते दोघे जण एकमेकांशी प्रथम बोलले. माझ्या वडिलांनी इमारतींचे व निसर्गदृश्यांचे अनेक फोटो व चित्रे नीट वर्गवारी करून जमवलेले होते. आईने पाकिस्तानच्या एका ट्रिपमध्ये अनेक फोटो काढलेले होते आणि निगेटिव्हजचा ढीगही होताच. तो घेऊन, पुढचे तीन महिने ती डार्करूममध्ये ते फोटो छापून काढीत होती. तिची चित्रे निर्दोष होती. तिने ती कशी काढली, याची चौकशी वडिलांनी तिच्याजवळ केली. तिने कुठला एफ्-स्टॉप वापरला होता? फोटोचा कागद कुठल्या प्रकारचा होता? पण आईने नुसतेच खांदे उडवले होते. तिच्यासाठी ते अगदी सोप्पे होते.

माझ्या आईने त्यांना भारून टाकलं होतं. त्यांनी तिला त्यांच्याबरोबर डार्टमथ कॉलेजच्या 'विंटर कार्निव्हलला' येशील का, म्हणून विचारलं. तिथून त्यांनी आदल्या वर्षीच पदवी घेतलेली होती. ती होकार देईल, अशी त्यांना खात्री नव्हती. येल विद्यापीठातल्या अनेकांनी तिला त्यापूर्वी डेट्सची निमंत्रणे दिली होती– त्यात फुटबॉल खेळाडू होते, कायद्याचे विद्यार्थी होते, फिलॉसॉफीमध्ये डॉक्टरेट करणारा एक उमेदवार तर संपूर्ण सेमिस्टरमध्ये रोज दहा पानी प्रेमपत्र तिच्या खोलीच्या दारातून आत सरकवत होता. हे पुरुष कसे आहेत, ते पाहायला तिने त्यांची निमंत्रणे स्वीकारली होती, पण तिला त्यांच्यात फारसे स्वारस्य वाटले नव्हते. रिचर्डच्या बाबतीत मात्र तिला काहीतरी वेगळं वाटलं. जरा विचारी, प्रेमळ, ओळख वाढवण्याजोगा होता तो. तिने ठरवलं होतं, की एका अमेरिकन माणसाशी प्रेमप्रकरण आपण रंगवायचं आणि तिने माझ्या वडिलांची निवड केली!

माझी आई जे सांगते, त्याप्रमाणे तिला संशय वाटत होता, की माझे वडील तिच्या परदेशी स्वरूपावर मोहित झालेले होते. त्या काळात तिचे गुडघ्यापर्यंत लांब असलेले काळेभोर केस, ती सैलसर सोडायची आणि रंगीत, ब्लॉकप्रिंटची छपाई केलेले पाकिस्तानी पेहराव वापरायची. म्हणून या भेटीची खास तयारी करायला ती न्यू हेवनच्या बाजारात गेली आणि तिने त्या दोन दिवसांसाठी अमेरिकन कपडे विकत घेतले. जेव्हा माझे वडील इंटरनॅशनल हाऊसपाशी गाडी घेऊन आले, तेव्हा त्यांना माझी आई गुलाबी टर्टल्नेक टी-शर्ट, ट्वीडचा स्कर्ट आणि गुडघ्यापर्यंत पोहोचणारे ब्राऊन बूट अशा वेषात दिसली.

माझे वडील म्हणतात, की थोड्याच दिवसांच्या मैत्रीनंतर त्यांना तिच्याशीच लग्न करायचे आहे, हे त्यांच्या लक्षात आले. त्यांनी पाहिलेल्या इतर ओळखीच्या मुलींपेक्षा ती अगदी निराळीच होती, ध्येयनिष्ठ, महत्त्वाकांक्षी आणि आत्मनिर्भर असलेली. ती दोघेही अगदी परस्परविरोधी मनोवृत्तीची होती, पण त्या न्यू हेवन ते हॅनोव्हरपर्यंतच्या मोटारीच्या प्रवासात त्यांना काही समान धागेही सापडले. दोघांचेही वडील कडक आणि प्रभावी व्यक्तिमत्त्व असलेले होते व तरुण वयातच त्यांचे निधन झाले होते. सुदैवाने या दोघांनाही निस्वार्थी, काळजीवाहू आया लाभल्या होत्या. त्या बायकांनी आपल्या भावना स्वत:शीच जपून ठेवल्या होत्या. तसेच आपल्या धाकट्या भावंडांची काळजीही माझ्या आई-वडिलांना वाटत होती. दोघांनाही कला, चांगली पुस्तके यांची आवड होती आणि आपापल्या जमातीची प्रगती व्हावी, ही भावना होती. आणि दोघेही त्या कॉलेजच्या प्रेमात पडले होते.

मला नेहमीच प्रश्न पडायचा, की माझ्या आईबरोबर सारा जन्म काढायची इच्छा माझ्या वडिलांना कशी झाली असेल? एक आठवण म्हणून तिच्या आयुष्यात स्थान मिळणं, एवढंच त्यांच्या नशिबात नसून, आणखी काहीतरी आहे, हे त्यांनी तिला कसं काय पटवून दिलं असेल?

पदवी परीक्षेचा अभ्यासक्रम संपवून आई कराचीला परत गेली आणि तिथे तिने एक टेलिव्हिजन शो सुरू केला. त्यासाठी तिने देशभर प्रवास केला आणि पाकिस्तानचे वेगवेगळे प्रांत लोकांना दाखवले. वडिलांनी त्यांचा अभ्यासक्रम पूर्ण करून डेनव्हरच्या एका आर्किटेक्चरल फर्ममध्ये नोकरी धरली आणि माझ्या आईला अमेरिकेला आणण्यापुरते पैसे साठवले, अन् एके दिवशी, त्यांच्या बॉसला त्यांनी धक्काच दिला. त्यांना पाकिस्तानला जाऊन लग्न करायचे होते, म्हणून त्यांनी नोकरी सोडण्याचा निर्णय घेतला होता. त्यांनी आईला कराचीत तार पाठवली, त्यात त्यांनी ते तिथे केव्हा पोहोचतील, हे कळवलेलं होतं. त्यांना वाटलं होतं, की विमानतळावर त्यांचे हार घालून पोटच्या मुलासारखं प्रेमाने स्वागत केलं जाईल. त्या ऐवजी, पहाटे पाच वाजता त्या अनोळखी शहरात ते एकटेच उतरले होते. भिकाऱ्यांनी त्यांना गराडा घातला होता आणि त्यांच्या बाह्या ते भिकारी खेचत होते. टॅक्सीचालक त्यांना वेगवेगळ्या हॉटेलांची नावं सांगून न्यायची तयारी दाखवत होते. जेव्हा त्यांनी पहाटेची बांग ध्वनिक्षेपकावर ऐकली, तेव्हा कुठे त्यातले बहुतेक सारे जण प्रार्थनेसाठी पळाले. विमानतळावर मग ते एकटेच उरले आणि आता काय करायचे, त्याचा विचार करू लागले. त्यांच्या मनात अनेक विचार घोंघावत होते. त्यांना वाटलं होतं त्यापेक्षा समीनाशी लग्न करणं, हे जास्तीच गुंतागुंतीचं होणार होतं.

आपल्या बॅगा उचलून ते टॅक्सीपर्यंत लडखडत गेले आणि त्यांनी आईच्या घराचा पत्ता ड्रायव्हरला सांगितला. काही उर्दू शब्द ते शिकले होते, त्यांचा वापर

करून 'ब्रिजके पास' असं त्यांनी सांगितलं. जेव्हा अखेरीस घर सापडलं, तेव्हा त्यांनी पहारेकऱ्याला उठवलं आणि ते समीनाचे मित्र असल्याचं त्याला सांगितलं. माझी आई तिच्या नाईटड्रेसवर एक गाऊन घालून आली, तिचे लांब केस सैलसर वेणीत गुंफलेले होते. तिने फाटकाच्या सळ्यांमधून हात बाहेर काढला, आणि ती म्हणाली, "आय ॲम सॉरी, माझे भाऊ मला विमानतळावर तुला आणायला जाऊ देईनात. त्यावरून आमचं कित्येक दिवस भांडण चाललंय. ते म्हणतात, की तसं बरं दिसणार नाही."

त्या पहिल्या रात्री, माझ्या आईने वडिलांची शेजारच्या घरातल्या आऊटहाऊसमध्ये राहण्याची व्यवस्था केली– म्हणजे ते तिच्या चौकस नि भोचक नातेवाइकांच्या दृष्टीआड राहिले असते. दुसऱ्या दिवशी तिने जवळच एक फ्लॅट त्यांच्यासाठी शोधला. त्यांचे कराचीमधले वास्तव्य अधिकृत व्हावे, म्हणून त्यांना संगीताची शिकवणी लावली. हा अमेरिकन विद्यार्थी सतार शिकायला कराचीत आला आहे, असा खुलासा करण्यात आला. शेजारीपाजारी म्हणाले, "समीनाची काहीतरी गडबड आहे," ते तिच्यावर नजर ठेवूनच होते. तिने एका म्युरल चित्रकारांच्या समूहाला बोलावले नि त्याच्या नव्या घराच्या भिंतीवर खेड्यातला एक देखावा रंगवायला सांगितले. तिने तिच्या मित्र-मैत्रिणींना त्याच्याभोवती गोळा केले. ते सर्व जण मिळून संगीताच्या मैफलींना, अगदी डिस्कोमध्ये सुद्धा मोठा ग्रूप करून जात असत. एकमेकांना स्वतंत्रपणे भेटण्यासाठी मात्र त्यांना अतिशय काळजीपूर्वक योजना आखावी लागायची. साक्षीदारांसह नवे गुंतागुंतीचे कार्यक्रम ठरवावे लागत होते. रिचर्ड एक निष्णात कलावंत आहे, असे आईने सगळ्यांना सांगितले होते. साहजिकच तिच्या भावांना त्याचे वादन ऐकायचे होते आणि त्याला मैफल करणे का जमत नाही, याची नित्यनवीन कारणे तिला शोधावी लागत होती.

आईने अमेरिकेला चलावे, हे तिला पटवून द्यायला माझ्या वडिलांना एक वर्ष लागले आणि नानाचीही खात्री व्हायला हवी होती, की ते तिच्या मुलीची नीट काळजी घेतील. त्यांनी कुराणाचा अभ्यास केला, तिच्या भावांच्याबरोबर ते मशिदींतही जायला लागले. जेव्हा आईने त्यांना एकदाचा होकार दिला, तेव्हा त्यांना हुसेनला, तिच्या नियोजित वराला भेटायला जावे लागले. तो ठरलेला भावी नातेसंबंध मोडून टाकावा, म्हणून त्यालाही त्यांना पटवून द्यावे लागले. हे सगळं काम, केवळ नानाने पुढाकार घेऊन मदत केली, म्हणूनच शक्य झालं, असं ते सांगतात. त्या वेळी सुद्धा त्या दोघांच्या मध्ये एक खास मैत्रीचा धागा निर्माण झाला होता. नाना त्यांच्या बाजूची होती.

माझे वडील नानाला भेटायला दुपारच्या वेळी जात असत. सिद्दीकी हाऊसच्या लांबोड्या हॉलमध्ये त्या दोघांचे एकत्र चहापान होत असे, त्या वेळी डोक्यावर सतत घरघरणाऱ्या पंख्यांचा आवाज तिथल्या शांततेचा भंग करत असे. माझ्या वडिलांनी

नानाला डेनव्हरमधल्या त्यांच्या कुटुंबाबद्दल सांगितले होते. त्यांचे पूर्वज इ.स. सोळाशे नंतर इंग्लंडमधून अमेरिकेच्या पूर्व किनाऱ्यावर आले आणि त्यानंतर अठराशे नंतर कोलोराडो राज्यात कसे स्थिरावले, तसेच त्यांच्या दोघी बहिणी व एक भाऊ यांच्याशी त्यांची गट्टी होती आणि माझ्या आईच्याबरोबर त्यांचे भवितव्य त्यांना कसे दिसत होते, तेही त्यांनी तिला सांगितलं होतं.

एके दिवशी नानाने त्यांना विचारलं, "तुम्हाला खात्री आहे ना, रिचर्ड? तुम्हाला माझी मुलगी नक्की हवी आहे ना? कारण तुम्ही तिला इतक्या लांब न्यायचं, असं म्हणता आहात आणि ती अत्यंत हट्टी पोरगी आहे. तुम्हाला ती खरोखरीच हवी आहे ना, त्याबद्दल तुम्ही खरंच एकदा खात्री करून घ्या!"

जेव्हा मी वडीलांना, त्यांचे उत्तर काय होते ते विचारते, तेव्हा त्यांचे उत्तर तेच असते.

"मी त्यांना खरं काय ते सांगितलं. मी म्हटलं, की मी तिच्याशिवाय जगू शकत नाही."

*आता त्याविषयी फारसं* कुणी कधी बोलत नाही, पण जेव्हा वेळ आली होती, तेव्हा त्या दोघांचे लग्न सिद्दीकी हाऊसमध्ये करून द्यायला माझ्या मामांनी विरोध केला होता. नानाने या लग्नाला एकदा आशीर्वाद दिल्यानंतर ते थांबवण्यासाठी त्यांना फारसं काही करता आलं नाही, पण तरीही घरातच जर लग्न लागले, तर भावांचीही संमती होती असा इतरांचा ग्रह होऊ नये, म्हणून त्यांचा विरोध होता. त्यांचे मन वळवायचा नानाने खूप प्रयत्न केला, पण व्यर्थ! ते काही मानायला तयार नव्हते. शेवटी, माझ्या आई-वडिलांचं लग्न एका वेगळ्याच दुनियेत झालं. माझ्या वडिलांच्या पूर्वजांच्या कोलोराडोमध्ये– कॅमेऱ्यांच्या क्लिकक्लिकशिवाय, जडजवाहिराच्या चकचकाटाशिवाय, सजवलेल्या मांडवाशिवाय, सुग्रास भोजनाच्या थाळ्यांशिवाय नि आठवडाभर होणाऱ्या समारंभांच्या चढत्या कमानी व त्या साऱ्यांच्या झगमगाटाशिवाय ते लग्न पार पडले.

त्यांच्या लग्नाची सुपर ८ मि.मी. वरची फिल्म आहे. मी ती शेकडो वेळा बघितलीय. त्यांचे लग्न १९७३ मध्ये रॉकी पर्वतराजीमधल्या माझ्या पणजोबांच्या घराजवळच असलेल्या एका टेकडीवरच्या गुरे चरण्याच्या रानामध्ये झाले. लग्नात त्यांचे मित्रमंडळ सभोवती गोलाकार उभे होते. लग्नासाठी नाना पाकिस्तानमधून प्रथमच अमेरिकेला आली होती. ती मला म्हणालेली आठवते, इतके अनौपचारिक लग्न तोपर्यंत तिने कधी पाहिलेच नव्हते. ते एखाद्या पिकनिकसारखे होते. लोक सँडल्स घालून घराबाहेर आलेले होते. माझ्या वडिलांनी नेव्ही ब्लू– निळ्या रंगाचा, तीन बटने असलेला सूट घातलेला होता. त्यांचे केस खांद्यापर्यंत आलेले होते.

त्यांची भावंडे त्यांच्यामागून येत होती. त्यांची आई आणि आजी, यांचे सौम्य, फिक्या रंगाचे कपडे होते आणि ते सारे जण माझ्या आईला भेटायला टेकडीवरून खाली आले. आईने पांढरी व सोनेरी जरीची साडी नेसली होती. तिच्या लांब केसांचा तिने मध्ये भांग पाडून मानेवर छान अंबाडा बांधला होता आणि त्याच्यावर रानफुलांचा गजरा माळलेला होता. येल डिव्हिनिटी स्कूलमधल्या त्या दोघांच्या एका मित्राने लग्नाचा शपथविधी तयार केला होता, त्यात बायबल व कुराण यांचे वाचन समाविष्ट केले होते. त्यावेळी नानाच्या ज्यूडाईझमशी असलेल्या नात्याचा सन्मान राखण्यासाठी त्यांनी एक ग्लास फोडला होता.

*त्यानंतर दीड वर्षानंतर डेनव्हरमध्ये माझा जन्म झाला.*

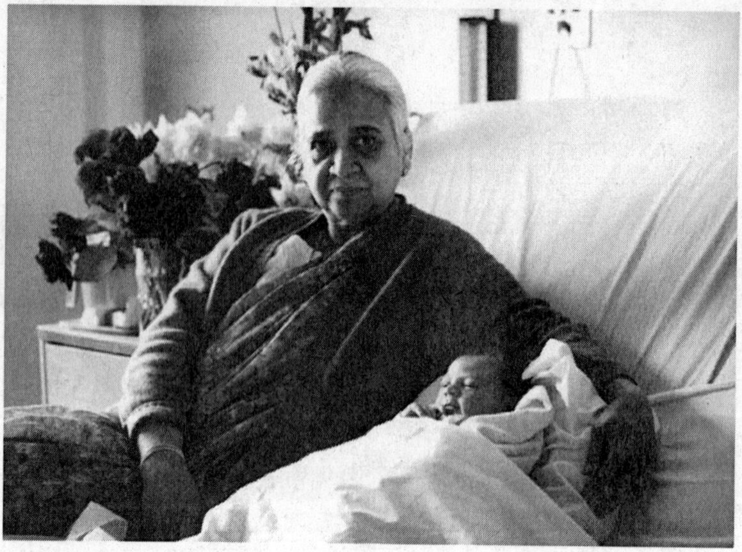

# घायकुता स्वभाव

## *पुणे, डिसेंबर २००१*

माझी आळसावलेली सकाळ दारावरच्या थापेमुळे मध्येच थांबते. उशीर झालाय, उठण्यासाठी तर फारच उशीर; पण मला उठण्याची उमेदच येत नाही. उठून कपडे करावे नि जगापुढे सामोरे जावे, ही ऊर्मीच नाही. गेले काही दिवस मी वरचेवर आजारी पडते आहे. घरच्यापेक्षा इकडचे आजार वेगळ्याच तऱ्हेने कब्जा करताहेत– मला तर कोणतीही सूचना न मिळताच आजार येतोय आणि मी एका अविरत चक्रात सापडते आहे. डोकेदुखी, ताप आणि खराब घसा. माझ्या मित्रमंडळींना ई-मेलवर काय बातम्या द्याव्यात, ते मला सुचत नाही. दिल्लीमध्ये भारतीय लोकसभेवर दहशतवाद्यांनी नुकताच हल्ला केला. भारत व पाकिस्तानमध्ये युद्धाला सुरुवात होणार, अशी भाकिते सुरू झाली आहेत. साडेतीन महिन्यांपूर्वी मी न्यूयॉर्कहून निघाले, तेव्हा माझ्या मित्र-मैत्रिणींचे 'गुडबाय' पापे घेऊन मी निरोप घेतला होता, तेव्हा मला वाटत होते, की काही दिवसांनंतर मी त्यांना लवकरच भेटणार आहे; काही महिन्यांनंतर नव्हे! आणि कशासाठी जाते आहे, त्याचे धूसर चित्रही माझ्या मनात होते, त्यामुळे इथे आल्यानंतर मला जी नानाची उणीव सतत भासतेय, ती जाणवणार नाही, असे वाटत होते. ती नसण्याने जी पोकळी निर्माण झाली होती, ती जणू काही भरून निघणार होती. इथे काहीतरी भव्यदिव्य माझी वाट बघत थांबलेले असेल, असे उगीचच वाटत होते, माझ्या आईच्या सुप्रसिद्ध किश्शांसारखे काहीतरी. न्यूयॉर्कमध्ये माझ्या या योजनेला अर्थ वाटत होता... आता इथे मात्र मला मी मूर्ख असल्यासारखे वाटते आहे.

पुण्यातल्या ज्यू समाजाकडून माझा स्वीकार होताना येणारे अडथळे मला पदोपदी जाणवत आहेत. जेव्हा मी इथल्या सिनगॉगमध्ये जाते, तेव्हा मलाच मी एक लुडबुडी पर्यटक वाटते. माझ्या मुंबईच्या खेपा वाढल्या आहेत. तिथल्या समाजाला पाहुण्यांची थोडीफार सवय आहे आणि त्यांच्याशी बोलताना मला जास्त मोकळे व सहज वाटते. तिथे मी सिनगॉगमध्ये मागच्या बाजूला बसू शकते व माझ्याकडे कुणाचे लक्षही जात नाही. गर्दी आणि उन्हाचा त्रास टाळण्यासाठी मी रात्रीच्या बसने मुंबईला जाते. माझ्या निद्रानाशाचे तासही त्यात निघून जातात; पण रस्त्यांवरची धूळ, ट्रक आणि ऑटोरिक्षांमुळे होणारे प्रदूषण व झोपेविना रात्रींचे जागरण, या सर्वांचा ताण माझ्या मनावर पडतोय; परंतु माझ्या प्रकल्पासाठी मी काहीतरी पावले उचलतेय, हा विचार मला शांत करतो.

दारावरची थाप जास्तच जोराने वाजते. मी गाऊन चढवते आणि दार उघडते. तो रेखेव आहे, माझ्याकडे डोळे वटारून बघतो आहे.

"तू ही सगळी वाचायला हवीस," माझ्या हातात काही जाडजूड पुस्तके देत तो म्हणतो आणि रागीट मुद्रेने कपाळावर आठ्या घालून माझ्याकडे रोखून बघतो. टेबलावर पसरलेले कागद त्याला दिसतात.

"झालंय काय तुला?" तो विचारतो.

"मला बरं वाटत नाही रे," मी कबुली देते. "का ते मला ठाऊक नाही." हल्ली रोजच उठताना मला काहीतरी नवीन अनोळखी दुखणं असतं. अंगावर पुरळ, घशाची खवखव, डोळ्यांची तक्रार. मला दमा सुरू झाला असावा, असं वाटतंय. पूर्वी असं कधीही मला झालेलं नव्हतं. जणू काही माझ्या संपूर्ण शरीराला इंडियाची ॲलर्जी झाली असावी नि माझं शरीर दुसऱ्या हवामानासाठीच योग्य होतं! सतत किरकोळ आजार आणि त्यातून चटकन बरे होणे, या अविरत चक्रात मी अडकले आहे. मला जरा कुठं बरं वाटतंय असं वाटू लागलं, की मी पुन्हा आजारी पडते.

काही दिवसांनंतर रेखेव पुन्हा माझा दरवाजा ठोठावतो. मी ती पुस्तके वाचलेली नाहीत, म्हणून तो नाराज होतो.

"मग इथे खोलीमध्ये दिवसभर करतेस तरी काय?" तो विचारतो. मी त्याला सांगते, की हल्ली काही करण्यासाठी मला अजिबात उत्साहच वाटत नाही.

"चल माझ्याबरोबर," तो निग्रही स्वरांत म्हणतो.

"मला नाही येता येणार, रेखेव. मला खरंच बरं वाटत नाहीये." मी सांगते.

"मी तुला इन्स्टिट्यूटच्या डॉक्टरांकडे घेऊन जाणार आहे. ते इथून फारसे लांब नाहीत."

आम्ही बाजूच्या हिरव्या पानांनी नटलेल्या लहानशा रस्त्यांवरून एका राहत्या बंगल्याकडे जातो. डॉक्टरांचे घर एकमजली असून, रस्त्यापासून जरा आत आहे.

दारासमोर लहानसे अंगण आहे. रेखेवला तिथे एक बाक दिसतो आणि तो पुस्तक उघडतो. मी दारावरची घंटा वाजवते.

फिकट गुलाबी रंगाची साडी नेसलेल्या एक वृद्ध बाई दार उघडतात. त्यांच्या पांढऱ्या केसांचा मानेवर घट्ट अंबाडा बांधलेला असतो आणि डोळ्यांत उत्सुक चमक असते. त्या डॉक्टरांची पत्नी असाव्यात, असं मला वाटतं.

"काय?" त्या मला विचारतात.

"मी डॉक्टरांना भेटायला आले आहे," मी अडखळत, संकोचून सांगते.

"भाऊ!" त्या हाक मारतात आणि माझ्याकडे वळून म्हणतात, "आत ये, पोरी," आणि माझ्या खांद्यावर हात ठेवतात. मला एकदम दिलासा वाटतो.

त्यांच्या अंधाऱ्या दिवाणखान्यात मी थांबते आणि तिथल्या भिंतीवर टांगलेल्या रंगीत सेरॅमिक टाईल्सचा संग्रह न्याहाळते. तेवढ्यात दार उघडते आणि एका पुरुषाचा आवाज येतो. "आत या."

मी आत जाते आणि एका लहान बाकावर बसून आजूबाजूच्या गोष्टी बघते. डॉक्टर दयाळू वाटतात. साठीच्या बरेच पुढचे असावेत. त्यांनी पिंगट सफारी सूट घातलेला आहे. त्यांची तपासायची खोली ही अभ्यासिका वाटते. पुस्तकांनी भिंती भरल्या आहेत आणि मोठ्या टेबलावर अनेक कागदपत्रे ठेवलेली आहेत. ते डॉक्टर आहेत याच्या खुणा म्हणजे, त्यांच्या मानेवरून लोंबकळणारा स्टेथास्कोप आणि भिंतीवर लटकवलेला एक प्राचीन काळचा वैद्यकीय तक्ता.

ते मला तपासतात. माझ्या दोन्ही डोळ्यांत प्रकाश पाडतात. माझ्या उघड्या तोंडात, जिभेवर एक चपटा डिप्रेसर ठेवून आजाराची कारणे शोधण्यासाठी माझी जीभही पाहतात.

"तू इथे का आली आहेस?" काही मिनिटांनंतर ते मला विचारतात.

"इथे, इंडियात की तुमच्या क्लिनिकमध्ये?" मी विचारते.

"दोन्ही." ते म्हणतात, "प्रथम इंडिया."

मी त्यांना माझ्या कामाची कल्पना देते आणि नंतर माझ्या प्रकृतीविषयी सांगते.

"दर आठवड्याला मला काहीतरी होतच राहते. पूर्वी मी अशी कधीच नव्हते. बहुतेक वेळा सकाळी मला दम्याचा अॅटॅक येतो आणि माझी तब्येत फार वेळ चांगली राहू शकत नाही. मला दिवसा झोपावेसे वाटते; पण रात्री नीट झोप लागत नाही."

"तू जेवण कुठे घेतेस?"

"मी फिल्म इन्स्टिट्यूटच्या हॉस्टेलमध्ये जेवते."

"अॅक, सर्वांत वाईट. तिथे पौष्टिक आहार नाही. तू मल्टिव्हिटॅमिन्स घेते आहेस का?"

"नाही."

ते माझ्याकडे रोषाने बघतात आणि माझ्या दंडातून रक्त काढून घेतात.

"तू प्रवास करतेस का?"

मी दर आठवड्याला बसने मुंबईला जाते, ते त्यांना सांगते.

"तू खऱ्याखुऱ्या हिंदी माणसांसारखी राहते आहेस, होय ना? तुला व्हायरल इन्फेक्शन झालेले आहे. हवाबदल झाला, की हे नेहमीचंच आहे." ते म्हणतात, "आणि अॅलर्जी. बहुतेक धुळीची आणि इतर काही. तुला इथल्या परिसराची सवय नाही आणि या पातळीच्या प्रदूषणाचीही. तू जे काम करते आहेस, ते पुण्यात होते आहे की मुंबईमध्ये?"

"दोन्हीकडे; पण आता मुंबईतले काम वाढतच चालले आहे." मी म्हणते.

"हे सारखे जाणे-येणे तुझ्या प्रकृतीसाठी चांगले नाही. तू एकाच ठिकाणी राहिले पाहिजेस आणि मला वाटतं, तुझा स्वभाव जरा उतावळा आहे. तू काळजीनेच जास्त आजारी झाली आहेस."

ते मला अँटिबायॉटिक आणि व्हिटॅमिन्सची एक लांबलचक यादी देतात आणि मला परत दिवाणखान्यापर्यंत घेऊन येतात. तिथे त्यांची बहीण माझ्यासाठी थांबलेली आहे. "ज्यूस पीत जा. उकडलेल्या भाज्या खात जा!" ते सांगतात.

उघड्या दारातून मला बागेत फेऱ्या मारणारा रेखेव दिसतो.

"तुला मी काहीतरी दाखवू का?" डॉक्टरांची बहीण मला विचारते आणि स्वयंपाकघराकडे बोट दाखवून म्हणते, "ये, ये."

आत एका कोपऱ्यात त्यांचे देवघर आहे. फुलांनी सजवलेले. पूजेची चिमुकली भांडी, तबके आहेत. त्यात देवांसाठी तेल, पाणी आणि फुले ठेवलेली आहेत.

"तुला साईबाबांविषयी काही माहिती आहे का?" त्या विचारतात.

"नाही." मी लाजून कबूल करते आणि त्या संभाषणाची गाडी आता कुठे जाणार आहे, याचा विचार करू लागले. साईबाबा हे एक लोकांनी भजलेले हिंदू संत आहेत, एवढीच माहिती मला असते, पण त्यापेक्षा जास्त काहीही ठाऊक नाही.

"माझं वय किती असेल असं तुला वाटतं?" माझ्याकडे चौकसपणे बघत त्या विचारतात.

त्या साठीच्या बऱ्याच पुढे गेल्या असल्या पाहिजेत, पण एखाद्या ज्येष्ठ स्त्रीला तिचे वय सांगणे, हेही अप्रस्तुत वाटते. मी ते सांगायचे टाळते.

"मला नाही माहिती. किती वर्षे?" मी म्हणते.

"ओळख तरी!" त्या म्हणतात. या खेळाची त्यांना गंमत वाटते आणि त्यांचे डोळे मिस्कीलपणे चमकतात.

"पासष्ट?" मी तात्पुरता आकडा सांगते.

"नाही, खरं सांग, किती आहे वय?" त्या तोंडभर हसून विचारतात.

"सदु... सष्ट?"

"मी ब्याऐंशी वर्षांची आहे. तीन महिन्यांनंतर मी त्र्याऐंशी वर्षांची होईन."

ही एवढी उत्साही व आनंदी दिसणारी बाई ब्याऐंशी वर्षांची असेल, असं खरोखरच वाटत नाही. नाना वारली, तेव्हा ब्याऐंशी वर्षांची होती त्यावेळी तिचे शरीर कितीतरी व्याधींनी घेरलेले होते.

"अग, मी देखील इतर सगळ्यांसारखीच होते." त्या पटकन म्हणतात, "मलाही दुखणी होती, आजार होते; पण मग मी शिर्डीला जाऊन आले. तिथे शांती आहे आणि ती शांती माझ्या आयुष्यात आली. ते किती विलक्षण आहेत, याची कल्पनाच तुला येणार नाही. त्या दिवसापासून माझं आयुष्य अगदी वेगळंच झालंय बघ. इथे मी दिवसातून तीन वेळा त्यांची पूजा करते. त्यांची आरती करते."

"खरंच, अगदी आश्चर्य वाटण्यासारखं आहे हं, आंटी."

त्या मला दारापर्यंत पोहोचवायला येतात, माझ्या हातात साईबाबांच्या जीवनचरित्राची छोटीशी पुस्तिका देतात. "श्रद्धा बरं पोरी ही, ती सगळी रूपे घेते." आणि माझ्याकडे बघत त्या गोंडस हसतात. मी अंगणात रेखेवला शोधायला जाते, तेव्हा त्या एक हात उंचावून मला निरोप देतात.

रेखेव माझ्याकडे वर बघतो, काळजीयुक्त चेहऱ्याने.

"मला माझे एक जुने अध्यापक भेटले," तो म्हणतो.

"काय म्हणाले ते?" मी विचारते.

"त्यांना काळजी वाटली... त्यांनी विचारलं, 'तू आजारी आहेस का?' मी सांगितलं, की 'नाही, माझी एक फ्रेंड आजारी आहे.' 'असं होय,' ते म्हणाले. तू स्त्री आहेस, हे त्यांनी बहुतेक जाणलं असावं... आता बघ ना, आयुष्यात कधीही मी कुणाला डॉक्टरकडे घेऊन गेलो नव्हतो. माझे वडील हे सगळं पाहतात. रेल्वेची तिकीटे आणणे, डॉक्टरकडे जाणे या गोष्टी आजपर्यंत मी खरोखरीच कधी केलेल्या नाहीत."

आम्ही घरी परत जाऊ लागतो, मला गरगरत असते. एकापुढे एक नीट पावले टाकत माझ्या खोलीतल्या अंथरुणावर कशीतरी जाऊन सुखरूपपणे पडण्यासाठी मी मिनिटे मोजते.

"हे फार त्रासाचं होतंय बरं, तुझ्याशी मैत्री करणं म्हणजे..." वाटेत तो मला सांगतो.

"तुला काय म्हणायचंय?" मी विचारते.

"साधारणपणे मी या सगळ्या बंधनापासून दूर राहतो. लोकांपासूनही. भारत कसा आहे, हे समजत असणाऱ्या कुणाची तरी तुला ओळख हवी आहे आणि तुला

वाटतं, की ती योग्य व्यक्ती मी आहे; पण भारत कसा आहे, याची तुझ्यापेक्षा जास्त माहिती मलाही नाही. खरं तर, आपण दोघेही इथे त्रयस्थ, स्थलांतरित आहोत. मी काही एखादा टूर गाईड नव्हे.''

''माझा गाईड व्हायला मी कधी तुला विचारलेले नव्हते,'' मी उद्धटपणे उत्तर देते.

''नाही, पण तेच तुला हवं आहे ना, कुणाविषयी, काहीतरी लिहून, घरी कळवायला.''

अचानक मला विलक्षण थकवा जाणवतो.

''तुझ्या हातात काय आहे?'' तो विचारतो.

''साईबाबांवरचे एक पुस्तक आहे. डॉक्टरांच्या बहिणीने ते मला दिले आहे.''

''म्हणजे तू अजून एक धर्म स्वीकारते आहेस की काय?'' तो विचारतो.

मी होकारार्थी मान हलवते. त्या क्षणी वाद घालण्याचे त्राण माझ्यात नसते.

उरलेली वाट आम्ही निमूटपणे चालत जातो. रेखेव मला फाटकापर्यंत पोहोचवतो आणि मी एकटीच आत जाते. कुलूप उघडायचे कष्ट देखील जास्त वाटतात. सगळं कसं जडशीळ वाटतंय.

डॉक्टरांनी सांगितलेली औषधे आणि व्हिटॅमिन्सच्या गोळ्या मी विकत घेते आणि पुढचे तीन दिवस मला ताप आणि मळमळ वाटत राहते. माझ्या दम्याचा ॲटॅक हा माझा पहाटेचा गजर असतो. चौथ्या दिवशी मी कपडे करते आणि माझ्या आई-वडिलांना फोन करायला फोन बूथपर्यंत चालत जाते. त्यांचे आवाज साफ नि खणखणीत असतात आणि माझ्या आवाजातही तसाच जोम आणायचा मी आटोकाट प्रयत्न करते. माझा इथला सध्याचा दिनक्रम त्यांना वर्णन करून सांगणे फार अवघड होत जाते. इथे कसं वाटतंय, माझा वेळ कसा जातोय, ते कळत नाही. मला दिवसाचा हिशेब सांगता येत नाही. माझ्या आवाजातले नैराश्य आईला ऐकू जाते.

''भारतात जाऊन तुला किती दिवस झाले?'' ती मध्येच विचारते.

''साडेतीन महिने.''

''आणि हा फारच दीर्घकाळ आहे, असं तुला वाटतंय का?''

''हा अनंतकाळ आहे, असंच वाटतंय.''

''तुला कशाबद्दल उदास वाटतंय?''

''हे बघ, मी इथे जे काही करायला आले होते, त्यासाठी काय करायचं ते मला समजलेलं होतं, असं मला वाटतं; पण आता मी इथे का आले, त्याचा शोध कसा घ्यायचा, हे मला काही कळत नाहीये. ते इथे अस्तित्वात आहे का, याचीही मला खात्री नाही.''

''हे बघ, तुला अजून तू न्यूयॉर्कमध्येच आहेस असं वाटतंय. ओळखी

जमवण्यात, दुसऱ्या शहरांत जाण्या-येण्यात, फोन करण्यात, फोटो काढण्यात, तू स्वत:लाच फसवते आहेस. हे नीट लक्षात ठेव, की तिथला एक आठवडा म्हणजे न्यूयॉर्कमधला एक दिवस आहे.''

''तुला काय म्हणायचंय?''

''तूच नीट विचार कर. तू तुझ्या कल्पनेचे वेळापत्रक त्या ठिकाणावर लादते आहेस; पण ते तिथे लागू पडणार नाही. तिथली कामाची पद्धत वेगळ्या तऱ्हेने चालते. त्याचा स्वीकार कर आणि ते बदलायचा प्रयत्न करू नकोस. तुझी पहिली जबाबदारी आहे, स्वत:ची प्रकृती नीट राखणे. ती अगोदर सांभाळ, म्हणजे मग तुझं काम नीट होईल.''

मी वाद घालायला सुरुवात करते आणि मागे हटते. ती म्हणते ते बरोबर आहे, हे मला पटते– आयांचे सांगणे नेहमी बरोबर असते, पण ते मान्य करणे त्रासदायक असते.

माझ्याभोवती असलेल्या नैराश्याच्या दाट धुक्यातून बाहेर पडून पहिल्यासारखे व्हायला मला दोन आठवडे लागतात. डोके वर उचलावेसे वाटत नाही, अन्न म्हणजे लहरी मित्र वाटतोय मला. मी डॉक्टरांकडे खेपा घालते. ते मला सांगतात, की माझ्या रक्तातल्या पांढऱ्या पेशींचे प्रमाण फार कमी झालंय.

''तुझ्या राहण्याच्या पद्धतीमधले काहीतरी तुला सोसत नाही आहे,'' ते विचारपूर्वक म्हणतात. ''तू तुझी प्रकृती खराब करून घेते आहेस, नीट खातपीत नाहीस, नीट झोपत नाहीस. हे सगळं बदलायला हवं.''

''मला भारताची ॲलर्जी आहे, असं तुम्हाला वाटतंय का?'' मी त्यांना विचारते.

''इतकी काळजी करू नकोस, पोरी,'' ते आश्वासक शब्दांत सांगतात, ''भारताची ॲलर्जी वगैरे असलं काहीही नसतं.''

*एका रात्री,* नाना मला स्वप्नात दिसते.

स्वप्नात ती चांगली खुटखुटीत, निरोगी दिसत होती. साधारण साठीची. मी लहान बाळ असताना ती अशी दिसत असली पाहिजे. तिच्या हातातल्या चंदनी, पातळ पट्ट्यांच्या सुगंधी हातपंख्याने ती वारा घेत होती. तिच्या मानेच्या हाडांवर पंखा आपटतो. तेव्हा त्याचा प्लॅपप्लॅप असा आवाज होतो. आम्ही एका आलिशान दिवाणखान्यात बसलो होतो; पण ती जागा माझ्या परिचयाची नव्हती. तिथे बरोक स्टाईलचे सोनेरी फर्निचर होते आणि आम्ही चहा पित असतो. तिथे एक-दोघी पाकिस्तानी बायका असतात. नाना तिचे स्वप्न त्यांना सांगत असते. ते त्या अगदी गुंग होऊन ऐकत असतात. त्यावेळी नानाने एक भडक, चकचकीत, हिरव्या रंगाची

रेशमी साडी नेसलेली होती आणि हिरवे पाचूचे दागिने घातलेले होते. तिने ओठांना लालभडक लिपस्टिक लावलेली होती. मी तिला लिपस्टिक लावलेली अशी कधीच पाहिली नव्हती. जणू काही मृत्यूने माझी आजी मला भडक विशोभित रंगामध्ये गुंडाळून परत दिली होती.

ती सांगत असते, "मी लॅमिंग्टन रोडवर रस्ता ओलांडून पलीकडे जायचा प्रयत्न करत होते, माझी पाची मुले माझा पदर धरून माझ्याभोवती होते. मी पांढरी साडी नेसले होते. माझी सगळी मुले अगदी लहान असल्याने मला त्यांना एकत्र करता येत नव्हते. माझे पती नुकतेच वारले होते आणि माझ्या मनात सारखा विचार येत होता, की आता मी एकटी कशी जगू शकेन? हा संसार कसा सांभाळू शकेन?" ती थांबते आणि हातातला पंखा सावकाशपणे खालीवर फिरवत राहते. "आणि ते माझ्यासमोर दिसतात, शेजारी येऊन उभे राहतात, त्यांचा बलदंड हात माझ्या कोपराखाली धरतात, अस्सा." ती प्रात्यक्षिक करून दाखवते. "आणि माझा हात धरून ते मला रस्ता ओलांडायला मदत करतात, अगदी सहज." मग ती माझ्याकडे बघते, हलकेच मंद हसते. "आणि नंतर ते जातात."

स्वप्न विरते आणि मी जागी होते. गोलगोल फिरणाऱ्या सिलिंग फॅनकडे पाहत राहते. व्हूश– व्हूशऽऽ माझ्या खिडकीच्या बाहेरच्या बाजूवर कबुतरे फडफडताहेत, अपारदर्शक काचेच्या तिरप्या पट्ट्यांवर पुन्हापुन्हा बसायचा प्रयत्न करताहेत. त्यांच्या पंखांचा फ्लिप फ्लिप असा आवाज होतोय... एक हलकासा उदास फडफडाट. माझ्या आजारपणाच्या दलदलीत मला नीटसं आठवत नव्हतं, की ही गोष्ट नानाने मला पूर्वी कधीतरी सांगितलेली होती, की हे नवीन स्वप्न माझं एकटीचं होतं? लॅमिंग्टन रोड– या जागेचे नाव मी यापूर्वी कधी ऐकले नव्हते. लंडनसारखे नाव वाटले.

दुसऱ्या दिवशी माझा ताप उतरतो आणि खोलीतला केर काढून तो खोलीबाहेर टाकण्याइतकी उमेद मला येते. मी दार उघडते आणि नव्या दिवसाची चूळ तोंडात भरून घेते. प्रदीर्घ श्वास घेऊन ताजी हवा शरीरात भरून घेते आणि मला त्याची झिंग येते. बाथरूममध्ये गरम पाण्याचा गीझर लावते आणि आठवडाभरानंतर पहिल्यांदाच घालण्यासाठी स्वच्छ कपडे काढून तयार ठेवते.

मी लायब्ररीत जाते आणि लॅमिंग्टन रोड कुठे आहे, त्याचा शोध घेते... तो रस्ता मुंबईत आहे. नाना मला नेहमी सांगायची, की ती मला स्वप्नांमधून निरोप पाठवत राहील. आता मात्र माझी खात्री झालीय, की ती मला सांगते आहे, की इथून निघायला हवंय...

SAMUEL STREET

# भाग दोन

## मुशाफिरी

# कचरावेचे

*मुंबई, जानेवारी २००२*

मुंबईत राहताना मला अनामिक वाटते. इथे मला कुणीही ओळखत नाही. मी दिवसभर बाहेर गेले नाही आणि कुणाशीही बोलले नाही, तरी चालेल असा विचार मनात येतो; पण मी चुकले, मुंबई माझ्या दारात येते आणि दार वाजवून आत शिरते.

माझे नवे घर बिल्वकुंज नावाच्या एका तीन मजली बंगल्यातला एका खोलीचा ब्लॉक आहे. गावदेवी भागातला पंडिता रमाबाई रोड, हा रस्ता नाना चौकातून मुंबईच्या सुप्रसिद्ध चौपाटी बीचपर्यंत जातो. माझ्या डाव्या बाजूला लॅबर्नम रोड आहे. इंग्लिश लोकांनी लावलेल्या व पूर्वीच नष्ट झालेल्या लॅबर्नम झाडांचे नाव या रस्त्याला दिलेले आहे. माझी सभ्य व आकर्षक घरमालकीण बाई सौ. मुर्डेश्वर, यांनी मला सांगितलं, की ही मोठी लॅबर्नम झाडे या भागातल्या खासगी बंगल्यांना पूर्वी सावली देत असत. माझ्या खोलीसमोरच एक मंदिर आहे, त्याचे पुजारी पहाटे उठतात, धूप लावतात आणि फुलांचे हार देवीच्या पायांशी वाहतात. तेथेच रस्त्यावर रात्रभर झोपलेल्या माणसांची मुटकुळी सकाळी ओळीने मांडल्यासारखी दिसतात. रस्त्याच्या कडेला, दगडी भिंतीलगत, पांढऱ्या कपड्यांत, नीट गुंडाळलेल्या सुरवंटांसारखी! घरासमोरच एकच हात असलेला एक माणूस राहतो. एका हातावरच तो वावरतो. त्याची सावध, चौकस नजर माझ्या फ्लॅटमध्ये येणाऱ्या-जाणाऱ्या प्रत्येक व्यक्तीवर लक्ष ठेवून असते. एक निमूट साक्षीदार! आणखी दुसरा एक माणूस या रस्त्यावर बहुतेक दुपारच्या वेळी फेऱ्या मारत असताना दिसतो. तो उंच आहे, त्याची राखाडी रंगाची दाढी आहे आणि एक तपकिरी चौकटीचा

शर्ट तो घालतो. दर वेळी मी जेव्हा त्याला बघते, तेव्हा तो स्वत:शीच अनेक भाषांतून बोलत असतो आणि समोर जणू एक अदृश्य प्रेक्षक असल्याप्रमाणे हातवारे करत असतो.

आता जानेवारीचा महिना आहे, त्यामुळे मला मुंबईतल्या थंड हवेत इकडेतिकडे सुखाने फिरता येत आहे. लोक मला सांगतात, की ही सौम्य थंड हवा, काही आठवडेच असेल. म्हणून शहरातल्या जुन्या ज्युईश भागात, सिनगॉग्स व त्यांचे व्यवस्थापक यांचे फोटो काढण्यासाठी पायी फिरायचे आणि या थंड हवामानाचा पुरेपूर फायदा करून घ्यायचा, असे मी मनाशी ठरवते.

माझ्या नव्या अपार्टमेंटमध्ये राहायला आल्याच्या दुसऱ्याच दिवशी दारावर पहिली थाप वाजते. एक इसम हिंदी व इंग्लिश पाठ्यपुस्तके विकायला आलाय. रंगीत चित्रांची छोटी पुस्तके– 'ए फॉर ॲपल, बी फॉर बॉय' दाखवणारी. त्याच्याजवळचा पुस्तकांचा साठा त्याने आपल्या बारीक हातावर पंख्यासारखा धरला होता. त्यात अंगठा फिरवत तो मला पुस्तके दाखवतो. "नो, थँक यू, नो, थँक यू." मी परत परत सांगते. "नो थँक यू, इथे कुणीही लहान मुले नाहीत," मी नाही म्हणून जोराने मान हलवते आणि दार लावून घेते.

पुन्हा थाप. कुणीतरी टेलिव्हिजनचं काहीतरी करायला आलाय. तो आत येतो. माझ्या सेटशी काहीतरी करत सारा वेळ पुटपुटत काम करत राहतो. टेलिफोनवाला, इलेक्ट्रिशियन एअरकंडिशनर दुरुस्त करणारा, तो संपूर्ण मशीनच बाहेर काढून काम करतो, पण उपयोग नाही. सर्व प्रकारचे लोक माझ्या छोट्याशा खोलीत सकाळभर वावरत असतात. माझ्या दयाळू घरमालकाने त्यांना पाठवलेले असते. सकाळी घंटा वाजायला जी सुरुवात होते, ती कधीकधी दुपार झाली तरी थांबतच नाही. मी तर ऐकलं होतं, की साधा गॅसचा सिलींडर मिळवायला मुंबईच्या लोकांना महिनेच काय, वर्षे उलटेपर्यंत वाट पाहावी लागलेली आहे आणि म्हणूनच या सुसज्ज जागेसाठी मी भरपूर भाडे जे देते आहे, ते याच साऱ्या सुविधांसाठी, हे मी जाणून आहे.

एका सकाळी मी दार उघडते, तर समोर एक तेरा-चौदा वर्षांचा मुलगा हातामध्ये एक टाईप केलेले लॅमिनेट केलेले पत्र घेऊन हातवारे करत उभा आहे. त्याच्या बंद तोंडाकडे तो बोट दाखवतो, घशातून काहीतरी घरघरल्यासारखा आवाज काढतो आणि मुद्दा ठसवण्यासाठी मोठे डोळे करतो. काय चाललंय, ते मला समजत नाही. तो ते पत्र मला देतो. त्यात लिहिलेलं आहे,

*प्रिय साहेब किंवा बाईसाहेब,*

*मी बहिरा व मुका आहे. मला बोलता येत नाही. आपण मला एक उदार देणगी द्यावी. त्याचा वापर माझ्या सध्याच्या खडतर परिस्थितीतून*

*मला बाहेर पडण्यासाठी व माझ्यासारख्या इतरांना मदत करण्यासाठी होऊ शकेल. तुमची देणगी मूकबधिर ट्रस्टकडे जाते. हा ट्रस्ट महाराष्ट्र सरकारने (बोरिवली, मुंबई) १९८३ मध्ये स्थापन केला आहे.*

*कृपया उदारहस्ते देणगी द्यायचा विचार करावा.*

*जशी न्यूयॉर्कच्या रस्त्यावर मुले,* गोळ्या, टॉफीज विकतात आणि सांगतात, की ते पैसे त्यांच्या हायस्कूलच्या खेळांच्या टीम्ससाठी वापरणार आहेत, त्याचप्रमाणे इथेही तशीच गडबड आहे, हे मला कळतं; पण हेही मान्य करायला हवं, की यात कल्पकता आहे. त्याला काही पैसे द्यावे की नाही, अशा विचारात मी असते, तेवढ्यात तो मुलगा आपली जीभ टाळ्याला लावतो. जिभेची खालची बाजू मला दाखवतो आणि शरीराचा भार एका पायावरून दुसऱ्या पायावर टाकत मला सांगायचा प्रयत्न करतो, की त्याला जीभच नाही.

"एक मिनिट, एक मिनिट," म्हणत मी दरवाजा लावते आणि पैसे शोधते.

मी इकडेतिकडे बघते आणि मला काही नोटा दिसतात; त्या मी त्याला देते. लगेच व्यापारी थाटात, अगदी शांतपणे तो सरळ उभा राहतो आणि मला एक कागद देतो. त्यात लोकांची नावे व पत्ते लिहिलेले असतात. तो मला एक पेन देतो नि मी त्या कागदावर लिहिते, 'सादिया, गावदेवी, मुंबई. रु. १००/-'

दुसऱ्या दिवशी आणखी एक थाप पडते. तोच मुलगा, तीच पद्धत "मी काल तुला पैसे दिलेले होते!" मी त्याला सांगते आणि त्याच्या अर्जावर माझे नाव त्याला दाखवते. "हे बघ!"

तो माझी सही पाहतो आणि "हो, तुमचं बरोबर आहे हं," अशा अर्थी बघत मान हलवतो. त्याचा लॅमिनेट केलेला कागद परत घेतो, क्लिपबोर्ड, पेन उचलतो आणि पुढल्या ठिकाणी शांतपणे निघून जातो.

त्यानंतरच्या दिवशी सकाळी सात वाजता थाप वाजल्यामुळे मी उठते. त्या मुलाशी वाद घालायची माझी मुळीच इच्छा नसते. मी दार उघडते, तर फुलाफुलांची सलवार-कमीज घातलेली एक हसतमुख स्त्री उभी असते. ती तिशीच्या पुढची असावी. तिच्या पिंगट कुरळ्या केसांची वेणी तिने पाठीवर सोडलेली असते.

"मी ज्युली," ती म्हणते, "मी इथे काम करते. आत येऊ?"

"तू इथे काम करतेस?" मी अर्धवट झोपेत असते, त्यामुळे गोंधळून जाते.

"मी तुमची कामवाली बाई आहे."

मी बाजूला होऊन तिला आत घेत डोळे चोळते. तिच्या हातात एक लहानशी प्लॅस्टिकची पिशवी आहे. ती घेऊन ती बाथरूममध्ये शिरते आणि दार लावून घेते. थोड्याच वेळात बाहेर येते. तिच्या अंगावर एक वेगळा, जुना सलवार-कमीज

आहे आणि तिच्या हातात दुधासारख्या पाण्याची एक बादली आहे. त्या बादलीतून अमोनियाचा वास येतो.

"इथे कुणी पुरुष आहेत का?" ती विचारते.

"फक्त मीच आहे," मी म्हणते.

ती पुन्हा बाथरूममध्ये जाते आणि काही मिनिटांतच बाहेर येते, तिच्या सलवारीशिवाय अन् फिदीफिदी हसते.

"इथे फक्त मुलीच असल्या, तर मी सलवार न घालता सफाई करते; पण जर पुरुष असले, तर मात्र मी सलवार पँट घालते," ती खुलासा करते.

एक राखाडी रंगाचे फडके घेऊन, उकिडवी बसून ती अत्यंत लीलया, उजवीकडून डावीकडे फडके फिरवत मागे मागे सरकत जात, फरशी साफ करते.

मला कुठे जावे, ते समजत नाही. मी बाथरूममध्ये कपडे बदलल्यानंतर टेबलापाशी बसते आणि ती तिचे काम करत राहते. ती टेबलाजवळ आल्यावर मी पाय वर उचलून घेते. ती माझी खोली साफ करते आहे, तोपर्यंत जर मी नोट्स काढत किंवा वाचत बसले, तर मला तो उद्धटपणा वाटेल, पण तिच्या कामात मला अडथळा आणायचा नाही आहे आणि नुसतंच तिला न्याहाळत देखील बसायचं नाही आहे. दोन्ही पर्याय बाजूला ठेवून मी तिच्याशी बोलायचा प्रयत्न करते.

"इथे तू कधीपासून काम करते आहेस?" मी विचारते.

"मी इथे चार-पाच वर्षांपासून काम करते आहे. एक जर्मन मुलगी होती, एक इंग्लिश मुलगी होती. फ्रेंच प्रिन्सिपल वर राहतात. फ्रेंच शाळेत माझे मुख्य काम आहे. मी तिथे तेरा वर्षांपासून कामाला आहे."

माझ्या घरमालकांची मुलगी, 'आलियान्स फ्रान्सेज'मध्ये शिकवत होती, असं त्यांनी सांगितलेलं मला आठवलं. कदाचित तिथले काही लागेबांधे असावेत.

"तुम्ही लिंडसेची मैत्रीण आहात का?" ती एकदम विचारते.

"नाही... मला लिंडसे माहिती नाही... माझ्यापूर्वी ती इथे राहत होती का?" ज्युलीला हायसं वाटतं.

"ती म्हणाली होती, 'ज्युली, तू रोज येत जाऊ नकोस. ही लहानशी खोली आहे. तू आठवड्यातून तीनदाच येत जा.' आणि मग एके दिवशी ती गेली ती गेलीच. सोमवारी इथे होती, अन् मंगळवारी गेलेली."

"म्हणूनच कदाचित ही जागा मला इतक्या चटकन मिळाली. पण ती एकदम कशी नाहीशी झाली? ती कुठे गेली ते तुम्हाला माहिती नाही?"

"मला काहीच माहिती नाही. मी फक्त कामवाली आहे; पण प्रत्येकजण तिची चौकशी करत असतो. मिस्टर मुर्डेश्वर विचारतात, 'लिंडसे कुठाय? लिंडसे कुठाय?' रस्त्यावरचा समोरचा झेरॉक्सवाला म्हणतो, 'लिंडसे कुठे आहे? ती माझे दीडशे रुपये,

एकशेपन्नास रुपये देणे आहे!' धोबी म्हणत होता, 'तुझ्या बाई कुठे आहेत? त्यांचे धुतलेले कपडे माझ्याकडे आहेत!' मी सांगते, 'ती गेली!' कुठे ते मला नाही माहीत.''

''इथे भारतात लिंडसे काय करत होती?''

''ती नोकरीसाठी आलेली होती. नंतर तिने नोकरी सोडली. ती घरीच राहायची. मिस्टर मुर्डेश्वरांकडे केबल टीव्ही मागत होती, नंतर योगा शिकत होती, आश्रमात जात होती; पण नंतर काही फालतू लोकांच्यामध्ये ती अडकली होती, असं मला वाटलं. तिने दुसरी नोकरी धरली होती आणि एके दिवशी जी गेली ती गेलीच. कुठे ते मला नाही माहीत...''

माझ्या अगोदर इथे राहणाऱ्या भाडेकरूविषयी मला उत्सुकता वाटते. मी तिच्या सवयींबद्दल चौकश्या करते आणि तिच्या एकाएकी नाहीशी होण्यामागचे रहस्य उलगडण्याचा प्रयत्न करते.

''लिंडसेला ब्रेड भारी आवडायचा. सारा वेळ ब्रेड खात असायची आणि गोडधोड. इंडियात ती लठ्ठ व्हायला लागली होती असं मला वाटतं.'' ज्युली खिदळते– एक मऊ, उबदार, आवडावा असा मोहक आवाज. का कुणास ठाऊक, मीही हसायला लागते. ''लिंडसेला माझं चिकन सूप आवडायचं. 'प्लीज, ज्युली चिकन कर की,' असं म्हणायची.'' ज्युली तिची नक्कल करून सांगत होती. ''आणि कधीतरी मी करतही होते.''

ज्युली जमीन सफाई संपवून बाथरूम साफ करते. पाण्याचे आवाज येत राहतात. कपडा पिळल्याचा, फरशीवर कपडा आपटल्याचा आणि वाळत घातल्याचेही आवाज येतात. तिचं काम आटोपल्यावर तिचा पहिला पोशाख घालून ती बाहेर येते आणि खोलीतून चटकन दारापाशी येते.

''मी परवा येईन. ओके– थँक्यू– बाय.''

*एका सकाळी फोन* वाजतो. एक इसम लिंडसेबद्दल विचारतो. मी त्याला सांगते, की ती इथून दुसरीकडे गेली आहे. तेव्हा मी तिची मैत्रीण आहे का, याची तो चौकशी करतो. ''नाही, पण तुम्ही का विचारता आहात?'' मी म्हणते आणि तो मला बॉलीवुडच्या एका फिल्ममध्ये एस्क्ट्रॉचा रोल देऊ करतो. मला जर तशी इच्छा असेल, तर मी त्याला आणि त्याच्या भागीदाराला, दुसऱ्या दिवशी सकाळी चर्चगेट स्टेशनवर भेटू शकते, कारण तिथे एक बस भरून तरुण पाश्चिमात्य लोक त्या लक्झरी कोचने ते अहमदाबादला नेणार होते. युरोपमध्ये घडलेल्या एका कथेमध्ये त्यांना प्रमुख कलाकारांच्या मागे उभे राहून अभिनय करायचा होता.

''तुम्हाला आवडेल,'' तो म्हणतो. त्याचा सूर थोडा लाळघोटेपणाचा व लबाड लुटारूचा वाटला. ''लिंडसेला आवडलं होतं.''

मी नम्रपणे नकार देते आणि फोन खाली ठेवते. दर भेटीत, ज्युली मला लिंडसेबद्दल, ती काम करत असलेल्या इतर घरांमधल्या लोकांच्या विक्षिप्त सवयींबद्दल, काहीतरी नवीननवीन सांगत राहते. तिच्या स्वत:च्या आयुष्याबद्दलही तुकड्यातुकड्यांनी अधेमधे माहिती देते. तिचं नाव आहे ज्युली रॉकी डिसूझा. ज्युली हा 'जेनव्हीव्ह'चा शॉर्टफॉर्म. ती त्या नावाचा उच्चार 'जेनवी' असा करते. ती मंगळुरी ख्रिश्चन आहे. 'रॉकी' हे तिच्या नवऱ्याचं नाव, म्हणून ते तिचं मधलं नाव. रॉकी इलेक्ट्रिशियन्सच्या युनियनमध्ये आहे व त्याला चांगली स्थिर नोकरी आहे. रॉकी निवृत्त झाल्यावर त्यांचा मुलगा मोठा झालेला असेल व मुलाला तीच नोकरी मिळेल, अशी त्यांना आशा आहे. त्यांना दोन मुले आहेत. तेरा वर्षांची मुलगी आणि साडेअकरा वर्षांचा मुलगा.

ज्युली आणि रॉकीचा प्रेमविवाह होता, निदान त्याच्या बाजूने तरी होता.

"माझ्या नवऱ्याने उत्सवाच्या वेळी मला बांद्र्याच्या माऊंट मेरी चर्चमध्ये बघितले. त्याला माझे केस आवडले. त्या वेळी माझे केस खूप लांब होते, इथपर्यंत," ती कमरेकडे बोट दाखवत म्हणते. "मी त्याला बघितलं नव्हतं, पण मी त्याच्या लक्षात राहिले होते. तो सारखा माझ्यासाठी विचारायचा. शेवटी माझ्या आईने संमती दिली."

"तुमचा साखरपुडा झाला होता का?" मी विचारले.

"मी एंगेज्ड झाले होते." ती सांगते. जणू काही मला त्याबद्दल शंका वाटली होती. "मी चौपाटीला जात होते, गेटवेला जात होते, मरीन ड्राईव्ह, जुहू बीचवर जात होते. एंगेजमेंटनंतरच्या या सगळ्या गोष्टी मी करत होते ना!"

या मुंबईतल्या ठराविक जागा आहेत. लग्न ठरलेली जोडपी तिथे काही थोडेफार शांत एकांताचे क्षण चोरून अनुभवण्यासाठी जात असतात. शेजारी-शेजारी हातांत हात घेऊन बसलेल्या जोड्यांच्या रांगेत जाऊन बसतात. या सगळ्या जागांसमोर विस्तीर्ण समुद्र आहे. प्रत्येक ठिकाणी बसलेले स्त्री-पुरुष पाण्याकडे बघत राहतात, त्यांचे सहजीवन कसे असेल, याची कल्पना सागराच्या त्या रुंद, कोऱ्या पाटीवर करत बसतात.

"तुला तुझा नवरा आवडला होता का? म्हणजे मला म्हणायचंय, लग्नाच्या आधी?"

"मला पुरुष आवडत नव्हते. मला फक्त स्त्रियाच आवडत असत, माझ्या बहिणी, आई; पण माझा नवरा माझ्यासाठी अगदी वेडा झाला होता. माझ्या केसांवर तो अगदी फिदा होता. लग्न झाल्यानंतर तो म्हणायचा, 'केस मोकळे सोड! मोकळे सोड!' मला तेव्हा वाटायचं, की तो फार काळा आहे, पण तो फारच चांगला माणूस आहे." ती प्रामाणिकपणे सांगते. "तो एक चांगला बाप आहे, चांगला नवरा आहे. मला कधीही मारत नाही. त्याच्याकडे पैसे असले, की तो ते सगळे मला देतो; पण माझ्याकडे माझेही पैसे असतातच. मी नवव्या वर्षापासून काम करते आहे. कधीकधी माझा नवरा पितो. बिअरबारमध्ये पैसे उडवतो. मग तो मला म्हणतो, 'ज्युली, मला

थोडे पैसे हवे आहेत.' मी म्हणते, 'तुझे पैसे कुठे गेले? मी नाही देणार.' पण आता तो चांगला झालाय. गेलं वर्षभर तो मुळीच पीत नाही.''

"खरंच? एक वर्षभर?''

"तो चांगला आहे... रॉकी.''

शेवटी ती म्हणते, "ओके. थँक्स. बाय.''

*ज्युलीच्या भेटीची मी आता* वाट पाहायला लागले आहे. तिचं असणं सुखद वाटू लागलंय आणि तिचं ते गंमतशीर मोडकं इंग्लिश बोलणं ऐकायला मला आवडतंय. ती काम करताकरता आम्ही तिच्या आयुष्याबद्दल गप्पा मारत असतो आणि मुंबईतल्या जीवनपद्धतीबद्दल मी तिला विचारत असते. टोस्टर कुठे मिळतो, सुरीला धार कुठे मिळेल, साडीचा ब्लाऊज कुठे शिवून मिळेल, हे सारं मी तिला विचारते.

एकदा, मी बाजारात वाणसामान आणायला गेले होते, ते तिच्या लक्षात येतं नि ती विचारते, "तुम्ही टोमॅटोला किती पैसे दिलेत? एका किलोला किती?''

मी तिला सांगते, की मला खात्री नाही, पण तीस रुपये असतील. ती मान हलवून जणू काही मला रागावते.

"कुठे घेतलेत तुम्ही?''

मी कुठे घेतले ते तिला सांगते. भाजीबाजारात डावीकडून तिसरा गाळा.

"तुम्ही फार जास्त पैसे दिलेत. तुम्ही फॉरिनर दर दिलात. मी नेते तुम्हाला.''

पुढच्या वेळेला ज्युली माझ्याबरोबर भाजीगल्लीत चालत येते. ही खरोखरीच भाजीगल्ली आहे. लांब, अरुंद गजबजलेल्या अशा या बोळाच्या दोन्ही बाजूंना फळे व भाजीविक्रेते बसलेले असतात. ही गल्ली थेट ग्रँटरोड स्टेशन आणि तिथला प्रमुख बाजार यांना जोडते नि माझ्या घरापासून फक्त दहा मिनिटे चालत जाण्याच्या अंतरावर आहे.

"या माझ्या मॅडम आहेत हं,'' ज्याच्याकडून मी टोमॅटो घेतले होते, त्या विक्रेत्याला ती सांगते व माझी ओळख करून देते. मी मान हलवते. ती मुख्य गोष्टींकडे बोट दाखवते आणि तो वजन करायला लागतो. टोमॅटो, बटाटे, कांदे. नंतर ती मराठीत त्याच्याशी काहीतरी बोलते, ते मला समजत नाही; पण एकूण रागरंग बघता, माझ्याकडून ज्यादा पैसे घेतल्याबद्दल ती त्याला झापत असावी. मी निरागसतेचा आव आणते. लहान मुलासारखे मला कृतज्ञ वाटते. त्यानंतर मात्र, तोच भाजीवाला, मला ज्युलीचे दर लावायला लागतो.

आम्ही रेल्वे स्टेशनच्या जवळ आहोत, त्यामुळे ज्युली इथूनच वांद्र्याला परत जाणार आहे. मी तिला म्हणते, की तिने तिच्यासाठीपण भाजीगल्लीतच भाजीची खरेदी करावी.

"माझं मार्केट तिथे आहे. आमच्या भागात. तिथे इथल्यापेक्षा किंमत कमी असते.''

"असं का ते?'' मी विचारते.

ती माझ्याकडे शांतपणे बघत राहते. जणू काही ती तिच्या तेरा वर्षांच्या मुलीशी बोलते आहे, अशा थाटात ती म्हणते, ''कारण मी गरीब आहे आणि तुम्ही श्रीमंत आहात, नाही का?''

*मी मुंबईत एखादी ज्युईश शाळा* शोधायचे ठरवते, म्हणजे तिथे मला काहीतरी स्वयंसेवी काम करता येईल. मला जर इथल्या लोकांच्यामध्ये मिसळण्याची संधी मिळाली, काहीतरी योगदान देता आलं, तर माझा पाहुणेपणा कमी होईल. याच कारणासाठी मी मुंबईत वरळीमधल्या ओ.आर.टी. स्कूलला जाते. हे ज्यूंसाठी व्होकेशनल स्कूल आहे. ही शाळा योगायोगाने 'राहत व्हिला'पासून थोड्याच अंतरावर आहे. मी तिथे पोहोचल्यानंतर मला ही शाळा ओळखीची का वाटते आहे, ते कळतं. आमचे अंकल मोझेस, ज्यांना माझी ही योजना म्हणजे वेळेचा अपव्यय वाटला होता, त्यांचाच मुलगा बेनी, हा ओ.आर.टी.चा संचालक होता, हे त्यांनी मला सांगितलेलं होतं.

ओ.आर.टी. स्कूल एक उंच राखी काँक्रीट टॉवरमध्ये आहे. या अनेक मजली इमारतीत वेगवेगळे शिक्षणक्रम आहेत, हे तिथल्या पाट्यांवरून मला समजतं. तिथे ब्यूटी स्कूल, ट्रॅव्हल एजन्सीचा ट्रेनिंग प्रोग्रॅम, नर्सरी स्कूल, एक बेकरी आणि एक ज्युईश लायब्ररीदेखील आहे. तिथल्या स्वागतिकेला मी सांगते, की मला डायरेक्टरना भेटायचं आहे. मी कोण आहे, त्याची ती चौकशी करते. ''त्यांना सांगा, त्यांची लांबची बहीण अमेरिकेहून इथे आलेली आहे.'' मी सांगते. तिचे डोळे विस्फारतात.

काही मिनिटांनंतर राखी गणवेषातला एक सेवक मला आत न्यायला येतो आणि मला बेनी आयझॅकच्या ऑफिसमध्ये घेऊन जातो. भरपूर उजेड असलेली ती एक प्रशस्त खोली आहे. त्यात एक मोठे टेबल, अनेक टेलिफोन्स आणि तेजस्वी रंगांतली इस्राईलची पोस्टर्स आहेत.

''तू माझी लांबची बहीण, हे काय प्रकरण आहे?'' मी आत गेल्यागेल्याच बेनी आयझॅक मला विचारतात.

ते उंच, नीटनेटके कपडे घातलेले, पन्नाशी उलटलेले आणि खूपसे माझ्या आजीचे एक भाऊ अंकल सॉलोमन यांच्यासारखे दिसतात. मी अंकल सॉलोमनना कित्येक वर्षांत बघितलेलं नाही, पण मला त्यांचा चेहरा चांगला आठवतो आणि या दोघांच्यातलं साम्य फारच प्रकर्षानं जाणवतं– तोच किंचित सावळा वर्ण, गोलाई असलेले नाक, चष्मा आणि काळीपांढरी, राखाडी मिशी.

मी स्वत:चा परिचय करून देते आणि मी कोण आहे ते सांगते, की मी रेचल जेकब्जची नात आहे व माझी चूक नसेल, तर त्यांची आई लिली, ही माझ्या आजीची चुलत बहीण लागत होती.

''अगदी बरोबर!'' टेबलावर हात आपटून ते म्हणतात, ''मला तुझी आजी आठवते! ती अतिशय ऐटबाज स्त्री होती.''

तो सेवक माझ्यासमोर दुधाळ चहा आणि एक गोड पफ (पेस्ट्री) आणून ठेवतो. बेनी त्या पेस्ट्रीकडे अभिमानाने बोट दाखवून म्हणतात, ''इथेच बनवलेले आहे हे! आपल्या कोशेर किचनमध्ये! आता तू मला सांग,'' आणि पुढे वाकून म्हणतात, ''मी तुझ्यासाठी काय करू शकतो?''

मिस्टर आयझॅकना मी माझ्या फुलब्राईटबद्दल आणि भारतात मी काय करायला आले आहे, ते सांगते आणि हेही सांगते, की मला त्यांच्या शाळेत यायची इच्छा आहे. काहीतरी सेवाभावी काम करावे, जमल्यास तरुण ग्रुपबरोबर– म्हणजे तसा गट असलाच तर. त्यावर मि. आयझॅक मला सांगतात, की काही आठवड्यांतच ते चौदा तरुण इस्राईल विद्यार्थ्यांचे शिष्टमंडळ इस्राईलला पाठवणार आहेत. या गटाला इस्राईलमधील इतर विद्यार्थ्यांना आपला इतिहास कशा तऱ्हेने सांगावा, यासाठी ते काहीतरी मार्ग शोधत आहेत. तेव्हा अनायासे ही संधी आता चालून आलीच आहे तर, काहीतरी वेगळ्या प्रकारचे सादरीकरण करण्यासाठी मी त्यांना मदत करू शकेन का, असे ते मला विचारतात.

''एखाद्या नाटकासारखे!'' ते म्हणतात, ''तुला माहिती आहे ना, मनोरंजनातून त्यांना आपला गंभीर इतिहास दाखवायला हवा.''

''पण या विद्यार्थ्यांना त्यांच्या इतिहासाबद्दल अशी किती माहिती आहे?'' मी विचारते.

''फारशी नाही; पण तिथले लोक त्यांना विचारतील. 'तुमचे लोक भारतात कसे पोहोचले? त्याची काय कहाणी आहे?' वगैरे, वगैरे. तुला नाट्यशास्त्राबद्दल काही माहिती आहे का?'' त्यावर मी त्यांना सांगते, की शाळा-कॉलेजमध्ये मी थोड्याफार नाटकांत भाग घेतलेला होता.

''उत्तम! मग तू एक नाटक का लिहीत नाहीस? ते बसव आणि आपण त्याचे प्रयोग इस्राईलमध्ये करू या.''

ओव्हरसीज रिसोर्स ट्रेनिंग इन्स्टिट्यूट ऑफ इंडिया, ही संस्था, तरुण बेने इस्राईल स्त्री-पुरुषांना, ते इस्राईलला स्थलांतर करण्यापूर्वी, त्यांच्यामधल्या कलागुणांना वाव देते आहे, हे माझ्या लक्षात येतं. मी तिथे दुपारचा वेळ घालवायला लागते. दर वेळेला या इमारतीतून मी जाते, तेव्हा ट्रॅव्हल एजन्सी शाखेतले विद्यार्थी त्या कामाविषयीचे असंख्य असे कळीचे शब्द (कोडवर्ड्स) शिकताना दिसतात, त्याचे मला अप्रूप वाटते. स्वस्त प्रवासी दर शोधून काढण्यासाठी पंच कसे करायचे, नंबराच्या आणि अक्षरांच्या C++ कार्यक्रमाचे धागेदोरे ते कम्प्यूटर सेंटरवर टाईप करत बसलेले असतात, तर ब्यूटी स्कूलमधील

विद्यार्थिनी हातात कात्री घेऊन, अत्यंत कठोरपणे एकाग्र होऊन, समोर ओळीने मांडलेल्या मेणाच्या पुतळ्यांच्या डोक्यावरचे केस कापायला शिकताना दिसतात. तसेच इमारतीच्या भिंतींवर मुलांनी काढलेली शानदार, रसरशीत चित्रं आहेत आणि इस्राईलमधल्या महत्त्वाच्या धार्मिक स्थळांचे विटके, रंगीत फोटो लावलेले आहेत, ते मी पाहत असते.

माझे कलाकार हे सोळा वर्षांच्या पुढचे आणि पंचविशीच्या आतले, असे चौदा कॉलेज विद्यार्थी आहेत. आत्मविश्वास असलेल्या नऊ तरुण मुलांची टोळी आणि अगदी लाजाळू अशा पाच तरुणी. माझ्या बेने इस्राईलबद्दलच्या सुरुवातीच्या प्रश्नांची मला आठवण येते. ते कसे दिसतात वगैरे. मला लक्षात येते, की त्यांचे काळेभोर केस आणि गहूवर्णी गोरा रंग, या गोष्टी मी नानाच्या इस्राईलमधल्या नातेवाइकांचे फोटो पाहिले होते, त्यांच्यासारखे होते. माझे विद्यार्थी पांढरे किंवा राखी शर्ट आणि गडद पँट असे कपडे घालतात. भारतातल्या शहरी लोकांचा हा एक ठराविक सुसंगत गणवेष असतो. तरुणी ठळक रंगांचे कपडे वापरतात आणि त्याला शोभेल असे त्यांचे दुपट्टे असतात. माझे कपडे सुती, छापील, आयते, तयार विकत घेतलेले असतात; पण येथील बहुतेक तरुण मुलींचे कपडे हे शिवून घेतलेले नि त्यावर लेस किंवा फुलांचे नक्षीकाम केलेले असतात.

माझ्या मदतीसाठी, सॅम्सन आणि शॅरन हे विशीच्या पुढचे दोघे प्रसन्न तरुण शिक्षक आहेत. मि. आयझॅकनी त्यांना या योजनेवर देखरेख करायला व त्यात काम करायलाही निवडले आहे. सॅम्सन हा चुणचुणीत, उत्साही, कम्प्यूटर शिक्षक आहे. त्याचे सरळ, आखूड काळे केस असून, तो सारखा हसत असतो. शॅरनला मोठी काळी कुरळी दाढी, 'किप्पा' आणि गोल भिंगांचा विद्वानाला साजेसा असा चष्मा आहे, त्यामुळे तो फारच गंभीर वाटतो खरा, पण त्याचे वागणे इतके स्नेहशील आहे, की तो गंभीरपणा केव्हाच विरून जातो. त्याच्या चष्म्यामागचे डोळे काळे नि चमकदार आहेत आणि आजूबाजूला चाललेल्या प्रत्येक गोष्टीत त्याला स्वारस्य नि गंमत वाटलेली सहज दिसते. तो तरुणांच्या एका गटाला हिब्रू शिकवतो आणि जमातीच्या धर्मकार्यात 'सोफर' म्हणून काम पाहतो. 'सोफर' म्हणजे धार्मिक प्रमाणपत्र असलेला पुजारी. सॅम्सन नि शॅरन हे दोघेही अतिशय आपलेपणाने माझे स्वागत करतात आणि माझ्या तालमीच्या कवायतीत जान ओततात. कलावंतांना जरा प्रोत्साहित करण्यासाठी मी मूकनाट्यात कवाईत करायला लावते. विद्यार्थ्यांना उत्तेजन देण्याचा तो प्रयत्न असतो, त्याला संमिश्र फळ मिळते.

आमच्या तालमी अंधाऱ्या कॉन्फरन्स रूममध्ये होतात. तिला जे पडदे लावले आहेत, त्यावर लहानलहान स्टार्स ऑफ डेव्हिड आहेत. माझे नाटक म्हणजे छोट्या

घटनांची एक मालिकाच आहे. त्यात बेने इस्त्राईलच्या इतिहासातले काही ठळक विशेष दाखवणारी लहानलहान दृश्यं आहेत. ही जमात, एका काल्पनिक कोकण किनाऱ्यावर, आदळून फुटलेल्या जहाजातून, अडनिड्या उड्या मारतात त्यानंतर तेलाच्या घाण्यासारख्या गोल चक्कीवर काम करतात. नंतर जड, अदृश्य अशा पेट्या उचलण्याची नक्कल करून, बेने इस्त्राईल लोक मुंबईत १८५० मध्ये आले होते, ते दृश्य दाखवलं जातं आणि त्याच पेट्या पुन्हा उचलून १९४८ मध्ये सुरू झालेलं या जमातीचं इस्त्राईलला होणारं सामूहिक स्थलांतर, तेही सादर केलं जातं. संपूर्ण नाटकामध्ये हे कलावंत मंचावर सतत फिरत असतात. समुद्रातून जमिनीवर, खेड्यातून, शहरातून, भारतातून इस्त्राईलला!

जेव्हा मी लिहिलेले संवाद हे विद्यार्थी बोलतात, तेव्हा ते प्रेक्षकांसमोर तोंड करून ताठरपणे उभे राहतात. दोन्ही बाजूंनी त्यांचे हात सरळ खाली असतात. मुले मोठ्याने बोलतात, पण मुलींचे शब्द धड ऐकूही येत नाहीत. जेव्हा मी त्यांना संहितेत योग्य ठिकाणी अधेमधे हिब्रू गाणी व प्रार्थनांची गुंफण करायला सांगते, तेव्हा मात्र त्यांचे चेहरे उजळतात आणि त्या साऱ्याजणी ती गाणी अगदी मनापासून अन् आत्मविश्वासाने गातात. ते त्या गीतांची नावे सांगतात आणि मी ती यादी उच्चारानुसार लिहून घेते. भारतीय चालींची ती हिब्रू गाणी, दीडशे वर्षांपूर्वी कोचीनमध्ये उतरलेल्या प्रवासी ज्यू गायकांनी, पुढच्या पिढ्यांना बहाल केलेली होती. इतिहासाचे हे बारीकबारीक तुकडे या तरुण मंडळींनी असे घट्ट धरून ठेवलेले पाहून मी भारावते. त्यांच्यापैकी अनेक जणांनी या दंतकथा पूर्णपणे, यापूर्वी ऐकलेल्या नव्हत्या, तरीही त्यांचे पूर्वज वापरायचे ती मराठी नावे, गेली शंभर वर्षे वापरात नसली, तरीही हे तरुण ती नावे, ते शब्द अगदी सहजपणे सांगतात. आमच्या पूर्वजांबद्दलची माझी माहिती ही १९७० ते १९८० च्या काळात काही पाश्चिमात्य महिलांनी लिहिलेल्या मानवजातीशास्त्राच्या पुस्तकावर आधारित अशी आहे. वीस वर्षांपूर्वी त्या स्त्रिया मुंबईत संशोधनाचे हे काम करत होत्या, त्या वेळी हा जमातीचा समूह कसा असेल, याबद्दल मी विचार करत राहते.

दुपारच्या जेवणाच्या वेळी सॅम्सन, शॅरन आणि इतर विद्यार्थी ओआरटी (ORT) च्या उपाहारगृहात दारातून शिरतात, तेव्हा तिथल्या 'मेझुझा'ला उजवा हात अभावितपणे लावतात आणि त्या बोटांचे चुंबन घेतात. ORT ची पाकशाळा शोशान्ना आंटी या एका वृद्ध बाईच्या मुखत्यारीत आहे. एखाद्या कळपाची आई असावी, तशी ती संरक्षक ढालीसारखी आहे. ती डाळ, भात व काकडी-कांदा-कोथिंबिरीच्या कोशिंबिरीची रिकामी होणारी मोठी पातेली भरून ठेवत असते. विद्यार्थी आपापल्या बशांमध्ये मोठाल्या चमच्यांनी त्यातून भरपूर वाढून घेत असतात आणि आपापसांत थट्टाविनोद करत जेवत असतात.

मी त्यांच्या गप्पा ऐकत बसते आणि निरनिराळ्या गटांमधली अबोल जवळीक व निष्ठा समजावून घेण्याचा प्रयत्न करते. जेवण संपता संपता मी त्या विद्यार्थ्यांना विचारते, की त्यांना भारतात राहायचंय, की इस्राईलमध्ये? तर त्या दालनात एक प्रदीर्घ शांतता पसरते.

''काय?'' सर्वांकडे नजर फिरवत शॅरन विचारतो, ''तुम्ही सगळेजण लगेच इतके गप्प का? तुम्हाला काय वाटतं सांगा.''

एका लांबलचक स्तब्धतेनंतर उत्तरं बाहेर यायला लागतात, पापाची कबुली दिल्यासारखी.

''माझं शिक्षण संपल्यानंतर मी जाईन.'' एक तरुण मुलगा निश्चयपूर्वक म्हणतो, ''ती आमची मायभूमी आहे आणि आम्ही तिकडे जायला हवं.''

''तिथे सगळेच ज्यू आहेत, एकत्र.'' दुसरा विद्यार्थी म्हणतो, ''आम्हाला तिथे नोकरी मिळू शकेल. तिथे शब्बातच्या दिवशी कामावर जावं लागत नाही. तिथे जास्त सुखसोयी आहेत.''

काही जणांसाठी हे स्थलांतर काही काळानंतर होणारच आहे, तर काहींसाठी हा निर्णय जास्त अवघड आहे.

''तुझं काय, शॅरन?'' मी विचारते. ''तू इस्राईलला जाशील ना?''

''मी इस्राईलमध्ये काही काळ होतो.'' तो सांगतो, ''मला शिष्यवृत्ती होती आणि मी वर्षभर येशिवात शिकत होतो. तिथेच मी 'सोफर' झालो. आता मी मेझुझामध्ये 'पार्चमेंट स्क्रोल्स' बनवू शकतो. आमच्या दारावर ही प्रार्थना आम्ही लावतो. मी इथे ज्यू शिक्षक म्हणून परत आलो, पण मला इस्राईलमध्ये स्थायिक व्हायची इच्छा आहे. माझी बायको, मी, माझी मुलगी– आम्ही तिघं इथे राहतो. आम्हाला आमच्या मुलीला ज्युईश शाळेत पाठवायला आवडेल. पुढल्या दोन वर्षांत आम्ही बहुतेक तिकडे जाऊ.''

मी त्या गटातल्या मुलांना विचारलं, ''तुम्ही तिकडे लग्न करणार की इकडे?''

मुली खुदुखुदू हसतात आणि त्यातली एक तरुणी, ज्युडिथ, तिच्या जिवलग मैत्रिणीला, 'ली'ला कोपराने ढोसते आणि ली लाजून लाल होते. ज्युडिथ एक चटपटीत, सुंदर पोरगी आहे. काळेकुरळे केस, लीपेक्षा जास्त मनमोकळी, उंच, सतेज आणि शांत, निग्रही स्वभावाची छान तरुणी आहे. लीचे लांब पिंगट केस मागे ओढून कायम पोनीटेलमध्ये बांधलेले असतात नि तिचे सलवार-कमीज तपकिरी किंवा किरमिजी रंगाच्या सौम्य छटांचे असतात. मी जेव्हा तिच्याशी एकटीशी बोलते, तेव्हा ती एक निश्चयी, विचारी व योग्य दिशेने जाणारी आहे, असं मला वाटतं; पण इतरांच्यासमोर मात्र ती कमालीची, नको तितकी लाजरी आहे. नाटुकल्यामधली तिची वाक्ये तिच्याकडून, श्रोत्यांना ऐकता येतील अशा आवाजात

म्हणवून घेणे, हे जवळजवळ अशक्य कोटीतले काम आहे. ज्युडिथशी तिची बालपणापासून गट्टी नि अतूट मैत्री आहे. त्यामुळे 'ली'ला धीर यावा, म्हणून संहितेमध्ये मी मुद्दामच अशी पात्रयोजना केली, की त्या दोघी स्टेजवर कायम एकमेकींशेजारी असतील.

हे विद्यार्थी मला सांगतात, की हल्ली अनेक प्रेमविवाह होत आहेत, पण काही जणांना जुनीच, बघून, ठरवून केलेली, पारंपरिक पद्धत बरी वाटते. त्यात जमातीतला लग्ने जमविणारा मध्यस्थ किंवा दोन्ही कुटुंबांचा एखादा स्नेही असतो. ही मुले मला म्हणतात, की ते इथे लग्न करतील आणि नंतर इस्राईलला जातील; पण काही जण अगोदर इस्राईलला जाऊन काम करतील आणि नंतर मुंबईला परत येऊन जीवनसाथी शोधतील. काही जणांचे मत होते, की ते इस्राईलमधल्या बेने इस्राईल जमातीतच जोडीदार पाहतील. तिथे आता साठ ते ऐंशी हजार बेने इस्राईल लोक राहतात.

''तुमच्यापैकी कुणाकुणाचा वाङ्‌निश्चय झालाय?'' मी विचारते नि विद्यार्थी हसायला लागतात. ''ली! ली!'' तिला चिडवत ते म्हणतात, ''बोल, बोल!'' ते मला सांगतात, की लीचा साखरपुडा डॅनियलशी झाला आहे. तो बेने इस्राईल असून, आता इस्राईलमध्ये स्थायिक झाला आहे. ली व डॅनियलचे लग्न पुढल्या वसंतऋतूत होणार आहे आणि त्यानंतर लगेच तीही तिकडे जाणार आहे.

''तुझा फियान्से (भावी पती) तिकडे काय करतो?'' मी तिला विचारते.

''तो नोकरीवर काम करतो.'' मांडीवर ठेवलेल्या आपल्या हातांकडे बघत ती उत्तर देते.

''कसली नोकरी?''

''तो काम करतो!''

बहुसंख्य बेने इस्राईल लोकांना त्यांचे मित्र व नातेवाईक इस्राईलमध्ये कसले काम करत आहेत, त्याची स्पष्ट कल्पना नसते, हे मला जाणवते. महत्त्वाचा मुद्दा हाच असतो, की ते तिथे आहेत. मी जरा मागे लागूनच विचारते, तेव्हा मला कळतं, की अनेक जण दुकानांत, लहानसहान व्यवसायात किंवा हॉटेलमध्ये काम करतात.

''तिकडे जाण्यापूर्वी या नातेवाइकांच्या ज्या अपेक्षा होत्या, तसे वातावरण तिथे होते, की त्यात काही फरक होता?''

ती तरुण मंडळी मला सांगतात, की सुरुवातीच्या १९६० च्या काळातल्या वांशिक वर्णभेदाची झळ त्या वेळेला तिथे गेलेल्या बेने इस्रायलींना बसली होती. रॅबिनेटने, बेने इस्राईल हे 'प्रत्येक बाबतीत संपूर्णत: ज्यू होते' असे घोषित करेपर्यंत. त्यामुळे जे पहिले बेने इस्राईल इस्राईलला गेले, त्यांच्यापैकी काही जण काही वर्षे राहून नंतर इकडे परत आले. तिथे त्यांच्या अपेक्षेप्रमाणे वातावरण नव्हते. काम फार

होते. जागा फारच अनोळखी होती; पण बाकीचे जे तिथे राहिले, ते आता तिथे सुखाने नांदत आहेत.

"इथून तुम्ही तिकडे कसे जाता?" मी विचारते, "भारतातून तुम्ही इस्राईलला कसे जाता आणि इस्रायली नागरिक कसे बनता?"

ते सांगतात, की जमातीमधली काही नेतेमंडळी कागदपत्रे तयार करण्यात त्यांना मदत करतात. अनेक फॉर्म्स भरावे लागतात, मग तिकिटासाठी पैशांची जुळवाजुळव करावी लागते. तुम्ही नक्की जाणार आहात, याची खात्री व्हावी लागते. जेव्हा तुम्ही तिथे पोहोचता, तेव्हा तुम्हाला 'अॅबसॉर्बशन सेंटर'मध्ये ठेवतात. तिथे हिब्रू शिकावे लागते. नंतर नोकरीचा शोध तुम्हीच घ्यायचा असतो.

मी त्यांना विचारते, की इस्राईलमधल्या हिंसाचाराबद्दल त्यांना चिंता वाटते का? पण कुणीही लागलीच उत्तर देत नाही.

"इथेही बॉंबस्फोट होतातच," सॅम्सन म्हणतो, "आणि न्यूयॉर्कमध्येही होतात. कुणीही कुठेही सुरक्षित नाही. भारत आमची मातृभूमी आहे, पण इस्राईल आमची पितृभूमी आहे."

विद्यार्थी उत्साहाने माना डोलावतात.

"तुम्ही जर तिकडे स्थलांतर केलेत, तर इथल्या गोष्टींची तुम्हाला नक्कीच उणीव भासेल. होय ना?" मी प्रश्न करते.

"भारतात मिळते तसे सामाजिक जीवन तिथे कधीही मिळणार नाही," सॅम्सन डोके हलवत म्हणतो.

"म्हणजे काय?" माझा प्रश्न.

"इथे प्रत्येक जण विनोद करतो, हसतो, खिदळतो. तिथे लोक गप्पगप्प असतात. मी माझ्या भावाकडे गेलो होतो. त्याने एका नवीन संकुलामध्ये सदनिका घेतली होती. 'तुझ्या शेजारी कोण राहतात?' मी विचारलं, 'तो एक पुरुष आहे, चाळिशीच्या पुढचा.' भाऊ म्हणाला. दुसऱ्या दिवशी मी शेजाऱ्याच्या दरवाज्यावर टकटक करायला गेलो, तर भावानं विचारलं, 'अरे, काय करतो आहेस?' मी म्हटंल, 'मला वाटलं, की तुझ्या शेजाऱ्याला 'हॅलो' म्हणावं. त्याला सांगावं, की मी इथे महिनाभर आहे, एखाद्या दिवशी त्याला आपल्याबरोबर जेवायला यायला सांगितलं असतं.' त्यावर 'नको, नको, नको!' माझा भाऊ जोराने नकारार्थी मान हलवत ठामपणे म्हणाला, 'इथे आम्ही तसलं काहीही करत नाही.' 'पण का?' मी विचारलं, 'तो तुझा शेजारी आहे. तुझी त्याच्याशी ओळख नाही म्हणतोस?' माझा भाऊ म्हणाला, की इस्राईलमध्ये तसंच असतं. माझा विश्वासच बसेना. दोघांमध्ये फक्त एक भिंत आहे, पण त्यांना एकमेकांचे चेहरे माहिती नाहीत? त्याच्याबरोबर जेवायचं नाही? मला ते फार विचित्र वाटलं. मला त्याची सवय करून घ्यायला लागेल बहुतेक."

*मी घरी परत जाताना मुंबईतल्या* वाहतुकीचा गोंधळ न्याहाळत बसते आणि तिन्हीसांजेची रात्र होते. दर वर्षी मोठ्या संख्येने बेने इस्राईल तरुण इस्राईलला स्थलांतर करत आहेत. त्यांचा निर्णय बरोबर आहे का, याची मला शंका वाटते; पण मग मनात विचार येतो, की मी काही 'इस्राईल ही माझी भूमी आहे' अशा कल्पनेत वाढलेली नव्हते, निदान माझ्या या विद्यार्थ्यांसारखी तरी नक्कीच नाही.

मी आमच्या घराच्या अंगणात शिरते, तेव्हा तो थोटा मनुष्य उजव्या बाजूला असतो नि माझ्याकडे मख्ख चेहऱ्याने बघत असतो. चौकटीचा शर्ट घालणारा आणि स्वत:शीच अनेक भाषांतून बोलणारा माणूस माझ्या डाव्या बाजूने येऊन मला ओलांडून पुढे जातो आणि जणू काही यापूर्वी आमचे संभाषण चालूच होते, अशा थाटात मला विचारतो, "फक्त हा थिएरम काही सिद्ध करत नाही, हीच तर त्याची गडबड आहे." तो शांतपणे, अगदी सहजपणे सांगतो. लंडनमध्ये असल्यासारखा अस्खलित इंग्लिश बोलतो, "हीच तर त्याची गडबड आहे."

माझ्या खोलीच्या भिंतीवर मी मुंबई शहराचे नकाशे टाचून ठेवलेले आहेत. जेव्हा मी रात्री घरी परत येते आणि माझे कॅमेऱ्याचे सामान आत ठेवते, तेव्हा लगेच त्या नकाशांवर मी कुठेकुठे गेले होते त्या रस्त्यांवर पेन्सिलीने खुणा करते. माझ्या आजीच्या सर्वांत आवडत्या जागांच्यावर सतत पेन्सिलने खुणा करून तिथे खोल खाचा झाल्या आहेत. कामा हॉस्पिटलपासून मी काही शेकडो मीटर्स अंतरावर राहते– तिथे नाना नर्सिंग शिकली आणि तिथेच हेड-मेट्रन बनली होती– आणि गांधीजींच्या घरापासून– मणीभवनपासून तीन दारे ओलांडली, की माझे घर येते. कधीकधी भाजीगल्लीमध्ये मला वाटतं, की नाना माझ्यापुढेच चालते आहे, ती दिसते. घरासाठी आसावलेल्या मनाची ही खेळी असावी. मला ते भाजीविक्रेते ओरडताना ऐकू येतात, "टमाटर, टमाटर, टमाटर... आलू, आलू, आलू" जणू काही हे गाणं लहानपणापासूनच गात ते मोठे झाले आहेत. नाना त्याच गल्लीतून जात-येत होती, ते चित्र मी डोळ्यांसमोर आणते. तिच्या कानांवरही हेच आवाज ऐकू आले असतील आणि तीही त्यांच्या हाकांना उत्तर देत असेल.

*"मॅडम," विवेकची,* माझ्या भाजीवाल्याची हाक येते. तो इंग्लिश भाज्या माझ्यासाठी खास राखून ठेवतो. ब्रॉकली ही इतकी महाग भाजी असेल, असं मला कधीही वाटलं नव्हतं.

"मॅडम, तुम्ही दमलेल्या दिसता," त्या संध्याकाळी विवेक मला म्हणतो. मी त्याच्याशी सहमत असल्याची मानेने खूण करते. "मी दमले आहे, विवेक. मला माझ्या आजीची फार आठवण येतेय."

"त्या इंग्लंडमध्ये आहेत का?"

मला तपशीलात शिरायचं नसतं, म्हणून मी मानेने हो म्हणते.

"त्यांनाही तुमची आठवण येतेय, मला माहिती आहे," भाज्यांचे चार पुडे देताना तो गंभीर स्वरांत म्हणतो. तो मला डझनभर छोटी लिंबे फुकट देतो आणि माझ्याकडे बघत डोळे मिचकावतो.

मी घरी जाते आणि नानाच्या आवाजाची कॅसेट लावते. ती तेरा मिनिटे चालते. कॉलेजमध्ये मुलाखतीचा नमुना म्हणून मी तिचे रेकॉर्डिंग केलेले होते. तिचा आवाज चांगला आलाय. त्याबद्दल मला फार बरं वाटतं, कारण माझं रेकॉर्डिंग बऱ्यापैकी सदोष होतं. मी तिला आणखी कितीतरी प्रश्न विचारायला हवे होते.

"तुझी आई कुठली होती?" माझा आवाज मी ऐकते, "ती किल्ल्यातल्या एका खेड्यातून आलेली होती."

"आणि तुझे वडील कुठून आले होते?"

"ते मुंबईचे होते, पण त्यांचे पूर्वजही माझ्या आईच्या खेडेगावाजवळच्याच दुसऱ्या एका खेडेगावातून आलेले होते."

"त्यांची नावं काय होती?"

"माझ्या आईचं नाव होतं सेगुळाबाई चोरडेकर, चोर-डे-कर. माझ्या वडिलांचं बेने इस्राईल नाव होतं भोरुपकर. नंतर ते इंग्लिश नावासारखं असायला हवं, म्हणून बदललं. मग आमच्या कुटुंबाचं नाव जेकब्ज झालं."

"तू तुझ्या पतीला कशी हाक मारीत होतीस? म्हणजे, तुमचं लग्न होण्याआधी?"

"मी त्यांना नुसतंच मिस्टर सिद्दीकी म्हणायची..."

"मिस्टर सिद्दीकी...?"

*मी माझ्या पणजोबांचं* आणि पणजीचं मूळ आडनाव पाठ करण्यासाठी पुन्हा पुन्हा घोकते. भोरुपकर, चोरडेकर. त्यांचे पूर्वज अगोदर भोरुपली आणि चोरडे गावांत राहत असले पाहिजेत. मी ही नावं शोधते.माझ्या खेड्यांच्या नकाशावर त्यांच्या बिंदूभोवती वर्तुळ काढते. माझ्याकडल्या एका पुस्तकात १८९२ मधला एक फोटो आहे. त्यात एक स्त्री जुन्या तेलाच्या चक्कीवर बसलेली आहे आणि एक मोठा बैल तो घाणा रहाटासारखा ओढतोय, असे श्वेतश्यामल चित्र आहे. तो घाणा अजून तिथे असेल का, याचे मला कुतूहल वाटते. कोकणातल्या खेड्यांचे आणखी काही जुने फोटो माझ्याकडे आहेत, तेही मी बघते. ती कशी दिसतात आणि तिथे कुणी बेने इस्राईल अजून राहत आहेत का, याची मला उत्कंठा लागते.

# हिंदीचे धडे

## *मुंबई, जानेवारी २००२*

**मा**झी खात्री होऊन चुकलीय, की भारतापासून मी वेगळी असल्याच्या भावनेत मी कुठे वाढले हा फरक तर येतोच पण, शिवाय माझा रंग, उंची, परदेशी भडक सलवार-कमीजची माझी आवड, या गोष्टी सुद्धा येतात ("हे विचित्र कपडे," रेखेव मला एकदा पुण्यात म्हणाला होता, "तू जसे फनी कपडे घालतेस, तसले कपडे मी कधीही बघितले नव्हते."), आणि माझी भाषाही येते. जर मी हिंदी बोलले, जर विशिष्ट उच्चारांसाठी मी जीभ फिरवली, व माझ्या आवाजाचा टोन स्थानिक लोक म्हणतात त्याप्रमाणे 'ॲडजस्ट' झाला, तरच मी माझे विचार दुसऱ्यांना समजावून सांगू शकेन आणि त्याहीपेक्षा जास्त महत्त्वाचे म्हणजे भोवती काय चाललेय त्याचा अंदाज घेऊ शकेल.

ग्रँटरोड स्टेशनवरून रोज घरी जाताना मला एक पाटी महिनाभर दिसत असते.

मि. व्ही. शुक्ला, बी.ए., एम.ए. इंग्लिश
*हिंदी शिकवण्या*
खात्रीपूर्वक उत्तम शिक्षण
अनेक देशांतले भरपूर परदेशी ग्राहक

तिथे चौकशी करायची, असं मी ठरवते.

हिंदी ही अनेक भारतीय भाषांचे मिश्रण असलेली भाषा साऱ्या उत्तर भारतात

बोलली जाते. उर्दूशी तिचे खूपच साम्य आहे. उर्दू ही दक्षिण आशियाई मुस्लिमांची भाषा होती– मी उर्दू ऐकतच वाढले. माझ्या आईचा मधुर स्वरांचा तालबद्ध चढउतार आणि माझ्या आजीचा थबकत-थबकत, तुटक, असंबद्ध आवाज– त्या उर्दू भाषेच्या आकृतीचा माझ्या मनावर ठसा उमटलेला आहे. त्यामुळे माझ्या हिंदीच्या या मर्यादित शब्द भांडारामुळे माझे मुंबईत बऱ्यापैकी चालू शकते आहे, पण भाषेचे बारकावे मला समजत नाहीत, त्याची उणीव जाणवत राहते. ते एक प्रकारे रेशमी कोषात राहण्यासारखेच असते. वायफळ गप्पा समजत नाहीत, पक्ष्यांचे गायन ऐकल्यासारख्या त्या गप्पा अंगावर लपेटल्या जातात. महाराष्ट्र राज्याची भाषा मराठी, ही नानाची मातृभाषा होती. पाकिस्तानला स्थलांतर केल्यानंतर तिसाव्या वर्षी ती उर्दू शिकली. बहुतेक बेने इस्राईल लोकांप्रमाणे, तीही शाळेत इंग्लिश, मुंबईच्या रस्त्यांवर हिंदी किंवा मराठी आणि घरात मराठी व इंग्लिशचे मिश्रण असलेली भाषा बोलत होती. आता सर्वसाधारण भारतीय मध्यमवर्गाप्रमाणे, बहुतेक सर्व बेने इस्राईल लोक इंग्लिशच बोलतात; पण मुलांचे संगोपन करताना व घरातले किरकोळ व्यवहार, हे मात्र मराठीतच होतात. जे इस्राईलला कायमचे जाण्याचा बेत आखतात, ते माहीममधल्या स्थानिक ज्युईश कम्युनिटी सेंटरमध्ये हिब्रूचे धडे घेतात. मराठी आवाज माझ्या कानांवर आला, की ते अनाकलनीय शब्द मला ओळखीचे वाटतात; पण हिंदी समजायला जास्त सोपी वाटते आणि ती भाषा शिकणे मला जास्त जरुरीचे ही वाटत असते.

जानेवारीच्या एका दुपारी मी छोट्या, पिवळ्या, मार्गदर्शक खुणांच्या आधाराने गल्लीतल्या त्या मि. शुक्लांचा पत्ता शोधून काढते. एका जुन्या बिल्डिंगमध्ये दुसऱ्या मजल्यावर त्यांचे घर असते. गचाळ, कळकट राखाडी रंगाची कॉंक्रीटची ती इमारत (कोणे एके काळी रंगीत लाकडी कमानी व सज्जे (बाल्कनीज) असलेली) मला दिसते.

तेथे दारावर दोऱ्याला एक लिंबू टांगलेले असते. त्या दोरामध्ये चार लहान मिरच्या आणि एक कोळशाचा तुकडा ओवलेला असतो. लिंबाचा आंबट रस आणि मिरचीचा तिखटपणा हा वाईट नजरेवर तोडगा असतो व ती नजर कोळशात शोषली जाते, असं मला सांगण्यात येतं. दाराजवळ, इंग्लिशमध्ये पाटी आहे, 'मि. शुक्ला, बी.ए., एम.ए. आणि खालच्या ओळीत आहे, 'एज्युकेडेट अब्रॉड.' क्षणभर माझ्या मनात येतं, की माझ्या दरवाज्यावरही अशीच पाटी लावावी.

दारावरच्या पितळी हातकडीने मी तीन वेळा दार ठोकते; पण आतून काहीच उत्तर येत नाही, म्हणून मी परत वळून जिना उतरायला लागते. त्याबरोबर दरवाजा उघडला जातो आणि आतून पासष्टीची एक झोपाळू बाई हाऊसकोटमधे बाहेर येते.

"बोलो?" ती मला विचारते.

मी मि. शुक्लांना भेटायला आल्याचे सांगते.

"हिंदी ट्यूशन?" ती आशेने विचारते आणि मी मानेने हो म्हणते.

"एक मिनीट," ती म्हणते आणि मिनीटभर खोलीत जाते. ती कुणा पुरुषाशी बोललेली मला ऐकू येते. नंतर ती बाहेर येते. दोरीवर वाळत घातलेल्या कपड्यांपैकी एक शर्ट ओढते आणि पुन्हा आत जाते. एक-दोन मिनिटांनंतर, मला आत नेण्यात येते. सात फूट बाय नऊ फुटांच्या या लहानशा खोलीत एक म्हातारे गृहस्थ टेबलापाशी, वर्तमानपत्र वाचत बसलेले आहेत. ते पंच्याहत्तरीचे तरी असावेत. डोळ्यांना जाड काचांचा चष्मा आणि डोक्यावर, छताकडे बघत अटेन्शनमध्ये उभा असावा, तसा पांढऱ्या केसांचा लहानसा पुंजका आहे. ती बाई म्हणजे त्यांची पत्नी असावी बहुतेक. ती माझ्या डाव्या बाजूला एका गादीवर ऐसपैस बसते. त्याच्या खाली कपाटे असून, त्यावर गादी आहे. दिवसा बसायला कोच व रात्री झोपायला पलंग होत असेल. ती डोक्यावरून ओढणी ओढून घेऊन, डोळ्यांवर हात ठेवून, पुन्हा झोपायच्या तयारीत आडवी होते. खोलीच्या एका कोपऱ्यात शेगडी आहे. ओट्याच्या खाली निम्म्या आकाराचा लहानसा फ्रीज आहे आणि एक प्लॅस्टिकची चौकोनी पाण्याची टाकी. खोलीच्या उजव्या बाजूची भिंत, एकावर एक रचलेली पुस्तके आणि कागदपत्रांनी पूर्णपणे भरून गेलेली आहे. संपूर्ण शेक्सपिअरची वाङ्मयसंपदा तसेच 'चिकन सूप फॉर द सोल'च्या पुस्तकांची मालिका शेजारी आनंदाने विसावलेली आहे.

टेबलासमोरच्या प्लॅस्टिक खुर्चीकडे बोट दाखवून ते गृहस्थ मला बसायला सांगतात.

"मी तुम्हाला डिस्टर्ब तर करत नाहीये ना?" मी तेवढ्यापुरते विचारते.

"मुळीच नाही. मी व्ही. शुक्ला. हिंदी शिक्षक आहे," ते थोड्या थाटातच जाहीर करतात.

"मी सगळ्या वकिलातीमधल्या अनेक परदेशी ग्राहकांना शिकवतो. मी कार्यशाळा घेतो, लेक्चर्स देतो. महिन्याभरात मी हिंदी बोलायला शिकवतो आणि तू कोण आहेस?"

मी त्यांना खुलासेवार सांगते, की मी अमेरिकन विद्यार्थिनी असून, भारतात वर्षभर राहणार आहे.

"हिंदी ही एक उत्कृष्ट भाषा आहे," मि. शुक्ला सांगतात, "अजिबात कठीण नाही. आपण सुरुवात करायची का? एक कोरा कागद घ्या आणि दोन नंबरची एक पेन्सिल घ्या. हिंदी शिकवणीसाठी दोन नंबरची पेन्सिल पुरेशी आहे."

मी मि. शुक्लांना सांगते, की मी काही आज लगेचच शिकायच्या तयारीने आलेली नव्हते आणि माझ्याकडे कागद व पेन्सिलही नव्हती. ते चष्म्यातून माझ्याकडे बघतात, तेव्हा त्यांची हनुवटी खाली वाकलेली दिसते.

"हिंदी भाषेच्या अभ्यासाला योग्य साहित्य आवश्यक असते," डोके हलवत ते म्हणतात, "हरकत नाही. मी देतो. ज्योतीऽऽ" ते बायकोला हाक मारून

उठवतात, ''कागद आणि दोन नंबरची पेन्सिल!''

ज्योती नवऱ्याकडे चडफडत बघते, उठते आणि अंथरुणाखालच्या कप्प्यातून सामान काढून त्यांची मागणी पूर्ण करते.

''प्रथम आपण कागद असा समोर ठेवू या,'' मि. शुक्ला एक कागद स्वत:च्यासमोर ठेवतात आणि दुसरा माझ्यासमोर ठेवतात. ''नंतर आपण असा 'ओम्' लिहायचा. वरच्या बाजूला, हा असा!''

मि. शुक्ला कापऱ्या हाताने 'ओम्' ही अक्षरे पहिल्या लिपीत त्यांच्या कागदावर लिहितात आणि नंतर माझ्या कागदावर लिहितात.

''नंतर आपण देवी सरस्वतीची प्रार्थना करायची. ही हिंदू देवता, विद्येची देवता आहे. डोळे बंद करा.''

मी डोळे मिटते. मधेमधे हळूच एक डोळा किंचित उघडून मि. शुक्लांना बघते. ते दोन्ही हात जोडून काहीतरी लहानशी प्रार्थना म्हणतात.

''आता आपण सुरुवात करायची,'' मि. शुक्ला म्हणतात, ''पानावर वरच्या बाजूला 'नमस्ते' लिहायचे. ही आदराने अभिवादन करण्याची भारतीय पद्धत आहे.'' मि. शुक्ला 'नमस्ते' लिहितात, आधी त्यांच्या कागदावर आणि नंतर माझ्या कागदावर.

''मग आपण लिहायचे 'तुमचे नाव काय?' 'आपका नाम क्या है?' नंतर आपण लिहायचे, 'तुम्ही कसे आहात? 'आप कैसे है?' लक्षात ठेवा : 'कैसे है' पुरुषांसाठी, 'कैसी है' बायकांसाठी'. हे शब्द लिंगदर्शक आहेत.''

''मि. शुक्ला हिंदीमध्ये लिंगदर्शक शब्द कसे वापरायचे, ते तुम्ही समजावून सांगाल का? आणि वाक्यरचना कशी करायची ते? उदाहरणार्थ, मी बघितलंय, की हिंदीमध्ये क्रियापद बऱ्याच वेळा वाक्याच्या शेवटी येते, आधी येण्याऐवजी...''

''तो धडा नंतरचा आहे. आज आपण फक्त पहीला पाठ शिकायचा आहे.''

''ओह, सॉरी–''

''मग आपण लिहू या, 'आपको यहा कैसा लग रहा है?' 'इथे तुम्हाला आवडते का?' 'आप किस देशसे है?' 'तुम्ही कोणत्या देशातून आला आहात?' ''

अशाप्रकारे तासभर तरी हा पहिला धडा चालू असतो. माझ्या एका कागदाच्या दोन्ही बाजू या असल्या हिंदी वाक्यांनी भरून जातात, मि. शुक्ला 'आपकी यात्रा सुखद हो' म्हणजे 'तुमचा प्रवास सुखाचा होवो,' या वाक्याने तो पहिला धडा संपवतात.

''आता आपण देवी सरस्वतीची, विद्येची हिंदू देवता, हिची, आपण जे काही शिकलो, त्यासाठी आणि हिंदी भाषेचा अभ्यास नीट यशस्वीरीत्या पूर्ण व्हावा, यासाठी प्रार्थना करू या.''

आम्ही डोळे बंद करतो आणि पहिल्याप्रमाणेच मि. शुक्ला दुसरी प्रार्थना म्हणतात.

''आता आपण चहा घेऊ या,'' मि. शुक्ला जाहीर करतात आणि कुरकुरणाऱ्या

ज्योतीबाई लगेचच दोन कप गोडगोड चहा घेऊन येतात.

"उद्या तू किती वाजता येशील?"

सुरुवातीच्या प्रास्ताविक धड्यानंतर जरा काही प्रगती होईल, अशी आशा मनात धरून मी दोघांनाही सोईची वेळ कोणती जमेल, ते पाहण्याचा प्रयत्न करते. आठवड्यातून तीनदा दुपारची कोणती वेळ मि. शुक्लांना जमू शकेल, ते मी विचारते.

"हिंदी भाषेचा अभ्यास करायचा असेल, तर सर्वांत सोयीची वेळ असते सकाळी सात वाजता, योगा संपल्यानंतरच," शुक्ला खात्रीपूर्वक सांगतात. "तू योगा करतेस का?"

मी मानेनेच नकार देते. त्यांना आश्चर्य वाटते.

"परदेशी लोकांना योगा फार पसंत असतो. मी स्वत: सातही दिवस योगा करतो. माझी बायकोही करते. तो प्रकृतीसाठी खूप चांगला असतो. हरकत नाही, तू सकाळी सात वाजता ये, निश्चिंत राहा."

सकाळी सात वाजता येणं मला फारच लवकरचं होईल, असं मी त्यांना सांगते.

"नऊ वाजता चालेल का?"

"नऊ वाजता शक्य नाही."

"दहा वाजता?"

"शक्य नाही!"

"दुपारी दोन वाजता?"

"ते काही सोयीचे नाही."

"सहा वाजता?"

त्यावर मि. शुक्ला थांबतात, डोळे मिटून जरा विचार करतात.

"सहा वाजता, ठरलं." ते डोळे उघडून म्हणतात.

दोघांनाही सोयीस्कर अशी त्यांची फीदेखील आम्ही ठरवून टाकतो आणि तिसऱ्या दिवशी पुन्हा भेटायचं ठरवतो.

"कागदावर लिहिलेलं पाठ कर आणि साहीत्य सर्व घेऊन ये. लक्षात ठेव, पेन्सिल नंबर दोन!"

मी होकार दर्शवते. धड्याबद्दल त्यांचे आणि चहाबद्दल मिसेस शुक्लांचे आभार मानते आणि जिन्यावरून घाईनेच कशीबशी खाली उतरते आणि गल्लीतून माझ्या घरी पोहोचते.

मि. शुक्लांनी आणखी काही सूचना देण्यापूर्वीच.

# मूळ स्थाने

## *मुंबई, फेब्रुवारी २००२*

**मा**झा भाऊ कासीम हा वर्षापूर्वीच पदवीधर झाला होता आणि पुढचा अभ्यास करण्यासाठी त्याला शिष्यवृत्ती मिळाली. फिजी बेटांमध्ये नुकत्याच झालेल्या वांशिक चळवळीच्या घटना व वडिलोपार्जित मिळकतीचे करारानामे, यांचा अभ्यास त्याला करायचा होता. त्यासाठी तो गेले पाच महिने तिथे राहतोय– ते संपूर्ण बेट त्याने पायी पालथे घातलेय, स्थानिक आयरीश बारमध्ये त्याने अनेक मित्र जमवले आहेत आणि एका स्थानिक फिजीयन कुटुंबाने त्याला दत्तकही घेतले आहे. सुवा, या राजधानीमध्ये तो राहतो. तिथली लोकसंख्या आहे ऐंशी हजार. मला आकडे नीटसे समजत नाहीत, तरी ही संख्या मोठी वाटते. फोनवरून कासीम मला झापतो, की मला इतकं कसं कळत नाही– न्यूटन या बॉस्टनच्या उपनगरात, जिथे आम्ही वाढलो, तिथेही तेवढेच लोक राहतात. त्याचा मुद्दा ठसवायला तो पुढे सांगतो, की आदल्या दिवशी तो कामाने दमून गेला होता, म्हणून करमणूकीसाठी शहराच्या मध्यवर्ती भागातल्या सिनेमा थिएटरमध्ये गेला. त्यानंतर तो एका पबमध्ये शिरला, तर तिथल्या बारमनने त्याला विचारले, की सिनेमा कसा होता? कासीमने त्याला हे समजले कसे म्हणून विचारले, तेव्हा बारमनने उत्तर दिले, की "फिजी काही फारसं मोठं नाही!"

"तू मुंबईत मला भेटायला ये," मी त्याला सांगते. "मला तुझी मदत हवीय. इथे तू अनामिकपणामधे अगदी पार बुडून जाशील."

*फिजीहून भारतात यायला कासीमला* तीन दिवस लागतात– १८६० च्या सुमारास हिंदी मजूर इथून तिथे जहाजावरून गेलेले होते, त्यांच्या इच्छेविरुद्ध त्यांना इथून उचलून सक्तीने तिकडे नेण्यात आले होते. ब्रिटिश अधिकाऱ्यांनी त्यांना दीर्घकाळाच्या बिनपगारी कंत्राटात गुंतवून, जबदरस्तीने कामाला लावले होते. त्यांचा परतीचा मार्ग कासीमने धरला होता. ते काळेपाणी त्याने निरनिराळ्या विमानांमध्ये बसून ओलांडले होते. सुवा ते ऑकलंड (न्यूझीलंड), ऑकलंड ते सिडनी, सिडनी ते दिल्ली आणि दिल्लीहून मुंबई. तो जेव्हा एका सकाळी माझ्या खोलीवर टॅक्सीने आला, तेव्हापासून दुपार संपेपर्यंत आम्ही दोघे अखंड बोलत होतो. फिजीने कासीमला एक छान उबदार, पिंगट रंग बहाल केलेला असतो. तो इथे अगदी सराईतासारखा वावरत असते. मला मात्र तसं जमेल का, याची शंका वाटते.

"तू बारीक झाला आहेस रे," मी म्हणते.

"फिजीयन्सची पाककला काही नावाजली जात नाही," तो म्हणतो.

ज्युली येते आणि मी तिची कासीमशी अभिमानाने ओळख करून देते. नेहमी 'मेन्स'बद्दल साशंक असणारी ज्युली त्याच्या चुरगळलेल्या अवताराकडे एक कटाक्ष टाकून म्हणते, "त्यांचे कपडे धुवायला हवेत, असं वाटतंय का?"

ते खरंच होतं. कासीम आणि त्याचे फिजीयन मित्र यांनी काहीतरी नवीन धाडस करायचं, म्हणून विमानतळापर्यंत चालत जायचं ठरवलं होतं आणि त्यासाठी मधल्या वाटेनं जाताना दमट ओलसर जंगलातून जाणं त्यांना भागच होतं. त्यांचे ते ओले, भिजलेले बूट धन्यच आहेत म्हणायचं. त्या बुटांमुळे माझ्या भावाच्या अंगाला उष्ण कटिबंधातल्या डबक्यासारखा वास येत होता.

तो मला त्याच्या कामाविषयी सांगतो आणि मी त्याला माझ्या कामाबद्दल सांगते. कासीम मला हसतो आणि प्रेमाने मान हलवत म्हणतो, की मी आता भराभरा बोलायला लागले आहे. मी केलेला चहा, टोस्ट व दुपारचे जेवण तो निमूटपणे खातो त्यावेळी आम्ही आमच्या आई-वडिलांच्या घरातच आहोत, असं मला वाटतं. मी मिळवलेली नवीन माहिती व माझा अपेक्षाभंग, हे सारे मला, नाना माहिती आहे अशाच व्यक्तीला सांगायचे होते. मी जमिनीवर महाराष्ट्राचा नकाशा पसरते आणि कोकण किनाऱ्यावर मुंबईच्या दक्षिणेला थोड्या अंतरावर बोट ठेवते.

"या जागी बेने इस्त्राईल लोकांचं जहाज फुटलं होतं, असा त्यांचा विश्वास आहे... इथे." मी नागाव खेड्याकडे बोट दाखवत सांगू लागते. "आणि या भागात ते राहायला लागले. प्रत्येक गावात काही बेने इस्त्राईल कुटुंबं राहिली आणि तिथे त्यांनी तेलबियांपासून तेलाचे घाणे चालवायला सुरुवात केली." किनारपट्टीवर ओळीने विखुरलेली काही खेडी आहेत, त्यांच्याकडे बोटाने मी खुणा करते. "इथे लहान सिनगॉग्ज आहेत, १८५० च्या आसपास बांधलेल्या. तेव्हा हे बेने इस्त्राईल

तिथे ब्रिटिश मिशनऱ्यांच्या संपर्कात आले आणि त्यांनी त्यांना ज्यू म्हणून ओळखले आणि स्वीकारले.''

''हे विलक्षण आहे,'' कासीम म्हणतो, ''मला याची कल्पनाच नव्हती.'' बेने इस्राईलबद्दलच्या एका पुस्तकातून मी हाताने काढलेला एक नकाशा बाहेर काढते.

''हा रायगड जिल्ह्यातल्या कोकणच्या खेड्यांचा नकाशा आहे. इथे बेने इस्राईल कुटुंबं राहत होती. ज्या खेड्यांत ते राहत होते, त्या खेड्याचं नाव त्यांनी घेतलं. मराठीमध्ये 'कर' म्हणजे 'तिथले'– तेव्हा पेणच्या खेड्यांतली कुटुंबं झाली पेणकर.

''नानाचे वडील– त्यांचं आडनाव भोरुपकर होतं, हे मला माहिती आहे.''

''बरोबर, बघ, हे भोरुपली, इथे आहे.'' मी म्हणते, ''आणि नानाची आई चोरडेकर होती. बरोबर, मी तिची एक मुलाखत टेप केली होती. त्यातून मला ही माहिती मिळाली. तेव्हा तिचे पूर्वज प्रथम चोरडे गावात आले असले पाहिजेत.'' मी उत्साहाने म्हणते.

''मला चोरडे दिसतंय ते भोरुपलीपासून फारसं लांब नाही.''

''जर नानाचे आई-वडील त्या काळातले टिपिकल नमुने असतील, तर त्यांचे आई-वडील, आजी-आजोबा याच खेड्यात वाढलेले होते. नंतर कदाचित ते मुंबईत वाढले असावेत; पण नाना सांगायची, की तिची आई किल्ल्यांत असलेल्या एका खेडेगावातून आलेली होती.''

''हे एक कोडंच वाटतंय,'' कासीम म्हणतो.

''हो ना.''

''बरं, आपण तिथेच जाऊन बघून येऊ या. मी तर काहीही करायला तयार आहे.'' कासीम नकाशावर ओणवून बघत म्हणतो.

*आम्हाला कोकण किनाऱ्यावर* नेण्यासाठी मी मोटारीची व्यवस्था करायला जेव्हा फोन करते, तेव्हा भाड्याने मोटारी देणाऱ्या कंपनीच्या मालकाला, बिमलला, मी विचारते, की मराठी बोलणारा ड्रायव्हर मिळेल का. कॉलेजमध्ये कासीम हिंदी शिकला होता. तेव्हा मला वाटतं, की ड्रायव्हरचं मराठी, कासीमचं हिंदी आणि हे नक्कीच नकाशे यांच्यामध्ये ठेचकाळत आम्ही वाटचाल करू शकू.

''मी स्वत:च येईन,'' बिमल म्हणतो.

''तू मराठी बोलतोस का?'' मी विचारते.

''खरं तर मी मूळचा दिल्लीचा आहे. मी फक्त हिंदी बोलतो; पण माझा एक मित्र आहे, तो मराठी बोलतो आणि त्यालाही सुटी घ्यायचीच आहे.''

दुसऱ्या दिवशी सकाळी बिमल, त्याचा मित्र विनोद, कासीम आणि मी, सकाळी सहा वाजता निघतो आणि दक्षिणेकडे कोकणच्या किनारपट्टीने जाऊ लागतो. मध्यवर्ती शहरभाग सोडून आम्ही उपनगरांतून जाताना आधी हिरवे पट्टे, मग

मोठमोठे रस्ते पार करून जाऊ लागतो. त्यावेळी इतकं छान वाटत होतं, की त्याची मला खरंच कल्पना नव्हती. मुंबईतली कोंदट हवा, सतत मेंदूवर आदळणाऱ्या दृश्यांचा भडिमार! तीन तासांतच आमच्या भोवती ठराविक साच्याचा एकसुरी नैसर्गिक देखावा दिसत राहतो. दोन्ही बाजूंना हिरवी किंवा तपकिरी मातकट शेतजमीन, अधेमधे दिसणारी झाडे, गावातले फोनबूथ, पानसिगरेटची दुकाने आणि रस्त्याच्या कडेने खडखडत जाणारी एखादी बैलगाडी.

हा देखावा पाहताना बिमल निर्विकार असतो, पण त्याचा मित्र ते पाहून उत्साहित होतो. गाडीच्या काचा खाली करून विनोद मोकळ्या हवेत श्वास घेतो. "फर्स्ट क्लास!" तो उद्‌गारतो आणि पुन्हा काचा वर करतो, कारण बिमलला एअर-कंडिशनिंग हवे असते.

आमच्या पहिल्या थांब्याजवळ आम्ही येतो, तेव्हा बिमल व विनोद मला माझ्या कामाविषयी विचारतात.

"म्हणजे, तुम्हाला इस्राईलमधून आलेल्या काही लोकांना भेटायचंय तर?" हे विचारताना बिमलच्या कपाळावर आठ्या दिसतात.

"खरं म्हणजे ते इथलेच आहेत. मराठी बोलतात आणि याच भागात राहतात, पण हो, त्यांना मात्र वाटत असतं, की मूळचे ते इस्राईलहून आलेले आहेत. दोन हजार वर्षांपूर्वी ते इस्राईलमधून आले होते, यावर त्यांचा ठाम विश्वास आहे."

"पण ते नक्की इस्रायलीच आहेत का?"

"ते ज्युईश आहेत. ते ज्युडाइझम धर्म पाळतात; पण आता शेकडो वर्षं ते इथे हिंदुस्थानात राहताहेत, तेव्हा ते आता पक्के भारतीय झाले आहेत."

"ते भारतीयांसारखे दिसतात का?" विनोद विचारतो.

"त्यांच्यापैकी काही जण खूप गोरे आहेत; पण हो, सर्वसाधारणपणे ते भारतीयच दिसतात."

"अस्सं!" जरा शंका वाटल्यासारखा, विनोद म्हणतो.

*आमचा पहिला थांबा* म्हणजे अलिबाग. हे एक मध्यम आकाराचं गाव असून, किनाऱ्यावरचं पर्यटनस्थळ होण्याच्या अपेक्षा बाळगून आहे. 'गोल्डन सीसाईड हॉटेल सिक्स स्टार्स!' 'लायलॅक फॅमिली स्टाईल इन!' 'कलर टीव्ही!' अशा पाट्या गावाच्या मुख्य चौकात दिसतात. सेंट्रल बस स्टेशनभोवती रिक्षा ड्रायव्हरांचा घोळका प्रवाशांची वाट बघत थांबलेला असतो. आम्ही त्यांना इथे सिनगॉग कुठे आहे म्हणून विचारतो. आमच्या विनंतीला उत्तर म्हणून ते नुसतेच रोखून बघतात.

"ही कुठली जागा?" ते ड्रायव्हर गोळा होऊन विचारतात. आम्ही सांगतो, की हे ज्यूंचं मंदिर आहे, यहुदीका मंदिर, प्रार्थनास्थळ.

"हे चर्चसारखं आहे का?" एक ड्रायव्हर विचारतो. मी मानेने हो म्हणते.

"चर्चसारखंच आहे," मी उत्तर देते. "किंवा मंदिर– ज्यू लोकांसाठी, तिथे ते प्रार्थना करायला जातात."

रिक्षा ड्रायव्हर गोंधळून नकारार्थी मान हलवतात.

"नाही, इथे तसलं काही कुठं नाही." ते एकमेकांना सांगतात आणि नंतर गंभीरपणे मला सांगतात, "मॅडम, आम्हाला ही जागा माहिती नाही. वी आर नॉट फाइंडिंग धिस प्लेस."

मी 'यहुदी' हा शब्द 'ज्युईश'साठी वापरते. या शब्दाला सेमिटिक मूळ आहे. त्या ड्रायव्हर मंडळींच्या परिचयाचा तो शब्द नाही, हे उघडच आहे.

"इथे एक लहान जमात होती. ती इथे खूप खूप वर्षांपासून आहे. मुसलमानांसारखा ते एकाच देवावर विश्वास ठेवतात, पण ते शनिवारी काम करत नाहीत. तुम्हाला ते माहिती आहेत का?"

विनोद मला त्यांची जात विचारतो. कदाचित त्यामुळे ओळख पटली असती.

"ते तेल काढणारे, तेली जातीचे, म्हणून लोक त्यांना ओळखत," मी सांगते.

"ओहो! म्हणजे तुम्हाला इझरायली मशीद पाहिजे होय?" ते सगळे लगेच म्हणतात– अगदी कोरससारखे. "मग आधी नाही का तसं सांगायचं?"

मसजिद म्हणजे 'मशीद' आणि ज्यूंच्या प्रार्थनाघराला हे नाव वापरलं जातं, हे ऐकून मला आश्चर्य वाटतं. आता आम्हाला तिथे, त्या इझरायली मशिदीकडे कोण नेणार, यावर त्यांच्यात जरा बाचाबाची होते आणि मग ठरतं, की जो ड्रायव्हर त्या जागेजवळच राहणारा असेल, त्याला त्याची सर्वांत जास्त माहिती असू शकेल, तेव्हा त्याने आमचा वाटाड्या व्हायचं! आम्ही जरी बोलताना सगळं काही स्पष्टपणे सांगितलेलं होतं, तरीही आम्हाला रिक्षांच्या मिरवणुकीबरोबर एका कॉन्व्हेंट शाळेपर्यंत नेण्यात येतं. आमचा वाटाड्या रिक्षाचालक त्याचं वाहन तेथेच वाटेत थांबवतो आणि त्या इमारतीत चालत जातो. त्याने मनात ख्रिश्चन व ज्यू, या दोन्हींची सांगड घातली की काय, याची मला शंका येते आणि तो प्रश्न त्याला विचारण्याची मला इच्छा होते.

तो रिक्षाचालक संथपणे चालत, निर्विकारपणे माघारी येतो आणि यू-टर्न करून 'घूमजाव' करतो आणि आल्या वाटेने रिक्षा वळवतो. सावली असलेल्या त्या छोट्या बोळातून आमची रिक्षा वेगाने जात असते, तेव्हा डोळ्यांच्या कोपऱ्यातून कासीमला काहीतरी दिसतं.

"सादिया, तो स्टार ऑफ डेव्हिडच आहे ना?"

मी वळून बघते. तर एका दगडी फाटकावर चांदणी कोरलेली आम्हाला दिसते, त्याच्या खाली ज्यांनी त्या फाटकासाठी देणग्या दिलेल्या होत्या त्या बेने इस्राईल लोकांच्या नावांची यादी आणि स्थानिक पद्धतीनुसार किती रक्कम दिली, तेही

आकडे लिहीलेले असतात. त्या फाटकाच्या मागे एक सुंदर, पण पडझड झालेली जुनी इमारत असते. तीच सिनगॉग असली पाहिजे. बिमल गाडी थांबवतो आणि कासीम आणि मी तात्पुरते धाडस करून, आत शिरतो. त्या इमारतीचा पुढचा भाग काही खांबांच्यावर उभारलेला आहे. अजूनही त्याच्यावर फिक्कट निळ्या रंगांचे डाग आहेत. इमारतीला बसवलेल्या टाईल्सचेच पोर्च आहे आणि तिथे एक छान, चांगले कोरीवकाम केलेला भव्य लाकडी दरवाजाही आहे. त्याच्यावर एक हस्तिदंती मेझुझा आहे. दाराच्या चौकटीजवळ एकच सँडल्सचा जोड आहे. आम्ही आत डोकावल्यानंतर एक पांढऱ्याशुभ्र कपड्यांतले, खूप वयोवृद्ध गृहस्थ सिनगॉगच्या मध्यभागी असलेल्या उंच मंचावर प्रार्थना करत असलेले दिसतात.

कासीम व मी मुकाट्याने एका बाकावर बसतो. मी माझ्या कॅमेऱ्याच्या बॅगेतून एक यारमुल्क (प्रार्थनेसाठी टोपीवजा) काढते. मी तो ORT इंडियाकडून उसना घेतलेला होता. तो मी कासीमला देऊन डोक्यावर ठेवायला सांगते.

"तुझ्या या असल्या अफलातून योजनेमध्ये मी कधी यारमुल्क घालून येईन, अशी कल्पनाही मी केली नसती. कसं दिसतंय?" कासीम खुदखुदत विचारतो.

"परफेक्ट! उत्तम!" मी सांगते.

*त्या वृद्ध गृहस्थांची प्रार्थना संपल्यानंतर* ते सावकाश सिनगॉगमधून बाहेर पडतात. आम्हाला तिथे उभे राहिलेले बघून बहुतेक त्यांना फारसे आश्चर्य वाटलेले नसावे. ते आमच्याकडे पाहतात, अनोळखी; पण प्रेमळ, दिलदार हास्य करून आम्हाला हात करतात. जणू काही ते मिरवणुकीतून आमच्या बाजूने तरंगत जात आहेत, अशा काहीशा थाटात.

"माफ करा, पण आपण इथले व्यवस्थापक आहात का?" मी विचारते. मि. शुक्ला यांच्याकडून हे वाक्य मी घोटून पाठ केलेले आहे.

ते गृहस्थ आमच्याकडे पुन्हा वळून बघतात, हात हलवतात आणि रस्त्यापलीकडल्या एका इमारतीकडे बोट दाखवतात, नंतर पुन्हा सिनगॉगकडे बोट दाखवतात आणि पुढे चालायला लागतात. हातातल्या काठीच्या आधाराने ते अत्यंत सावकाश चालत असतात. पुढे काय पवित्रा घ्यावा, ते मला सुचत नाही.

तितक्यात धातूची अनेक भांडी एकमेकांवर पडून आदळावीत, असा मोठ्ठा आवाज रस्त्यापलीकडच्या समोरच्या घरातून येतो आणि एक दुसरेच गृहस्थ पहिल्यापेक्षा वयाने जरा लहान नि थोडे जास्त नीटनेटके असे त्या गल्लीत शिरतात. त्यांचे डोळे निळे आहेत नि ओठांवर पांढरी छपरी मिशी. त्यांचा शर्ट मळका आहे, पूर्वी कधीतरी तो गणवेष असावासे वाटत होते.

"बाबा! बाबा!" ते पहिल्या गृहस्थांना हाक मारतात आणि त्यांच्या मागून धावत

जातात. ''सॉरी, सॉरी,'' ते म्हणतात आणि त्यांना हात देतात व काही घरे पुढे जाऊन त्यांना दरवाज्यापर्यंत पोहोचवतात. ''मी लगेचच येतो हं!'' ते मागे वळून आम्हाला सांगतात, ''तिथेच थांबा! मी या अंकलना जरा मदत करतो आणि आलोच.''

बिमल आणि विनोद रस्त्याच्या दुसऱ्या बाजूला बसले आहेत, रेडिओवर क्रिकेट मॅच ऐकताहेत.

''हे पण ज्यू आहेत का?'' त्या दोघांकडे बोट दाखवून विनोद विचारतो आणि मी होकार दर्शवते.

ते दुसरे वृद्ध गृहस्थ घाईघाईतच परत येतात. दुडके पाऊल टाकीत आमच्याकडे येताना ते मिशीला जरा पीळ देतात.

''माफ करा हं, इथे अंकलना मदत करायची, हे माझं इथलं काम आहे. त्यांच्या घरून त्यांना सिनगॉगमध्ये आणायचं आणि परत घरी न्यायचं. त्यांचं आता खूप वय झालंय, शिवाय आता प्रकृतीही तितकीशी चांगली नसते. मी जेवायला बसलो होतो. प्रार्थना संपली असेल, हे पार विसरूनच गेलो होतो.''

''तुम्ही सिनगॉगचे व्यवस्थापक आहात का? केअरटेकर?''

''हो, मी आहे मिस्टर एलिस. मी इथला केअरटेकर आहे. आपण कोणत्या देशातून आला आहात, प्लीज?''

आम्ही युनायटेड स्टेट्समधून आलो असून, मी कोकणातल्या सिनगॉग्जचे फोटो काढते आहे, असं मी त्यांना सविस्तर सांगितलं.

''वेलकम, वेलकम. आमच्या इथे अनेक फॉरिनर्स येतात. इस्राईलहून, अमेरिकेहून. पुष्कळ जण येतात आणि आमची सिनगॉग पाहून जातात. आम्ही आता जरा डागडुजी करतो आहोत, म्हणून इथे जरा पसारा झालाय– पण एकदा दुरुस्ती संपली, की मग मात्र सुंदर बिल्डिंग होईल. तुम्ही चहा घेणार का?''

त्यांच्या घरासमोर एका उघड्या जागेतल्या स्वयंपाकघराकडे ते आम्हाला नेतात. समोरच एक बाज ठेवलेली असते, त्यावर बसायला ते आम्हाला खुणेने सांगतात.

''हॅलो?'' ते हाक मारतात आणि एक म्हातारी बाहेर येते, पेंगुळलेली आणि जराशी चिडलेली. ते तिच्याशी मराठीत बोलतात.

''ही तुमची पत्नी आहे का?'' ती बाई आत गेल्यानंतर मी विचारते.

''नाही, नाही.'' ते घाईने उत्तर देतात, ''मी इथे एकटाच राहतो. ही एक हिंदू बाई आहे. ती आणि तिचे कुटुंब माझी काळजी घेतात, पेईंग गेस्टसारखी. ते पैसे घेऊन मला जेवण देतात.''

''चहा करायला त्यांना त्रास होतोय का?'' मी विचारते. तिला सांगितल्याचा मलाच संकोच वाटतो.

''नाही, नाही, अजिबात नाही. तुम्ही माझे ज्यू पाहुणे आहात हो! शालोम!''

"सिनगॉगची दुरुस्ती ज्यू लोकच करताहेत ना?" कासीम.

"हो, हो. आम्ही इथे कार पार्किंग करणार आहोत, एसी लावणार आहोत. मग ती अगदी छानच दिसेल."

"इथे किती कुटुंबं आहेत? सिनगॉगमध्ये किती जण येतात?" मी प्रश्न करते.

"साधारण पन्नासएक ज्यू आता इथे उरले आहेत आणि आसपासच्या खेड्यांतून सुद्धा लोक या सिनगॉगमध्ये येतात. 'मिनयान'साठी दर वेळेला दहा जण मिळतातच असं नाही; पण आम्ही प्रयत्न करतो. 'हाय हॉलिडेज्' (सर्वांत मोठा सण) च्या दिवशी चांगली उपस्थिती असते. कधीतरी मुंबईहून लोक येतात किंवा विदेशांतूनही. मला सांगा, तुम्हाला मिसुरीतले सेंट लुई ठाऊक आहे?"

ते उत्साहाने विचारतात, "तुम्ही तिथे जवळपास राहता का?"

कासीम व मी नाही अशा अर्थी मान हलवतो. "नाही, आम्ही बॉस्टन आणि न्यूयॉर्कच्या बाहेरच्या परिसरातून आलो आहोत. आम्ही त्या गावापासून बरेच दूर राहतो."

"नाही. माझा एक कझिन तिथे सेंट लुई, मिसुरीमध्ये राहतो. त्याचं नाव आहे रुबेन. तो एक यशस्वी उद्योजक आहे, व्यवस्थापनाच्या मधल्या फळीमध्ये आहे. मला वाटलं, की जर तुम्ही त्याला भेटलात, तर माझा एक निरोप त्याला द्याल म्हणून..." ते जराशा निराशेने म्हणतात, "कदाचित एखाद्या दिवशी तुम्ही त्याला भेटाल सुद्धा." आणि पुढे पुन्हा उत्साहाने सांगू लागतात, "जर कधी भेटलात, तर त्याला म्हणावं, त्याचा कझिन एलिस इथे त्याची वाट बघतोय. आता मी अलिबाग सिनगॉगचा राखणदार आहे आणि मी इथे त्याच्यासाठी थांबलोय. तुम्ही त्याला सांगाल ना?"

कासीम व मी होकारार्थी माना डोलावतो. दुसरं काय करावं, ते न सुचल्यामुळे असेल.

चहानंतर आम्ही सिनगॉगभोवती एक फेरी मारतो आणि चाललेल्या दुरुस्तीकामाचे मी फोटो काढते. मि. एलिस आम्हाला त्या दालनाच्या मध्यभागी असलेल्या टेबलावर असलेली एक बत्ती दाखवतात आणि सांगतात, की ही बत्ती तेवत ठेवणे त्यांच्या प्रमुख कामांपैकी एक काम असते. ते दिवसातून एकदाच तेल बदलतात आणि त्याचे प्रात्यक्षिक करून दाखवतात. आम्ही बोलत असताना पांढऱ्या केसांच्या दोन स्त्रिया सिनगॉगमध्ये आत येतात. त्यांच्या साड्यांचे कलाकुसर केलेले पदर त्यांनी डोक्यावरून ओढून घेतलेले असतात.

"शालोम, शालोम!" मि. एलिस त्यांना अभिवादन करतात. आम्ही कोण आहोत व कशासाठी आलो आहोत, हे ते त्यांना मराठीमध्ये सांगतात. त्या आम्हाला वाकून अभिवादन करतात, आम्ही पण करतो. त्या महिला एलिसला मराठीतून

काहीतरी सांगतात आणि ते तिथली पेटी उघडून त्यातली 'सेफर तोरा' असलेली सुबक नक्षीदार चांदीची गुंडाळी दाखवतात. त्या स्त्रिया पेटीजवळ जातात, त्यांचे हाताचे तळवे तोराकडे येतील, असे हात धरतात. डोळे मिटतात आणि एकेक छोटी प्रार्थना म्हणतात. त्यांच्या बोटांची टोके अनेकदा भराभर ओठांना लावतात, मि. एलिसचे आभार मानतात आणि आमच्याकडे बघून मान डोलावून निरोप घेतात.

"या बायका अलिबागमध्ये राहतात का?" मी विचारते.

"नाही. त्या लांबच्या खेड्यातून आल्या आहेत. अलिबागमध्ये त्यांचं काहीतरी काम असेल, म्हणून त्या इथे आल्या आहेत. घरी परत जाण्यापूर्वी सिनगॉगमधल्या देवाची प्रार्थना करायला त्या आल्या होत्या. हे असंच असतं!"

आम्ही बाहेर पडतो, तेव्हा मि. एलिसना त्यांचा फोटो घेऊ का, म्हणून मी विचारते.

"वेलकम!" ते म्हणतात, "मी एक गाणं म्हणू का?" ते एक लोकप्रिय बेने इस्राईल गीत गातात. शब्द हिब्रूमध्ये आहेत, पण गाण्याची चाल मात्र १९५० च्या सुमारास गाजलेल्या एका मराठी चित्रपटगीताची आहे. ती चाल खरोखरच सुंदर व गूढरम्य आहे. मि. एलिस गाताना मी त्यांचा पोर्चमध्ये उभे असलेला फोटो काढते. तोपर्यंत माझ्या व्हिडिओ-कॅमेऱ्यावर कासीम हा कार्यक्रम रेकॉर्ड करतो. कासीम मला त्या शॉटमधून बाहेर व्हायला सांगतो आणि मी अंगणात जाते. मि. एलिसना वाटतं, की मला आता त्यांच्या गाण्यात स्वारस्य नाही.

"मला आणखी दुसरं गाणं येतं!" ते आग्रह धरतात आणि 'हवाह नागिलाह' हे गाणं जोरदारपणे गायला लागतात. त्यांना फक्त कोरसचे शब्दच येतात. तेच ते पुन्हा पुन्हा घोळवतात आणि लहानसं नृत्य करायला लागतात. व्हरांड्यामध्ये, पाय हवेत उचलत, ते तालात उड्या मारायला लागतात. शेजारपाजारची लहान मुलं फाटकांतून आत डोकावतात आणि मि. एलिसना बघत राहतात. "या मुलांना हे गाणं आवडतं!" मि. एलिस उद्‌गारतात.

आम्ही सिनगॉगला छोटीशी देणगी देतो आणि 'गुडबाय' म्हणून मि. एलिसचा कृतज्ञतापूर्वक निरोप घेतो. आम्ही गाडीतून पुढे जाताना कासीम म्हणतो, "सादिया, मागे बघ."

रस्त्याच्या मध्यावर उभे राहून मि. एलिस "हवाह नागिलाह नागिलाह" या गाण्यावर नाचत असतात. त्यांच्याभोवती मुलांचा घोळका आहे, ती टाळ्या वाजवत ठेका धरत आहेत.

"बरोबर, मुलांनो!" आम्हाला मि. एलिसचे बोलणे ऐकू येते. "हवा– वाह.. ना... गि..."

"या माणसाला देवाची सेवा करण्यात अतिशय समाधान मिळतं, असं मला

वाटतं.'' आम्ही परत जाताना विनोद आपलं मत देतो.

*पुढचे तीन दिवस आम्ही या खेड्यांतून,* त्या खेड्यांतून, असे हिंडत, हेच काम चालू ठेवतो. मुंबईहून आम्ही जितके लांब जात होतो, तितके आमचे काम स्थानिक लोकांना जास्तच अस्पष्ट वाटते आहे; पण जेव्हा आम्ही सिनगॉगची वाट विचारतो, तेव्हा मात्र काही वेळा त्यांच्या डोळ्यांत व चेहऱ्यावर ओळखीची चमक

मध्येच लकाकते अन् त्या वेळी माझ्यात उत्साह संचारतो. दर वेळेला आम्ही नव्या खेड्यात पोहोचलो, की विनोद खिडकीतून डोके बाहेर काढतो आणि जीभ टाळ्याला लावून ''टाऽऽक'' असा आवाज करतो, त्यामुळे तिथे चहा पीत बसलेल्या म्हाताऱ्यांचे लक्ष वेधले जायचे.

''तू हा असला आवाज का काढतोस?'' बिमल त्रासून प्रश्न करतो.

''अरे यार, ते एक मराठी अभिवादन आहे.'' विनोद जरा अस्वस्थपणे गोंधळून म्हणतो.

''या लोकांना ते समजतं.'' तो बिमलवर गुरगुरतो आणि पुन्हा तेच करतो. ''काका, काका,'' विनोद पुकारतो, ''इस्रायली मशीद, इस्रायली मशीद?''

मुंबईमध्ये रस्त्यांच्या दिशा दाखवणाऱ्या खुणा असतात. हॉस्पिटल, पोलिसस्टेशन

आणि सिनेमा थिएटरांचे संदर्भ घेऊन पत्ता सांगितला जातो. खेड्यापाड्यातून मार्गदर्शक खुणा असतात– देवळे, वृक्ष आणि घरे. आमच्या अपरिचित नजरेत ती सारी एकत्र मिसळून जातात. आम्ही लहानलहान गल्लीबोळातून गोलगोल फिरत जात असतो.

खिडकीबाहेर तोंड काढून आळीपाळीने विचारतो, "इस्रायली मसजिद, इस्रायली मसजिद?"

मी तोंडाने टाऽऽक आवाज काढायचा प्रयत्न करते आणि त्यात सपशेल नापास होते. त्याऐवजी लोकांनी आमच्या प्रश्नांना दिलेला प्रतिसाद लिहून ठेवायला लागते. काहीतरी उपयोग होतो आहे, असं उगीचच वाटायला लागतं.

एका झाडाखाली एक स्थानिक पीसीओ बूथ व पानाची टपरी असते. तेथे एक म्हातारा मनुष्य उकिडवा बसून, विडी ओढताना दिसतो.

"इस्रायली मसजिद..." तो विचार करता करता बोलतो, "अरेच्चा, म्हणजे दर सुगीच्या हंगामामध्ये ते लोक तंबू बांधतात आणि त्यात नाचतात, तेच का?" तो विनोदला विचारतो आणि विनोद त्याचे भाषांतर करतो.

"हो हो!" मला समजल्यानंतर मी आनंदाने चित्कारते. तो इसम सुक्कोथ सुटीबद्दल बोलत असावा, कारण त्या वेळी जगभरातले ज्यू लोक इजिप्तमधल्या त्यांच्या गुलामगिरीच्या वर्षांची आठवण जागृत ठेवण्यासाठी, उघड्यावर तंबूसारखे एक झोपडीवजा घर तात्पुरते उभारतात. सात दिवसांच्या या सुक्कोथ उत्सवानंतर 'सिम्हथ तोराह'चा सण असतो आणि त्या वेळी वर्षभर तोराचे पठण केल्याबद्दल ते सामूहिक नृत्य करतात आणि नव्या तोरा पठणाला सुरुवात करतात.

"हो हो, तेच ते!"

"कुठे आहेत ते?" आम्ही एकमुखाने विचारतो.

अनेकदा हेच उत्तर असते– 'गेले.' आम्हाला दारं बंद असलेली रिकामी घरं आणि सिनगॉग दिसतात. त्या घरांतल्या रहिवाशांचं सध्याचं जीवन कसं असेल कोण जाणे. ते मुंबईत असतील किंवा इस्राईलमध्ये, तरी पण जे इथलं जीवनमान इथेच सोडून गेले, त्याबद्दल त्यांच्या भावना काय असतील, याची मला खूपच उत्सुकता वाटते.

पोयनाड नावाच्या एका खेड्यात आम्हाला एका राहत्या घरांच्या ओळीत एक छोटी, व्यवस्थित ठेवलेली सिनगॉग दिसते. तिला चकचकीत निळा, गुलाबी आणि पांढरा रंग दिलेला असतो. मला केकची आठवण होते.

कासीम म्हणतो, "मला वाटत होतं, की या इमारती एकासारख्याच दिसत असतील, पण त्या वेगवेगळ्या दिसतात. या रंगसंगतीचा काय अर्थ असेल कोण जाणे!"

पोयनाड सिनगॉगचा व्यवस्थापक कोण आहे, त्याची आम्ही तिथल्या शेजाऱ्यांकडे चौकशी करतो. 'मोझेस.' पुन्हा हेच उत्तर मिळते. आम्ही मोझेसला शोधत पोयनाडमध्ये

हिंडतो. मुख्य रस्त्याच्या लगत असलेल्या एका तबेल्यात तो एका चॉकलेटी ब्राऊन रंगाच्या देखण्या घोड्याची निगराणी करण्यात गुंतलेला आम्हाला दिसतो. आम्हाला वाटत होतं, की तो वयस्कर असेल, पण तो तर अठरा वर्षांचा कोवळा तरुण दिसत होता. तो घोडा त्याच्या कुटुंबाच्या मालकीचा आहे आणि तो ते लग्नसमारंभासाठी किंवा खास प्रसंगासाठी भाड्याने देतात, असा खुलासा करतो. तो आमच्याबरोबर त्यांच्या हेसेद-एल-सिनगॉगपर्यंत चालत येतो. ही सिनगॉग एखाद्या मोठ्या बेडरूमएवढीच आहे. एक मोठा तेलाचा दिवा त्या खोलीत प्रकर्षाने दिसतोय. मोझेस मला त्या दिव्याचा फोटो काढायला सांगतो. त्याच्या कुटुंबीयांनी तिथे कोणकोणत्या दुरुस्त्या केल्या आहेत, त्याविषयी तो बोलतो आणि त्यापेक्षा जास्त काही त्याला करता येऊ शकत नाही, त्याबद्दल तो खंत व्यक्त करतो. त्याचे कुटुंब हे पोयनाडमध्ये आता उरलेल्या दोनच बेने इस्राईल कुटुंबांपैकी एक आहे, असे तो सांगतो. त्याचा थोरला भाऊ स्थलांतर करून इस्राईलला गेलेला आहे आणि इथे त्याचे आई-वडील व तो एवढेच उरलेत. भविष्यकाळात त्यालाही इस्राईलला जाण्याची इच्छा आहे का, असे मी त्याला विचारते.

"मला जायचंय," तो म्हणतो. "पण मला चिंता आहे, की माझ्या वडिलांच्या नंतर या सिनगॉगची व्यवस्था कोण बघेल?"

कासीम त्याला रंगांच्या पसंतीबद्दल विचारतो, "त्यांचा काही खास अर्थ आहे

का? की हे पारंपरिक बेने इस्रायली रंग आहेत?''

''तुम्हाला आवडले का?'' मोझेस आनंदून विचारतो, ''मी स्वत:च ते पसंत केले आहेत.''

आम्ही दक्षिणेस मुरुड-जंजिऱ्याकडे वळतो. एके काळी हा भाग मुसलमानांचा बालेकिल्ला होता, त्यानंतर मराठ्यांच्या हिंदू राजाकडे तो होता. ब्रिटिशांच्या समोर नामोहरम होणाऱ्यांपैकी तो सर्वांत शेवटचा राजा होता. हा भाग जरी समुद्रकिनाऱ्यावरच्या सुट्टीसाठी म्हणून प्रसिद्ध असला, तरी अद्यापही जुन्या वैभवावरच विसावलेला वाटतो. गावातला मुख्य पट्टा, म्हणजे एक धुळकट रस्ता आहे. त्यात आईस्क्रीमचे गाडीवजा थांबे आणि लाल प्लॅस्टिकच्या खुर्च्या असलेली काही उपाहारगृहे आहेत. आम्ही एक छोटे गेस्टहाऊस निवडतो. आम्हाला ते स्वच्छ वाटते आणि तिथे खोल्याही उपलब्ध आहेत. बिमल व विनोदसाठी एक व कासीम नि माझ्यासाठी एक.

दुसऱ्या दिवशी, ज्यू जमातीची तिथली एकमेव उरलीसुरली निशाणी म्हणून, अत्यंत दुर्दशेत असलेली तिथली दफनभूमी आम्हाला सापडते– त्या थडग्यांवर बरेच गवत वाढलेले दिसते आणि त्या जागेवर घरांच्या वसाहतीचे हळूहळू, कडेकडेने आक्रमण ही व्हायला लागलेले आहे. इमारतींच्या बांधकामानंतर उरलेले डबर, कचरा, सामानाची वखार, कपडे वाळवण्यासाठी बांधलेल्या दोऱ्या, या गोष्टी दफनभूमीच्या भिंतीवरून आत घुसलेल्या आहेत. तिथे आता वसाहत होऊन त्या दफनभूमीला एक नवीन नाव मिळायला फार दिवस लागणार नाहीत.

*आम्ही किनारपट्टीवरून गाडी* नेतो. आता आतल्या बाजूला, तळकोकणात आम्ही शिरतो. कासीम व मी, आम्ही दोघांनी आमच्या पूर्वजांची भोरुपली आणि चोरडे, ही जोडगावे किंवा जुळी गावे शोधून काढायचीच, असा पक्का निर्धार केलेला आहे. आत्तापर्यंत आम्ही ज्या ज्या खेड्यांना जाऊन आलो, त्या बहुतेक गावांचा किमान तळटीपांमध्ये तरी उल्लेख होता; पण माझ्या पुराणग्रामसंशोधनामध्ये या दोन खेड्यांची मात्र कुठेही माहिती सापडत नाही. माझ्या नकाशावर मी एका ठिपक्यावर भोरुपली असे नोंदले होते, त्या मार्गावरून जाताना काही जणांचा घोळका दिसतो. विनोद खिडकीबाहेर तोंड काढून विचारतो, ''भोरुपली किधर है? भोरुपली? भोरुपली?''

''भोरुपली?'' तो गट पुन्हा हे नाव उच्चारतो. ते त्यांच्या ओळखीचे नसते. ते नुसतेच खांदे उडवतात किंवा मानेने नकार दाखवतात.

नकाशातल्या बिंदूकडे मी टक लावते आणि ते गाव असायलाच हवे म्हणून इच्छाशक्ती एकवटते. माझ्या नकाशात नवीन रस्ते दाखवलेले नाहीत, नुसत्या हाताने काढलेल्या काही रेघा आहेत. कदाचित आम्ही पूर्णपणे चुकीची वाट पकडली

असण्याचीही शक्यता असते.

"मी जरा त्यात बघू का?" कासीम नकाशा निरखून बघताना विचारतो.

बिमल, विनोद, कासीम आणि मी, आम्ही आळीपाळीने बरोबर रस्ता हुडकून काढण्याचा प्रयत्न करत असतो. इकडच्या खेड्यातून, त्याच्या डावीकडे दुसरे आहे तिकडे, लहानशा पुलावरून! त्या भागात हिरवाई अगदी थोडी आहे नि नांगरलेली, उघडीवागडी शेते आहेत. फारशी झाडेही नजरेस पडत नाहीत. अधूनमधून काही लहान सिमेंटची घरे, कोल्डड्रिंकचे स्टँड दिसतात. एका म्हाताऱ्या माणसाच्या चेहऱ्यावर या गावाचे नाव ऐकल्यासारखी ओळखीची स्मितरेषा दिसते अन् आम्हाला हर्षवायू झाल्यासारखे वाटायला लागते. कदाचित आमचे लक्ष्य जवळपासच असू शकेल. तो म्हातारा नव्याच दिशेने जायला सांगतो आणि आम्ही आनंदाने मार्गस्थ होतो. त्याने खूण म्हणून एक मोठे झाड आणि बसस्टँड पाहायला सांगितलेले असते. त्या धुळीच्या रस्त्यावर आम्ही दोन्ही बाजूंना डोळे फाडून बघत बघत जातो आणि 'मोठे झाड' हे किती मोठे असावे, याची व्याख्या ठरवत जातो. बसचा थांबाही तसाच– नक्की कसा ते न ठरवता येणारा. या बाकापाशी बस थांबते का? की त्या चहाच्या टपरीपाशी? फोनबूथजवळ? मला काही नीट कळण्यापूर्वीच माझे डोके कासीमच्या खांद्यावर कलंडते आणि डोळे मिटतात.

दोन तासांनंतर जेव्हा बिमल रस्त्याच्या कडेला गाडी थांबवतो, तेव्हा मला जाग येते. मी सरळ ताठ बसते आणि भानावर येते. "हेच, मला वाटतं हेच आहे." बिमल म्हणतो.

आमच्या अगदी समोर खरोखरच एक भले मोठे झाड आहे. आम्ही गाडीतून त्याच्याकडेच बघतो आहोत. तितक्यात एक मोठी लाल बस येऊन त्या झाडाखाली थांबते आणि एक बाई व तिचा तरुण मुलगा बसमध्ये चढतात. "आपण खाली उतरायचं का?" कासीम म्हणतो.

भोरुपली, जर हेच भोरुपली असलंच, तर हे मुळी खेडेगाव वाटतच नाही, खरं तर ते एक रस्त्यावरचे वळण आहे. आता ती बाई आणि तिचा मुलगा डावीकडे गेले आहेत, त्यानंतर तिथे कुणीही माणूस किंवा एखादे घरही दिसत नाही. आम्ही एक गोल फेरी मारतो आणि आता यानंतर काय करावे, हा आम्हाला प्रश्न पडतो.

"मी एक फोटो घेते," मी म्हणते.

"कशाचा?" कासीम विचारतो.

तेवढ्यात, एक मोटारसायकल आमच्याजवळून जाते. बिमल हात दाखवून त्याला थांबवतो आणि भोरुपली माहिती आहे का, म्हणून विचारतो.

त्या दोघांचे काहीतरी बोलणे होते आणि तो इसम पुढे जातो.

"इथे बऱ्याच वर्षांपूर्वी कधीतरी असू शकेल; पण आता ते जाऊनही बराच

काळ उलटलाय.'' बिमल आम्हाला सांगतो, ''म्हणजे खरं तर, ते आता अस्तित्वातच नाही.''

''अस्सं,'' मी म्हणते नि गाडीकडे वळते. माझी निराशा मला दाखवायची नसते. भोरुपलीच्या या शोधामध्ये, आमचा सकाळचा भरपूर वेळ खर्च झालेला असतो आणि उत्साहाचाही बराच अंश. नंतरच्या कोल्डड्रिंकच्या थांब्यावर आम्ही गाडी थांबवतो. जवळजवळ निरुपयोगी असलेल्या एका चिमुकल्या पंख्याखाली प्लॅस्टिकच्या खुर्च्यांवर रांगेत बसतो. तिथली जमीन शुष्क आणि भेगाळलेली असते नि हवाही जड वाटते. विनोद खिशातून एक लहान कैरी काढतो आणि त्या स्टॉलवाल्याकडे सुरी आणि मीठ उसने मागतो. तो कैरीचे तुकडे करतो आणि त्यावर मीठ शिंपडतो.

''हे उन्हासाठी चांगलं असतं,'' तो आम्हाला एकेक तुकडा देत सूज्ञपणे सांगतो.

बिमल त्याच्याकडे बघून मान डोलावतो.

''या सगळ्या आजीबाईच्या गप्पांवर तू विश्वास ठेवतोस?'' तो मित्राला म्हणतो.

आम्ही काही मिनिटे तिथे बसतो, जरा गारवा मिळून थोडा उत्साह पुन्हा मिळवण्यासाठी कैरीचे तुकडे चघळतो.

''हे सारं अगदी विचित्र आहे,'' कासीम म्हणतो.

''पुढे जाऊ या का?'' बिमल विचारतो.

''हो तर, आता आपण चोरडे शोधू या,'' कासीम म्हणतो आणि उत्साहाचा आव आणत उठतो.

''होय,'' मी म्हणते, ''आता आपण चोरडे शोधायचे.''

*आम्ही ओळखीच्या,* आलेल्या वाटेने परत माघारी फिरतो आणि त्या वाटेत विचारत, विचारत, पुढे जातो. भोरुपलीच्या आमच्या शोधानंतर चोरडे गावाचा शोध घेणे, त्यामानाने सोपे होते. मला एक लहानशी पाटी दिसते, त्यावर इंग्लिशमध्ये ठळक अक्षरांत CHORDE लिहिलेले दिसते. तेच नाव देवनागरीमधेही लिहिलेले आहे, हे पाहून मी आश्चर्याने हसायला लागते. चोरडे गावची वाट इतकी लहानशी आहे, की आम्ही दोनदा ते वळण सोडून पुढे गेलो आणि आम्हाला दोन्ही वेळा पुन्हा पहिल्या मूळ वाटेवर यावे लागले. मोटारीची सवय नसलेल्या एका लांब, रुंद पायवाटेने आम्ही जातो. त्या वाटेच्या शेवटी काही लाकूड व मातीची खोपटी दिसतात आणि पत्र्याची छपरे असलेली काही काँक्रीटची घरे. ही घरे जमिनीवर नुसतीच ठेवल्यासारखी वाटतात. जणू काही उठतील आणि केव्हाही पुढे चालायला लागतील.

''हे नक्कीच किल्ल्यांच्या आतले खेडे नाही,'' कासीम म्हणतो.

"नाही ना, बरोबर आहे तुझं, हे नाही तसं वाटत," मी म्हणते.

इथल्या काही पाऊलवाटा इतक्या अरुंद आहेत, की चौकस नजरांना तीन फुटांच्या आतूनच आम्ही नजर मिळवून बघतो. आमची ही गाडी आणि अपरिचित चेहरे, हे एक अनोखं दृश्य होतं. गाडीच्या काचा खाली करून मी विचारते, "चोरडेकर?"

आता चोरड्यात एखादं तरी बेने इस्राईल कुटुंब राहतंय की नाही, याची मला अजिबात कल्पना नाही, पण विचारून पाहायला काही हरकत नव्हती. कदाचित एखादं हिंदू कुटुंब भेटेल आणि आम्हाला पाहून तेही बुचकळ्यात पडतील.

"इस्रायली? इस्रायली लोक?" ज्युईश लोकांची चौकशी करताना बिमल गाडी अगदी गोगलगाईच्या गतीने नेत असतो आणि वाटेतल्या बघ्यांच्या चेहऱ्यावर काही ओळखीची खूण कुठे दिसते आहे का, ते न्याहाळतो.

एक शिंपी, त्याच्या मांडीवर शर्टांची थप्पी ठेवलेली असते. शिवणाच्या त्या टांक्यामधून वर आमच्याकडे तो पाहतो.

"एब्रहॅम चोरडेकर?"

तो विचारतो, "एब्रहॅम चोरडेकर? तो बेने इस्राईल असेल!"

मी जोराने होकारार्थी मान हलवते.

आम्हाला त्याच्याकडून अगोदर उजवीकडे व नंतर डावीकडे जायची सूचना मिळते. उजवीकडे वळल्यानंतर एक मोठी सिमेंटची इमारत दिसते. ती बहुधा गावातली शाळा असावी. डावीकडे गेल्यावर आणखी एक घरांची ओळ दिसते. प्रत्येक घर एका लहान चौकोनाप्रमाणे भासते, आणि त्याच्या समोरच्या बाजूला उजवीकडे आणखी तशीच घरांची दुसरी ओळ असते. त्यातल्या एका घरापैकी, एक निळी वेगळी दिसणारी इमारत, हे चोरडेकरांचे घर आहे. दाराच्या चौकटीवर मला 'मेझुझा' दिसतो आणि आपण योग्य जागेवर पोहोचलो आहोत, याची खात्री वाटते.

बिमल, विनोद, कासीम आणि मी गाडीतून बाहेर उतरतो आणि त्या घराकडे सावधपणे जातो.

"हॅलो?" त्या उघड्या दारातून दिसणाऱ्या अंधारात मी हाक मारते.

गुलाबी साडी नेसलेली, एक उंच हाडकुळी स्त्री दारात येते आणि आम्ही आमचा हेतू तिला समजावयाचा प्रयत्न करतो.

"विनोद, तू तिला सांगशील का, की आमची पणजी चोरडेकर होती आणि आम्ही आमच्या पूर्वजांचं गाव पाहायला आलो आहोत म्हणून?"

विनोदचे हातवारे लगेच सुरू होताना मला दिसतात आणि आमच्या प्रवासाचं मूळ कारण आणि आम्ही अमेरिकेहून का आलो आहोत, ही माहिती तिला दिली जाते.

"अमेरिका?" ती डोळे विस्फारून विचारते.

"अमेरिका," कासीम व मी म्हणतो आणि मान डोलवून आम्ही मित्रांसारखे दिसण्याचा प्रयत्न करतो.

ती आम्हाला आत यायची खूण करते आणि आमच्यासाठी खुर्च्या पुढे ओढते.

जेव्हा आमची नजर त्या उजेडाला सरावते, तेव्हा आम्ही बसलो आहोत ती खोली बैठक, स्वयंपाकघर व कोठी या तिन्हींचे काम करत असाविशी दिसते. खोलीतल्या मागच्या भिंतीवर बरेच पत्र्याचे डबे ठेवलेले आहेत. वासावरून त्यात केरोसीन असावेसे वाटते. आमच्या उजव्या बाजूला एक छोटा रंगीत टेलिव्हिजन आहे आणि त्याच्यावर एक हंडी टांगलेली आहे आणि एक मोठा तेलाचा दिवा. असले दिवे मी बेने इस्राईल सिनगॉगमध्ये पाहिलेले होते. आमच्या डाव्या बाजूला माडीवर जायला एक शिडी आहे. आम्ही आत जातो, तेव्हा दोन मुले उड्या मारीत शिडीवरून दडदडत खाली येतात आणि आम्हाला तिथे पाहून बावरतात.

मिसेस चोरडेकर विनोदला काहीतरी सांगते आणि तो भाषांतर करतो, "त्यांच्या नवऱ्याला बरं नाहीये, असं वाटतंय. ते झोपलेत; पण ते इथे खाली येताहेत. त्यांच्या डोळ्यांना काहीतरी त्रास आहे. मला जर बरोबर समजलं असेल, तर ते आंधळे आहेत किंवा आंधळे होत आहेत. तिला दोन मुले आहेत. एक मुलगा व एक मुलगी. मला वाटतं, हीच ती मुले असावीत." तो त्यांच्याकडे बोट दाखवून म्हणतो. ती मुले आमच्याकडे चौकसपणे बघताहेत. मुलगा दहा-अकरा वर्षांचा व मुलगी तेरा वर्षांची असावी, असे वाटतेय.

मिसेस चोरडेकर आमच्याकडे बघून हसते आणि बसायचा आग्रह करते.

मी विनोदला तिला विचारायला सांगते, की ती मूळची चोरडे गावातलीच आहे, की दुसऱ्या खेड्यातून आलेली आहे. आम्हाला समजतं, की मिसेस चोरडेकरचा जन्म आणि बालपण गुजरातेतल्या अहमदाबादमधल्या बेने इस्राईल जातीत गेलं होतं. त्यांचं लग्न ठरवून झालेलं होतं आणि ती चोरडे गावात चौदा वर्षं राहते आहे. तिला एक बहीण आहे. तिचं लग्न जवळच्याच एका कुटुंबात झालं असून, ते गाव तिथून दोन तासांच्या अंतरावर आहे आणि तिथे तिचा एक धाकटा भाऊही काम करतो. सहजच मनात येतं, की अहमदाबादसारख्या चाळीस लाख वस्तीच्या शहरातून चोरड्यासारख्या खेड्यात राहायचं, हे स्थलांतर तिला कसं वाटलं असेल?

मिस्टर चोरडेकर मुलीच्या मदतीने खोलीत येतात. ती त्यांना हाताला धरून आणते. मिस्टर चोरडेकर म्हणजे एक पिळदार शरीरयष्टी असलेले, पांढरे केस, फिकट गोरी कातडी आणि मोतिबिंदूमुळे धूसर दिसणारे निळे डोळे असणारे गृहस्थ. त्यांची नजर मोतिबिंदूमुळे कायम डोळ्यांच्या डाव्या बाजूच्या कोपऱ्यात खिळलेली आहे. ते आम्हाला नीट बघू शकत नाहीत किंवा इंग्लिशमध्ये बोलू शकत नाहीत. त्याबद्दल त्यांची असमर्थता ते व्यक्त करतात. आम्हीही न कळवता अचानक

आल्याबद्दल दिलगिरी व्यक्त करतो. आम्ही आमच्या येण्याचे प्रयोजन सांगतो आणि विनोदच्या मार्फत ते आम्हाला आमच्या पणजीचे नाव विचारतात.

"सेगुळाबाई चोरडेकर," मी सांगते.

ते मानेने नकार दर्शवतात. हे नाव त्यांच्या ओळखीचे दिसत नाही.

"चोरडेकर," ते स्वत:कडे बोट दाखवून मान डोलावत म्हणतात.

मी म्हणते, "हो, चोरडेकर."

थोडा वेळ आम्ही तिथे बसतो. पुढे काय करावे, ते ठरवता येत नाही. आम्हाला ते बिस्किट घेणार का, म्हणून विचारतात. त्यांच्या आदरातिथ्याला मला नकार द्यायचा नाही. त्यांच्या मुलाला ते पाच रुपये देतात आणि तो उड्या मारतच दारातून बाहेर जातो. बहुधा जवळच्याच नाक्यावरून दोन-तीन मिनिटांत तो बिस्किटांचा पुडा घेऊन येतो. मिसेस चोरडेकर ती बिस्किटे एका स्टीलच्या प्लेटमध्ये ठेवते आणि खोलीतल्या सर्वांसमोर प्लेट फिरवते.

मि. चोरडेकर चोरडे गावातच वाढले. एके काळी तिथे दहा बेने इस्रायली कुटुंबं राहत होती, पण आता ते दिवस केव्हाच संपले होते. प्रत्येक जण मुंबई किंवा इस्राईलला गेलेला आहे. फक्त चोरडेकर कुटुंब इथे उरले आहे. त्यांची दृष्टी गेल्यामुळे, त्यांना आता काम करता येत नाही. मुंबईतल्या अमेरिकन ज्युईश जॉईंट डिस्ट्रिब्यूशन कमिटीबद्दल ते कृतज्ञता व्यक्त करतात. त्यांना छोटा उद्योग सुरू करण्यासाठी त्या कमिटीने अनुदान दिले होते. हा व्यवसाय ते घरातूनच करतात. लोक रिकामी भांडी घेऊन त्यांच्या दारात येतात आणि मिसेस चोरडेकर त्यांना केरोसिन देते... काट्यावर वजन करून त्याप्रमाणे त्या पैसे घेतात. त्यातून फारसे उत्पन्न मिळत नाही, पण त्यांचा घरखर्च त्यातून निघतो. वर्षभरात इस्राईलला स्थलांतर करायचा त्यांचा बेत आहे. म्हणजे मुलांचे भविष्य तिथे जास्त उज्ज्वल होईल, ही आशा!

"विनोद, त्यांना इस्राईलला कायमचं जायचंय का?" मी विचारते. मला आश्चर्य लपवता आलं नव्हतं, तरीही!

"तसा त्यांचा बेत आहे, होय."

मिस्टर अँड मिसेस चोरडेकर इस्राईलमध्ये राहून हिब्रू शिकताहेत, अशी कल्पना माझ्या डोळ्यांसमोर येते; पण मुले मात्र त्या कल्पनेने अगदी हरखून गेली आहेत. ती मुलगी सांगते, की तिला ज्युईश शाळेत जायला आवडेल, म्हणजे तिथे तिला इतर ज्यू मुली भेटतील.

हाऊसकोटमधली एक तरुणी रिकामा कॅन घेऊन येते. मिसेस चोरडेकर तो भरून वजन करतात नि त्या मुलीला देतात, बदल्यात काही नोटा घेतात.

मी मिस्टर चोरडेकरांना त्यांच्या कुटुंबाचे फोटो घेऊ का, म्हणून विचारते. त्यांना ती कल्पना आवडलेली दिसते. मी त्यांना फोटो कुठे काढायला आवडेल,

असं विचारून, त्यांच्या घरासमोर काढावा का, असे सुचवते. मिस्टर चोरडेकर बायकोशी बोलतात आणि त्यांच्या त्या खोलीच्या बैठकीच्या भागातच फोटो काढायचा, असे ते ठरवतात. त्यांची मुलगी सुचवते, की फोटोतल्या पार्श्वभूमीमध्ये त्यांचा रंगीत टीव्ही, हंडी व तेलाचा दिवा दिसेल, अशी जागा निवडावी. मुलगा चार प्लॅस्टिकच्या खुर्च्या व्यवस्थित ओळीने मांडून ठेवतो. मिसेस चोरडेकर मुलांना कपडे बदलायला सांगतात, मुलीला गुलाबी सलवार-कमीज घालायला सांगतात, पण मुलगी साफ नाकारते आणि तिला पाश्चिमात्य पद्धतीचा ड्रेस घालायचाय, असे सांगून ती कपडे बदलायला जाते.

सगळे जण तयार झाल्यानंतर, चोरडेकर गंभीर मुद्रेने फोटोसाठी बसतात, अगदी ताठ नि स्थिर. त्यांच्यापैकी कुणीही हसत नाहीत. मि. चोरडेकर सोडून बाकी सारे जण सरळ कॅमेऱ्यात बघतात.

फोटो काढल्यानंतर, ते मला त्यांचे कौटुंबिक फोटो दाखवतात फिक्कट झालेल्या नारिंगी प्रिंट्स आणि तडकलेल्या काचांमागे भिंतीवर लटकणाऱ्या, दरवाजा आणि बैठकीच्या भागामधल्या जागेत ते फोटो लावलेले आहेत. ते आम्हाला घर दाखवतात. त्यात एका मोठ्या खोलीत चार पलंग आहेत आणि बाहेर ठेवलेले एक मोठे बाक आहे. तिथे ते संध्याकाळचा बहुतेक सारा वेळ घालवतात. मि. चोरडेकर 'गुडबाय' म्हणतात आणि त्यांच्या खोलीत जातात. मिसेस चोरडेकर आणि मुले बाकावर बसतात. वाऱ्याची छानशी झुळूक येते आणि आम्हाला बरे वाटते. सूर्याचा दिवसभर रोजचा ताप संपल्याची

ती खूण असते. घराच्या बाहेर आल्यावर व सर्व औपचारिक रिवाज संपल्यावर ते कुटुंबही जरा सैलावते. मी त्यांचे आणखी फोटो काढते नि ते खूष होतात. मिसेस चोरडेकर हलकेच हसतात. नवऱ्यापेक्षा त्या बऱ्याच लहान दिसतात. त्या दोघांच्यात किती वर्षांचे अंतर असेल, असा विचार माझ्या मनात येतो.

गावातल्या देवळाचे फोटो काढायचे असले, तर आम्हाला तेही काढता येतील, असे ती सुचवते आणि आम्हाला तिथे घेऊन जायला मुलांना सांगते. दुतर्फा लहानलहान झोपड्या असलेल्या एका छोट्या वाटेने आम्ही चालत जातो. आम्ही जात असताना मुले जमायला लागतात, थोडी थोडी येत येत शेवटी आमच्याभोवती डझनवारी चिमुकले जीव गोळा होतात. त्यांच्या आवाजामुळे एक वृंदगानच जणू सुरू असते आणि त्यात भर पडत राहते.

"सादिया, आपल्या पाठीमागे बघ." कासीम म्हणतो.

मी मागे वळून बघते, तर दहा वर्षांखालच्या वयाची किमान पन्नासएक मुले तरी मागे असावीत. काळ्याभोर पापण्या, काळे चकचकीत डोळे आणि शाळेच्या गणवेषातून; स्कर्ट किंवा हाफ-पँटमधून बाहेर येणारे काटकुळे, काळे-सावळे हात-पाय यांची एक भाऊगर्दी. छोट्या मुलींच्या केसांच्या दोन वेण्या घालून त्यांची दोन सुंदर लूप्स कानामागे बांधलेली होती. आम्ही हसलो, की ती सगळी जण एकदम हसायची. खिदळण्याचा जोरदार प्रतिध्वनी येई.

"आपण कुठे जाणार आहोत?"

"काही कल्पना नाही," कासीम म्हणतो.

"माझे... नाव... पीटर आहे!" एक धिटुकला मुलगा पुढे येऊन सांगतो आणि आश्चर्याने मी वळून पाहते.

"तुझे नाव पीटर आहे?" मी विचारते.

"माझे... नाव... पीटर... आहे!" दुसरा मुलगा स्वत:वर खूष होऊन हे वाक्य पुन्हा उच्चारतो.

"तुमचं दोघांचंही नाव पीटर आहे?" मी विचारते.

"माझं... नाव... पीटर आहे!" आणखी एक पोरगा म्हणतो आणि सगळी मुले मोठ्याने हसायला लागतात. ही ओळ बहुधा इंग्लिश धड्यातली असावी किंवा टीव्हीच्या जाहिरातीतली असावी, असा मी तर्क करते.

"माझं... नाव... पीटर... आहे!" चार-पाच जणांचा माझ्या डाव्या बाजूचा गट ओरडतो.

"माझं... नाव... पीटर... आहे!" एक छोटी पोरगी माझी बाही ओढून माझ्याकडे बघत हळूच म्हणते.

ते चिमुकले हिंदू देऊळ धुळकट नि रिकामे आहे. तिथे बघण्यासारखे फारसे

काहीच नाही; पण आमच्या प्रेक्षकांना आम्हाला नाराज करायचं नसतं. आम्ही त्या मुलांचा एक ग्रूप फोटो घ्यावा, असे कासीम सुचवतो नि त्या सर्वांना एका शॉटमध्ये गोळा करण्याचा प्रयत्न करतो. लवकरच तिथे जमाव बनतो. त्या फ्रेममध्ये शंभरएक मुले तरी असतील. ती सगळी उत्साहाने ओरडताहेत. त्यांच्या घोषणा आणि आरडाओरडा भरती-ओहोटींसारखा वाटतोय. तो सामुदायिक आनंदाचा घोष आहे. मला लहान मुलांचा अनुभव कमीच आहे. ती आनंदाने एकदम रडायला लागतील की काय, अशी मला भीती वाटते.

"लवकर! लवकर!" मी कासीमला अजिजीने सांगते.

तो त्यांना तीन अंक मोजायला आणि नंतर 'पीटर' असं म्हणायला सांगतो. ती तसं करतात आणि मुक्तपणे हसत सुटतात.

कासीम व मी मागे वळून गाडीपर्यंत चालत जातो. तिथे बिमल नि विनोद काही गावकऱ्यांशी गाडीच्या खास मुद्द्यांबद्दल बोलताना दिसतात. बिमल नि विनोदला तिथे सुप्रसिद्ध मुंबईकरांची भूमिका वठवताना खूप मजा येते. आम्ही जवळ जातो नि विनोद उत्साहानं आमचं स्वागत करतो. "तेव्हा हेच तुमचं मूळ गाव निघालं ना?" तो आनंदून विचारतो.

आम्ही चोरड्याबाहेर जाताना सावकाश, चालत गेल्यासारखी गाडी न्यावी लागते. गाडीच्या दोन्ही बाजूंना आम्हाला निरोप द्यायला लोक जमले आहेत, त्यांचे हात गाडीच्या बाजूवर किंवा टपावर विसावलेले आहेत. छोटी मुले त्यांचे हात व चेहरे खिडक्यांच्या काचांवर लावतात, हात हलवतात, टकटक करत बसतात, त्यामुळे कासीम व मला हसायला येते. आम्ही मंदगतीने चोरड्याच्या हद्दीबाहेर पोहोचतो, तेव्हा बिमल गाडीचा वेग किंचित वाढवतो आणि जमलेले काही जण गाडीबरोबरच्या वेगाप्रमाणे धावायला लागतात. आम्ही आता नक्कीच जाणार आहोत, हे पटल्यामुळे बरेच जण थांबतात; पण एक मुलगा आमच्यासोबत वेगाने पळत राहतो आणि आम्हीही त्याच्यासाठी काही अंतरापर्यंत सावकाश जात राहतो. त्याला धाप लागते आणि त्याच्या चेहऱ्यावर दम लागलेला दिसतो. शेवटी हा खेळ संपवायला हवा, म्हणून बिमल गाडीचा वेग वाढवतो. आम्ही वेग वाढवून त्या मुलाच्या पुढे जातो. मी मागे वळून पाहते, तर तो थकून रस्त्याच्या मध्यभागी उभा दिसतो. त्याच्यामागे उभी असलेली लहान मुले आमच्याकडे निरोपाचा हात हलवतात. ते छोटे हात अगदी आम्ही दिसेनासे होईपर्यंत हलत राहतात. रात्रीपर्यंत आम्ही मुंबईला परत पोहोचतो.

*आपल्या 'हाल्ला ब्रेड*चे फोटो घे ना!" ORT इंडियामध्ये एका सकाळीच बेनी आयझॅक मला सांगतात. "मुंबईतला एकमेव अधिकृत हाल्ला!" ते अभिमानाने म्हणतात. "हल्लीचा आमचा भटारी (बेकर) फारच चांगला आहे. एक छान तरुण

मुसलमान मुलगा आहे. तुला आवडेल त्याचा फोटो काढायला.''

कासीम व मी मार्गदर्शक सूचना विचारतो आणि त्या मोठ्या गुहेसारख्या रसोईखान्यात आम्ही जातो. तिथे एक सडपातळ गंभीर दिसणारा अख्तर नावाचा एक रोटीवाला (बेकर) असतो, तो आटा मळून त्याची लांब दोरखंडासारखी वेटोळी करतो, फेटलेले अंडे त्याच्यावर तकाकी येण्यासाठी ब्रशने लावतो आणि त्यांची तिपेडी वेणी गुंफून त्याचे मोठेमोठे ब्रेड बनवतो. माझ्या कॅमेऱ्यासमोर उभा राहायला तो आनंदाने तयार होतो आणि प्रत्येक ब्रेड बनवताना लागणारी प्रक्रिया अगदी कर्तव्यतत्परतेने करतो. जेव्हा आम्ही आमची नावे त्याला सांगतो, तेव्हा त्याचे डोळे आश्चर्य व अप्रूप वाटल्याने चमकायला लागतात.

''आप मुसलमान है?'' हे कासीमला विचारताना, तो त्याच्या गळ्यातल्या छोट्या सोन्याच्या कुराणाकडे बोट दाखवून विचारतो. तुम्ही मुसलमान आहात का?

माझ्यापेक्षा कासीमलाच सगळे जण मुसलमान म्हणून नेहमी ओळखतात, त्याचे मला कायम नवल वाटते. क्षणभर मनात येते, की माझ्यापेक्षा त्याचा चेहरा जास्त दक्षिण आशियाई वाटतो म्हणून? की तो पुरुष आहे म्हणून त्याच्याशी संवाद साधणे सोपे पडते म्हणून? किंवा दोन्हीही असू शकेल.

''अस्सलाम आलेकुम!'' अख्तर उत्साहाने म्हणतो.

''वालेकुम अस्सलाम!' कासीम व मी प्रत्युत्तरादाखल सहजच म्हणतो. मी बेकरीचे फोटो घेत असते, तेव्हा अख्तर कासीमला बाजूला घेऊन जातो.

''भाई, अमेरिकेत किती मुस्लिम आहेत?'' तो हिंदीत विचारतो.

''सुमारे सत्तर लाख.'' कासीम सांगतो.

''सत्तर लाख?'' धक्का बसावा तसा अख्तर विचारतो, ''मला वाटत होतं, की तिथे फक्त ख्रिश्चन व ज्यू एवढेच आहेत.''

''नाही, नाही अमेरिकेत बरेच मुस्लिम आहेत.''

गुप्त खलबत केल्यासारखा अख्तर त्याच्याशी अगदी हळू आवाजात बोलायला लागतो.

''भाई, भारतात किती मुस्लिम आहेत, ते तुला ठाऊक आहे का?''

''किती आहेत?'' कासीम विचारतो.

''लोकसंख्येच्या चाळीस टक्के आम्ही आहोत. भारत सरकार सांगतं, की आम्ही फक्त दहा टक्के आहोत, पण आमची संख्या बरीच मोठी आहे. इथे शिवसेना आणि आमच्यामध्ये बरेच प्रॉब्लेम्स आहेत; पण कासीमभाई, आम्ही चाळीस टक्के आहोत. मुंबईचं सरकार आम्हाला गप्प बसवायचा प्रयत्न करतं, पण आमची एकी घट्ट आहे.''

अख्तरकडे पाहत असलेला कासीम गंभीर झाला आहे. मला माहिती आहे व

कासीमलाही, की अख्तरचे आकडे बरेच फुगवलेले आहेत. भारतातली मुस्लिम लोकसंख्या जवळजवळ पंधरा टक्के आहे; पण शिवसेनेबद्दलची अख्तरची माहिती बरोबर आहे. सध्या हा एक कट्टर हिंदू पक्ष सत्तेत आहे. मुंबईची संस्कृती प्रामुख्याने हिंदू पद्धतीची असावी, अशी त्यांची ठाम विचारसरणी आहे आणि त्यापायी मुस्लिमांबरोबर झालेल्या हिंसाचाराच्या घटनांचा इतिहास त्यांना आहे.

"आज शुक्रवार आहे." अख्तर म्हणतो, "तुम्ही माझ्याबरोबर प्रार्थनेला येऊ शकता. मी आता मशिदीत जाणार आहे. चला ना, तुम्हीही आलं पाहिजे." तो कासीमची बाही ओढत म्हणतो.

"त्याला मी प्रार्थनेसाठी बरोबर जायला हवा आहे. मी गेलो, तर तुला चालेल का?" अख्तर कासीमचा हात धरून त्याला नेत असताना, कासीम मागे वळून मला विचारतो.

"हरकत नाही. जरूर जा," मी उलट सांगते.

ORTच्या चौथ्या मजल्यावर किदूश मदिरा बनवणाऱ्यांचे फोटो मला काढायचे होते, म्हणून मी जिना चढून वर जाते, तेव्हा खाली येणारे तिथले कर्मचारी मला कासीम कुठे गेलाय, म्हणून चौकशी करतात.

"मला वाटतं तो अख्तर भटाऱ्याशी बोलतोय," मी सांगते, कारण तो मशिदीत गेलाय हे सांगितलं, तर आमच्या कुटुंबाचा संपूर्ण इतिहास सांगावा लागला असता.

ORTच्या आवारात कासीम व अख्तर परत येताना मला चौथ्या मजल्यावरून दिसतात आणि त्यांची किती चटकन तार जुळली, त्याचे मला कौतुक वाटते. कासीम पुढे वाकून अख्तरचे बोलणे अगदी मन लावून ऐकतोय आणि अख्तर अगदी रंगात आलेला असून, कासीमच्या पाठीवर पुन्हा पुन्हा थाप मारतोय.

मी खाली बेकरीत जाते, कासीम स्टुलावर बसतो आणि अख्तर हाल्ला ब्रेडचे साहित्य मिसळतो. कासीम त्याला त्याच्या मध्य भारतातल्या गावाबद्दल विचारतो. तो काम शोधायला मुंबईला एकटा कसा काय आला आणि दर महिन्याला घरी गावी पैसे कसे पाठवतो, त्याबद्दल कासीम चौकशी करतो.

"तुम्ही आमच्या गावाला आलं पाहिजे!" भल्या मोठ्या लाकडी चमच्याने पीठ, पाणी आणि अंडी मिसळताना अख्तर म्हणतो, "म्हणजे तुम्हाला बिहार दिसेल."

"इन्शाल्ला..." कासीम हसत म्हणतो. देवाची इच्छा असेल तर! अख्तर त्याचे हातमोजे काढतो आणि एका चिटोऱ्यावर माझा मोबाईल नंबर लिहून घेतो, म्हणजे त्याला नंतर कासीमशी संपर्क साधता येईल आणि पुढचे दोन आठवडे तो फोन बूथवरून त्याला केवळ 'हॅलो' म्हणण्यासाठी, दर दुसऱ्या-तिसऱ्या दिवशी फोन करत राहतो. माझ्यापेक्षा कासीमला भाषांची जास्त आवड आहे आणि त्याचा कानही चांगला तयार आहे. तो मला सांगतो, की अख्तरचे हिंदी, हे आमच्या

आईच्या उर्दूच्या जवळचे वाटते आणि कदाचित त्यामुळेच की काय, मुंबईतल्या इतर लोकांपेक्षा त्याला अख्तरचे बोलणे समजणे सोपे जाते. फाळणीनंतर कित्येक मुस्लिम पाकिस्तानात जाण्याऐवजी बिहारमध्ये राहिले. ते एक शेतीप्रधान, गरीब राज्य आहे आणि मुंबईतल्या मध्यमवर्गाच्या मते जरा मागासलेले आहे. हल्लीच्या काही वर्षांत तिथले बरेच मुस्लिम तरुण काम शोधायला मुंबईत येऊन स्थिरावले आहेत आणि अख्तर त्यांच्यापैकीच एक आहे. तो कासीमला सांगतो, की त्याने अजून परदेशी मुस्लिम बघितलेला नव्हता किंवा पाकिस्तानशी संबंध असलेलाही पाहिलेला नव्हता. एक सुशिक्षित, भरपूर प्रवास केलेला मुस्लिम, ही कल्पनाच त्याला अतिशय आकर्षक वाटते. कासीम मला त्यांच्या एका संभाषणानंतर सांगतो, की दक्षिण मुंबईतल्या एका उच्चभ्रूच्या खासगी 'अथीना' या नाईटक्लबमध्ये त्याला असिस्टंट पेस्ट्री शेफ म्हणून, नवीन नोकरी मिळालीय. तिथे तो मध्यरात्री जातो आणि पहाटेपर्यंत काम करतो... नंतरच्या शनिवारी तो कासीमला व मला, तिथे त्याला भेटायला येण्याचे निमंत्रण देतो आणि 'रात्री एक वाजता या,' म्हणून सांगतो.

हा अथीना नाईटक्लब कुलाब्यातल्या एका शांत रस्त्यावर आहे, ताजमहाल हॉटेलपासून फार लांबही नाही. प्रवेशद्वाराच्या वाटेजवळच एका सिगरेटविक्याने तिथे तात्पुरता ठेला उघडलेला दिसतो आहे आणि आत जाण्यासाठी थांबलेल्या लोकांकडून त्याचा धंदा जोरात चालतो आहे. मागील दाराजवळ थोड्याच अंतरावर एक तंबू ठोकलेला आहे, त्यातून लहान मुलांचे एक कुटुंब बाहेर डोकावून बघत असते. मुंबईतले श्रीमंत तरुण त्यांच्या इंपोर्टेड गाड्यांतून उतरतात आणि घट्ट जीन्स, झगमगीत रंगीबेरंगी शर्ट, इटालियन शूज घातलेल्या इतरांच्या गर्दीमध्ये मिसळत, क्लबच्या दरवाज्याकडे जाण्यासाठी ढकलाढकली करत, आत प्रवेश मिळवायचा प्रयत्न करतात. त्या मोठ्या दरवाज्याजवळ जाऊन कासीम त्या बलदंड दारवानाला आमची नावे सांगतो. अख्तरने त्याला तसे अगोदर सांगितलेले होते आणि मग आमच्या हातात दोन जाड पांढरी कार्डे येतात; तिथले प्रवेशाचे तिकीट पंधराशे रुपयांचे असते, म्हणजे सुमारे तीस डॉलर्स.

आतली दिव्यांची रोषणाई आणि संगीत हे जणू तिथल्या त्या उन्मादक कैफात धकधक करताहेत. रस्त्यावरच्या वास्तवापासून आम्ही पार वेगळ्या दुनियेत शिरलो आहोत. इथपर्यंत कसे पोहोचलो, तेच आता समजेनासे झाले आहे. काळ्या गणवेषातला एक सेवक आम्हाला लवून अभिवादन करतो आणि मद्यपानासाठी बारजवळ जमलेल्या लोकांच्या रांगा ओलांडून व डान्स-फ्लोअरवर जाणाऱ्या लोकांच्यामधून तो आम्हाला घेऊन जातो. काही दारे उघडत तो पुढे जात राहतो आणि आम्ही त्याच्या पाठोपाठ जात एका भल्यामोठ्या, चकाचक, व्यावसायिक स्वयंपाकघरात शिरतो. तिथे अख्तरच्या भोवती काही कर्मचारी गोळा झालेले,

आमच्यासाठी ‘अटेन्शन’मध्ये उभे राहिलेले दिसतात. अख्तरने डोक्यात शेफची मोठी टोपी आणि अंगात एक सैलसर पांढरा एप्रन घातलेला असतो– पिठाने व चॉकलेटने माखलेला. तो आनंदाने तोंडभर हसतो.

‘‘कासीमभाई!’’ हातमोजे घातलेले व पिठात बुडालेले त्याचे हात उत्साहाने हलवत तो म्हणतो. ‘‘अस्सलाम आलेकुम, अख्तरभाई!’’ कासीम म्हणतो.

अख्तर माझ्या दिशेने आदराने मान लवून अथीना नाईटक्लबच्या कर्मचाऱ्यांशी आमची ओळख करून देतो. अथीना एक नाईटक्लब असला, तरी एक भोजनालय म्हणूनही तो चालत असावा. रात्रपाळीत काम करणारे ते सात लोक असतात. त्या रेस्टॉरंटसाठी लागणाऱ्या पेस्ट्रीज व केक्स बनवण्याची जबाबदारी त्यांची असते. अख्तर इथे शिकाऊ उमेदवार आहे आणि एका वयस्कर, गंभीर, जास्त अनुभवी असलेल्या मिशीवाल्या शेफकडून तो या कामातल्या खुब्या शिकतो आहे.

ओ.आर.टी.मध्ये ब्रेड बनवताना मी अख्तरचे फोटो काढले होते, ते त्याला देते आणि तो भलताच खूष होतो. तो ते फोटो त्याच्या आईला पाठवणार, असं म्हणतो. म्हणजे तिलाही खूप आनंद झाला असता. त्याच्याकडे आम्हाला सांगण्यासाठी एक मोठी आनंदाची बातमी असते. त्याच्या आईने त्याच्यासाठी एक मुलगी शोधली होती आणि तीन महिन्यांत तो लग्नासाठी जाणार होता.

‘‘कासीमभाई, माझ्या लग्नासाठी तू आमच्या गावी येशील का?’’ तो आशेने विचारतो. ‘‘ते मोठ्ठं लग्न असेल. सात दिवस मेजवान्या, समारंभ...’’

कासीमला खरोखरच भडभडून येतं आणि तो यायचा प्रयत्न करील, असं अख्तरला सांगतो. मला माहिती आहे, की फिजीहून पुन्हा परत येणं, हे कासीमसाठी जवळजवळ अशक्यच असतं; पण त्या प्रेमळ निमंत्रणाने तो आतून हेलावला होता, हेही मला समजतं.

‘‘आता तुम्ही काहीतरी खाल्लं पाहिजे,’’ अख्तर म्हणतो, ‘‘माझा मित्र तुम्हाला तिकडे बसवेल.’’

टक्सेडो घातलेला एक प्रसन्न वेटर कासीमला व मला रेस्टॉरंटमधल्या एका बाजूच्या, अंधाऱ्या, वेगळ्या भागात घेऊन जातो आणि आम्हाला डेझर्ट्सचे वेगवेगळे सहा प्रकार ते देतात. दोन प्रकारची चॉकलेट क्रीम पाय, काही फ्रूट टार्ट्स आणि काहीतरी चीझकेकच्या जवळपास असलेले. काचेच्या पार्टिशनच्या मागून आम्ही डान्सफ्लोअरवरची तरुण मंडळी नाचताना पाहतो आणि अमेरिकन हिप-हॉप संगीताचे परिचित सूर, बॉलीवूडच्या आवाजात मिसळलेले ऐकतो. दोन तरुण एका देखण्या तरुणीला खेटून नाचत असताना, तिचे काळेभोर लांब केस पाठीवर पिसाऱ्यासारखे फुलवलेले असतात आणि ते दोघे जण– एक तिच्या पुढे नि एक मागे असे तिघेही एकच व्यक्ती असल्यासारखे सहजपणे तालात नाचत असतात. अख्तरने तयार

केलेले केक व पेस्ट्री खाऊन नाचणाऱ्या या अशा ग्राहकांबद्दल अख्तर काय विचार करत असेल, याचेही मला कुतूहल वाटते.

केक्स फारच चविष्ट आहेत, पण त्यांचे प्रकारही बरेच आहेत. आम्ही पहिले दोन तुकडे भराभर संपवतो आणि मग एकमेकांकडे बघतो, उरलेल्याही संपवायच्या आहेतच की! अधूनमधून किचनच्या दारामागून डोकावत, अख्तर आमची प्रगती कुठपर्यंत आली आहे, ते न्याहाळत असतो. त्याच्या अधीक्षकांबरोबर त्याचा गोंधळ तर होणार नाही ना, याची काळजी मला वाटायला लागते.

आम्ही परत किचनकडे जातो. अख्तरला त्याच्या या नव्या नोकरीमधले सगळे पैलू दाखवायची घाई झालेली आहे. केकचे साहित्य मिसळायला मोठे मिक्सर्स, त्या भाजण्यासाठी भल्यामोठ्या भट्ट्या, केकवर नक्षीदार चिमुकले गुलाब काढायला फ्रॉस्टिंग कोन्स– प्रत्येक नवीन वस्तू कौतुकाने निरखत, न्याहाळत, आम्ही पुढे जातो आणि त्या वापरायचे अख्तरचे कौशल्य पाहून आम्हाला खूप समाधान वाटते. आम्हाला प्रात्यक्षिक दाखवायला म्हणून तो एका चॉकलेट केकवर आयसिंग करतो. आम्ही टाळ्या वाजवतो. "आज खरंच तुम्ही मला खूप आनंद दिलेला आहे," अख्तर हसत म्हणतो, "इथं येऊन तुम्ही माझा सन्मानच केला आहे."

त्याच्या प्रेमळ दिलदारपणाबद्दल कासीम त्याचे आभार मानतो आणि त्याला सांगतो, की आम्हाला आता जायला हवं. रात्रीचे अडीच वाजलेले असतात आणि मी तर खूपच थकलेली असते.

आम्हाला गुडबाय करायला, थोडावेळ बाहेर जाण्यासाठी अख्तर मॅनेजरकडे परवानगी मागतो.

आम्ही किचनमधून बाहेर पडतो आणि क्लबच्या प्रवेशद्वाराजवळच्या गल्लीतल्या दारातून बाहेर पडतो. मुख्य दारापाशी आत जाण्यासाठी अजूनही लोकांची धक्काबुक्की चाललेलीच असते.

"कासीमभाई, माझ्या गावी यायचा प्रयत्न कर. तुला बिहार आवडेल," तो म्हणतो.

"मी जरूर प्रयत्न करीन हं," कासीम त्याला गंभीरपणे उत्तर देतो.

दोघे जण मिठी मारतात आणि त्या गल्लीतल्या रस्त्यावर हातात हात घेतलेले, असा त्या दोघांचा मी फोटो काढते.

"आपण लवकरच भेटू या, इन्शाल्ला," आम्ही टॅक्सी शोधत गल्लीतून पुढे चालत असताना अख्तर म्हणतो.

"इन्शाल्ला," कासीम म्हणतो आणि निरोपादाखल अख्तरला सलाम ठोकतो.

# सेकंड क्लासचा डबा

*मुंबई, फेब्रुवारी २००२*

"लोकल ट्रेनमधून जाताना बायकांच्या डब्यांतून जाते आहेस याची खात्री करत जा." येथील लोक मला पुन्हा पुन्हा सांगतात, "विशेषत: गर्दीच्या वेळी."

"गर्दीची वेळ कोणती?" मी विचारते आणि मला निरनिराळी उत्तरे मिळतात आणि बहुतेक जण 'दुपारपासूनच' म्हणतात.

लोकल गाड्यांना तीन प्रकारचे डबे असतात : पहिला वर्ग, त्यातून व्यापारी प्रवास करतात. दुसरा वर्ग, त्यातून बहुतेक पुरुष प्रवास करतात आणि तिसरा बायकांचा डबा. पहिला वर्ग बराच महाग असतो आणि जरा कमी गर्दीचा, तर दुसऱ्या वर्गाच्या डब्यात पुरुष चटकन चढतात आणि उपलब्ध असलेली इंचन् इंच जागा अडवतात. गर्दीच्या वेळी दोन्ही वर्गांचे डबे गच्च भरलेले असतात आणि मला बायकांच्या डब्यातून जाता येतंय, याबद्दल मी स्वत:ला नशीबवान समजते, कारण तो डबा असा पूर्णपणे गच्च भरलेला नसतो. मी ग्रँट रोड स्टेशनवर गाडीसाठी उभी असते. स्टेशनवर नक्की कुठे थांबलं की मला योग्य डबा मिळेल, हे समजणं त्या वेळी मला जरा कठीणच असतं. बहुतेक वेळी बायकांचा घोळका दिसला, की मी त्यांच्याजवळ उभी राहते आणि त्यांच्याबरोबरच आपलं गाठोडं पुढे ढकलायचा प्रयत्न करते. कधी कधी गाडी आली, की सगळ्या जणी एकदमच डब्यात शिरायचा प्रयत्न करतात आणि माझी संधी हुकते. काही वेळी माझ्या अनुभव नसण्याचा अंदाज येऊन इतर बायका माझं बखोट धरून त्यांच्यासमोरच मला पुढे ढकलतात आणि माझं शरीर त्या समूहाच्या शक्तीनं जणू काही वर फडकावत लावलंय, असं

मला वाटतं. एकदा डब्यात शिरलं, की मग आम्ही सगळ्या विखुरतो व जागा मिळवतो. एक तरुणी एका पुठ्ठ्याच्या ट्रेमध्ये केसातली आभूषणे, प्लॅस्टिकचे दागिने, बायकांची अंतर्वस्त्रे आणि लहान मुलांसाठी रंगवायची पुस्तके विकत असते. बायका फारसा विचार न करतात त्यातल्या वस्तू उगीचच खरेदी करतात, कर्णभूषणे कानाच्या पाळीला लावून, केसातल्या क्लिपा वगैरे वेणीवर लावून बघतात. इतर वस्तूंचीही चौकशी करतात. शेजारच्या सहप्रवासिनी, त्यांच्याकडे आरसा असावा, तसं बघून आपली संमती-नापसंती सहजपणे दर्शवतात.

एकदा दुपारी मी अंधेरीला (हे मुंबईच्या उत्तरेला असलेले एक उपनगर आहे.) एका बेने इस्त्राईल कुटुंबाला भेटून त्यांचे फोटो काढायला जायला निघते. सबंध स्टेशन पूर्णपणे रिकामे दिसते. इतर कुणी बायकाही दिसत नाहीत. गाडी स्टेशनात येते, तेव्हा ती जवळजवळ रिकामीच असते आणि त्या दुसऱ्या वर्गाच्या डब्यात मला बसायला सीट मिळते. या डब्यातून दिवसाउजेडी प्रवास करण्यात काही धोका असेल असं मला वाटत नाही. मी माझा ट्रायपॉड माझ्या पायांमध्ये ठेवते आणि माझी कॅमेरा-बॅग सुरक्षित राहावी म्हणून मांडीवर ठेवते.

गाडी उत्तरेच्या दिशेने जायला लागते, तेव्हा सूर्य फिक्कट दिसायला लागतो आणि मला वाटलं होतं त्यापेक्षा बराच वेळ झालेला आहे, हे मला जाणवतं. माझ्या लक्षात येतं, की डब्यात प्रवासी चढतच आहेत आणि ते सगळे पुरुषच आहेत. ते माझ्याकडे चौकसपणे बघत आहेत; पण मी सरळ नाकासमोर बघत बसते. काहीही झालं, तरी मी अगदी निर्भय आहे, असं दिसायला हवं. डब्यातील गर्दी बरीच वाढते आणि माझ्या लक्षात येतं, की माझं स्टेशन येण्यापूर्वीच मी दाराजवळ जाऊन उभी राहिले, तर मला चटकन उतरता येईल. अनिच्छेनेच मी बसलेल्या जागेवरून उठते आणि डब्याच्या उघड्या दारापर्यंत जायचा प्रयत्न करते.

प्रत्येक स्टेशनवर माणसे गाडीत चढतच राहतात, प्रत्येक वेळी मला वाटतं, त्यापेक्षा कितीतरी जास्त. मुंबईच्या रेल्वेगाड्यांतून लोक चढताना मी अनेक वेळेला पाहिलेलं आहे, पण ते प्लॅटफॉर्मवरून. डब्याच्या आतून नव्हे. जमिनीवरचे लोक हात पुढे करून चढतात आणि आतले हजारो हात त्यांना वर ओढून डब्यात घेतात. ते जर काटकुळे, वजनाला हलके असले, तर त्यांचे पाय डब्याच्या लादीला लागतच नाहीत. त्यांच्या शरीराचा वरचा भाग तिथल्या छताखाली मिळेल तेवढ्या जागेत स्थिरावतो.

मी या गराड्यात अडकून पडणार आहे, अशी मला भीती वाटत राहते आणि ती वाढतच राहते. नकाशावर माझे स्टेशन मला दिसते. डब्याच्या दारावर रंग उडालेल्या अक्षरांत, आणखी पाच स्टेशने. नंतर चार. माझ्या दोन्ही बाजूंना पुरुष उभे आहेत. आता जरा नको तितके जास्त जवळ. माझा ट्रायपॉड मी एका खांद्यावर धरला आहे आणि माझी कॅमेऱ्याची बॅग बहुतेक सर्व पुरुषांच्या डोक्यांच्यापेक्षा जास्त

उंचीवर, म्हणजे कुणालाही त्यातून काहीही ओढून घेता येणार नाही, ही इच्छा. स्टेशन आले, की पुरुष खाली कसे उतरतात, ते मी पाहते. त्यांची उतरायची वेळ आली, की ते ओरडतात आणि त्या प्रचंड कोलाहलात ते बाहेर फेकले जातात. त्याच वेळात आणखी दहा जण डब्यात चढून त्यांची जागा घेतात. मला तसं करणं जमेल का, याची खरोखरीच खूप भीती वाटू लागते. मी दाराजवळ जायला लागते. आम्ही इतके दाटीवाटीने कोंबलो गेलो आहोत, की माझं शरीर सर्व बाजूंनी वेढलं गेलं आहे. त्या पुरुषांच्या शरीरांना चिकटून माझा घाम त्यांच्या घामात मिसळतोय इतक्या जवळ. अचानक माझ्या दोन पायांमध्ये मागून एक हात लागतो. माझे दोन्ही हात अडकलेले आहेत, तेव्हा मला थोबाडीत मारणेही शक्य नसते किंवा त्याचा हात झटकणेही. आणखी तीन-चार हात माझ्या छातीजवळ चाचपडतात आणि मी काहीही करू शकत नाही. माझे हात डोक्यावर अडकलेत नि माझी बॅग काही मला सोडता येत नाही. मी इंग्लिशमध्ये ओरडायला लागते, पण त्या गर्दीच्या गोंगाटात आणि गाडीच्या खडखडाटात माझा आवाज जेमतेम ऐकायला जातो. Get the fuck off me, you fucking assholes! मी किंचाळते, पण उलट त्या मंडळींना गंमतच वाटते. पुरुष माझ्याकडे हसू दाबत मिस्कीलपणे बघतात. काही जण संकोचून नजर दुसरीकडे वळवतात. मी मागे पाहण्याची धडपड करते आणि माझ्या मागे असलेल्या माणसाकडे अर्धवट बघते.

"तुला बहीण आहे का?" मी ओरडते.

तो झटकन त्याचा हात काढून घेतो आणि माझ्या समोरच्या लोकांनाही हात खाली घ्यायला सांगतो. दाराजवळ उभा असलेला एक भला गृहस्थ गर्दीपलीकडून माझ्याकडे अगदी दयाळू नजरेने बघत म्हणतो, "या, इकडे या. मी तुम्हाला मदत करतो."

मला दुसरा पर्याय नसतो. मी त्याचा हात धरते आणि तो मला हाताने ओढून दाराजवळ नेतो; पण त्या हातांत भक्कम आधार व विश्वास असतो. दाराजवळ मधमाश्यांच्या पोळ्यामध्ये असावी, तशी माणसे चिकटलेली असतात. माणसांच्या त्या ढिगातून तो मला दाराजवळ नेतो. पुढच्या स्टेशनात गाडी थांबताच तो "जा" म्हणतो आणि मला खाली ढकलतो. मी पळतपळत, धडपडत, जमिनीवर पाय टेकवते आणि माझे सामान गोळा करून सगळ्या वस्तू आहेत ना, याची खात्री करून घेते.

त्या अनोळखी स्टेशनच्या प्लॅटफॉर्मवर मी अंधारात उभी राहते. त्या बिननावाच्या गाडीकडे बघत, त्यात गच्च भरलेल्या शेकडो माणसांकडे, कदाचित हजारोंनीही असतील... त्यांच्याकडे बघत मी अगदी तारस्वरात त्यांना भरपूर शिव्या हासडते. ती गाडी गेली, तरी देखील जे ऐकणारे आसपास असतात, त्यांनी ऐकावे म्हणून.

# शकुन

*मुंबई, मार्च २००२*

रोज सकाळी मी टाइम्स ऑफ इंडिया, एशियन एज आणि द हिंदू ही वर्तमानपत्रे विकत घ्यायला कोपऱ्यावरच्या दुकानात जाते. मुंबई राज्याच्या उत्तर सीमेवर, गुजरात राज्यामध्ये मुस्लिम नागरिक व हिंदू कट्टरपंथीयांमध्ये झालेल्या हल्ल्यांच्या, रक्त गोठवणाऱ्या गोष्टींनी बातमीपत्रे भरलेली आहेत. १९९२-९३ सालच्या हिवाळ्यात मुंबईने हिंसाचाराचा आगडोंब अनुभवला होता. त्याची सुरुवात उत्तर हिंदुस्थानातल्या अयोध्या या गावी झाली होती. अयोध्या हे हिंदूंचा देव राम, याचे जन्मस्थान मानले जाते. जन्मस्थानाच्या त्या जागी बाबरी मशीद बांधली गेली होती, ती हिंदू कट्टरपंथीयांनी पाडली आणि त्याचा निषेध म्हणून मुंबईत त्याची प्रतिक्रिया झाली होती. त्यातूनच मुस्लिमविरोधी वातावरण चिघळले गेले आणि या शहराच्या इतिहासातला हा भयंकर काळ मुसलमानांचा प्रतिटोला मानला गेला व त्याचा परिणाम म्हणून बॉम्बे स्टॉक एक्सचेंज व अनेक बसस्टॉपवर ओळीने एकापाठोपाठ एक बॉम्बहल्ले करण्यात आले. अजूनही हिंदू-मुस्लिमांमध्ये हिंसक संघर्ष पुन्हा केव्हाही सुरू होऊ शकेल, अशी चिंता सर्वांनाच वाटते, पण अद्याप तरी मुंबई शांत आहे आणि त्या वादळापासून मी दूर आहे, त्याबद्दल कृतज्ञ आहे.

ज्या दिवशी दुपारी मी 'ओ.आर.टी. इंडिया'मध्ये नसते किंवा बेने इस्त्राईल जमातीतल्या लोकांच्या मुलाखती घेत नसते, त्या दिवशी मी 'रॅमपार्ट रो'वरच्या डेव्हिड ससून लायब्ररीत जाते. ही लायब्ररी 'काळा घोडा' या कलापरिसराच्या अगदी समोर आहे. या काळा घोडा भागामध्ये पूर्वी सातव्या एडवर्ड राजाचा काळ्या

घोड्यावरचा पुतळा होता. या बिल्डिंगच्या लॉबीमध्ये डेव्हिड ससून यांचा भव्य पुतळा असून, तो प्रवेशद्वाराच्या टेबलावर लक्ष ठेवतो. तिथे एक पेंगणारा कर्मचारी, एक मोठा आवाज करणारा शिक्का घेऊन पुस्तके तपासून बघत असतो. मी त्या गोल लाकडी जिन्याने वर जाते आणि तिथल्या लाकडी जमिनीवरून टकटक चालत रीडिंग रूमपर्यंत जाते. तिथे विद्यार्थी अभ्यासाच्या पुस्तकांवर पाठीची कमान करून, वाकून वाचनात गढलेले दिसतात आणि निवृत्त मंडळी मासिके, वृत्तपत्रे, साप्ताहिके आरामशीरपणे चाळत असतात. मी आता मुंबईमध्ये जवळजवळ तीन महिने राहते आहे आणि अशा काही ठिकाणी पुन्हापुन्हा नियमितपणे जायला मला छान वाटते. इथल्या रीडिंग रूमला उंच, मोठे, उघडे दरवाजे आहेत. ते व्हरांड्यासमोर आहेत. तिथे भल्यामोठ्या आकाराच्या लाकडी आरामदायी खुर्च्या आहेत. त्या एखाद्या गावातल्या प्रशस्त वाड्यावर किंवा पंचतारांकित जहाजाच्या डेकवर शोभतील अशा शानदार आहेत. इथे मी माझे दुपारचे घरटे बनवते आणि मुंबईचा इतिहास व बेने इस्राईलवरची पुस्तके मांडीवर घेऊन बसते. कित्येक सभासदांनी इथे शोध लावलाय, की त्या खुर्च्या दुपारच्या वामकुक्षीसाठी फारच सोयीस्कर आहेत आणि ते त्यानुसार तेथे अगदी नि:संकोचपणे आराम करतात त्यावेळी त्यांची पुस्तके पोटावर उघडी ठेवलेली असतात.

या लायब्ररीसमोर एक छोटी आधुनिक इमारत आहे, जहांगीर आर्ट गॅलरी. मला जेव्हा एअर-कंडिशनिंगचा एखादा छोटा डोस हवा असतो, तेव्हा मी तिथे जाते आणि कॅफे समोवारमध्ये जाऊन चहा नि पराठे यांचा समाचारही घेते. एके दिवशी मी आत जात असताना एक परिचित चेहरा दिसतो. मी डावीकडे पाहते, तर त्या इमारतीच्या पायऱ्यांवर रेखेव बसलेला असतो. त्याच्या डाव्या हातात एक मोठी हिरवी जाड वही असते, आणि उजव्या हाताच्या तळव्याने तो डोळ्यावर येणारे केस बाजूला सारत असतो. मी त्याला भेटून काही महिने उलटले आहेत. मी डिसेंबरच्या अखेरीस पुणं सोडलं होतं. क्षणातच मला कळून चुकतं, की मला त्याची उणीव नेहमी जाणवत होतीच आणि आता त्या क्षणी ती तीव्रतेनं जाणवतं आहे. याची कारणं काय, ते मी नंतर बघेन; पण आत्ता हा इथे मुंबईत आलेला आहे. त्याचे मला फारसे आश्चर्य वाटत नाही. मी त्याच्याजवळ जाऊन उभी राहते, तेव्हा तो अशा तऱ्हेने वर बघतो, की जणू काही तो माझीच वाट पाहतो आहे. आमच्या गप्पा अशा काही सुरू होतात, की जसं काही मिनिटांपूर्वीच आमचं तुटलेलं संभाषण पुन्हा सुरू झालेलं आहे.

"तू आता हिंदी बोलायला लागलीस का?" तो सहजपणे विचारतो.

"फारशी नाहीच." मी खाली बसत म्हणते, "मी शिकवणी लावली आहे; पण त्यात फारशी प्रगती नाही."

"लायब्ररीत काय वाचते आहेस?" तो विचारतो.

"बेने इस्रायलींचा इतिहास. ख्रिस्ती मिशनऱ्यांनी बेने इस्रायलींना हिब्रू शिकवलं आणि त्यांनी ख्रिश्चन व्हावं म्हणून प्रयत्न केले होते. त्याबद्दलची सारी माहिती."

"तुमचा हा देव अगदी कठोर शिक्षा देणारा आहे." रेखेव शांतपणे म्हणतो.

"तुला काय म्हणायचंय?" मी विचारते.

"मी सध्या बायबल वाचतो आहे. ख्रिश्चियानिटीबद्दलचा माझा तसा काही अभ्यास वा शिक्षण नाही. मी फक्त त्याकडे एक हकिकत किंवा कथा म्हणून बघतो; अर्थात आमचीही धार्मिक पुस्तके, पुराणे मी तशीच वाचतो. त्यासुद्धा गोष्टीच आहेत. बायबल हे तर गोष्टींनी अगदी भरलेले आहे."

"खरं आहे."

"आमच्या परंपरेत देव खातात, पितात, आम्हाला पृथ्वीवर भेट द्यायला येतात. तुमचा देव टोळधाड पाठवतो. मला तो जबरी हिंस्र (व्हायलंट) वाटतो."

रेखेव जेव्हा 'व्हायलेंट' शब्द म्हणतो, तेव्हा 'व्ही'चा उच्चार 'डब्ल्यू'सारखा करतो, हे माझ्या लक्षात येतं.

"तू बायबल कशासाठी वाचतो आहेस?" मी विचारते.

"पाश्चिमात्य धार्मिक कायदेकानून तसं पाहायला गेलं, तर तुमचं संपूर्ण शिक्षण हे सर्व बायबलवर आधारलेलं आहे; पण मला त्यातले संदर्भ समजत नाहीत. मी जर बायबल वाचलं नाही, तर मला तू कधीही समजणार नाहीस."

रेखेवला 'मला समजून घ्यायची इच्छा आहे' हे ऐकून मला अतिशय आनंद होतो. माझा हा आनंद लपविण्यासाठी मी माझ्या सँडल्सकडे बघत राहते.

"मग, तुला तुझे जहाज बुडालेले ज्यू सापडले का?"

"थोडे." मी म्हणते, "पण आता मला लवकरच मुंबईबाहेर एका किनारपट्टीवरचं गाव बघायला जायचंय. मी ऐकलंय, की तिथे अजून एक बेने इस्राईल कुटुंब उरलेलं आहे आणि ते तिथे स्थानिक तेलबियांपासून जुन्या पारंपरिक पद्धतीनं तेल काढतात. मला त्यांना भेटायचंय."

"अजून ते तिथे आहेत, असं तुला वाटतंय का?"

मी माझ्या हातातले एक पुस्तक उघडून त्याला एक श्वेतश्यामल फोटो दाखवते. त्यात तेलाच्या चक्कीवर बसलेल्या दोन बायका असतात. त्यांच्या मागे बैल असलेली एक झापांची झोपडी असते.

"हा फोटो नऊ वर्षांपूर्वी घेतला, तेव्हा त्या तिथे होत्या."

रेखेव फोटो बघताना जरासा थबकतो.

"नऊ वर्षं म्हणजे तसा बराच काळ आहे. तू तिथे कशी जाशील?"

"होडी, रिक्षा किंवा मोटारीनं बहुधा जाऊ शकेन."

"तू एकटीच जाशील?"

"हो बहुतेक, मी त्याचा विचारच केला नव्हता."

"ही अमेरिका नव्हे." रेखेव म्हणतो, "मी तुझ्याबरोबर येईन."

तो गंभीर झाला आहे. कदाचित या मुद्द्यावर तो स्वत:शीच थोडा वेळ वाद घालीत असावा.

"खरंच?"

"जेव्हा तुझं जायचं ठरेल, तेव्हा मला या नंबरवर फोन कर. मी एका फिल्मच्या कामासाठी काही दिवस मुंबईत राहणार आहे."

रेखेव वहीतल्या कागदाचा एक कोपरा फाडतो आणि त्याच्यावर एक फोन नंबर लिहितो.

"मला खरंच हे आवडेल." मी म्हणते, "थँक्स, तुझ्या कंपनीचा मला उपयोग होईल."

"मला माहीत आहे," तो पुन्हा वहीकडे वळत म्हणतो.

मी रेखेवच्या शेजारी पायरीवर बसते. एक माणूस हाताने बनवलेले डमरू प्रवाशांना विकण्याचा प्रयत्न करतो आहे, त्यांच्याकडे बघते. दोन बाजू असलेले ते वाद्य तो पद्धतशीरपणे हलवतो. मजबूत अशा ट्वाईनच्या दोराला शेवटी एक मणी ओवलेला आहे. तो दोन्ही बाजूंवर आपटला, की आवाज होतो. तो माणूस एकसारख्या खाकी शॉर्ट्स घातलेल्या एका जोडप्याच्या मागे लागतो.

"व्हेरी नाईस, व्हेरी नाईस, व्हेरी नाईस..." तो म्हणत राहतो. ते हाताने 'नाही' म्हणत त्याला डावलतात.

"तुला मुंबई मानवतेय," रेखेव वहीचे पान उलटत म्हणतो.

"थँक यू." मी म्हणते.

"आपण जमल्यास पुढच्या आठवड्यात जाऊ या."

"पुढच्या आठवड्यात."

*मी अमेरिकन ज्युईश जॉईंट* डिस्ट्रीब्युशन कमिटीकडे भेटीसाठी वेळ मागून घेते आणि तेल बनवणाऱ्या त्या कुटुंबाबद्दलची जास्त माहिती जमवते. ही ए.जे.जे.डी.सी. म्हणजे एक समाजकल्याणकारी संस्था असून, १९६०च्या सुरुवातीपासून मुंबईत चांगलं काम करते आहे. संस्थेच्या ऑफिसमध्ये इस्त्राईलमधल्या धार्मिक स्थळांची मोठी भित्तिपत्रके लावून सजावट केलेली आहे आणि फळ्यांवर तरुण मंडळींची शिबिरे व त्यांच्या निरनिराळ्या सामूहिक कार्यक्रमांचे अनेक फोटो लावले आहेत. प्रत्येक फोटोच्या खाली जादूई पेनने फर्ड्या अक्षरांत 'डान्सक्लास', 'पुरीम नाटिका', 'इस्त्राईलची ओळख' अशी शीर्षके लिहिलेली आहेत.

माझी नंदिनीला भेटायची वेळ ठरलीय. ती एक समाजसेविका असून, कोकण

किनाऱ्यावरच्या खेड्यातून अद्याप राहत असलेल्या व उरलेल्या तीनशे बेने इस्राईल ज्यू कुटुंबांना नियमितपणे जाऊन भेटत असते. मुंबईमध्ये या ए.जे.जे.डी.सी. संस्थेची मदत योजना आहे, त्याची नंदिनी हिशेब तपासनीस आहे. या योजनेखाली दारिद्र्यरेषेखाली असलेल्या ज्यू कुटुंबांना त्यांचा मासिक खर्च चालविण्यासाठी मदत दिली जाते. ज्या दिवशी मी तिला भेटायला जाते, त्या दिवशी कित्येक वयस्कर पुरुष व स्त्रिया स्वागतकक्षात थांबलेले असतात. येणाऱ्या डॉक्टर्सकडून त्यांची वैद्यकीय तपासणी करून घेण्यासाठी ते थांबलेले असतात. प्रत्येकाच्या हातात त्यांच्या गावाचे नाव व वैद्यकीय अहवाल असलेला एक फोल्डर असतो. मी नंदिनीसाठी थांबलेली असते, तेव्हा गुलाबी साडी नेसलेली एक वृद्धा माझ्याकडे वाकून बघते आणि हसते.

"तू इस्राईलची आहेस का?" ती विचारते.

"मी अमेरिकेहून आले आहे." मी सांगते, "पण माझी आजी इथली होती. त्यांचं बेने इस्राईल नाव भोरुपकर होतं. नंतर तिच्या वडिलांनी ते बदलून जेकब्ज केलं."

"भोरुपकर!" ती आनंदाने चित्कारते.

"हो," मी म्हणते, "भोरुपकर हे माझ्या आजीच्या वडिलांच्याकडलं नाव आणि चोरडेकर हे माझ्या आजीच्या माहेरचं नाव होतं."

"भोरुपकर! चोरडेकर!" ती माझ्याभोवतीच्या बायकांकडे बघत म्हणते आणि मोठ्या प्रेमाने मला जवळ घेते. त्या बायकांना आश्चर्य वाटते आणि त्या माझ्या खुर्चीजवळ गोळा होतात नि त्या पहिल्या स्त्रीला मराठीतून माझ्याबद्दल प्रश्न विचारतात.

"तुझी आजी मुंबईत असते का?" ती भाषांतर करून प्रश्न विचारते.

"माझी आजी आता हयात नाही." मी भारतीय इंग्लिश शब्द वापरते, "पण ती मुंबईची होती."

ती स्त्री माझा हात प्रेमाने दाबते आणि माझ्याकडे अत्यंत प्रेमळ नजरेने पाहते व नंतर ही माहिती भाषांतर करून इतर चौकस बघ्यांना सांगते.

"तुम्हाला पाहिल्यावर मला तिची आठवण झाली."

तिचा रंग आणि तिची बोलण्याची ढब पाहून मला तिच्यात व नानात काहीतरी साम्य जाणवतं नि मी तिला तसं सांगते.

माझ्या डावीकडे बसलेली एक बाई माझी बाही ओढत मला मराठीतून काहीतरी सांगते. तिचा काहीतरी प्रॉब्लेम आहे, तो मी सोडवू शकेन, असं तिला वाटत असावं बहुतेक. तिची समस्या कशीतरी भाषांतर करून मला सांगितली जाते. त्यावरून मला कळतं, की तिने लग्नामुळे ज्यू धर्म स्वीकारला आहे; परंतु तिच्याकडे धर्मांतराची अधिकृत कागदपत्रं नाहीत आणि इस्राईलला जाण्यासाठी त्याची आवश्यकता असणारच.

गुलाबी साडीधारी स्त्री तिला सुचवते, की ज्या सिनगॉगमध्ये तिचे लग्न झालेले होते, तिथे तिने जाऊन काहीतरी अधिकृत पत्र मिळवावं. ''या पोरीला त्रास देऊ नको,'' ती माझी कड घेऊन मला सुरक्षित ठेवत म्हणते, 'तिला इथलं काहीच माहिती नाही, तुला मदत करावीशी वाटली तरी...''

एक तरुणी मला एका टेबलाजवळ नेते. तिथे मी नंदिनीसमोर बसते. उंच, तडफदार स्त्री, तिचे केस काळे, कुरळे असतात आणि तिच्या पोनीटेलवर पांढऱ्या सुवासिक फुलांचा गजरा असतो. मी तिला विचारते, की कोकणच्या किनाऱ्यावर अजूनही तेलाचा घाणा चालवणारी काही कुटुंबं १९८०, १९९०च्या दशकांपर्यंत होती, असं मी वाचलेलं होतं, त्यातली काही शिल्लक आहेत का. ''फारच थोडे बेने इस्त्राईल आता उरले आहेत.'' ती मान हलवत म्हणते, ''बहुतेक सारे जण पूर्वीच इस्त्राईलला गेलेत.''

''आता काही कुटुंबं आहेत का? अजून जुन्या पद्धतीनं तेल काढणारे एक कुटुंब आहे, असं मी ऐकलं आहे.''

''कदाचित एकच असेल.''

''आणि ते कुठे राहते?''

ती तिची फाईल उघडते व नावे, तारखा यांची यादी नीट बघून नकारार्थी मान हलवते. तेवढ्यात तिला एक नोंदणी उपयुक्त वाटते आणि ते नाव ती मोठ्याने वाचते.

''डेव्हिड वासकर, रेवदंड्याशेजारचे खेडे. खासगी तेल घाण्याचा मालक. मुलगा बेंजामिन वासकर, मागन डेव्हिड सिनगॉगचा चॅझन व व्यवस्थापक व दुसरा मुलगा एलिस वासकर, खासगी रिक्षामालक. समाजसेविकेची शेवटची भेट डिसेंबर १९९८. मिस्टर वासकर हे 'आडमुठे' असल्याचे वर्णन. समाजसेविकेला घरातून बाहेर हाकलले. अहवाल समाप्त.''

नंदिनी फायलींतून डोके वर काढून माझ्याकडे पाहते.

''मुंबईतल्या एखाद्या सिनगॉगचे फोटो का काढत नाही? इस्त्राईलहून येणारे पुष्कळ जण तिथे जातात. फोटो काढतात.''

मी नंदिनीला समजावून सांगते, की मला रेवदंड्याला जायला आवडेल.

''जशी तुझी इच्छा, मिस शेपर्ड.''

*पहाटे, उजाडण्यापूर्वीच रेखेव* व मी रेवदंड्याला जाण्यासाठी निघतो. आम्ही मरीन ड्राईव्हवरून टॅक्सीने जात असतो. मुंबईकरांची रोज सकाळची निरनिराळी आन्हिके त्यांना समुद्रकिनाऱ्यावर एकत्र आणतात. त्यातला तीव्र विरोधाभास मला जाणवतो. निवृत्त मंडळी ऐटबाज कपडे घालून ताईचीचे हातवारे करणाऱ्यांच्या

पलीकडे, किनाऱ्यावर प्रातर्विधी करून परत येणारेही दिसतात. फेरीबोटीची तिकिटे घ्यायला गेटवे ऑफ इंडियाच्या पायरीपाशी आम्ही येतो. ही अतिभव्य कमान पाचवे जॉर्ज व महाराणी मेरी यांच्या स्वागतासाठी बांधली होती ताजमहाल हॉटेलच्या ती मागील बाजूच्या अगदी समोर आहे. दुसऱ्या बाजूला समुद्र आहे. गेलं शतकभर तरी बोटीने मुंबईत येणाऱ्यांचं स्वागत या गेटवे कमानीनेच केलेलं आहे.

आम्ही मांडवा बंदरापर्यंत तासाभराचा प्रवास करतो. हा प्रवास म्हणजे नयनसुख देणाराच आहे. पाण्यावर प्रकाशाचा खेळ चालू आहे आणि सकाळचा प्रसन्न गारवा आहे. मला कृतज्ञ वाटत राहते. गावाच्या दिशेची ओढही आहेच. दक्षिण मुंबईच्या इमारती धूसर होत जातात आणि क्षितिजापर्यंत पाणीच पाणी दिसायला लागते. ही सफर रेखेवबरोबर करताना मला जरासे अवघड वाटत राहते, कारण पुणे शहरातल्या मध्यवर्ती भागापेक्षा जास्त लांब अंतरावर मी त्याच्यासोबत कधी गेले नव्हते आणि फिल्म इन्स्टिट्यूटच्या विद्यार्थ्यांखेरीज बाहेरच्या लोकांमध्ये त्याला मिसळतानाही पाहिले नव्हते.

"तुला पाण्यावरून जातानाचे स्वप्न पडले होते का?" रेखेव एकदम विचारतो, "म्हणजे हल्ली केव्हातरी?"

"हो, का?" मी विचारते.

"तो शुभशकुन असतो. कोकणातल्या शकुनांबद्दल मी सध्या वाचतो आहे," तो सांगतो.

"आणखी कोणते शुभशकुन असतात?" मी त्याबद्दल जास्त जाणून घेण्यासाठी उत्सुकतेने विचारते.

"स्वप्नात गाय, बैल, हत्ती, राजवाडा, पर्वत, शुभ्र वस्त्रांतली स्त्री, सूर्यबिंबावर चंद्रबिंब झाकले जाणे, दिवा, फळे, मद्याचा प्याला दिसणे... कितीतरी गोष्टी आहेत."

तो एखाद्या बहुश्रुत विद्वानाच्या थाटात ही यादी धडाधडा सांगत जातो, त्याची मला गंमत वाटते.

"तू ही पाठ केलीस?"

"नाही, मी माझ्या वहीत इथे लिहून ठेवली आहेत."

रेखेव त्याची वही उघडतो आणि चित्रे काढलेली व नोंदी लिहिलेली पानेच्या पाने उलटत जातो. फाऊंटनपेनने व्यवस्थित लिहिलेल्या काही नोंदी देवनागरीत, काही इंग्लिशमध्ये. रेखेवचा त्यावर विश्वास आहे की नाही, ते मला माहिती नाही; की त्याला शब्दांचा आवाज आवडतो, कोण जाणे!

"काही अशुभ शकुन?"

"कापूस, राख, हाडे, गाणे, हसणे, अभ्यास करणे, लाल वस्त्रे नेसलेली स्त्री,

मांजर, काटेरी झुडुप, दोन ग्रहांत संघर्ष– ही सगळी अशुभ लक्षणे आहेत.''

रेखेव क्षणभर पाण्याकडे बघतो आणि मला विचारतो, ''मला एक सांग सादिया, तुला तुझी नाना स्वप्नात दिसते का?''

''ती गेल्यानंतर मला ती फक्त तीनदा स्वप्नात दिसली होती; पण हो, मी पुण्यात आले त्या पहिल्या रात्री मला तिचे स्वप्न पडले होते.''

''कदाचित ती तुलाच शोधत असावी.''

''विचित्र आहे, पण मलाही अगदी तसंच वाटलं.''

''हे मुळीच विचित्र नाही. कोकणात तर असं मानतात, की जे पूर्वज आपल्या वंशजांच्या कल्याणाची काळजी करतात, ते त्यांच्या स्वप्नात येतात. कधी कधी ते आगामी घटनांची सूचना देतात, म्हणजे स्वप्न पाहणारी व्यक्ती त्याबाबतीत सावध राहू शकेल. मला तरी ही कल्पना फार भावलीय.''

*मांडव्यापासून आम्ही शेतांतून* व लहान वस्त्यांतून जाणारी अलिबागची बस या आधीची पकडतो. कासीम व माझा मोटारप्रवास तिथूनच सुरू झाला होता. गावाच्या मध्यावरच्या बसडेपोपर्यंत बस आम्हाला नेते. आता तिथून पुढे रेवदंड्याला कसे जायचे, ते आम्हाला माहिती नसते. आम्ही एका रिक्षाचालकाला विचारतो. तो रस्त्यापलीकडच्या चहाच्या टपरीकडे बोट दाखवतो. तिथे वेगवेगळ्या दिशांना जाणारे प्रवासी सहा आसनी रिक्षांमध्ये शिरत असतात.

अलिबागहून रेवदंड्याला जायला एक तास लागतो. सकाळची उन्हं आता वर आली आहेत आणि दुपारच्या रखरखीची चाहूल देत आहेत. अनेक वळणे घेत जाणारा रस्ता, झाडांनी आणि वेलींनी गच्च आखलेला आहे. भारतात मी पाहिलेल्या गावांपेक्षा इथली हिरवाई काही निराळीच आहे, जास्त हिरवीगार आहे. त्या पानांआडून एखादा नवा बंगला दिसतो. मधूनच एखादे शेतातले जुने शेतघर दिसते. रस्त्यात नारळ पडलेले दिसतात. तीन मुले एकमेकांच्या कमरेभोवती हात टाकून एका लहानशा धुळकट देवळाकडे जात आहेत. अधूनमधून रस्त्याच्या कडेला तात्पुरत्या अशा स्वरूपाच्या टपऱ्या उभारलेल्या आढळतात, त्यांना उंच काठ्यांच्या आधाराने ताडपत्री लावलेली असते. त्या सावलीत एक टेबल, एक पैशांची पेटी, एक गडी आणि छतापासून टांगलेली जनावरांची दोन-तीन मढी असतात.

आम्ही जसे मुंबईपासून दूर जातो आहोत, तसे रेखेव व मी एका सुखद शांततेमध्ये स्थिरावलो आहोत. दर नव्या ठिकाणी तो अगदी सहजपणे, चटकन तिथल्या वातावरणात रमतो. अधेमधे वहीत काहीतरी लिहितो. पूर्वी त्याच्यासोबत मला न जाणवलेली एक सहजता आमच्यात निर्माण झालीय. मला त्याच्याबद्दल आपुलकी, ममत्व वाटायला लागलंय. तो बरोबर आलाय, त्याबद्दल मला खरंच

कृतज्ञता वाटतेय. मला हा प्रवास एकटीने करणे अवघड झाले असते, हे आता कळतंय. त्याचे केस जेव्हा डोळ्यांवर येतात, तेव्हा ते सावरण्याचा मोह मला होतो, पण तो मी निग्रहाने आवरते.

रेवदंड्याच्या शीवेवरच एका मोठ्या किल्ल्याच्या भिंतीचे अवशेष असतात, तिथे ड्रायव्हर आम्हाला नेऊन सोडतो.

त्या शेवाळलेल्या पडझडीत एक लहान सपाट दगड मला दिसतो. त्याच्यावर कोरलेले आहे 'या ठिकाणी पोर्तुगीजांनी इ.स. १५१० मध्ये एक धर्ममठ बांधलेला होता.'

"रेखेव, एके काळी तटबंदी असलेली ही एक नगरी असेल हं." मी उत्साहाने म्हणते.

"एक प्रकारचा किल्ला. ती बघ दगडांची गोल भिंत."

"आपण समुद्राच्या जवळ आहोत. चौल बंदराच्याजवळ." रेखेव भिंत निरखून म्हणतो, "एके काळी हे गाव महत्त्वाचे ठिकाण असले पाहिजे..."

रेवदंड्याचा पोर्तुगीज इतिहास मात्र अज्ञात आहे. गावचा बाजार एका मुख्य लांब रस्त्यावर आहे. एका टोकाला भाजीबाजार व इतर लहान दुकाने. प्रत्येकाला एका लहान ओट्याएवढी जागा आणि दोन्ही बाजूंना त्यांची ओळीने छोटी छोटी दुकाने. मोठ्या दुकानांना दुहेरी दरवाजे आहेत. ते रस्त्यावर उघडतात. त्या दुकानातला माल बाहेरूनही दिसू शकतो. आम्ही तिथून जाताना मी एका शिंप्याच्या दुकानात डोकावते. वाण्याकडे तांदळाची पोती, चहा आणि कोल्ड्रिंक्स असतात. एक मेकॅनिक आणि एक लहानसे उपाहारगृह सुद्धा तिथे आहे. रेखेव व मी चालत जाऊन एका छोट्या चहाच्या टपरीजवळ चहासाठी थांबतो. सुती धोतर नेसलेला एक म्हातारा इसम टपरीच्या पुढे प्रवेशद्वारापाशीच उकिडवा बसून एका रुंद काळ्या कढईतल्या तेलात कांद्याची भजी तळत असतो. तो आमच्याकडे बघून मान डोलवतो. तिथल्या दोन टेबलांपैकीच एका टेबलापाशी आम्ही बसतो.

"या जागेविषयी काहीतरी वेगळं आहे." रेखेव रस्त्याकडे पाहत म्हणतो.

"मलाही वाटतं– पण नक्की काय ते बोट दाखवून सांगता येत नाही."

"मला छाऽऽऽन वाटतंय," तो म्हणतो.

रेखेव हसतो आणि मी जरा दचकतेच. मला त्याच्या गुरगुरण्याची सवय झालेली असते.

"तू का हसतो आहेस?" मी विचारते.

"एक गाढव आत्ताच या दुकानाच्या उजव्या बाजूने गेलं आणि रेकलं– तू ऐकलंस ना?"

"असेल. माझं लक्ष नव्हतं तिकडे."

“प्रवासाच्या सुरुवातीसाठी हा एक फार चांगला शुभशकुन आहे.” तो हसत म्हणतो, “माफ कर हं. मी हल्ली या लोककथा फारच वाचायला लागलो आहे.”

मी त्याला असं हसताना पूर्वी कधीही पाहिलं नव्हतं, हे माझ्या लक्षात येतं. त्याचा तो अगदी निर्मळ, उबदार आवाज ऐकून मलाही हसायला येतं.

चहा घेऊन आम्ही काही रिक्षाचालकांच्या घोळक्याकडे चालत जातो. त्यांचेही आमच्याकडे चौकस, उत्सुक लक्ष असतेच. रेखेव त्यांना डेव्हिड वासकर माहिती आहेत का, म्हणून विचारतो.

“दा–वीद?” ते म्हणतात, “दा...वीद वासकर?”

आम्ही मानेने होकार देतो. त्यांच्यापैकी एक जण आम्हाला तिकडे न्यायला तयार होतो. तो सांगतो, की वासकर जवळच एका खेड्यात राहतात. तिथे जायला वीस रुपये पडतील. आहे द्यायची तयारी? आम्ही हो म्हणतो आणि त्याच्या रिक्षात बसतो.

वासकरांच्या खेडेगावापर्यंतचा रस्ता हा दोन्ही बाजूंनी गडद, हिरव्या पानांनी आच्छादलेला आहे. उंच गवत, ठेंगणी काटेरी झुडपे आणि नारळाची झाडे. काही मिनिटे एका लहानशा रस्त्याने गेल्यानंतर आम्ही त्या गावाच्या चौकात येतो आणि इथल्या तुलनेत रेवदंडा म्हणजे गजबजलेले शहर वाटायला लागते. इथे एक चिमुकले दुकान आहे. तिथल्या मालकाला, कमरेइतक्या उंच फळीच्या मागून चिक्की आणि घरगुती बिस्किटे, शाळेतून परत जाणाऱ्या मुलांना विकण्याइतकीच जागा आहे. बहुतेक लोक घरांच्या उघड्या दरवाज्यांत बसून रहदारी बघत बसली आहेत आणि तिथूनच येणाऱ्या-जाणाऱ्यांशी दोन शब्द बोलून विचारपूस करताहेत. क्वचितच एखादी सायकल रस्त्याने जाताना दिसते अन् वाटेतल्या लोकांना सावध करायला घंटी वाजवत पुढे जाते. एक कंटाळलेली बाई विहिरीतले पाणी शेंदून काढीत असते. खाली बादली सोडायची आणि पाण्यावर होणारा आवाज ऐकून ती पुन्हा वर ओढून घ्यायची.

आम्ही एका घरासमोर थांबतो. तिथे एक बाई टाचांवर उकिडवी बसलेली आहे. तिने दोन्ही हात दोन्ही गुडघ्यांवर ठेवलेले आहेत. माझ्या प्राथमिक हिंदीचा प्रयोग मी तिच्यावर करते, अगदी नेहमी सराईतपणे बोलत असल्यासारखी.

“डेव्हिड वासकर खिदर है?” डेव्हिड वासकर कुठे आहेत?

“इथेच, अर्थात.” ती म्हणते, “ते दुसरीकडे कुठे असणार?” ती हाताने पुढे जायची खूण करते.

आम्ही आणखी काही शेकडो मीटर पुढे जातो. तिथे दोन माणसे स्कूटरवरून जाताना दिसतात. रेखेव बाहेर डोके काढतो आणि त्यांना डेव्हिड वासकर माहिती आहे का म्हणून विचारतो.

“माहिती आहे का?” स्कूटरचालक म्हणतो, “प्रत्येकाला तो माहिती आहे.

या आळीच्या अगदी शेवटी जा.'' त्याचा मित्र हाताने पुढे जायची खूण करतो. ''ते घर मोठं आहे, तुम्हाला दिसेलच.''

पुढे रस्ता अरुंद होतो आणि शेवटच्या वळणावर आम्हाला एका आवारात एक निळे घर दिसते. शेजारी आणखी दोन इमारती आहेत. या प्रत्येक इमारतीच्या वरच्या बाजूला छानपैकी कोरलेला आणि रंगवलेला 'स्टार ऑफ डेव्हिड' आहे. चुकणे शक्यच नव्हते.

''हेच आहे ते, रेखेव.'' मी म्हणते.

आम्ही रिक्षातून उतरतो आणि आवारात तुरुतुरू चालायला लागतो. उजव्या हाताच्या इमारतीच्या मागल्या बाजूने वेगळ्याच तऱ्हेचा, झुलत्या ठेक्याच्या गाण्यासारखा आवाज येतो. गडद निळ्या कापडाची टोपी, बिनबाह्यांचा सदरा आणि हाफ-पँट घातलेले एक म्हातारे गृहस्थ बाहेर येतात. ते सत्तरीच्या पुढचे असावेत, पण त्यांचे चालणे मात्र तुडतुडीत आहे. त्यांचे डोळे अत्यंत तेजस्वी आहेत, जणू काही त्यांना सगळी गंमतच वाटतेय असे त्यात भाव. ते आमच्याकडे बघतात आणि त्यांचं गाणं थांबवतात. मला तिथलं वातावरण ओळखीचं असल्यासारखं वाटतं.

''शालोम!'' मी हाक मारते, ''आप डेव्हिड वासकर है? तुम्ही डेव्हिड वासकर आहात का?''

त्यांच्या चेहऱ्यावर छानसे हसू उमटते.

''हां.'' हृदयावर हात ठेवत ते म्हणतात, ''मीच डेव्हिड वासकर, शालोम.''

मी रेखेवची ओळख करून देते आणि तो आमच्या येण्याचे कारण त्यांना खुलासेवार सांगतो. त्या भागात आणखी काही बेने इस्राईल कुटुंबे अजूनही तेलाचा घाणा चालवतात का, त्याची माहिती काढायला आम्ही आलो आहोत, हेही सांगतो. त्या गृहस्थांशी रेखेवचा सूर इतक्या चटकन जमतो, की मला आश्चर्य वाटते आणि आनंदही होतो. तो त्या वयस्कर इसमांशी प्रेमाने, आदराने बोलतो आणि ते वृद्धही त्याला तसाच प्रतिसाद देतात.

''तुम्ही मुंबईवरून आमच्यासाठी इतक्या लांब आलात?'' ते हसत विचारतात नि आम्ही हो म्हणतो.

''या, या.'' रेखेवच्या पाठीवर प्रेमाने हात ठेवत ते म्हणतात, ''तुम्ही आमचे पाहुणे आहात. या, बसा. आता दुपारी वीज बंद असते; पण नंतर काही वेळाने येईल. तोपर्यंत आराम करा आणि काहीतरी प्यायला घ्या.''

ते एका मोठ्या झाडाखाली आम्हाला बसायला दोन प्लॅस्टिकच्या खुर्च्या आणून ठेवतात आणि स्वत: जमिनीवर मांडी ठोकून बसतात. एक कोयता घेऊन एक शहाळे तासतात. घरात जाऊन दोन ग्लास आणतात आणि त्या मोठ्या नारळातले पाणी ग्लासात ओततात. आम्ही त्यांच्या आदरातिथ्याबद्दल त्यांचे आभार मानतो आणि

आजूबाजूचे आवार न्याहाळत ते गोड नारळपाणी पितो. तिथे तीन इमारती व एक लाकडी गोठा एका मोठ्या अंगणाच्या भोवती आहेत. अंगणात एका खोल मोठ्या पन्हळीत तपकिरी बिया वाळत ठेवलेल्या आहेत. आमच्या पाठीमागे दोन बैल गोठ्यात शांतपणे कडबा चघळत उभे आहेत. काही कोंबड्यांची पिल्ले आमच्या पायांमधून आरामात फिरत आहेत. काहीतरी टिपत मधूनच केकाटताहेत. लाकडाच्या वखारीत दोन सुतार जमिनीवर बसून वासे तासत आहेत. आवाराच्या मध्यभागी एका मोठ्या झाडाला एक मोठा, हाताने बनवलेला लाकडी झोपाळा, लोखंडी पट्टीने ठोकलेला आहे. ही अतिशय शांत जागा आहे. रहदारी म्हणजे एकसारख्या सायकलींवर बसून शाळेत जाणाऱ्या गणवेषातल्या दोन मुली तेवढ्याच दिसतात.

"मला हे घर फारच आवडलं," रेखेव मला म्हणतो. एका इमारतीतून एक मिशीवाला बलदंड तरुण बाहेर येतो आणि आमच्याकडे स्नेहशील, चौकस नजरेने पाहतो.

"माझा मुलगा." डेव्हिड म्हणतात, "बेंजा, बेंजामिन."

आम्ही हॅलो म्हणतो आणि हस्तांदोलन करतो व आगंतुकासारखे आल्याबद्दल दिलगिरी व्यक्त करतो.

"छे, हो." बेंजामिन प्रसन्नपणे म्हणतो, "तसं काही नाही. असू दे."

तीन छोटी मुले, काळ्याभोर केसांचे; सुमारे पाच वर्षांचे दोघे मुलगे आणि साधारण सात वर्षांची एक मुलगी घरातून पळतच बाहेर येतात आणि आमच्याकडे पाहत राहतात.

"त्यांना तुमची नावे सांगा!" डेव्हिड म्हणतात आणि ती दोघं मुलं हसतात नि थोरल्या बहिणीच्या मागे लपतात.

"तुम्ही कोण आहात?" ते पुन्हा विचारतात. मुलं संकोचानं आक्रसतात आणि बोलायला घाबरतात.

शेवटी त्यांच्यातला एक मुलगा डोकं वर काढून त्याचं नाव, गाव, सगळा पत्ता शाळेत शिकवतात, तसं उंच स्वरांत धडाधडा म्हणून टाकतो.

"माझं नाव आहे सियॉन एलिस वासकर. राहणार रेवदंडा, बाजारपाडा, उस्तानचा उस्तान, अलिबाग, जिल्हा रायगड."

"फार छान!" डेव्हिड वासकर म्हणतात, "छान सांगितलंस हं! आणि आता तुम्ही दोघं."

"माझं नाव एलिझाबेथ बेंजामिन वासकर. राहणार रेवदंडा, बाजारपाडा, उस्तानचा उस्तान, अलिबाग, जिल्हा रायगड." तिचा आवाज घोगरा आहे, तिच्या वयाला न शोभेसा.

"एलान?" डेव्हिड छोट्या मुलाचे लक्ष वेधण्यासाठी हाक मारतात. "एलान?"

पण एलान काही बोलत नाही. तो बहिणीच्या मागून पळतो आणि ही अवघड कामगिरी टाळण्यासाठी एका झाडाआड लपतो.

"मूर्खपणा आहे." असं म्हणून डेव्हिड आमच्याकडे वळतात. "ही माझी नातवंडं. सियॉन, एलायझा, एलान." वर्षा-सव्वावर्षाचा एक छोट्या, घरातून अडखळत बाहेर येतो आणि अंगण ओलांडून थेट त्याच्या आजोबांकडे जातो. तो नुकताच चालायला शिकलाय आणि आपण एका जागेवरून दुसरीकडे एकटे जाऊ शकतो, याचे त्याला नवल वाटत असावे.

"आहा!" डेव्हिड खुशीत येतात. "इस्राईल!" ते त्या बाळाला उचलून मांडीवर घेतात आणि बाळोबाही आजोबांच्या गुडघ्यावर घोडा करून स्वार होतो. त्याचे छोटे गुटगुटीत पाय दोन्ही बाजूंना लोंबकळत असतात आणि तो आमच्याकडे पाहू लागतो.

"याचं नाव इस्राईल आहे?" मी विचारते.

"होय, त्याचं नाव इस्राईल," डेव्हिड म्हणतात, "आम्ही त्याचं नाव इस्राईल ठेवलंय!"

"तुमच्या कुटुंबात तुम्ही किती जण आहात?" मी विचारते आणि रेखेव माझ्या प्रश्नाचे भाषांतर करतो.

"मला दोन बायका होत्या. त्यातली एक आता नाही." डेव्हिड सांगतात, "दोघे मुलगे इथे असतात, बेंजामिन नि एलिस आणि त्यांच्या बायका व मुले, माझी

दोन मुले इथे आहेत आणि दोन इस्राईलमध्ये आणि मी, डेव्हिड वासकर. हिंदू मला दावीद म्हणतात. मुसलमान मला दाऊद म्हणतात. दावीद, दाऊद.'' त्या विचाराने डेव्हिडना हसायला येतं. ''काय करणार? मी इझरायल ज्यू आहे. तरीसुद्धा मला इथे काहीही प्रॉब्लेम नाहीत. सगळे जण माझे मित्रच आहेत. लोक मला खूप मान देतात. द्यायलाही हवा. आम्ही इथे बरीच वर्षे आहोत ना!''

डेव्हिड मराठी ढंगाचे हिंदी बोलतात. मराठी ही या प्रांताची भाषा आहे आणि ती ते अगदी सफाईने भरभर बोलतात. रेखेव मराठी बोलत नाही; पण मला हळूच सांगतो, की डेव्हिडचे ठासून बोलणे त्याला नीटसे समजत नाहीये. ''तरीपण ते अगदी भारून टाकतात. तुला नाही असं वाटतं?'' तो मला हळूच विचारतो आणि त्यांच्या संभाषणाने तो प्रभावित झालाय, हे मी समजू शकते.

''तुमच्या या गावात ज्यू लोक केव्हापासून आहेत?'' मी विचारते.

''ओह, ती एक फार जुनी गोष्ट आहे. फार, फार वर्षांपूर्वीची. एक जहाज होतं. ते इस्राईलहून आलेलं होतं. इथे यायला त्या जहाजाला महिना लागला. आता काय, जेट विमानानं पाच-सहा तासांत जाता येतं. माझी बायको सांगेल. ती आत्ताच तिकडे जाऊन भेटून आली. पूर्वीच्या काळी मात्र महिना किंवा जास्तच दिवस लागत आणि मग तेव्हा एक जहाज फुटलं. आम्ही इथे उतरलो. तेल काढायला सुरुवात केली आणि ते गाड्यांवर घेऊन खेड्यापाड्यांतून विकायला सुरुवात केली. बियांपासून तेल काढणारे, म्हणून लोक आम्हाला तेली म्हणायला लागले. ते आम्हाला खालच्या जातीचे समजायचे; पण आम्ही ज्यू आहोत, हे त्यांना माहिती नव्हते. तरीसुद्धा आमचे सर्वांशी अजूनही पटते. हिंदू व मुसलमानांचे प्रश्न हे आमचे प्रश्न नाहीत.''

''तुम्ही अजून तेल काढता?''

''आम्ही बाराही महिने तेलाचा घाणा चालवतो. माझी बायको आणि मी जाऊन ते बाहेर विकतो. आता ते जरा कठीण व्हायला लागलंय. लोक दुकानातून तेल विकत घेतात, त्यामुळे आता त्यांना आमचं तेल घ्यायची सवय कमी होऊ लागलीय; पण मी अजूनही तेच काम करतो. मी अगदी लहानशा खेड्यांमधून सुद्धा जातो. मला आवडतं ते– बैलगाडीतना प्रवास करणे, नवीन ठिकाणे पाहणे. मला प्रवास खूप आवडतो आणि घरी परत यायलासुद्धा खूप आवडतं. माझ्यावर देवाची कृपा आहे, माझं कुटुंब चांगलं आहे. सगळी माणसं कष्ट करणारी आहेत. आम्ही जे पिकवतो, विकतो, तेच खातो. जास्त काही नाही. देवाने मला पुरेसं दिलंय आणि त्याबद्दल मी कृतज्ञ आहे.''

''मला तुम्हाला काहीतरी दाखवायचंय.'' बॅगेतून बेने इस्राईलवरच्या इतिहासाचे एक पुस्तक बाहेर काढीत मी म्हणते, ''तुम्ही या लोकांना ओळखता?'' मी त्यांना जुन्या तेलचक्कीवर बसलेल्या दोन बायका व मागे दोन बैल आहेत, असे छायाचित्र दाखवते. (फोटो दाखवते.)

"मस्त!" डेव्हिड म्हणतात, "वाहऽऽऽ" आणि चकित होऊन आनंदाने मान हलवतात, "ही आमची नात्यातली बहीणच आहे. ती आता इस्त्राईलला गेली आहे. ही दुसरी सुद्धा, तीही इस्त्राईलला गेलेली आहे. आम्ही त्यांना कित्येक वर्षांत भेटलेलो नाही आणि त्या या पुस्तकात आहेत? मस्त! हे पुस्तक कुठून आलंय, मुंबईहून का?"

"नाही, अमेरिकेहून," मी सांगते.

"अमेरिका से?" ते थक्क होऊन म्हणतात, "मस्त!"

डेव्हिड त्यांच्या बायकोला हाक मारतात आणि बाहेर येऊन फोटो बघायला सांगतात. ती एका घरातून सावकाश बाहेर येते, डोके खाजवत आणि जरा त्रासलेली. तिचे केस थोडे विस्कटलेले आहेत. बहुधा ती दुपारची डुलकी घेत असावी. आम्ही कोण आहोत, ते डेव्हिड तिला चटकन सांगतात. आम्ही इतक्या लांबून– अमेरिकेहून– बेने इस्त्राईलबद्दल एक पुस्तक आणलंय आणि त्या पुस्तकात त्यांची बहीण आहे. मिसेस वासकर पुस्तकातला तो फोटो बघते. आमच्याकडे चकित नजरेने बघते आणि ते पुस्तक उलटसुलट तपासून पाहते आणि तिला त्याचे अप्रुप वाटते. ती आवाज चढवून भराभरा बोलायला लागते. घरातल्या तरुण स्त्रिया, वासकरांच्या मुलांच्या बायका, काय गडबड आहे, ते पाहायला अंगणात येतात. त्या दोघीही एकाच वयाच्या असाव्यात. पंचविशीच्या आसपास. त्यांनी फुलाफुलांचे छापील कापडाचे घरातले गाऊन घातलेले आहेत. त्यातली एक शिडशिडीत, नीटस, प्रेमळ चेहेऱ्याची आहे. दुसरी ठेंगणी, गोलसर, नाजूक चेहऱ्याची व हसरी आहे.

"काय झालं?" इस्त्राईल बाळाला एका हातावर उचलून घेत ठेंगणी विचारते.

मिसेस वासकर त्यांना ते पुस्तक देते आणि दोघेही ते चित्र बघतात. त्या पानावर बोट ठेवून त्या चित्रातल्या दोन नातलग बायकांबद्दल बहुतेक त्या बोलत असाव्यात. तेवढ्यात डेव्हिड यांचा दुसरा मुलगा एलिस बाहेरून येतो, त्याला हा पुस्तकाभोवती जमलेला घोळका दिसतो. तो बेंजामिनपेक्षा जरा जाडा आहे. त्याला त्या पुस्तकाविषयी फारसे औत्सुक्य दिसत नाही, पण कर्तव्य म्हणून तो पुस्तकात डोके घालतो आणि आम्हाला डोके हलवून अभिवादन करतो.

"तुम्ही अजून याच पद्धतीने तेल काढता?" रेखेव विचारतो.

चित्रातल्या घाण्याच्या खालच्या भागातल्या एका गोल पिंपाकडे बोट दाखवत डेव्हिड म्हणतात, "हा भाग तसाच आहे, पण आता आम्ही बैल लावून घाणा चालवत नाही."

"मग चक्की कशी फिरवता?"

डेव्हिड भुवया उंचवतात आणि दोन्ही बाजूंना मान हलवत म्हणतात, "ये मेकॅनिक है," ते अभिमानाने सांगतात, 'ते मेकॅनिक आहे.'

डेव्हिड आम्हाला तिथल्या एका घरात घेऊन जातात. ती एक छोटीशी, अंधारी जागा आहे. सारवलेली मातीची जमीन आणि झापांचे छत. तेलाचा घाणा एका कोपऱ्यात आहे. तिथे बाजूला एक जुनाट डोलती आरामखुर्ची आहे आणि गवताचे भारे आहेत. ती चक्की म्हणजे एक भलीमोठी, अनाकलनीय वस्तू आहे. त्यात एका खोल घमेल्यात बिया भरलेल्या आहेत आणि त्याच्या मध्यभागातून एक लाकडी ओंडका बाहेर आलेला आहे. तो यंत्राने गोलगोल फिरविला जातो आणि बियांचा लगदा होतो.

"हा चालतो कसा?" मी विचारते आणि तितक्यात आमच्या डोक्यावरचा एकमेव विजेचा बल्ब जणू आपोआप लागतो.

"वीज आली हं पुन्हा!" डेव्हिड एकदम उद्गारतात, "चला, आम्ही तेल कसं काढतो, ते मी तुम्हाला दाखवतो."

डेव्हिड भिंतीवरचे एक स्विच दाबतात आणि ती चक्की डुलत डुलत फिरायला लागते. तो लाकडी ओंडका वर्तुळाकार फिरायला लागतो. बिया पिंपाच्या कडेवर चेचल्या जातात आणि त्यांचा एक तपकिरी लगदा होतो. डेव्हिड खाली उतरून मधूनमधून त्यात एक काठी फिरवतात, म्हणजे खालच्या भोकात अडकलेला चोथा वेगळा होतो व तेल सहज खाली पडू शकते. तो मार्ग मोकळा झाला, की जाड, गढूळ, बदामी रंगाचे द्रावण त्यातून पिळून निघते आणि खाली ठेवलेल्या एका पत्र्याच्या भांड्यात गोळा होते. नंतर डेव्हिड आम्हाला सांगतात, की त्यानंतर ते द्रावण गाळून विकण्यापूर्वी पुन्हा स्वच्छ करावे लागते.

मी त्या चक्कीचे काही फोटो घेते आणि डेव्हिड तेल काढीत असताना त्याचे व्हिडीओ-शूटिंग करते. "हे तेल काढायचं काम तुम्ही केव्हापासून करता आहात?" मी त्यांना विचारते.

"माझे वडील, त्यांचे वडील आणि त्याहीपूर्वी त्यांचेही वडील. आम्ही हिंदुस्थानात आल्यापासून ज्यू लोक तेलाचा धंदा करत आले आहेत. तेली म्हणजे तेल काढणारा, शनिवार म्हणजे सॅटरडे. गावातले लोक आम्हाला शनिवारचे तेली म्हणत असत. म्हणजे शनिवारी काम न करणारे तेली. ही आता जुनी गोष्ट आहे म्हणा." ते मान हलवत सांगतात, "ही गोष्ट म्हाताऱ्या मंडळींकडून ऐकत ऐकत आता मीही म्हातारा झालो आहे... अशा जुन्या पद्धतीने तेल काढणाऱ्यांपैकी आता फक्त आम्हीच उरलो आहोत. माझ्या मुलांच्यानंतर दुसरे कुणी पुढे हे करतील, असं मला वाटत नाही. माझ्या मुलांच्या मनातून त्यांच्या मुलांना हे काम शिकवायचं नाहीये."

"त्याचं काय कारण?" रेखेव विचारतो.

"कॉलेज!" डेव्हिड गरजतात, "त्यांच्या मुलांसाठी त्यांना कॉलेज हवंय,

म्हणजे मोठेपणी ते इस्त्राईलला जातील.'' आपला मुद्दा ठसवण्यासाठी पुढे-मागे मान हलवत ते म्हणतात आणि लगेच चक्कीकडे बघत त्यात मुठीमुठीने दाणे आत भरडायला फेकत राहतात.

''मी किती पुस्तके वाचली असतील?'' डेव्हिड मला कोडे घातल्यागत विचारतात, ''दोन पुस्तके (दोन यत्ता)'' ते पुढे सांगतात, ''मी शिकलेला नाही. माझ्याकडे शिकायला पैसेच नव्हते.'' डेव्हिड डोक्यावर हॅट ठेवल्यासारखा हात ठेवून म्हणतात, ''हॅट घाला आणि मग अभ्यासाला जा; पण हॅट घ्यायला पैसे कुठे होते?'' ते हसतात. ''तरीदेखील माझं आयुष्य कसं गेलं बघा. मी इथे काम केलं, मुंबईत काम केलं. कसले कसले दिवस मी बघितलेले आहेत. माझी मुले चांगली आहेत. भरपूर मेहनत करतात. जे कमावतो, ते खातो. आम्ही मसजिदीची देखभाल करतो. बेंजामिन थोडेफार हिब्रू शिकलेला आहे. देवाची कृपा आहे माझ्यावर. चला! आता चहा पिऊ या. मी तुम्हाला आणखी काही सांगेन.''

ते टुणकन उठतात आणि बाहेरच्या बाजेवर– चारपाईवर– बसतात. बाज म्हणजे लाकडी चौकटीवर नारळाच्या काथ्यांनी विणलेला पलंग. त्याच्यावर जुन्या कपड्यांचा ढीग असतो. तो बाजूला सारून डेव्हिड इस्त्राईल बाळाला उचलून मांडीवर घेऊन बाजेवर बसतात व त्यांच्या बायकोला चहा करायला सांगतात.

''तुम्ही मुंबईत किती वर्षे होतात?'' प्लॅस्टिकच्या दोन खुर्च्या आम्ही उचलून आणताना रेखेव विचारतो.

''मी तिथे नऊ वर्षे होतो. तरुण असताना. महिन्याला सात रुपये पगार होता तेव्हा. नंतर पंधरा रुपये झाला. तो पगार मी घरी आई-वडिलांना पाठवत असे. गावातल्या प्रत्येकाला ते दाखवून सांगत, की त्यांच्या मुलाने पंधरा रुपये पाठवले आहेत. असे दिवस मी काढले होते...''

''ते दिवस चांगले होते की आजचे दिवस चांगले आहेत?'' रेखेव विचारतो.

''आजचे दिवस चांगले आहेत.'' डेव्हिड आवेशाने म्हणतात, ''मी हळूहळू जास्त कमवायला लागलो. मग माझ्या पहिल्या बायकोशी माझे लग्न झाले. आम्हाला मुले झाली नाहीत, म्हणून मी दुसरी बायको केली. मग दोघींनाही मुले झाली. काय करणार? माझे दोघींशीही लग्न झाले होते ना!'' त्या आठवणीने डेव्हिडना हसू येते. ''तेव्हा आम्ही सगळे जण एकत्र राहत होतो. दोघे मुलगे इस्त्राईलला गेले. दोघे इथे आहेत. माझी मुलगी मुंबईत असते. बहुतेक सारे ज्यू इस्त्राईलला गेले आहेत. या भागात आमची चार-पाच कुटुंबे तेवढी राहिली आहेत. आमच्या गावात पाच ज्यू आहेत. चौलमध्ये एक जण आहे आणि आणखी एक जण इथून आठ किलोमीटरवर राहतो. आम्ही ईदला भेटतो.''

''रेखेव, ते ईद म्हणाले का?'' मी आश्चर्याने विचारते, कारण रमजान संपल्याची

खूण म्हणून ईदचा सण असतो. तोच शब्द डेव्हिडने सुट्टीसाठी वापरला होता. रेखेव त्याला खुलासा विचारतो आणि मला सांगतो, की मोठ्या सुट्ट्यांना डेव्हिड सरसकट तोच शब्द वापरतात. नंतर डेव्हिड मुस्लिमांबद्दल एक लांबलचक स्वगत म्हणतात, पण त्यातलं मला काहीही कळत नाही.

"आता इतके कमी ज्यू इथे उरले आहेत, तर तुम्ही इथेच राहाल की इस्राईलला स्थलांतर कराल?" रेखेवने विचारले.

"कसेही करून माझी इच्छा आहे, की आम्ही इथेच राहावं," त्या आवाराकडे नजर टाकीत ते म्हणतात.

"आम्ही गेलो तर मशिदीची व्यवस्था कोण बघेल? स्मशानाची व्यवस्था कोण बघेल? माझ्या पहिल्या बायकोची कबर इथेच आहे. तिला मागे सोडून मला दुसरीकडे जायचं नाही. इस्राईल ही माझी पितृभूमी आहे, पण भारत ही माझी मातृभूमी आहे."

"तुमच्या नातवंडांचं काय?" मी छोट्या इस्राईलकडे बघत विचारते. "हा इस्राईल इथे भारतातच राहील की इस्राईल पुढे कधीतरी इस्राईलला निघून जाईल?" डेव्हिड इस्राईलकडे बघतात. तो छोटाही आजोबांकडे टक लावून बघतोय.

"त्याला जायचं असेल, तर तो जाईल." डेव्हिड हळुवार होऊन म्हणतात, "इथे राहायचं असलं, तरी तो राहू शकतो."

उत्तरादाखल छोटा इस्राईल गुरकावतो आणि डेव्हिड त्याला गुडघ्यांवर उडवत हसतात.

"बरोब्बर? ज्यांना जायचंय त्यांनी जा म्हणावं! तू इथे खुश्शाल राहू शकतोस माझ्याबरोबर!"

मिसेस वासकर चिरा पडलेल्या तीन कपांतून गरमागरम चहा घेऊन येते आणि औषधाच्या काही गोळ्या ठेवलेली एक बशी डेव्हिड यांच्या पुढ्यात ठेवते व त्या गोळ्या घ्यायची आठवण करते.

डेव्हिड तिच्याकडे लटक्या रागाने बघतात आणि आमच्याकडे बघून डोळे मिचकावतात. "माझी बायको औषधे देऊन मला मारणार आहे." ते तिला चिडविण्यासाठी म्हणतात, "ती माझ्याबद्दल तक्रार करतेय; पण जर मी तिच्याअगोदर गेलो, तर तिला खूप वाईट वाटेल. होय ना गं?"

स्वयंपाकघरात वळण्यापूर्वी मिसेस वासकर मराठीतून काहीतरी सणसणीत उत्तर देते. डेव्हिड आमच्याकडे संगनमत केल्यासारखे बघून पुन्हा डोळे मिचकावतात.

*"मला ही ट्रिप आवडली,"* दिवसाअखेरीस अलिबागला परत जाताना सहाआसनी रिक्षात बसल्यावर रेखेव मला सांगतो. "मी वाढलो त्या भागापेक्षा हा इकडचा भाग

किती वेगळा आहे. तुला जितका परकीय वाटतोय, तितकाच परकीय मलाही वाटतोय. अरे हो, तुला निमंत्रण आहेच, सप्टेंबरमध्ये, कोणत्यातरी सणासाठी. डेव्हिड सांगत होते, की ते एक प्रकारची झोपडी बांधतात आणि मग तेथे भरपूर नाचायचे आणि फळे चिरडायची.''

''सुक्कोथ आणि सिम्हथ तोराह!'' मी म्हणते.

''तेच असेल. तो सुगीचा काळ असतो. ज्यू लोक एक सुक्का बांधतात, म्हणजे घराच्या नि सिनगॉगच्या बाहेर एक तात्पुरती झोपडी बांधलेली असते. ज्यू लोक चाळीस वर्षे आसऱ्यासाठी भटकत राहिले होते, त्याची आठवण म्हणून हा उत्सव ते सात दिवस साजरा करतात. नंतर सिम्हथ तोराहच्या दिवशी सिनगॉगमध्ये उत्साह असतो. वार्षिक तोरा वाचनाचे चक्र पूर्ण झाले म्हणून...''

एकाएकी मला तीव्रतेनं वाटतं, की मी पुन्हा रेवदंड्याला येईन, तेव्हा रेखेवनं माझ्याबरोबर यायला हवं. मी त्याच्या शिवाय इथे परत येणं, ही कल्पनाही करू शकत नाही. ''तू येशील माझ्याबरोबर?''

रेखेव सरळ नाकासमोर बघत माझ्या प्रस्तावावर विचार करत असल्यासारखा आविर्भाव करतो.

''मला नाही तसं वाटत,'' तो म्हणतो. निराशेची एक कळ मला जाणवते.

''तो मुस्लिमांबद्दल काय बोलत होता रे?'' मी विषयांतर करायचा प्रयत्न करते.

''हो, ते अगदी गमतीदार आहे. इस्राईल-पॅलेस्टाईन यांच्या भांडणाशी त्यांचा काहीही संबंध नाही– कदाचित तुला तसं वाटलं असेल.''

''मी विचारच करत होते.''

''खरं तर त्यांनाही त्याची विशेष माहिती नाही. त्यांची मुस्लिमांबद्दलची तक्रार वेगळीच आहे. त्यांच्यामध्ये भावाभावांच्या मुलांची लग्ने होतात, ते डेव्हिडना पटत नाही. त्यांच्या मते, बेने इस्राईल पुरुषाने आतेबहिणीशी लग्न करायला हरकत नाही, पण चुलत भावंडांची लग्ने होऊ नयेत, त्याबद्दल ते फारच अस्वस्थ झाले होते. मीही थोडेफार मानववंशशास्त्र वाचलंय. नातेसंबंधांच्या पद्धती, नमुने वगैरेबद्दल. मला ते आठवतंय.''

''पण फक्त याच कारणामुळे त्यांना मुसलमान लोक आवडत नाहीत का?'' मी विचारते, ''कदाचित आणखीही दुसरं काहीतरी कारण असू शकेल.''

''अर्थातच आहे.'' रेखेव म्हणतो, ''सादिया, भारतातल्या निरनिराळ्या जाती-जमातीतले परस्परसंबंध, हे तुझ्या घरी तुम्हाला मोठे होताना शिकवले गेले, तितके सोपे, सरळ नि साधे नसतात. मला तुझी कथा आवडते, एकाच घरात तीन धर्मांच्या वेगवेगळ्या वाटांवरून शिकत, तुम्ही मोठे झालात. ही अगदी संपूर्णपणे अमेरिकन

कल्पना आहे; पण अगदी स्पष्टच सांगायचं झालं, तर मला डेव्हिड वासकर जास्त लवकर समजतात. जरी ते मला परक्या असणाऱ्या प्रांतातले व धर्मातले असले तरीही...''

रिक्षाच्या बाहेर दिसणाऱ्या नैसर्गिक देखाव्याकडे हात दाखवत रेखेव म्हणतो, ''मला रेवदंड्याबद्दल काहीही माहिती नाही; पण हे पूर्वग्रह, कलुषित मतं, शेजारच्या माणसांबद्दल सतत मनात भीती बाळगतच लहानाचं मोठं होणं, हे सगळं मला समजतं. मी अनेक जातीजमातीच्या लोकांमध्ये राहिलो, त्यांच्यातच मोठा झालो, पण मी शाळेतून रात्री उशिरा घरी आलो आणि एखाद्या मित्राच्या घरी जेवलो असं कळलं, तर माझी आई संतापायची.''

''ते का?''

''कारण आम्ही ब्राह्मण आहोत आणि त्याच पद्धतीनं आम्ही वाढलो, अंतर ठेवूनच. अजूनसुद्धा हे पूर्वग्रह मनात ठसलेले असतात. माझा त्यांच्यावर विश्वास नाही; पण ते विचार माझ्या अंगात कुठेतरी मुरलेले आहेत. मित्रांच्या घरी जेवताना मला फार अवघडल्यासारखं होतं. तू आणि मी, आपण तुला हवे तसे मित्र होऊ, असं मला सांगता नाही येणार.''

''का नाही?''

''तुझ्या मनात भारताविषयी एक कल्पना आहे. तुला इथे येऊन काहीतरी शोधायचं आहे. ते मिळालं, की तुला आपण जास्त परिपूर्ण आहोत, असं वाटायला लागेल. कसं का होईना, पण तू ठरवलं आहेस, की तुझ्या या योजनेत मी एक भाग आहे, मी तुला काहीतरी शिकवू शकेन. मैत्रीची तुझी एक आदर्श कल्पना आहे. माझे असले कोणतेही चुकीचे भ्रम नाहीत. तुझ्या इथल्या कामाचं संपूर्ण रूप हे एका शोध घेण्याच्या कल्पनेवर बेतलेलं आहे; पण त्यात तू काही वेगळं शोधते आहेस, असं मला खरोखरच वाटत नाही.''

''अर्थात, मी शोधते आहेच...''

''मला असं वाटतं, की जेव्हा तू मोठी होत होतीस, त्या वेळी तू कोण आहेस, याबद्दल तुझ्या मनात काहीही गोंधळ नव्हता; पण गोंधळ हा नेहमी पुढच्या प्रवासासाठी नैसर्गिक चालना देणारा असतो आणि सध्या तू तशा गोंधळून गेलेल्या अवस्थेत आहेस. तुला जे काही शोधायचे आहे, त्यात फारशी स्पष्टता नाही, तर उलट त्यात गुंतागुंतच जास्त आहे.''

रिक्षाच्या बाजूला घासटून जाणाऱ्या गवताच्या उंच तुऱ्यांकडे बघत, त्यावर काय उत्तर द्यायचे, याचा मी विचार करते.

''तुला असं नाही वाटत, की जर हा प्रवास करण्याची माझ्यावर कुणीतरी सक्ती केली असती– म्हणजे तू म्हणतोस तशी गुंतागुंत करण्याची– तर मग मी

गोंधळून जाणे, ही त्यातली एक आवश्यक पायरीच आहे ना? जर मी इथे काहीतरी आणखी जास्त समजावून घ्यायला आले नसले, तर मग मी इथे का आणि कशासाठी आले आहे, असं तुला वाटतं?''

''ती वरवरची समजूत आहे, जी तुला हवी आहे नि ती तुला मिळेलही. तू भरपूर कष्ट घेशील, हे लोक तुला आपली म्हणून स्वीकारतील. तू त्यांचे फोटो काढशील, त्यांची कहाणीही सांगशील आणि तू ज्या दुनियेतून आलीस तिकडे पुन्हा परत जाशील मग तुला स्वत:बद्दलचाच खूप अभिमान वाटेल.''

''असं कसं तू म्हणू शकतोस?'' मी एकदम चिडूनच विचारते. ''तुला माझ्याबद्दल किंवा माझ्या विश्वाबद्दल काहीच माहिती नाही आहे.''

''नसेलही; पण मला एक माहिती आहे. ज्या प्रश्नांनी तुला इथे गावात अडकवलेलं आहे, ते प्रश्न सोडविण्यात तू अनेक महिने, वर्षेही खर्च करशील. त्यातले काही प्रश्न अजून तू पुरते मांडलेले देखील नाहीस, तुला त्याची नीटशी कल्पनाही नाही; पण अशी वेळ येईल, की तुला काहीतरी साधं, सोपं काम करावंसं वाटेल. तुला असं अनेकदा वाटेल.''

''तू मला हे काम सोडायचं नाही, असं सांगतो आहेस!''

''मी तुला तुझ्या गोष्टीमधलंच काहीतरी सांगतोय, तुझ्या आजीबद्दल काहीतरी, जे माझ्यावरही परिणाम करते आहे, त्याचा संसर्ग मलाही होतो आहे आणि केवळ म्हणूनच, मला पटलं नसलं तरी, मी तुला मदत करतो आहे. तू महत्त्वाकांक्षी आहेस आणि तुला काहीतरी चांगलं काम करायचं आहे. हे मला आवडतं.''

''म्हणजे तू माझ्याबरोबर त्या सुगीच्या उत्सवाला येशील, होय ना?'' मी जरा धिटाईने विचारते.

रेखेव क्षणभर डोळे मिटतो.

''याच कारणामुळे मी मैत्री करत नाही.'' रेखेव म्हणतो.

''का?'' मी विचारते.

''लोक नेहमी सोडून जातात. पुस्तके जास्त भरवशाची असतात.''

# ज्यू आणि भारतीय

*मुंबई, एप्रिल २००२*

भायखळ्याची मागन डेव्हिड सिनगॉग ही एखाद्या स्मारकासारखी आहे. एक मोठी, विटकी, पिवळ्या म्हातारीसारखी. सर जे. जे. रोडच्या बाजूला ती उभी आहे. बगदादी ज्यू जमातीचे प्रमुख डेव्हिड ससून यांनी १८६१ मध्ये ही बांधली. नंतरच्या काळात बगदादी ज्यूंची भरभराट होत गेली तशी ज्यूंच्या वाढत्या लोकसंख्येला सामावून घेता यावे, म्हणून ती वाढवण्यात आली व तिचे नूतनीकरणही केले गेले. एकोणिसाव्या शतकाच्या मध्यावर अनेक ज्यू मुंबईत स्थिरावले. बगदादी जमात व बेने इस्राईल यांच्यामधल्या कडवट संबंधांविषयी मी वाचलेले होते. भारतातल्या त्यांच्या सुरुवातीच्या काळात बगदादी हे जास्त गोरे आणि युरोपियन आचारविचारांचे होते. म्हणून सांस्कृतिकदृष्ट्या ते स्वत:ला ब्रिटिशांच्या जास्त जवळचे समजत आणि बेने इस्रायलींपासून जरा दूरच राहत असत; पण गेल्या काही दशकांत दोन्ही ज्यू जमातींची संख्या खूपच घटल्यामुळे, त्यांच्यामधले महदंतर कमी होत गेले आणि आता दोन्ही गट सिनगॉगमध्ये व उत्सवांच्या वेळी एकत्र असतात.

मी त्या गेटमधून आत शिरते आणि ते गॉथिक बांधकाम नीट निरखून बघते, पुढचे चार स्तंभ वरची इमारत पेलून धरतात आणि एका लांब, उंच चातीला (spindle) आधार देतात. ही इमारत भव्य आहे आणि शानदारही आहे. या सिनगॉगच्या आतल्या भागात अंधार आहे. आतली आसने कापडाने झाकलेली आहेत आणि दिवे बंद आहेत. तिथे कुणी असेल का, याची मला शंका वाटते.

"कोण आहे?" डाव्या बाजूच्या एका दालनातून एका स्त्रीचा आवाज येतो. मी

दारातून आत जाते. तिथे एक वृद्ध स्त्री हातातल्या वर्तमानपत्राने वारा घेताना दिसते. तिचे गाल घामाने डबडबले असतात. तिचा वर्ण फिकट गुलाबी आहे. तिने फुलाफुलांचा घरेलू ड्रेस घातला आहे, तो तिच्या अंगाभोवती चुण्या असलेल्या पडद्यासारखा वाटतोय. तिने पांढऱ्या केसांचा घट्ट अंबाडा बांधला आहे. तिच्या सभोवतालावरून तरी ती अनेक वर्षांपासून बैठे आयुष्य जगत असावी, असे वाटतेय: पुस्तकांच्या थप्प्या, घडीच्या खुर्च्या, जुने कागद. मागच्या बाजूला तिचा पलंग दिसतो आहे आणि ही खोली हेच तिचं घर असावं, हे माझ्या ध्यानात येतं. कदाचित मीच इथे घुसखोरी करतेय.

"तुम्ही इथे व्यवस्थापिका आहात का?"

"हो, आहे. देवाच्या कृपेने." ती म्हणते, "मी फ्लोरा. बैस. मला तू नीटशी दिसत नाहीस." मी एक घडीची खुर्ची ओढून तिच्याजवळ आणते. ती मला नीट जवळून निरखून बघते.

"तू सिनगॉग पाहायला आली आहेस का?"

"जमलं तर मला काही फोटोही काढायचेत."

"तू इस्राईलहून आलीस? की अमेरिका?"

"अमेरिका." मी तिला सांगते, "पण माझी आजी मुंबईतली बेने इस्राईल होती."

"ओहो, म्हणून तू इथे परत आली आहेस. तुझ्या आजीचं नाव काय होतं?"

"रेचल जेकब्ज. ती प्रथम ठाण्यात, नंतर पुण्यात वाढली आणि शेवटी इथे होती."

"ही केव्हाची गोष्ट आहे मुली?"

"ही साधारण तीस, चाळीस सालच्या सुमाराची गोष्ट असेल– फाळणीच्या पूर्वीची."

"मला एक फ्लॉसी जेकब्ज माहिती होती. फ्लॉसी फारच सुंदर होती. लग्न झालं नि इस्राईलला गेली. मी तिला तीस वर्षांत पाहिलेलं नाही; पण मग मी माझी स्वत:चीही मुले जवळजवळ दहा वर्षांत बघितलेली नाहीत. तुझं नाव काय आहे ?"

"माझं नाव सादिया."

"मुस्लिम नाव."

"माझ्या आजीने मुस्लिमशी लग्न केलं होतं."

ती क्षणभर थांबते आणि काय बोलावं, त्याचा विचार करते.

"मी बगदादी ज्यू आहे. तुला माहिती आहे का, आम्ही इराकहून दोनशे वर्षांपूर्वी आलो होतो. बगदादी ज्यूंनी मुंबई बांधली बरं का! गेटवे ऑफ इंडिया, फ्लोरा फाऊंटन, ही स्थळं बगदादींनी बांधलेली आहेत. ब्रिटिश आमच्याशी फार चांगले होते. त्या वेळी सगळ्या गोष्टी बरोबर होत होत्या. आता माझ्या जमातीतले फारच थोडे उरले आहेत..."

"तुमचे कुटुंब इथे तुमच्याबरोबर आहे का?"

"इथे? छे, माझी मुलं इस्राईलमध्ये आहेत. इथले लोक माझ्याशी फार चांगले वागतात. मला राहायला जागा देतात, सिनगॉग पाहायला लोक येतात. ते मला पन्नास रुपये देतात, म्हणजे मला चहासाठी साखर विकत घेता येते. एरवी महंमद नि मी इथे एकटेच असतो. तुला फोटो काढायला दिवे लागतील ना? महंमद, आहेस का रे तू तिथे?"

चुरगळलेल्या बदामी गणवेशातला एक माणूस तिथे येतो. त्याची नेहरू-स्टाईल टोपी, हवा गेलेल्या फुग्यासारखी डोक्यावर विराजली आहे. शर्टाच्या खिशावर भरतकाम केलेले इंग्रजी 'एम' हे अक्षर आहे. तो जमिनीकडे बघतो आणि चटकन टोपी काढतो.

"या मुलीला सिनगॉग दाखव बरं आणि तिच्यासाठी दिवेही लाव, सगळं कर." फ्लोरा सांगते.

मी मुख्य सभागृहात जाते आणि तो प्रशस्त आकार बघून थक्क होते. एके काळी ही सिनगॉग मोठ्या जमावासाठी बांधलेली असणार. त्या रिकाम्या वास्तूचे मी काही फोटो घेते खरी, पण मला फ्लोरा व महंमदमध्येच जास्त रस आहे. काही मिनिटांनंतर मी पुन्हा फ्लोरा असते त्या शेजारच्या खोलीत जाते. तिथे ती जुन्या कॅलेंडरने वारा घेत बसलेली आहे.

"जळला हा उकाडा," ती म्हणते. मी तिच्यासमोर बसते.

काही वेळानंतर महंमद तीन छोटे गरम चहाचे ग्लास घेऊन येतो. फ्लोरासाठी तो छोटे टेबल तिच्याजवळ आणतो आणि त्यावर जुन्या वर्तमानपत्राचा तुकडा ठेवतो. एका चहाच्या पत्र्याच्या डब्यातून तो चार बिस्किटे काढतो आणि ती कागदावर ठेवतो. मला एक घ्यायला खुणेने सांगतो. फ्लोरा खूष होते आणि तीचा चहाचा ग्लास पटकन उचलते. त्या छोट्या खोलीत ती फुंकर मारते, नंतर तिचा ग्लास मागे धरते आणि मग तो चहा दातामधून चाखत चवीने पिते.

महंमद खोलीच्या कडेला उभा राहून चहा पितो आणि एकाच वेळी अंगणात, बाहेर व खोलीमध्ये लक्ष ठेवून असतो. हा चहापान समारंभ दिवसातून किती वेळा होत असेल कोण जाणे! आणि असे आयुष्य ते किती वर्षे काढत असतील कोण जाणे! अदृश्य माणसे शेजारीशेजारी.

"आंटी, आता मुंबईत किती बगदादी उरले असतील? इथे सिनगॉगमध्ये प्रार्थना होतात का?"

"बहुतेक सगळे गेलेले आहेत. आता एक धार्मिक विधी जरी करायचा म्हटलं, तरी संचालकांना बेने इस्राईल लोकांना बोलवावे लागते. आमच्या नेहमीच्या गटातल्या लोकांनी त्या काळात असं काही ऐकलं नसतं; पण आता सगळे जण खेळीमेळीने

एकत्र येतात, आता जास्त ज्यू देखील उरलेले नाहीत.''

''मुस्लिम जमातीशी तुमचे संबंध कसे आहेत? या सिनगॉगच्या आसपास सगळी मुस्लिम वस्ती आहे. जर इस्राईलमध्ये लढाई झाली, तर तुम्हाला इथे सुरक्षित वाटतं का?''

इस्रायली डिफेन्स फोर्सेसचे 'ऑपरेशन डिफेन्सिव्ह शील्ड' च्या बातम्या वरचेवर वाढत्या प्रमाणात येत आहेत आणि दोन्ही बाजूंच्या मृतांची संख्याही रोजच्या वर्तमानपत्रात येतेच आहे. स्थानिक मुसलमानांनी पॅलेस्टाईनबरोबर कितपत नातं राखलंय, त्याबद्दल मला उत्सुकता वाटतेय.

''इस्राईलचे प्रश्न हे आमचे इथले प्रश्न नाहीत. आम्ही भारतीय ज्यू आहोत. इथे आमचे मुसलमानांशी सलोख्याचे संबंध आहेत आणि त्यांचेही आमच्याशी. सहा दिवसांची लढाई झाली ना, तेव्हा इथे भायखळ्याला दंगल झाली होती. आम्हाला गुंड, लुटारूंची धास्ती वाटत होती; पण वस्तीतले मुस्लिम बांधव सिनगॉगला धक्का लागणार नाही, याची काळजी घेणारे होते. त्यांनी एकत्र येऊन सिनगॉगच्या दारामध्ये त्यांच्या शरीरांची जणू भिंतच बनवून उभी केली, त्यामुळं कुणीही सिनगॉगमध्ये शिरू शकले नाही. ते म्हणाले, ''हे ईश्वराचे घर आहे!'' त्या दिवशीची त्यांची ती दयाळू वृत्ती मी कधीही विसरणार नाही.''

''मुस्लिम राखणदार असणाऱ्या सिनगॉग किती ठिकाणी असतील?'' मी विचारते, ''जगात, मी म्हणतेय, फारच क्वचित आढळेल.''

''हे फक्त इथे भारतातच शक्य आहे. इथे ज्यू आणि मुस्लिम दोघेही अल्पसंख्याक आहेत. आम्ही दोन्ही जमाती इथे बाहेरून येऊन स्थिरावलो, होय ना? ज्यूंना कोणताही धार्मिक विरोध इथे झाला नाही. हिंदूंकडून नाही, मुसलमानांकडून नाही आणि ब्रिटिशांकडून तर नाहीच नाही. उलट ब्रिटिश आमच्याशी खूपच चांगले होते.''

*ओ.आर.टी.चा उंच जिना* चढून मी वर जाते. गेल्याबरोबर तिथले शिक्षक व विद्यार्थी या सर्वांनाच अभिवादन करते. ही शाळा माझ्या ओळखीची झालीय. एक प्रकारचे माहेरघरच! माझे विद्यार्थी इस्राईलहून परत आले होते आणि आवेशाने उंच स्वरांत बोलत होते, उत्साहभरित गोष्टींचे स्रोत– ते कुठे कुठे गेले, त्यांनी काय काय पाहिले, त्याची रसाळ वर्णने.

''तुम्ही नाटक केलेत का?''

''ते प्रचंड यशस्वी झाले, मिस सादिया! फर्स्ट क्लास!''

ते मला प्रवासी बसमध्ये असताना त्यांनी संहितेचे पाठांतर कसे केले, ते सांगतात. ती बस त्यांना निरनिराळ्या धार्मिक स्थळी व कॉलेजच्या परिसरात जिथे ते राहत होते, तिथून त्यांना कशी नेत होती, ते एकमेकांना आपापली वाक्ये पाठ

कशी म्हणून दाखवत आणि जो विसरेल त्याला ते कसे रागावत, चिडवत, हे सगळं सगळं मला अगदी समरसून ते सांगतात.

त्या नाटिकेच्या दोन ओळी ही त्यांची घोषवाक्ये ठरली होती आणि ते येता-जाता त्यांची उजळणी करत होते. "आम्ही कोण आहोत?" बसच्या पुढच्या भागातून कुणीतरी विचारत असे आणि एक गट उत्तर देई, "आम्ही भारतीय आणि ज्यू, दोन्ही आहोत!" की दुसरा गट म्हणे, "ज्यू आणि इंडियन!"

दुसऱ्या मजल्यावरच्या बेनी आयझॅकच्या ऑफिसमध्ये मी डोकावते आणि माझ्याशी बोलायला त्यांना वेळ आहे का, ते पाहते. माझ्या आजीच्या वंशवृक्षाची प्रत माझ्याकडे आहे. दोन कागद टेपने एकत्र चिकटवून त्यावर काढलेले चित्र. "आहाहा, होय..." अधीरपणे त्या कागदाकडे निरखून बघतानाच मला ते बसायला खुर्ची देतात आणि "...जेकब्ज मुले, तुझ्या आजीचे भाऊ. ते माझ्या आईचेही नात्याने भाऊच लागतात. त्यांच्यावर तिची फार माया होती. ते अगदी उत्साहमूर्ती होते, बरं का! ती मला त्यांच्या गमतीदार गोष्टी सांगायची. ते कसे कपडे करायचे आणि एकमेकांची चेष्टा करायचे... आम्ही कधीकधी राहत व्हिलावर जायचो, मी अगदी लहान मुलगा होतो, तेव्हा तिथल्या व्हरांड्यात खेळलो होतो. ते मला चांगलं आठवतंय."

"या वंशवृक्षाच्या दुसऱ्या पानांची काही माहिती?" मी विचारते, "त्यातले आणखी कुणी ओळखीचे असे आहेत का?" बेनी आयझॅक पुन्हा नीट बघतात आणि त्यांचे चौकस डोळे एकदम चमकलेले दिसतात.

"अरे!" तो म्हणतो, "ते बघ, तुझं म्हेडेकरांशी नातं आहे असं दिसतंय!"

"म्हेडेकर कोण?"

"ओहो, ते जमातीतले एक फार मोठे गृहस्थ आहेत. खूपच मोठे, खरंच. ते मागन हासिदीम सिनगॉगचे अध्यक्ष आहेत. ही मुंबईतली सर्वांत मोठी बेने इस्राईल सिनगॉग आहे. त्यांचे वडील कराचीहून इथे फाळणीनंतर आले. त्यांची अगदी खरोखरच चित्तरकथा आहे– शून्यातून विश्व निर्माण करणारी. चिंधीपासून मखमलीपर्यंत. आज ते अत्यंत यशस्वी उद्योजक आहेत, जातीसाठी त्यांनी खूप दानधर्म केलाय. तू त्यांना भेटलंच पाहिजेस."

पाचव्या मजल्यावर मला शॅरन भेटतो. हा ORTचा ज्युईश शिक्षक आहे. नाटिकेच्या वेळी त्याची मला खूप मदत झाली होती. तो एका दहा वर्षांच्या मुलाला घेऊन बसला आहे व त्याला हिब्रूचा धडा शिकवतो आहे. मी त्यांचा संवाद ऐकत राहते. तो मुलगा शॅरनसमोर एक वही उघडून त्यातली हिब्रू अक्षरे व त्यांचे उच्चार शिकतो आहे.

"छान, चांगलं आहे. आता पुन्हा प्रयत्न कर..." तो म्हणतो.

तो मुलगा पुन्हा सुरू करतो आणि शॅरन माझ्याकडे वळतो.

"माझ्या वर्गात तुला बसायचंय का, सादिया?" तो हसतच मला विचारतो.

"नक्कीच!" मी म्हणते आणि त्यांना काम करताना पाहण्यासाठी मी तिथे बसते.

मला लोकांनी सांगितलं होतं, की शॅरन पूर्वी खूप उदारमतवादी होता, अगदी सर्वधर्मसमभाव असणारा होता. तो केमिस्ट्रीचा विद्यार्थी होता आणि अगदी कट्टर धार्मिक वगैरे नव्हता, पण नंतर विशीमध्ये त्याने ज्युडाईझमचा अभ्यास सुरू केला आणि तो जास्त सूक्ष्म निरीक्षक होऊ लागला. आता तो बेने इस्राईल जमातीच्या चोखंदळ तरुणांपैकी एक झाला आहे. त्याने आता लांब दाढी ठेवली आहे आणि त्याच्या डोक्यावर बारा महिने किप्पा असतो. ज्यू धर्माची माहिती जमातीतल्या लोकांना सांगण्याचे काम तो करतो. त्यातले बरेच शिक्षण त्याने जेरुसलेममधल्या येशिवामध्ये घेतलेले आहे. तरीसुद्धा त्याच्या अगदी सहज बोलण्या-वागण्यामुळे त्याच्याशी बोलताना मला अवघडल्यासारखे किंवा संकोच वाटत नाही. उलट त्याच्यासोबत असताना सात्विक माणसाच्या सहवासात असल्यासारखे वाटते. त्याची धार्मिक श्रद्धा ही त्याची वैयक्तिक बाब आहे आणि ज्यांना त्यात रस असेल, त्यांच्याशी धर्माबद्दल बोलायला त्याला आवडते.

तो छोटा मुलगा वही घेऊन लिहायला लागतो आणि शॅरन माझ्याकडे वळतो.

"सादिया, तू माझ्या घरी शब्बात डिनरला केव्हा येणार आहेस? माझी बायको शरोना नि मी दोघे भायखळ्याला ORT बॉईज हॉस्टेलवर देखरेख करतो. आमची मोठी जागा आहे आणि सुट्टीच्या दिवशी शब्बातसाठी बऱ्याच वेळी लोक घरी येतात. तुझेही काही प्रश्न असतील किंवा गप्पा मारायच्या असतील, तर आमच्या घरी अगदी संकोच न करता अवश्य ये."

"थँक यू शॅरन." मी भारावून म्हणते, "मला शब्बातबद्दल बरंच काही विचारायचं आहे. शॅरन, तुझ्या बायकोचं नाव शरोना आहे?" मी विचारते.

"हो." तो हसून म्हणतो.

"आणि तुम्ही दोघे ज्युईश शिक्षक आहात?"

"हो."

"तुला छानच जोडीदारीण मिळाली हं!"

"मी नशीबवान आहे," तो मान डोलावत म्हणतो.

"तुला माहिती आहे का, इतक्या वर्षांनंतर आम्हाला समजून चुकलंय, की शब्बात हा काही आपल्यासाठी अडथळा नाही, उलट ती एक प्रकारची देणगी आहे. सबंध आठवडाभरात आपल्याला पाच मिनिटे देखील एकत्र बसायला फुरसत नसते. शब्बातच्या दिवशी आम्ही एकत्र वेळ घालवतो, गप्पा मारतो, आमच्या मुलीशी खेळतो. करमणूक करतो. शब्बात म्हणजे मनोरंजन, सगळ्यांनी एकत्र येण्यासाठी छान संधी. देवाची प्रार्थना करायची हे तर खरंच, पण एकमेकांच्या सहवासाचा आनंद लुटणे, संवाद साधणे, त्यासाठी पण ही संधी आहे."

"मी त्याची वाट बघते हं," मी म्हणते आणि तेही मनापासून.

*नंतरच्या आठवड्यात पुन्हा* मी मुंबईच्या रहदारीतून मिस्टर म्हेडेकरांना भेटायला मागन हासिदीम सिनगॉगची वाट धरते. आग्रीपाडाच्या त्या अत्यंत दाटीवाटीच्या वस्तीत जेव्हा मी जाते, तेव्हा दुकानाच्या वरच्या मजल्यावर लहानलहान खोल्यांमधून कुटुंबं राहतात, ती दिसतात. मी राहते त्या सौम्य, शांत भागापेक्षा अगदी वेगळी वस्ती. रस्त्यात कागदांचा कचरा विखुरलेला आहे. मांस भाजले जात असताना येणारा वास हवेत भरला आहे. मोटारींच्या वाहतुकीमधून हातगाड्या वाट काढत आहेत व हिरवे किंवा लाल सरबत घातलेला बर्फाचा कपभर चुरा विकत आहेत. इथे प्रत्येक गल्लीची काहीतरी खासीयत आहे. एका गल्लीत रद्दी विकणाऱ्यांचीच दुकाने आहेत. तेथे जुन्या वर्तमानपत्रांचे ट्वाइनने बांधलेले ढिगावारी गठ्ठे आहेत. दुसऱ्या गल्लीत सोनारांची चमचमत्या दागिन्यांची दुकाने आहेत. त्यांचा तराजू वेगळा असतो. बारा-तेरा वर्षांची मुले रस्त्यात क्रिकेट खेळताहेत. त्यांचा चेंडू रस्त्यात उभ्या असलेल्या मोटारीखाली जात असतो. छान छान रंगांच्या साड्या नेसलेल्या स्त्रिया किंवा काही काळ्या बुरख्यातल्या स्त्रिया, भाजीसाठी पांढऱ्या प्लॅस्टिकच्या पिशव्या घेऊन जाताहेत. त्या पिशव्या त्यांच्या हाताच्या कोपरावर लोंबत राहतात. त्या जात असताना सिगरेट फुंकत किंवा पान चघळत उभे असलेले पुरुष त्यांना न्याहाळत असतात. बाजूच्या भरलेल्या गटारात ते सराईतपणे पानाची लाल पिंक टाकतात. त्यांचा एक लाल ओघळ नदीसारखा त्या वस्तीतून जातो.

मी सिनगॉगच्या फाटकातून आत शिरते आणि त्या भिंतीआडच्या प्रशस्त आवारातली शांतता एकदम मला घेरून टाकते. मागन हासिदीम ही भव्य इमारत अतिशय देखणी आहे. खास स्त्रियांसाठी बसायला म्हणून वरच्या मजल्यावर आणि पुरुषांसाठी खालच्या मजल्यावर स्वतंत्र जागा केलेल्या आहेत. बेने इस्राईल विवाह समारंभासाठी ही जागा अत्यंत सुयोग्य अशी आहे, असं मला अनेक जणांनी सांगितलं होतं. (High Holidays) हाय हॉलिडेजच्या वेळी तर हा भला मोठा हॉल गच्च भरलेला असतो. मागे उभे राहणाऱ्यांसाठी अगदी थोडीशी जागा असते. इथे माझे स्वागत होते आणि एक जण मला मुख्य दरवाज्यातून आत घेऊन जातो. मी हस्तांदोलनासाठी पुढे केलेला हात तो धरत नाही. तेव्हा तो अगदी जुन्या वळणाचा असावा, हे मला कळतं. त्या ऑफिसमध्ये एक खूप उंच, रुबाबदार गृहस्थ, बहुतेक मि. म्हेडेकर एका मोठ्या टेबलाच्या मागे बसलेले असतात. त्यांचे मीठ-मिरपूड छाप केस अगदी बारीक कापलेले आहेत आणि पेन्सिलीने कोरल्यासारखी बारीक मिशी आहे. मी आत प्रवेश करताच माझ्याकडे बघून ते मानेने अभिवादन करतात आणि त्यांच्या टेबलाजवळ बसायला मला खुणेने सुचवतात.

एक पोरगा बिस्किटे, चहा आणि मँगो नेक्टरची एक बाटली घेऊन येतो व माझ्या पुढ्यात ठेवतो. मि. म्हेडेकर प्लेटमधली बिस्किटे माझ्यापुढे धरतात आणि त्यांच्या आतिथ्याबद्दल कृतज्ञता व्यक्त करण्यासाठी मी त्यातले एक बिस्कीट उचलून लगेच खायला लागते.

तेही एक उचलतात आणि तोंडात घालण्यापूर्वी डोळे मिटून प्रार्थना करतात, "आय ॲम सॉरी." मी लगेच म्हणते, "तुमची प्रार्थना होईपर्यंत मी थांबायला हवं होतं." ते मान डोलवून 'हरकत नाही' असं सुचवतात.

"आता सांग, बेनी आयझॅकनं मला सांगितलंय, की तू रिसर्च करते आहेस?" ते विचारतात.

मी माझ्या वंशवृक्षाचं चित्र त्यांच्यासमोर ठेवते आणि बेनीनं जो मुद्दा सांगितला होता, त्या भागावर बोट ठेवते. "मी ऐकलंय, की कराचीचे जे माजी जेलर होते, त्यांच्याशी तुमचे नाते आहे म्हणून? ते बेने इस्राईल होते ना? इथे पाहा, ते माझ्या पणजोबांचे भाऊ..."

"हो का? ते जेलर माझे आजोबा होते. त्यांनी ब्रिटिशांची चाकरी केली. आमचं कुटुंब कराचीत अनेक पिढ्या राहिलेलं होतं. तिथे आमचं चांगलं बस्तान बसलं होतं."

"तुम्ही तिथेच वाढलात का?" मी विचारले, "म्हणजे तुम्ही मुंबईला यायचं ठरवायच्या अगोदर?"

"मी तसं ठरवलं नव्हतं," ते आवेशाने म्हणतात आणि मग जरा शांत होऊन बोलतात, "मी तुला सगळं सांगतो."

"मी कराचीत वाढलो." ते सुरुवात करतात, "तेव्हा तो हिंदुस्थानचाच एक भाग होता. फाळणीपूर्वीची ही गोष्ट आहे. सिंधमध्ये आमची मोठी बागाईत होती. पंच्याऐंशी ते नव्वद आंब्याची झाडे, सफरचंदे, लिंबे– त्यांचा मोठा व्यापार होता. आमच्याकडे उंटाचा गाडा होता आणि आम्ही घाऊक बाजारपेठेत माल विकत होतो. कराचीला आमच्या मालकीची कोठी होती. आम्ही अगदी सुखात होतो आणि मग फाळणी झाली. मी तेरा वर्षांचा होतो तेव्हा, १९४७ मध्ये आणि मग सारंच बदललं."

"तुम्हाला पाकिस्तान सोडावा लागला का?"

"कुणी विचारलंच नाही. दोनशे लोक आमच्या घरावर आले. ते हिंदुस्थानातून आलेले होते. ते माझ्या आईला म्हणाले, की आमचं सगळं काही तिथे मागे राहिलंय. आम्ही सारं काही तिथेच सोडून आलो आहोत, तेव्हा आता तुम्ही इथून निघा. हिंदुस्थानात परत जा. तुमच्या अंगावर जे काही असेल, ते तुमचं आहे. आता हे घर आमचं आहे."

"ते निर्वासित होते का?"

"ज्यांची घरेदारे गेली असे लोक होते." माझी आई म्हणाली, "मी कशी

जाईन? हे माझं घर आहे. इथे माझी लहान मुले आहेत...'' मि. म्हेडेकर त्या आठवणीने हेलावतात. ''ते लोक म्हणाले, आमचं सगळं काही गेलंय, तेव्हा आता हे घर आमचं आहे.'' माझ्या आईने कपाटात पैसे ठेवले होते. ते घ्यायला ती कपाटाजवळ गेली, तर एका माणसाने तिला अडवले. तो तिला म्हणाला, ''मॅडम, ते कपाटाचं दार बंद करा. आम्ही तुम्हाला सांगितलंय ना, तुमच्या अंगावर जे असेल ते तुमचं आहे. आम्ही तुम्हाला कोणतीही इजा करणार नाही; पण आता तुम्ही जा. जर तुम्ही पुन्हा कपाटापाशी गेलात, तर तुमच्या अंगावरच्या वस्तूही आमच्या मालकीच्या होतील. तुम्ही जा आता....''

''आणि तुम्ही निघालात...''

''दहा मिनिटांत आम्ही भिकारी झालो होतो. माझ्या आईने आम्हा मुलांना गोळा केले आणि कसेतरी आम्ही बोटीपर्यंत आलो. तिथे तिने काय केलं, ते मला माहिती नाही. आम्ही बोटीने मुंबईला आलो. माझ्या मावशी (किंवा आत्याकडे) गेलो आणि नंतर ज्यू जमातीमध्ये राहायला लागलो. त्या काळी इथे ज्यू लोकांनी भरलेल्या मोठमोठ्या इमारती होत्या– या सगळ्या भागांत बेने इस्त्राईल भरले होते.''

''तुम्ही मुंबईत आल्यावर काय केलंत?''

''आमची परिस्थिती फारच वाईट होती. पैसे मुळीच नव्हते. त्या वेळी मी माझा शर्ट व पँट रफू करायला न्यायचो. तो रफूवाला शिंपी म्हणायचा, 'मी या कपड्यांना कसा रफू करू? त्यांना कितीतरी ठिगळं लावलीत नि रफू केलंय.' मी सोळाव्या वर्षी शाळा सोडली आणि दातांच्या ब्रशच्या कारखान्यात नोकरी धरली. मला रोज दोन रुपये आठ आणे मजुरी मिळायची. मी ब्रश बनवत असे. तेव्हाच माझ्या मनात विचार यायचा, की मला मोठा माणूस व्हायचं आहे. हा विचार पक्का होता. मला उद्योजक बनायचं होतं. त्या वेळी मी तितकासा धार्मिक प्रवृत्तीचा नव्हतो. मी मनाशी विचार करीत असे, देवाने आम्हाला काय दिलं? कराचीत आम्ही चांगले सुखासमाधानाने राहत होतो आणि ते सुख त्याने हिरावून नेलं. का? एकदा नवीन वर्षाच्या प्रार्थनेसाठी माझ्या एका वहिनीने मला सिनगॉगमध्ये चलायला सांगितलं. मी तिला म्हणालो, 'का? कशासाठी? देव आम्हाला विसरलाय.' ती म्हणाली, 'नाही, तुला आलंच पाहिजे.' मी तिला म्हणालो, 'मी कसा येऊ? माझ्याकडे फक्त हेच जुने कपडे आहेत. एक शर्ट नि एक पँट.' ती फारच चांगली स्त्री होती. तिने मला सिनगॉगला जाण्यासाठी नवीन कपड्यांची व्यवस्था केली. नव्या वर्षासाठी नवे कपडे आणि त्यानंतर मी प्रार्थनेसाठी जायला लागलो. त्या वेळेस मी बावीस किंवा तेवीस वर्षांचा असेन. दिवस जात राहिले. देवाने मला मदत केली. मी सिनगॉगला यायला लागलो आणि माझ्या आयुष्यामध्ये बदल व्हायला लागला.''

''त्या वेळेपासून ते एक यशस्वी उद्योजक हा प्रवास कसा झाला?''

"मी रस्त्यावर चॉकलेट, हातरुमाल असे टोपलीत घालून विकायला सुरुवात केली. आठ आणे, बारा आणे अशी किंमत असायची. नंतर मी शंभर रुपये उसने घेऊन टूथब्रश विकायला लागलो. काही दिवसांनंतर मी मनाशीच विचार करायला लागलो, की माझा स्वत:चा कारखाना असायला हवा. ते होतं १९६४ साल. मी एक छोटी जागा घेतली आणि तिथे टूथब्रशचे मशीन तयार केले. मी त्याच फॅक्टरीत काम करत होतो. तेव्हा मशीन कसं असावं, त्याची कल्पना मला होतीच. दोन वर्षांमध्ये ते मला जमलं. भारतीय बनावटीचं असं ते पहिलंच मशीन होतं. त्यापूर्वीचे सगळे टूथब्रश परदेशी बनावटीचे असत. लंडनहून, जर्मनीहून ते येत असत. मीही परदेशांत ब्रश पाठवायला लागलो. रशियाला, इस्राईलला, दुबईला. माझ्या हाताखाली दोनशे माणसे कामाला होती. कारखान्यात वेगवेगळे विभाग होते– टूथब्रश विभाग, प्लॅस्टिक मोल्डिंग, सीलिंग आणि कटिंग. ब्रिसलिंग मशीन, ट्रिमिंग मशीन, पॅकिंग. माझ्या कंपनीचं नाव आहे 'मेनोरा इंडस्ट्रीज.' माझे टूथब्रश धडाधड विकले जात होते. हो, खरंच सांगतो."

"तुम्ही इस्राईलला जाल का?" मी विचारते, "तिकडे स्थलांतर करण्याचा तुमचा विचार आहे का?"

"माझा एक मुलगा टोरॉंटोमध्ये आहे. तिघी मुली इस्राईलमध्ये आहेत. तिकडे जायचा विचार मनात होता, पण माझं जग इथे आहे. अठ्ठावीस वर्षांपूर्वी मी मागन हासिदीमचा अध्यक्ष झालो. आता अध्यक्ष म्हणून सिनगॉगची व्यवस्था पाहणे, हे माझे कर्तव्य आहे. तिची स्थावर मालमत्ता, लग्ने, कितीतरी निर्णय घ्यावे लागतात. सर्वांत जास्त लग्ने इथेच होतात. दर वर्षी सुमारे पन्नास तरी लग्ने मागन हासिदीममध्ये होतात. काही आठवड्यांनंतर आता एक लग्न होणार आहे."

"मला वाटतं मी त्या नवऱ्या मुलीला ओळखते. ली– ORTमध्ये ती माझी एक विद्यार्थिनी होती. कुणाशी होणार आहे तिचे लग्न?"

"इस्राईलमध्ये स्थिरावलेला एक तरुण आहे. लग्नानंतर ती दोघं तिकडे जातील. बघशीलच तू."

मि. म्हेडेकर क्षणभर थांबतात आणि शेवटचा मुद्दा कसा मांडावा, त्याचा बहुधा विचार करून म्हणतात, "भारतात आम्ही अगदी आनंदात आहोत; पण आता इथे फारच थोडे ज्यू उद्योजक उरले आहेत, त्यामुळे आमच्यातल्या तरुण मुलांना चांगल्या नोकऱ्यांच्या संधी कमी मिळतात. आता देवाच्या दयेने, कॉल सेंटर्स सुरू झालीत. तेव्हा आमचा तरुणवर्ग तिथे कमावतो. एल. अल. एअरलाईन्समध्ये काही जण आहेत; पण बहुतेक तरुण मंडळी इस्राईलला स्थलांतर करणे पसंत करतात. तरुण बेने इस्राईल मुले म्हणतात, "परदेशात आम्हाला जास्त पगार मिळतो."

दर आठवड्याला एकतरी कुटुंब स्थलांतर करते.

"ही मागन हासिदीम सिनगॉग वीस किंवा तीस वर्षांनंतर कशी असेल?"

"ती एक ऐतिहासिक वस्तुसंग्रहालयासारखी इमारत होईल. केरळातल्या कोचीनमध्ये आहे त्या सिनगॉगसारखी. सरकार तिला संरक्षण देईल."

"तुम्हाला अजून कराचीची आठवण येते का हो? तिथली सिनगॉग आठवते का?"

"अहाहा, ती सिनगॉग फारच सुंदर होती. या सिनगॉगपेक्षा मोठी होती. सुट्ट्यांमध्ये कितीतरी लोक तिथे येत असत. फाळणीनंतर पाकिस्तानचा नेता जनरल झिया म्हणाला, 'मी ही इमारत उद्ध्वस्त करेन.' तो इस्राईलच्या विरुद्ध होता ना! तिथे जे थोडेसे ज्यू शिल्लक राहिले होते, ते म्हणाले, 'आपण इथे लायब्ररी करू या. म्हणजे ही बिल्डिंग राहील.' तो म्हणाला, 'नाही!' तो ऐकेना. त्याने ती पाडून टाकली आणि तीन महिन्यांतच त्याचं विमान कोसळलं. जनरल झियाच्या ठिकऱ्या-ठिकऱ्या झाल्या. त्याने ती सिनगॉग पाडून केल्या तशाच. कुणालाही विचार– हे खरं आहे!"

मि. म्हेडेकरांना खंत वाटते आणि ते उद्वेगाने मान हलवतात.

"मी भारतातच राहणार आहे," ते एकदम म्हणतात. त्यांच्या मनात तो विचार सतत घोळत असल्यासारखे, "माझ्या लोकांना इथे माझी गरज आहे. ते मला जाऊ देणार नाहीत."

# कोणती जात?

*मुंबई, मे २००२*

नेहमीप्रमाणे गर्दीच्या वेळी शहराच्या वेगळ्या भागात जाण्यासाठी मी पुरेसा वेळ ठेवला नव्हता. माझी टॅक्सी नाना चौकातून भाटिया हॉस्पिटलवरून, ताडदेवमधून, भायखळ्याकडे रखडत जात असते आणि मी कासावीस होऊन घड्याळाकडे बघते. सहा वाजून दहा मिनिटे झाली आहेत. मी शॅरन व शरोनाच्या घरी शब्बातच्या डिनरसाठी निघाले आहे आणि साडेसहा वाजलेत. सूर्यास्तही झालाय. मी लवकर निघाले नाही, म्हणून स्वत:वरच चिडते. मला आधीच समजायला हवं होतं. टॅक्सीच्या खिडकीच्या बाहेर एक भाजीवाला आपली हातगाडी, एकमेकींना चिकटलेल्या मोटारींच्यामधून कशीतरी बाहेर काढायची खटपट करतोय, त्या धडपडीत गाडीवरचे टोमॅटो समोरून येणाऱ्या रहदारीच्या पुढ्यात घरंगळत जाऊ नयेत, म्हणून आटापिटाही करतोय.

वस्तीवस्तीमधला फरक मी बघत राहते. काही मोजक्याच महिन्यांपूर्वी हे सगळे मला परके, अनोळखी वाटले असते. मुंबईचा एक पैलू म्हणून मी त्याकडे बघितले असते. आता हे फरक मनात ठसले आहेत. आम्ही सधन भागांतून, कमी सधन भागांतून, तसेच प्रमुख हिंदू भागातून, प्रमुख मुसलमान भागांतून जात असतो, तेव्हा तिथल्या वाटेवरच्या दुकानांची पद्धत, लोकांचे कपडे, यांतले बदल जाणवतात. मंदिरातल्या घंटानादाऐवजी ध्वनिक्षेपकावरचा पिचक्या आवाजातला आवाज– तो आवाज मी नेहमी लहानपणी पाकिस्तानला दिलेल्या भेटींशी जोडते. काही दिवसांपूर्वीच तीन पाकिस्तानी नागरिकांनी भारतीय सैनिकांच्या वेषात येऊन जम्मूजवळच्या

ठाण्यावर हल्ला केला होता. रेखेव मूळचा तिथलाच आहे. त्या हल्ल्याचा परिणाम म्हणून भारतीय सैन्य आता तिथे तयार ठेवलेले होते आणि दोन्ही देशांतले तणाव जास्तीच वाढले होते. जे. जे. हॉस्पिटलजवळ मागन डेव्हिड ही जुनी बगदादी सिनगॉग डावीकडे असते. तिच्यावरून आम्ही पुढे जातो, तेव्हा मला तिथे आत असणारे फ्लोरा व महंमद आठवतात.

शॅरनच्या पत्नीने त्यांच्या फ्लॅटवर येण्यासाठी मला काही वाटेतल्या खुणा सांगितल्या होत्या– पूल, पेट्रोलपंप, दुसरा पेट्रोलपंप; दिवस संपत आला असला, तरी हवा गरम आहे आणि मी घामाघूम झाले आहे. मी दुपट्ट्याने वरचा ओठ टिपते. आता साडेसहा झाले आहेत. मला उशीर झाला, की माझा संताप होतो. ज्या इमारतीत मला जायचंय, तिकडे बोट दाखवून मी टॅक्सी ड्रायव्हरला मला तिकडे सोडायला सांगते. ती एक मोठी बहुमजली इमारत असून, त्याच्या तळमजल्यावर दुकाने आहेत. तेथील प्रवेशद्वार सापडायला फार वेळ लागतो. जेव्हा ते सापडते, तेव्हा ते प्रवेशद्वार असण्याऐवजी दोन इमारतींमधील फट असल्यासारखे वाटते. फुटपाथवर रेंगाळणाऱ्या काही तरुणांना मी विचारते आणि तेच प्रवेशद्वार आहे असे ते मानेने खूण करून सांगतात. मी पुन्हा घड्याळ बघते. मला माहिती आहे, की शॅरन व शरोनाने बहुतेक शब्बात मेणबत्त्या पेटवल्या असतील आणि मी कुठे आहे, त्याची चिंता त्यांना वाटत असेल.

मी टॅक्सीचे पैसे चुकते करते, तेव्हा तो टॅक्सी ड्रायव्हर मला विचारतो, की मला हॉटेलवर परत जायचे आहे का. माझी खात्री आहे, की परदेशी प्रवाशांना काही मूठभर ठराविक ठिकाणी सोडायची त्याला सवय असेल. ताजमहाल हॉटेल, अँबॅसेडर हॉटेल, ओबेरॉय शॉपिंग कॉम्प्लेक्स. "मी मुंबईतच राहते," मी हिंदीत सांगते. खुलासा केल्यासारखे आणि माझेच मला आश्चर्य वाटते.

"हे तुमचे नातेवाईक आहेत का?" त्या बिल्डिंगकडे बोट दाखवून साशंकपणे तो विचारतो, "हो," मी म्हणते, गोष्ट सोपी करण्यासाठी.

मी टॅक्सीतून उतरते आणि चेहऱ्यावर एक बेफिकीर भाव आणते. तिथल्या रस्त्यांतली तरुण मुले माझ्याकडे बघत असतातच. त्यांचे बघणे चौकस, चमत्कारिक असते, शिवाय त्याला एक टवाळीची झालर असते. त्यांचा राग व तिरस्कार कशासाठी आहे, ते मी ओळखू शकते; पण मला ठामपणे ते सांगता येणार नाही. ती भावना फारशी सुखावह नाहीच, पण आता इतक्या दिवसांनंतर काही वेगळीही नाही.

मी इथे नेहमीच सवयीप्रमाणे सैलसर सलवार-कमीज आणि सँडल्स वापरते. इथल्या वातावरणात मिसळून जाण्याचा विचार मी सोडून दिलाय. त्याऐवजी कपडेच इतरांना सांगतात, की तुम्ही इथे मिसळण्याचा प्रयत्न निश्चितपणे करता आहात आणि तुम्ही इतक्या लवकर काही इथून जाणारे नाही आहात. मुंबईतल्या

अनेक भारतीय तरुणी पाश्चिमात्य कपडे घालतात, पण शर्ट, पँट्स हे कपडे वापरले, की मला इथे मी पाहुणी असल्यासारखे वाटते. मी त्यांच्यापेक्षा वेगळी आहे, हे मला ठसवायचंय.

मी तो उंच लाकडी जिना चढून वर जाते. एका लहानशा बाकावर एक जख्ख म्हातारा माणूस घोंगडीच्या पथारीवर झोपलेला आहे. जमिनीवर झिजलेल्या ठिकाणी पाणी साचले आहे. एका मजल्यावर छोट्याशा धुपाटण्यातून धूर आणि धुपाचा वास येतो आहे. मी बरोबर जागी पोहोचले आहे ना, याची शंका मनात येते.

आणखी काही मजले चढून गेल्यावर मी एका गडद निळ्या व धुळकट पांढऱ्या रंगाने रंगवलेल्या मोठ्या दारापाशी येते. हेच ते ठिकाण. शॅरन व शरोना, जे ORTचे मुलांचे वसतिगृह सांभाळतात, तो एक मोठा फ्लॅट असून, मुंबईबाहेरच्या ज्यू तरुणांसाठी त्यांचा ORTचा व्होकेशनल कोर्स संपेपर्यंत तिथे त्यांची राहण्याची व्यवस्था होत असते. आता बरेचसे बेने इस्राईल लोक भारतातून इस्राईलला गेलेले आहेत. तेव्हा या वसतिगृहात मणिपूर व मिझोराममधून आलेल्या ब्नेई मेनाशे या जमातीतले तरुण वाढत्या प्रमाणात येत आहेत. तेदेखील इस्राईलमधून हरवलेल्या टोळ्यांपैकीच एकीचे वंशज आहेत, असा दावा त्यांनी नुकताच केलाय.

मी दारावरची घंटा वाजवते, पण तिचा आवाज येत नाही. मी दारावर थाप मारते. म्हणजे कुणीतरी ती ऐकेल. बहुतेक त्यांचा वावर दारापासून आतल्या भागात कदाचित असेल आणि आता साडेसहा वाजून गेलेले आहेत. त्यांची प्रार्थना चालू झाली असेल, अशी मला शंका येते. मला आठवतं, की निषिद्ध असलेल्या गोष्टीत 'एक फेरा पूर्ण करणे' हेही येते आणि म्हणून सूर्यास्तानंतर दारावरची घंटा व इतर काही गोष्टी बंद केल्या जातात; परंतु दुसऱ्याने कुणी जर घंटा वाजवली, तर त्याला प्रत्युत्तर देतात का? की त्यालाही मनाई असते?

दारामध्ये लावलेल्या त्या दुधी काचेच्या तावदानावर मी डोके टेकते. मला एकाएकी खूप थकल्यासारखे वाटते आणि आता पुढे काय करावे, हा विचार येतो.

मुसलमानी प्रार्थनेची टोपी घातलेली दोन लहान मुले जिन्यावरून दडदडत खाली येतात आणि त्यांच्या पाठोपाठ एक देखणी तरुणी येते. ती त्यांची आई असावी. तिने एक लांब रेशमी काफतान व पँट घातलीय नि मॅचिंग दुपट्टा डोक्यावरून घेतलाय. तिचा पेहराव अरेबिक धर्तीचा आहे आणि ती मुस्लिम आहे, हे मी लगेच ओळखते.

"तुम्ही दारावरची घंटा का वाजवत नाही?" ती अगदी प्रेमळ स्वरांत इंग्लिशमध्ये विचारते.

"मी वाजवली, पण कुणी उत्तर दिले नाही." मी खांदे उडवत म्हणते, "मी लांबून आले आहे आणि मला उशीर झालाय. तुम्हाला माझे मित्र शॅरन व शरोना

माहिती आहेत का?'' मी विचारते.

''ते कोण आहेत ते मला ठाऊक आहे.'' ती होकारार्थी मान डोलवत म्हणते, ''बिल्डिंगमध्ये काहीतरी काम चालू आहे. जेव्हा पाणी न्यायला ते वर येतात, तेव्हा मला दिसतात किंवा काही दुरुस्ती चालली असेल, तेव्हाही मी त्यांना पाहिलं आहे. वरच्या मजल्यावर, माझ्या आजीचा फ्लॅट आहे. तिथे मी माझ्या मुलांबरोबर राहते.'' ती मुलांच्याकडे बोट दाखवून म्हणते.

''तुमची मुले?'' मी विचारते.

''एक चार वर्षांचा नि एक दोन वर्षांचा,'' तिच्या आवाजात अभिमानाची किंचित झाक असते.

''खालच्या मजल्यावर कुराण शिकवणारे आहेत. त्यांच्याकडे थोरला शिकतो. तुमचं नाव काय?''

''सादिया.''

ती तरुणी चटकन ओळखीच्या नजरेने पाहते. ''मुस्लिम?'' ती हसत म्हणते.

''हो.'' मी म्हणते, ''तुमचं नाव काय?''

''हाजिरा.''

''अगदी यशोदायी नाव आहे तुमचं,'' मी सांगते नि ती खूष झालेली दिसते. ''हाजिरा हे हागरचे इस्लामिक नाव आहे. ती एब्रहॅमची दुसरी बायको आणि इशमेलची आई होती.''

''तुम्ही कुठून आलात?'' ती विचारते.

''मी स्टेट्सहून आले आहे; पण पाकिस्तानातही माझे कुटुंबीय आहेत.''

का, कुणास ठाऊक; पण माझं मुस्लिम म्हणून असलेलं स्टेटस मला पक्कं करावंसं वाटतं. म्हणजे या तरुण स्त्रीला मी आवडेन.

''तुमचं लग्न झालंय?''

''नाही.'' मी सांगते, ''माझ्या पाकिस्तानातल्या नातेवाइकांना त्यामुळे काळजी वाटते...'' प्रार्थनेसाठी दोन्ही हात एकत्र धरतात, तसे धरून माझ्या चिंतातुर माम्यांची नक्कल करत मी म्हणते आणि त्याची गंमत वाटून ती हसते.

''योग्य वेळ आली, की जमेल. मला वाटतं, तुम्ही दारावर जरा जोराने थापा मारा, म्हणजे त्यांना ऐकायला जाईल. चला, मी तुम्हाला मदत करते.'' ती दाराकडे जात म्हणते आणि लाकडी दरवाज्यावर जोराने थापट्या मारते.

''शुक्रवारी रात्री त्यांची प्रार्थना असते.'' मी सांगते.

''म्हणूनच कदाचित त्यांना ऐकू गेलं नसेल.''

''आम्ही सुद्धा शुक्रवारी प्रार्थना करतो.'' ती म्हणते, ''चला, जास्त जोराने थाप मारू या.''

आम्ही दोघी मिळून दारावर जोराने मारायला लागतो आणि आमच्या परिश्रमांचे आम्हाला हसू येते. हाजिराच्या चेहऱ्याकडे मी निरखून पाहते. माझ्यापासून तो चेहरा काही इंचांवरच आहे आणि तिच्या जीवनाबद्दल मला तीव्र उत्सुकता वाटते. तिचे आयुष्य कसे असेल, लग्न केव्हा झाले होते, ती या बिल्डिंगमधून किती वेळा बाहेर पडते, हे जाणून घ्यावंसं वाटतं.

काचेच्या दुसऱ्या बाजूला मला स्त्रीची आकृती दिसते आणि एक बाई दरवाजा उघडते.

"तू सादिया ना?" ती विचारते. ती शॅरनची पत्नी, शरोना असावी.

"माफ करा हं. मला उशीरच झाला." आणि मी हाजिराकडे वळून तिला म्हणते, "थँक यू, हाजिरा. खुदा हाफीज (देव तुझं रक्षण करो.)"

"अल्ला हाफीज," निरोपादाखल ती किंचितसा हात हलवते आणि दोन्ही मुलांना घेऊन जिना उतरायला लागते.

मी दारातून आत जाते आणि मला वेगळ्या जगात शिरल्यासारखे वाटते. ओ.आर.टी.मधल्यासारखे इस्राईलमधल्या जीवनाचे फोटो व चित्रे यांनी भिंती सजवलेल्या आहेत. शरोना ही एक देखणी, ठसकेबाज स्त्री आहे. तिने डोक्याभोवती स्कार्फ गुंडाळला आहे. तिच्या वागण्या-बोलण्यात अधिकारी वृत्ती आहे. तिच्यासारख्यांशी मतभेद होऊ नयेत, असं वाटलं मला.

"तुला काय झालं, याची आम्हाला फार काळजी वाटत होती." शरोना मला त्या पॅसेजमधून दिवाणखान्याकडे नेत म्हणते.

"मला उशीर झाला त्याबद्दल मी खरोखरीच फार दिलगीर आहे." मी म्हणते, "ट्रॅफिक होताच आणि शब्बातच्या वेळी तुम्ही दार उघडाल की नाही, याबद्दल मला जरा शंका होती..."

"तू बोलत होतीस ती कोण होती?" ती मागे वळून मला विचारते.

"वरच्या मजल्यावर राहणारी एक तरुणी. मी सांगितलं, की शुक्रवारी तुमची प्रार्थना असते, तर ती म्हणाली, की त्यांचीही शुक्रवारी प्रार्थना असते."

"ती मुस्लिम आहे?" ती म्हणते.

"बरोबर. आमचं छान बोलणं झालं."

"ती इंग्लिशमध्ये बोलत होती?"

"अगदी उत्तमपणे!"

"तू दारावरची घंटा का वाजवली नाहीस, ते तिच्या लक्षात आलं का?"

"मी... घंटा वाजवली होती; पण ती वाजवावी की नाही, त्याची मलाच खात्री नव्हती. शब्बातला त्याची मनाई असते ना?"

"आम्ही शब्बातला दारावरची घंटा वाजवत नाही; पण तुझ्यासाठी... आता ते

तुझ्यावर आहे, खरंच. तू अमेरिकेत शब्बात पाळतेस का?''

''मी त्याबद्दल आत्ताच शिकते आहे.''

''तू ज्युईश आहेस?'' ती विचारते.

''ती एक लांबलचक कथा आहे,'' मी म्हणते.

''मला लांब कथा आवडतात.'' ती म्हणते, ''जेवताना तू आम्हाला ती सांग. चल, माझे सासरे आत्ता प्रार्थना सुरू करताहेत.''

एका लांबट लाकडी टेबलाच्या टोकाला गडद निळ्या कापडाची टोपी घातलेले एक वृद्ध गृहस्थ– शॅरनचे वडील– हिब्रू प्रार्थनेचे पठण करतात. शॅरन आशीर्वाद घेतो आणि एका मोठ्या चषकातून किडिश वाईन पितो. ती द्राक्षांची आंबवून केलेली घरगुती मदिरा असते– तो लहान ग्लासात ती घालून टेबलावर सर्वांना तीर्थासारखी, प्रसादासारखी देतो. त्याची छोटी मुलगी मांडीवर बसलेली आहे. शरोना तिच्या ओठांना ग्लास लावते आणि तिच्या शब्बातच्या चांगल्या कपड्यांवर डाग पडणार नाहीत, याची काळजी घेते. तो जांभळा गोड रस प्यायला ती छोटी किती उत्सुक आहे, ते पाहून सर्व जण हसतात.

एका बशीत खजूर व केळी ठेवलेली असतात. ती अभिषिक्त करण्याचे मंत्र म्हणायला शॅरन त्या छोटीला शिकवत असतो.

''बारूख आता अदोनाई...'' शॅरन म्हणतो आणि छोटीने ते पुन्हा म्हणावे, म्हणून थांबतो.

''बारूख आता अदोनाई...'' ती ते शब्द म्हणते.

''एलोहैनु मेलेख हाओलाम...''

''एलोहैनु मेलेख हाओलाम...'' ती उत्साहाने म्हणते.

पांढऱ्या सॅटिनच्या कापडावर भरतकाम केलेली हिब्रू अक्षरे आहेत, त्या कापडाखाली दोन मोठे हाल्ला ब्रेड आहेत. मला शब्बातच्या गीताचे शब्द येत नाहीत, हे शॅरनच्या लक्षात येते व तो मला एक प्रार्थनेची पुस्तिका देतो. सुदैवाने इंग्लिशमधली आणि नंतर मी आत्मविश्वासाने गाऊ शकते.

''मी ही गाणी रात्रभर गाऊ शकेन,'' प्रार्थनेचा पहिला भाग संपल्यावर आम्ही जेवणाचे पदार्थ एकमेकांकडे द्यायला लागतो, तेव्हा शरोना म्हणते, ''मला शब्बातची गीते फारच आवडतात. इस्राईलमध्ये आम्ही खूप वेळ गात बसायचो.''

''तुम्ही इस्राईलमध्ये होता?'' मी विचारते.

''मी तिथे वर्षभर शिकत होते. शॅरनही होता आणि आता तिथे पुन्हा जाता येईल, अशी आम्हाला आशा आहे. आमचं कुटुंब आम्हाला तिथे वाढवायचं आहे.'' ती शॅरनकडे बघते आणि तो प्रेमाने तिचा दंड दाबतो. ''आमची मुलगी ज्युईश शाळेत इतर ज्यू मुलांच्याबरोबर शिकायला जावी, अशी आमची इच्छा आहे.''

"केव्हा जायचं ठरवता आहात तुम्ही?" मी विचारते.

"प्रश्न मोठा मनोरंजक आहे." शॅरन हसून म्हणतो, "गेली आठ वर्षे आम्ही म्हणतो आहोत, की पुढल्या वर्षी. दर वर्षी आम्ही खरंच जायचं ठरवतो, पण जाऊ शकलो नाही, हे मात्र खरं. त्याचं एक कारण म्हणजे आमची जमात. मी ज्युईश शिक्षक प्रसारक आहे आणि मला त्यांना मदत करावीशी वाटते. भारतात मला पक्की नोकरी आहे. मला इथली भाषा येते. मला लोक ओळखतात, तरी सुद्धा इथे मला समाधान वाटत नाही. परक्यासारखं वाटतं. इस्राईलमध्ये मला घरी असल्यासारखं वाटतं. मला तिथे नोकरीची शाश्वती नाही. मला भाषाही तितकीशी येत नाही. लोकही फारसे ओळखीचे नाहीत; पण तिथे माझा धर्म मी पाळू शकतो."

शॅरन क्षणभर विचार करतो व म्हणतो, "तू आजूबाजूला बघ. अजूनपर्यंत आमच्या आयुष्यात स्थैर्य आलेलं नाही. आमच्या करिअरमध्ये नाही, आमच्या घरामध्ये नाही. घरासाठी आम्ही योग्य ते फर्निचर सुद्धा खरेदी केलेलं नाही, कारण दर वेळी मनात विचार येतो, आम्ही जर ते सामान इथेच सोडून जाणार आहोत, तर ते घ्यायचं तरी कशाला?"

आता मुलांसाठी आशीर्वाद देण्याची प्रार्थनेतली जागा येते आणि शॅरनचे वडील शॅरन व शरोनाला आशीर्वाद देऊन झाल्यावर माझ्या डोक्यावर हात ठेवतात, "हिचे नाव काय?" ते विचारतात.

"सादिया," शॅरन सांगतो.

"तुझ्या वडिलांचं नाव काय?" ते विचारतात.

"रिचर्ड," मी सांगते.

"आणि त्यांचे आडनाव?"

"शेपर्ड आहे."

"रिक-चर्ड शेप-पर्ड" ते उच्चारतात. त्या अनोळखी अक्षरांचा बरोबर उच्चार करायचा प्रयत्न करतात. प्रार्थनेच्या स्तोत्रात योग्य ठिकाणी ते माझ्या वडिलांचे नाव गुंफतात आणि ज्यू लोकांच्या कुटुंबातल्या कर्तबगार स्त्रियांसारखी मला बनवावे, म्हणून देवाला विनवतात. सॅरा, रिबेका, रेचल आणि ली.

"आमेन." ते शेवटी म्हणतात.

"आमेन." मीही म्हणते.

जेवणानंतर एका वाडग्यातले कापलेले कलिंगड शरोना सर्वांपुढे फिरवते आणि आम्ही त्यातले मोठमोठे चौकोनी तुकडे आळीपाळीने खंजीर खुपसावा, तसे काट्याने उचलून घेतो. शॅरनचे वडील जेवणानंतर लगेच जवळच्या चारपाईवर आडवे होतात आणि त्यांना लागलीच झोप लागते. त्यांची नात त्यांच्या देहाचा उशीसारखा उपयोग करते आणि त्यांच्या अंगावर रेलून एका प्लॅस्टिकच्या कोड्यातल्या

(puzzle) तुकड्यांशी खेळत बसते.

"मग." शरोना विचारते, "काय आहे तुझी लंबी कहाणी?"

"ओह." मला संकोच वाटतो. "मी इथे भारतात का आले, त्याबद्दलची आहे."

"तू शिकते आहेस का? आमच्याकडे इथे पुष्कळ विद्यार्थी शिकायला येतात."

"मी विद्यार्थिनी आहे; पण सध्या मी कॉलेजमध्ये नाही. मी इंडियात आले, कारण माझी बेने इस्रायली आजी मुंबईतली होती. शॅरनने ही कहाणी अगोदर ऐकलेली आहे."

"नाही, नाही, तू सांग. ती चित्तवेधक कहाणी आहे," तो म्हणतो.

"आणि तिने माझ्या आजोबांशी, जे मुस्लिम होते, त्यांच्याशी लग्न करायला बेने इस्राईल जमात सोडली होती."

"तिने मुस्लिमाशी लग्न केलं?" शरोना चकित होऊन विचारते.

"तिने अगोदरच दोन बायका असलेल्या मुस्लिमशी लग्न केलं आणि नंतर ती पाकिस्तानला गेली व तिने आपली मुले मुसलमान म्हणून वाढवली."

"मला कल्पनाच करता येत नाही, एक बेने इस्राईल मुलगी दोन बायकांचा दादला असलेल्या मुस्लिम माणसाशी लग्न करते." शरोना म्हणते.

"हो ना, तो काळ बहुधा निराळा होता ते तिच्या वडिलांचे जवळचे मित्र होते नि चांगले श्रीमंत होते... आणि तिचं सुद्धा त्यांच्यावर खूप प्रेम होतं."

"ती खरंच पाकिस्तानला निघून गेली?" शॅरन विचारतो. "कहाणीचा तो भाग मी लक्षातच घेतला नव्हता."

"ती गेली."

"तुझी आई ज्यू आहे की मुस्लिम?" शरोना विचारते. "अर्थात ज्यू कायद्याप्रमाणे ती ज्युईशच आहे."

"हो, पण माझी आई मुस्लिम म्हणूनच वाढली आणि आजही ती तोच धर्म पाळते. तिला ज्यू धर्माबद्दल उत्सुकता आहे, पण तिच्या धर्माच्या बाबतीत ती समाधानी आहे."

"आणि तुझे वडील?"

"माझे वडील ख्रिश्चन आहेत."

"आणि तू?"

"मी इथे माझ्या आजीच्या जमातीबद्दल जास्त माहिती जाणून घ्यायला आले आहे. तिने इथे काय सोडून दिलं होतं, ते पाहायला."

"हे बघ, सादिया," शॅरन गंभीर होऊन विचारात दंग होत सुरुवात करतो, "तुझी अवस्था मला वाटलं होतं, त्यापेक्षा जास्तच गुंतागुंतीची आहे. तुला निवड

केलेले आहेत, ते तुम्हाला बदलता येत नाहीत. यावर तुम्ही विश्वास ठेवताच की! आता हलालच्या कल्पनेमध्ये तुम्ही प्राण्यांचे रक्त खाऊ-पिऊ शकता; पण बुक ऑफ मोझेसमध्ये स्पष्ट लिहिलंय, की तुम्ही प्राण्यांचे रक्त प्राशन करू शकत नाही. तेव्हा ही बाब पुन्हा उजळणी करून विचार करण्यासारखी आहे. खालच्या मजल्यावर एक मुस्लिम गृहस्थ राहतात नि ते कुराण शिकवतात. आम्ही बऱ्याच वेळा भेटतो आणि ते मला इस्लामवरची पुस्तके देतात. मी मुस्लिम व्हावं, म्हणून ते मला शिकवायचा प्रयत्न करतात आणि आमच्यात छान वादसंवाद होतात; पण मुळात ते मला कुराणातल्या गोष्टी सांगतात आणि मी त्या ऐकतो नि नंतर खासगीरीत्या त्या गोष्टींचे तुकडे पाडतो. मला समजतील, असे त्यांचे संदर्भ लावतो. शेल्फवर आपण सामान ठेवतो ना, तसे वेगवेगळ्या माहितीचे तुकडे मनाच्या निरनिराळ्या कप्प्यांमध्ये ठेवून देतो. या तिन्ही धर्मांतल्या कोणत्याही व्यक्तीशी तू बोललीस, तरी ते त्यांच्या धर्मातल्या धार्मिक पुस्तकांचाच आधार घेतील. मी ज्यू आहे, म्हणून माझ्या मते फक्त 'तोरा' अचूक आहे; पण मला वाटतं, की तू पुराणांची एक प्रत स्वत: विकत घ्यावीस आणि ती वाचून पाहावीस आणि शिक्षक– स्वत:साठी कुणीतरी चांगला शिक्षक गाठ. जर तुला चांगला ख्रिश्चन शिक्षक भेटला नि वाईट ज्यू शिक्षक भेटला, तर शेवटी तू ख्रिश्चन होशील किंवा उलटेही होऊ शकेल– तेव्हा चांगले शिक्षक मिळणे, हे फार महत्त्वाचे आहे आणि मग नंतर काय ते ठरव. तुला खूप काम करावे लागेल, सादिया.''

''तुम्ही म्हणता ते अगदी बरोबर आहे, असं मला वाटतं.'' मी म्हणते.

''तू कोणत्या पुरुषाशी लग्न करशील?'' शरोना विचारते. ''तू ज्यूशी लग्न करशील की ख्रिश्चनशी, की मुस्लिमशी?''

''ओह, मला नाही ते सांगता येत,'' मी सांगते. ''पण मला जेव्हा तो 'कुणीतरी' भेटेल, तेव्हा आमची मुले कोणत्या पद्धतीने वाढवायची, यावर मात्र मी विचार करीन.''

''हा विचार करायला तू लग्न होईपर्यंत थांबलंच पाहिजे असं नाही. मला वाटतं...'' शॅरन गंभीरपणे म्हणतो.

''तू कोण आहेस, हे तुला लग्नापूर्वीच माहिती असायला हवं.'' शरोना अगदी व्यवहारी सावधपणाने म्हणते.

''तू धर्मांचा अभ्यास करावास आणि जो धर्म तुला सर्वांत जास्त आपला वाटेल, बंधनकारक वाटेल, त्या धर्मातला जोडीदार तू निवडायला हवास.'' शॅरन म्हणतो.

''शॅरन नि मी, आमची मुले ज्यू घरात वाढवतो आहोत. तुला कुणाशी तरी लग्न करून, त्यानंतर धर्माचा अभ्यास करून, जर कळलं, की ज्याच्याशी तू लग्न केलं आहेस, त्याच्या धर्माबद्दल तुझ्या मनात आदराची भावना नाही, तर ते तुला

पटणार नाही...''

"ओह, कळलं मला.'' मी हसून म्हणते, "तुम्हाला काय म्हणायचंय ते समजलं.''

"तुला पुष्कळ काम करायचं आहे.'' शॅरन पुन्हा म्हणतो, "मला ज्यू धर्माचा प्रवक्ता असल्यासारखं बोलायचं नाही, पण माझ्यासाठी तोरामध्ये बराच काही अर्थ आहे.''

*त्या रात्री शॅरन आणि शरोनाच्या मते* मी एकटीने परत जायला हरकत नाही अशा वेळेपेक्षा, बऱ्याच उशिराने मी निघते आणि टॅक्सीला हात करते. नेहमीप्रमाणे अंधार पडल्यावर मुंबईच्या टॅक्सीत एकटीने जाताना मनात नेहमीच जरा धाकधूक वाटते. "टॅक्सीचा नंबर लिहून घ्यायचे लक्षात ठेवा.'' वडीलधारी मंडळी नेहमी सांगतात, त्या विचाराची मला गंमत वाटते. समजा, जर तशी परिस्थिती उद्‌भवलीच, चोरी किंवा त्याहीपेक्षा वाईट आणि चमत्कारिक वेळ आलीच, तर तो नंबर माझ्या वहीत नोंदलेला असेल. बहुतेक वेळी टॅक्सी सुरू झाली, की ही भीती विरते आणि उगीचच शंका घेतल्याबद्दल मला मीच बावळट वाटते.

"कोणता देश, मॅडम?'' मी टॅक्सीत बसल्यानंतर तो ड्रायव्हर विचारतो आणि आमच्या संभाषणाची गाडी नेहमीच्या चाकोरीतून जाणार, हे माझ्या लक्षात येते. मी कुठली आहे, मला भारत कसा आवडतो आणि त्याची स्वत:ची अमेरिकेविषयीची मते!

"यू.एस.'' मी खिडकीतून भायखळ्याची गर्दी पाहत त्याला उत्तर देते.

आता इथली काही दृश्ये माझ्या ओळखीची नि आवडीची झालेली आहेत. एका म्हाताऱ्याच्या घरातल्या खोलीत स्मरणोत्सवार्थ जमलेल्या प्लेट्‌सचा प्रचंड खजिना भिंतीवर लावलेला खिडकीतून दिसतो. एका चार फुटी रुंदीच्या तात्पुरत्या लाकडी स्टॉलवर शोभिवंत मासे विकण्यासाठी एक शिळकट मत्स्यपेटी आहे आणि त्याच्या मागे पाटी आहे 'माशांचे नंदनवन'.

शॅरन व शरोनाला मी त्यांच्याकडे रात्री राहिले असते, तर नक्कीच बरं वाटलं असतं; पण खरी गोष्ट अशी होती, की मला खूप विचार करायचा असतो. आमच्या संभाषणामुळे माझ्यासमोर अनेक अनुत्तरित प्रश्न उभे राहिले असतात आणि मला तो माझ्या डोक्यामधला गुंता सोडवायचा असतो– एकटीने.

"तुमची जात कोणती?'' टॅक्सी ड्रायव्हर विचारतो. नेमका आजच हा प्रश्न हा माणूस मला विचारतो आहे, अगदी योग्य वेळी!

त्या प्रश्नाचं उत्तर काय द्यावं, त्याबद्दल मी जरा साशंक आहे. एकतर त्याच्या चौकशीतून त्याला वाटेल, की मी भारतीय आहे किंवा थोडीतरी भारतीय आहे. तसं त्याला वाटलं, तर मला आनंदच होईल. कदाचित त्याचं इंग्लिश भाषेचं ज्ञान बेताचं

असलं, तर त्याला खरा प्रश्न नीट विचारता आला नसेल किंवा ही तरुणी इतक्या रात्रीच्या वेळी, उशिरा, टॅक्सीने, एकटी का जाते आहे, याचे त्याला कुतूहल असेल. काहीही असो, संवादाची ही ठराविक सुरुवात असते. आता कुणालाही त्याची जात विचारणे, हे जरा धाडसाचेच असते आणि काही उच्चभ्रू वर्तुळात तर हे अगदीच उद्धट मानले जाते.

मी त्याला खरं सांगायचं ठरवते.

"माझी आई मुस्लिम आहे, माझे वडील ख्रिश्चन आहेत, माझी आजी बेने इस्राईल ज्यू होती– ही एक महाराष्ट्रामधली छोटीशी जमात आहे."

"हां," हे माहिती असल्यासारखी तो मान हलवत म्हणतो. त्याला खरोखरीच माहिती आहे की नाही कोण जाणे!

"आणि तुम्ही? तुम्ही कोण आहात?"

"मी धर्माचा अभ्यास करते आहे."

"अभ्यास करणं चांगलंच." तो उत्तर देतो, "मी ब्राह्मण आहे. आमची अभ्यासूंची जात आहे."

"हो." मला काय बोलावं, ते सुचत नाही.

"हिंदू लोक फार चांगले असतात. दारू पिणे नाही, शिव्या नाहीत. भांडणे नाहीत... नाही... नाही... शिव्या... दारूबाजी नाही..."

हे संवाद मी पूर्वी ऐकलेले आहेत. "आणि शाकाहार कधीही सोडू नका." टॅक्सीच्या खिडकीतून रस्त्यांतले दिवे पाहता पाहता त्याच्या यादीत मी भर घालते.

"हो! मांसाहार नाही!"

"बरोबर."

"मुस्लिम लोक वाईट असतात," तो गंभीरपणे म्हणतो.

"ते सगळे दहशतवादी आहेत. त्यांना काय हवंय? ते मला माहीत नाही. तुम्हाला सांगता येईल का त्यांना काय हवंय ते?"

"हा प्रश्न अवघड आहे," मी म्हणते. मला काय उत्तर द्यायचं तेच कळत नाही.

"त्यांनी तुमच्या देशावर हल्ला केला. त्यांनी आमच्याही देशावर हल्ला केला."

"हा विषय अतिशय गुंतागुंतीचा आहे."

"तुमचं लग्न झालंय?"

"अजून नाही."

"लग्न झालेलं नाही?" तो विचारताना मागे वळून बघतो. जणू काही माझ्या उत्तरावर त्याचा विश्वासच बसत नव्हता."तुमचं वय काय?" तो विचारतो.

मी जरा चाचरते, त्याला सांगायला नाखूष असते.

“अठ्ठावीस.” शेवटी खरं सांगून टाकते.

“ओ– हो– हो– हो– हो–” त्याला खंत वाटून तो म्हणतो आणि डाव्या हाताने कानशिलावर मारत राहतो. जसं काही त्याचं डोकं म्हणजे, एक लाकडाचा मोठा ठोकळाच आहे. “ओ– हो– हो– हो– हो– हो–”

मला टोनीची आठवण येते, जर मी भारतात आलेच नसते, तर कदाचित आमचं लग्न ठरलंही असतं. टॅक्सी ड्रायव्हर जरा सावरून बसतो आणि काही दुसरी माहिती सांगायला लागतो.

“भारतातल्या खेड्यांमध्ये अठराव्या वर्षी लग्नं होतात. शहरांमधून लोक चोवीस, पंचविसाव्या वर्षी लग्न करतात. अमेरिकेतले लोक केव्हा लग्न करतात?”

“सांगता येत नाही. कधी पंचवीस, कधी तीस, कधी उशिराही– नक्की काहीही नसतं.”

“तुम्ही कोणत्या जातीत लग्न कराल?”

“मला अजून माहीत नाही.” मी म्हणते, “मी इथंच थांबणार आहे. मग बघू.”

“तुमची आई भारतीय आहे का?”

“तिचा जन्म इथे झाला होता.”

माझ्या घराजवळ टॅक्सी येऊन थांबते आणि मी फाटकापाशीच मला सोडायला ड्रायव्हरला सांगते.

“हे तुमच्या आईचं घर का?”

“हो,” मी खोटं बोलते. “ती आत आहे.”

“तुमच्यासाठी नवरा शोधायची त्यांना घाई झाली असेल. नाही?” भिवया उंचावून तो विचारतो.

“गुड नाईट.” मी हातातली मोड मोजून त्याला देत म्हणते.

“तुम्ही तुमच्या जातीतलाच नवरा बघा. तेच बरं असतं.”

“गुड नाईट.” मी त्रासून म्हणते आणि टॅक्सीचे दार उघडून बाहेर उतरल्यानंतर जोराने दार आपटते.

बिल्वकुंजचे लोखंडी फाटक मी किल्लीने उघडते आणि माझ्या खोलीपर्यंत जाणाऱ्या दहा पायऱ्या चढताना देखील माझे पाय जड वाटायला लागतात.

एकदा आत शिरल्यानंतर मी माझ्या बॅगा टाकते, बूट काढून टाकते आणि पलंगावर बसून टीव्ही लावते. न्यूयॉर्कमध्ये आत्ता सकाळ आहे. पॅलेस्टाईनमधले लष्करी आतंकवादी आणि इस्त्रायली फौजा यांचा बेथलहेम इथला अडतीस दिवसांचा स्टँड-ऑफ आता संपुष्टात आला आहे. चर्चमध्ये असलेल्या तेरा आतंकवाद्यांना निरनिराळ्या देशांमध्ये हद्दपार करायला मान्यता मिळाली आहे. मला झोप लागते. शनिवारी सकाळी मी मॅनहॅटनमध्ये चालत जाते आहे आणि कॅनाल स्ट्रीट ओलांडायचा

करायची आहे. होय ना?''

''तुला वाटतं का शॅरन, की तिला निवड करायची आहे म्हणून?'' शरोना मुलीला उचलून गुडघ्यांवर ठेवते व तिला थोपटत विचारते.

''होय, मला वाटतं, की तिने निश्चितपणे निवड ही केलीच पाहिजे.''

''तुला वाटतं का गं, की तुला निवड करायची आहे असं?'' शरोना मला विचारते.

''भारतात येईपर्यंत तसं वाटत नव्हतं. अमेरिकेत लोक अनेक वेळा एकाऐवजी दोन धर्मांबरोबर वाढतात. आता तीन धर्म क्वचितच एकत्र असतात, पण एकापेक्षा जास्त धर्माच्या धार्मिक पद्धती सहजपणे स्वीकारल्या जातात, त्यांचा आदर केला जातो; पण इथे आल्यानंतर मला आता प्रश्न पडलाय, की मी निवड करायला हवी का?''

''सादिया, तुझा एक मित्र म्हणून मी तुला अगदी स्पष्ट सांगू का?'' शॅरन विचारतो आणि मी त्याला सांगते, की त्याने मला सांगितलं, तर मला आनंदच होईल.

''मला वाटतं सादिया, की जर तू जास्त खोलात जाणार नसलीस, तर तुझ्या आयुष्यातल्या या तिन्ही धर्मांबरोबर तू छानपैकी सामावून राहू शकतेस. ज्यू आणि ख्रिश्चन धर्मांमध्ये अनेक बाबी सारख्या आहेत. त्याचप्रमाणे ज्यू आणि मुस्लिम धर्मांतही अनेक गोष्टी समान आहेत; पण जर तू या तीनही धर्मांमध्ये जास्त खोलात शिरलीस, तर तिथे तुला अनेक परस्परविरोधी अशा विसंगती आढळतील आणि मग जर तू एकाच धर्मावर पूर्णपणे विश्वास ठेवलास, तर दुसऱ्या धर्मांच्यावर तुझा तितकासा विश्वास राहणार नाही.''

''शॅरन, तिला उदाहरण देऊन सांग, म्हणजे नीट समजेल,'' शरोना म्हणते.

''अगं, तसं सांगण्याइतका काही मी तेवढा विद्वान नाही हं.'' तो नम्रपणे म्हणतो.

''निश्चितच आहेस!'' शरोना व मी दोघी एकदम म्हणतो आणि त्याला पुढे बोलायला लावतो.

''बरं बरं, ठीक आहे. आता हे असं, की ख्रिश्चियॅनिटीमध्ये पवित्र त्रिमूर्तीला (पिता, पुत्र आणि पवित्र आत्मा ही ईश्वरस्वरूप त्रिमूर्ती) महत्त्व आहे. आता जर तुझा या त्रिमूर्तीवर विश्वास असेल, तर मग ईश्वराखेरीज इतरही काही दैवी शक्ती वेगळे पवित्र रूप धारण करू शकतील, याच्यावरही तुझा विश्वास असणार. माझ्या मते, ही कल्पना एकेश्वर कल्पनेशी जुळत नाही किंवा ती त्याच्या विरोधात आहे. मी जे काही इस्लामबद्दल वाचलंय, त्यावरून महंमद पैगंबर हा शेवटचा प्रेषित होता आणि त्याच्यानंतर दुसरा प्रेषित होणार नव्हता. तेही मोझेसला मानतात. तोही प्रेषित होता आणि तेही बुक ऑफ मोझेसवर विश्वास ठेवतात; पण जर आपण बुक ऑफ मोझेस ग्राह्य धरलं किंवा त्यानुसार पालन केलं, तर मग देवाने जे काही नियम

प्रयत्न करते आहे, असे स्वप्न मला पडते. त्यात मी चालत असते आणि आजूबाजूच्या रस्त्यावरच्या विक्रेत्यांचे आवाज आणि दगडी रस्त्यावर होणारा माझ्या सँडल्सचा आवाज यांची मिसळ होत असताना, एक प्रश्न हृदयाच्या ठोक्यासारखा सतत मला ऐकू येत राहतो. कोणती जात? कोणती जात? कोणती जात?

*कधीकधी माझी भाजीखरेदी* झाली, की मी ग्रँटरोड स्टेशनच्या शेजारच्या बी. मेरवान या जुन्या इराणी हॉटेलात शिरते. तिथली सजावट १९१४ मध्ये हे हॉटेल सुरू झाल्यापासून जी आहे, ती तशीच असावी बहुतेक. बी. मेरवानची टेबले संगमरवरी आहेत आणि तेथील लाकडी खुर्च्या काळसर असून, चांगल्याच झिजलेल्या आहेत. सतत इतकी वर्षे येणाऱ्या जुनाट गिऱ्हाइकांच्या गर्दीमुळे. त्यातले बहुतेक सर्व पुरुष असतात. ते अगदी रोज नियमित श्रद्धापूर्वक येतात. आत अंधार असतो आणि काही गिऱ्हाइके तिथे कायम ठाण मांडून बसलेली दिसतात. ते घरी कधी जात असतील का, असं मनात येतं. तिथे ठराविक पदार्थांना जास्त मागणी असते. जास्त दुधाचा चहा, कॉफी, अंडी नि ब्रेड हे वीस रुपयांच्या आत मिळतं. दुसरीकडे मिळतं, त्यापेक्षा खूपच कमी किमतीत. मी बी. मेरवानमध्ये येते, त्यांची प्रसिद्ध मिल्क केक खायला नि वाचायला, कारण नाना इथे असताना हे हॉटेल होतं, हे मला माहीत आहे. या जागेच्या रंगरूपात ते सुरू झाल्यापासून काडीमात्र बदल झाला नसावा. त्या वेळीही ते असंच दिसत असेल.

एके दिवशी छानशी खानदानी साडी नेसलेली एक वयस्कर स्त्री माझ्या शेजारच्या टेबलावर बसून एकटीच चहा पीत असते. तिने पांढऱ्या केसांचा मागे ओढून अंबाडा बांधलेला होता.

"माफ करा, पण हे ब्रेसलेट तुम्ही कुठून घेतलंत?"

मी मनगटावर काळा इलॅस्टिक हेअरबँड घातला होता. त्याच्याकडे बोट दाखवून ती विचारते. मी तिला तो काढून दाखवते.

"खरं म्हणजे हा केसांसाठी आहे. तो हरवू नये म्हणून मी तो मनगटावर बांधून ठेवते."

"ओह, असं काय?" ती म्हणते, "मी विचारलं, कारण आमच्या गावी आमचं दुकान आहे आणि काळे लोक नेहमी मनगटावर घालायला रबरी ब्रेसलेट मागत असतात; पण मला कधी कुठे ते दिसलं नव्हतं. ते लोक मानतात, की रबरी ब्रेसलेट घातलं, की विजेचा शॉक बसत नाही. ते खरं नाही, पण त्यांना मात्र तसं वाटतं."

"तुमचं दुकान कुठे आहे?"

"आमच्या गावी, दक्षिण आफ्रिकेमध्ये."

"तुम्ही दक्षिण आफ्रिकेतल्या आहात का?"

"मी कायम तिथेच राहिले आहे."

"मग तुमचं कुटुंब इथे असतं का? तुम्ही त्यांना भेटायला आला असाल?"

"माझं कुटुंब हरवलंय."

त्या काय म्हणताहेत, हे समजायला मला जरा वेळ लागतो.

"हरवलंय?"

त्या बाई क्षणभर थबकतात आणि त्यांच्या चेहऱ्यावर एक वेगळंच हास्य पसरतं. ती नजर माझ्या परिचयाची आहे, जेव्हा एखादी वयस्कर व्यक्ती लहान माणसांना काहीतरी गुपित सांगते ना, तशी.

"माझ्या आजी-आजोबांना १८६० च्या सुमारास आसामहून तिकडे दक्षिण आफ्रिकेला सक्तीनं नेण्यात आलं होतं. त्यांना वाटलं, की महिनाभराच्या प्रदीर्घ सुट्टीवर ते जात आहेत. ब्रिटिशांनी अनेकांना गोळा केलं आणि हीच कथा सांगितली. माझ्या आजी-आजोबांनी आपली साही मुलं बरोबर घेतली आणि ते तेथे गेले. त्यांना ऊसाच्या मळ्यात वेठबिगार म्हणून नेणार आहेत, हे माहिती नव्हतं. ते फसवले गेले. त्यांनी करारपत्रांवर सह्या केल्या होत्या, पण त्यांना वाचता येत नव्हतं, त्यामुळे आपण कशावर सही करतोय, हेच त्यांना कळलं नव्हतं. ब्रिटिश लोक लबाड होते आणि निर्दय सुद्धा होते. कित्येक वर्षे माझे आजी-आजोबा, माझे आई-वडील यांनी घरच्या लोकांशी संपर्क ठेवला होता. ते माझ्या आसाममधल्या मामा, काकांना पत्रे लिहीत असत. कुटुंबातल्या सगळ्या बातम्या त्यांना कळत होत्या. मग नंतर बरेच महिने आम्हाला माझ्या काका-मामांची काहीच खबरबात नव्हती. मी पहिल्या वेळी भारतात यायला निघाले, तेव्हा माझ्या वडिलांना मी म्हटलं, 'मला त्यांचा पत्ता का देत नाही? त्यांचं काय झालंय, ते तरी मी बघेन.' आम्ही १९९४ मध्ये बोटीने आलो. जेव्हा आम्ही मुंबईत पोहोचलो, तेव्हा मी इथल्या टूरिस्ट ऑफिसला माझ्या नातेवाइकांचा पत्ता दाखवला. ते म्हणाले, 'तुम्ही त्यांच्याकडून पत्रवार्ता ऐकल्याला किती दिवस झालेत?' मी त्यांना सांगितलं, की त्याला खूप वर्षे उलटलीत. 'पण तुम्हाला माहिती नाही का? तो संपूर्ण भाग पुरात वाहून गेला होता,' त्यांनी मला सांगितलं. अशा प्रकारे माझं कुटुंब हरवून गेलं. बाकीचे आमचे सगळे कुटुंबीय, दक्षिण आफ्रिकेत आहेत. आम्ही बरेच जण आहोत."

माझी खुर्ची मी त्यांच्याजवळ सरकवते आणि त्यांच्या टेबलावर माझे कोपर विसावते.

"आणि लग्न करायची वेळ आली, तेव्हा तुमच्या जातीतली इतर माणसे तुम्हाला भेटली का?"

"हो तर, आम्हाला आमच्या जातीतलेच हवे होते. खरं पाहिलं, तर माझी आई अमृतसरची आहे. माझ्या वडिलांचं कुटुंब आसाममधलं. माझे आजी, आजोबा, त्या

सर्वांचे चिनी डोळे होते. लहानपणी आमचा गोंधळ व्हायचा. आम्ही म्हणायचो, जर तुम्ही हिंदुस्थानी आहात, तर तुमचे डोळे चिन्यांसारखे कसे?''

''तुमचे डोळे फार सुंदर आहेत. तुम्हाला हे राखी डोळे कसे मिळाले?''

''माझे डायबिटिक डोळे आहेत. काळानुसार माझ्या डोळ्यांचा रंग बदललाय. माझा पासपोर्ट बघितलात, माझे लग्नातले फोटो बघितलेत, तर माझे डोळे काळे होते.''

''खरंच? मी हे पूर्वी कधी ऐकले नव्हते.''

वेटर त्यांच्या पुढ्यात मिल्क केकची प्लेट ठेवतो.

''अहो, तुम्हाला कदाचित हे नको असेल, त्यात खूप साखर असते.'' त्यांच्या मधुमेहाची आठवण होऊन मी त्यांना म्हणते.

''का नको?'' लहान मुलीसारखे खांदे उडवत त्या म्हणतात, ''हे बघ, तुम्ही फक्त एकदाच जगता आणि एकदाच मरता.''

''अगदी बरोबर.'' मी म्हणते, ''शिवाय सध्या तुम्ही सुट्टीवर आहात.''

''अगदी खरं, जेव्हा मी भारतात पहिल्या वेळी आले, तेव्हा सुट्टीवर आले होते. पूर्वी मी जरी आलेली नव्हते, तरी का कोण जाणे, मला इथे आवडलं. सारं काही ओळखीचं वाटलं. मला वेगळेपणा, परकेपणा जाणवलाच नाही. मी, माझ्या तिघी बहिणी, नणंदा, चुलत बहिणी, सगळ्या जणी बरोबर आलो होतो. आम्हाला वाटलं, आपण परत कधी पुन्हा येऊ की नाही, कोण जाणे. खूप मजा करून घेऊ. आम्ही तीन महिने राहिलो. काश्मीरला गेलो, सिमल्याला गेलो, सगळीकडे गेलो. पण आता मी वर्षातून एकदा तरी इथे येते. मुंबई, दिल्ली, इतर ठिकाणीही जाते.''

''इथे असताना तुम्ही काय करता?''

''मी गावे पाहते. शॉपिंग करते, अर्थातच. मी एक स्त्री आहे ना!''

''तुम्ही नेहमी साडीच नेसता का?''

''हो तर, आम्ही तिकडे घरी फक्त साड्याच नेसतो. माझी आजी येताना तिच्याबरोबर भारत घेऊन आली होती. तिने तिच्या जेवायच्या सवयी ही त्याच ठेवल्या होत्या. तिच्या पद्धती, तिची गीता, तिने आम्हाला सगळं काही शिकवलं. त्यांचा करार संपल्यानंतर माझी आजी आसामला परत जाण्यासाठी, म्हणून जन्मभर पैसे साठवत राहिली. ती आम्हाला तिथला पाऊस, पूर यांच्या गोष्टी सांगायची. त्या काळात आसाममध्ये नेहमी पूर येत असत. ती अगदी मरायच्या दिवसापर्यंत आसामच्या आठवणी काढून रडायची; पण तिला काही पुन्हा भारत बघता आला नाही. माझे आजोबाही वारले आणि शिवाय त्या वेळी प्रवास करणेही अवघडच असायचे...''

त्यांची नजर भूतकाळात बघत असल्यासारखी दूर कुठेतरी लागलेली आहे. नंतर पुन्हा भानावर येऊन ती म्हणते, ''अगं पोरी, पण तू का भारतात आली आहेस?''

''वेल्, मी देखील माझे हरवलेले कुटुंबीय शोधत आले आहे. खरं तर एका

अर्थी तसंच आहे. माझी आजी इथली, मुंबईतली होती. ती ज्यू, या लहानशा जमातीतली होती. मी त्यांच्याबद्दलची माहिती गोळा करायला आले आहे आणि माझ्या आजीबद्दल आणखी काही जाणून घ्यायला.''

''माझ्या कुटुंबातही थोडंफार तसंच घडलंय. आपण काही फार लांबचे नाही. माझ्या नातीने एका ज्यू मुलाशी लग्न केलंय. तिला तो इथे मुंबईत भेटला आणि आता ती दोघे इस्त्राईलमध्ये आहेत.''

''तिने भारतीय ज्यू मुलाशी लग्न केलं का?''

''नाही, नाही. इस्त्रायली ज्यू. तो इथे मुंबईला नोकरीला होता. ती इथे कायद्याच्या कंपनीत होती. दोघांची भेट त्या कंपनीतच झाली. ओह, आम्हाला कुणालाही ते अजिबात आवडलं नव्हतं. आम्ही सगळे जण अगदी विरुद्ध होतो त्याच्या. विशेषत: माझे पतिराज. ज्यू धर्म आमच्या धर्मापेक्षा कितीतरी निराळा आहे; पण माझी नात म्हणाली, 'नाही मा– (माझी सगळी नातवंडं मला मा म्हणतात.) ज्यू लोक अगदी हिंदूंच्यासारखेच आहेत. ते सगळे कुटुंबाला धरून राहणारे असतात.' आता माझी नात आणि तिचा नवरा इस्त्राईलमध्ये आहेत, पण अगदी सुखात आहेत. त्यांना दोन मुलं आहेत. आता जर एकमेकांना ते इतके आवडतात, तर दुसरं काही म्हणणारे आम्ही कोण?''

''माफ करा हं; पण मी माझी ओळखच करून दिली नाही. माझं नाव सादिया.''

''मी मैनावती.'' (किती सुंदर नाव आहे, मैना पक्ष्यासारखं!)

''मी लहान होते ना, तेव्हा मैनेसारखी सतत वटवट करायची.'' त्या उठताना म्हणतात आणि माझ्याकडे बघताना त्यांच्या डोळ्यांत ते चमकणारं हास्य दिसतं.

कशी का असेना, पण मला त्यांची कल्पना समजते.

''तुला जे हवंय ते तुला मिळो, अशी माझी सदिच्छा आहे, सादिया.''

''थँक यू, तुम्हालाही तसंच मिळो.'' मी म्हणते.

# भाग तिसरा

## प्रस्थान

# पुस्तकातली माणसे

## *कराची, जून २००२*

माझी आई आणि आजी यांच्या शिवाय मी पाकिस्तानला कधी गेलेली नव्हते आणि सज्ञान झाल्यानंतर तर नाहीच. भारतातून पाकिस्तानला जाणारा माझा हा प्रवासही फाळणीनंतर नानाने तिच्या दोन मुलांना– माझी आई व माझा मामा यांना घेऊन, जो प्रथमच प्रवास केला, त्याची ही पुनरावृत्ती आहे. मुंबई ते कराची हा विमानप्रवास जेमतेम एक तास पंधरा मिनिटांचा. या दोन्ही शहरांना वेगळे करणारे खंबायतचे आखात देखील नीटसे समजत नाही, इतका छोटासा! ही दोन्ही शहरे समुद्रकिनाऱ्यावर आहेत. दोन्हीही गर्दीने गजबजलेली महानगरे आहेत. मुंबईत राहत असताना जेव्हा मला कराची बद्दल प्रश्न विचारले जात, तेव्हा हे दुरावलेले अंतर कमी करण्याचा मला मोह व्हायचा. ''इथल्यासारखेच तिथे आहे.'' असं मी सांगायची, ते मला आठवतं. ''कराची ही तिथली आर्थिक राजधानी आहे. तिथे टेलिव्हिजन उद्योग आहेत. तिथे जीवनाला वेग आहे. इतर शहरांतून लोक कामधंदा शोधायला तिथे येतात नि स्वत:ची नवीन ओळख घडवतात.'' पण मला हेही ठाऊक आहे, की जरी ही दोन्ही शहरे जोडल्यासारखी समान असली, तरी पूर्णपणे वेगळी आहेत. दूरची आते, मामे, चुलत, मावस भावंडं असतात ना, तसं. लागेबांधे एकच असले, तरीही वेगळी वाढलेली!

मुंबईत सिक्युरिटी चेकच्या रांगेत मी उभी असते. सर्वव्यापी असणारे ऑस्ट्रेलियन व इस्रायली, पाठीवर कुलूपबंद पिशवीछाप ओझ्याचे गाठोडे, लांडे स्कर्ट, टँकटॉप्स आणि क्वचित एखादा भारतीय स्कार्फ अशा वेषांतल्या लोकांबरोबर पायघोळ,

सैलसर सलवार-कमीजमध्ये माझे हात नि पाय झाकलेले आहेत. माझ्या मावस-मामे बहिणींसाठी भरतकाम केलेल्या पर्सेस आणि मामा, मावश्यांसाठी मिठाईने माझ्या बॅगा भरलेल्या आहेत. माझ्या भेटवस्तू बघून त्यांना काय वाटेल, कोण जाणे– आता त्यांच्याकडे पाकिस्तानात काय मिळत नसावे, की जे मी मुंबईहून नेऊ शकेन?

मी विमानात बसल्यावर मला लगेच जाणवतं, की विमानतळापेक्षा इथे आत वेगळी संस्कृती आहे. पाश्चिमात्य कपड्यांतले लोक कमी आहेत; माझ्याभोवती फक्त उर्दूच कानांवर पडते आहे. मॅचिंग मेकअप केलेल्या आणि डोक्यावर स्कार्फ घेतलेल्या दोन तरुण स्त्रियांच्या शेजारी मी बसायला जाते, तेव्हा त्या मला 'सलाम' म्हणतात. विमानाने टेक-ऑफ करतेवेळी त्या प्रवासासाठी प्रार्थना पुटपुटायला लागतात. भारतात बेने इस्त्राईल लोकांमध्ये असताना माझ्या मनातला इस्लाम केंद्रबिंदूपासून बराच बाजूला सरकलेला होता, तो सुप्त पैलू आता पुन्हा पुढे येतो. मीही डोळे मिटते आणि सहज, स्वाभाविकपणे मी पहिला कलिमा म्हणायला लागते. लहानपणी पाकिस्तानला विमानाने जाता-येताना माझ्या आईने विमान सुटले, की ही प्रार्थना म्हणायला शिकवले होते.

मी खिडकीबाहेर बघते आणि कल्पना करते, की माझी आजी देखील अशीच प्रवासाला निघाली असेल, आपल्या दोन मुलांना दोन्ही हातांनी आश्वासकपणे जवळ घेऊन तिच्या या जन्मगावाकडे, तीही त्या वेळी खिडकीतून बघत असेल– भव्य सरंजामशाही इमारती, झोपड्यांची गर्दी, किनाऱ्याला आपल्या कवेत घेणारी राणीच्या रत्नहाराची सुरेख चंद्रकोरी कमान– आणि मग ती दृश्येही अशीच अगदी लहान होत होत धूसर होत गेली असतील.

आपल्याला हिंदुस्थान सोडून पाकिस्तानला जायचे आहे, हे नानाला कसे समजले, ते तिने मला एकदा सांगितले होते. तिच्या पतीने सांगितले, की दोन आठवडे सुट्टीवर जाण्यासाठी थोडे कपडे व सामान बरोबर घे. "मुंबईत सध्या गोष्टी सुरक्षित राहिलेल्या नाहीत. मला वाटतं आपण कराचीत माझ्या बहिणीच्या घरी थोडे दिवस जाऊन राहावं, दंगल शांत होईपर्यंत थोडे दिवस, हे शहर सोडावं."

नानाला आतून एक अशुभसूचक भावना जाणवत होती. वातावरणात अनिश्चितता होती. ती बँकेत गेली आणि तिने वीस हजार रुपये काढले. एका वेळी तिने इतकी मोठी रोख रक्कम कधीही जवळ बाळगली नव्हती. तिने घाईने एका ट्रंकेत कुटुंबाची चांदीची भांडी, ग्लासेस, फोटो फ्रेम्स, जामनगरच्या जामसाहेबांनी मि.अलींना दिलेली एक खास शाही तलवार, तिच्या आजोबांची काठी, पेंग्विनच्या कुटुंबासारख्या नक्षीचा पाण्याच्या सुरयांचा एक संच, अशा वेचक वस्तू भरल्या. तिच्या पतीने तिला दिलेले सोन्याचे सगळे दागिने तिने साडीखाली लपवले होते. जड नेकलेसेस गळ्यात घातले आणि कमरेभोवती एका पट्ट्यात अंगठ्या आणि कर्णफुले बांधून गुंडाळली होती.

मुंबईच्या विमानतळावर पोहोचल्यानंतर तिच्या नवऱ्याने विचारले, "तू काही किमती वस्तू आणलेल्या नाहीस ना? ते सुरक्षित राहणार नाही. ट्रंकेत काय भरलं आहेस?"

"मुलांसाठी कपडे घेतले आहेत," ती खोटं बोलली आणि घाईघाईने तिच्या पतीच्या एका भाच्याशी अय्याझशी बोलायला तिथून बाजूला गेली. तिने त्याच्या हातात नोटांची थप्पी सरकवली.

"ती ट्रंक विमानात चढवायला मला तू मदत करायला हवीस." तिने सांगितले, "ज्या कुणाला चिरीमिरी द्यायची असेल, ती दे."

विमानात नानाला दुसऱ्या दोघी मिसेस सिद्दीकी आणि त्यांची मुले भेटली. हिंदुस्थानात ते स्वतंत्रपणे वेगवेगळ्या घरांत राहत होते. आता ती सारी जण एक कुटुंब म्हणून प्रवास करत होते– तीन बायका, एक नवरा आणि काही मुले.

"हे थोड्याच दिवसांसाठी आहे," नानाने स्वत:ला समजावले. "हे दिवसही जातील आणि मग आपण सगळे जण हिंदुस्थानात पुन्हा पूर्वीसारखेच राहायला जाऊ."

कराचीत गेल्यानंतर वर्तमानपत्रे व रेडिओवरच्या बातम्यांतून हिंदुस्थानामधल्या जातीय दंगलीच्या बातम्या सतत येत होत्या. सिद्दीकी कुटुंबीयांनी या नव्या अस्थिर सत्याचा स्वीकार करायचा प्रयत्न केला आणि पाहुणे म्हणून तिथल्या वातावरणात सामावून जायचाही प्रयत्न केला; पण काही आठवड्यांनंतर माझ्या आजोबांना समजलं, की जी त्यांची स्थावर मालमत्ता त्यांनी आपल्या हिंदू भागीदाराच्या स्वाधीन केली होती, ती स्थलांतर केलेल्या व्यक्तीची मालमत्ता म्हणून जाहीर झाली असून, सरकारजमा झाली आहे. मि. अली त्या वेळी त्यांच्या बहिणीच्या घरी जेवणाच्या टेबलावर बसलेले होते. त्यांनी दोन्ही हातांत आपले डोके धरले होते. आता पुन्हा नव्याने सुरुवात करायला हवी होती.

"माझ्याकडे चांदी आहे," नाना शांतपणे म्हणाली.

"तू काय म्हणते आहेस? म्हणजे काय?" तिच्या पतीने विचारले.

"हे बघा," तिने ट्रंक उघडत म्हटले.

"हेल्, तू हे कसं काय जमवलंस?"

*ही कथा म्हणजे फाळणीच्या* वेळची नानाची हकिकत. ती सांगताना फक्त एकदाच 'हेल्' हा शब्द ती वापरायची आणि नंतर हसायची.

इतक्या वर्षांनंतर देखील तिला त्याची अपूर्वाई वाटत होती. "हाऊ द हेल् डिड यू मॅनेज इट?" माझ्या आजोबांचं हे वाक्य आजीने पुन्हा पुन्हा सांगितलेलं. फाळणी म्हटली, की हीच आठवण माझ्या मनात येते. चांदीच्या त्या वस्तू त्यांच्या जुन्या आयुष्याच्या आठवणी करून देणाऱ्या भावुक गोष्टी होत्या; पण काही वर्षांनंतर त्या

वस्तू व त्यांचे महत्त्व त्यांच्या मूळ किमतीच्या कितीतरी पटीने वाढत गेले.

माझे विमान कराचीजवळ येते. १९४८ नंतर कराची किती बदललं असेल, कोण जाणे. मला शहराची धूसर, धुळकट किनार दिसते. लहानग्या काँक्रीट इमारतीचा भला मोठा रुंद परिसर दिसतो. सगळ्या गोष्टी वाळूच्या रंगाच्या दिसतात, मधूनच क्वचित एखाद्या हॉटेलच्या स्विमिंग पूलचा निळा ठिपका दिसतो. इथून कराची म्हणजे हातात खेळवून वाळवंटात फेकलेले जणू फासेच वाटतात.

*मी कराचीत दोघा भावंडांच्या* लग्नासाठी जाते आहे. माझ्या आईने सिद्दीकी हाऊसमधला नानाचा फ्लॅट व्यवस्थित आहे ना, ते सुद्धा पाहायला सांगितलंय. माझी मामी झैतून, ही त्या एकत्र कुटुंबाच्या घरातली अद्याप जिवंत असलेली शेवटच्या सिद्दीकींपैकी एक आहे. गेली पंधरा वर्षे ती त्या फ्लॅटचे भाडे गोळा करते आहे आणि ती रक्कम हबीब बँकेत नानाच्या खात्यात साठवते आहे. त्याशिवाय माझी दुसरीही काही कारणे आहेत. ती मी स्वत:जवळच ठेवली आहेत. भारतात नऊ महिने राहून आणि भारतीय ज्यू जीवनाबद्दल काहीतरी नवीन शिकल्यानंतर माझ्या पाकिस्तानामधल्या कुटुंबाबरोबर काही काळ राहून काय वाटतं, ते मला पाहायचंय. नानाने जेव्हा मुंबई सोडली, त्यानंतर ती कराचीत जिथे राहिली, ती जागा मला पाहायचीय. त्या काळात घर सोडून जाताना तिला कसं वाटलं असेल, ते मला कल्पनेत पाहायचंय, कारण तिच्या मुंबई शहरात मी घर करून राहिले होते.

माझ्या दोन सेकंड कझिन्सचे (मामेमामे/मावसमामे/मामे मावस भावंडांचे) सायरा व आसद यांचे लग्न आहे. जरी दोघेही किशोरवयात भेटलेली असली व तांत्रिकदृष्ट्या तो प्रेमविवाह असला, तरी आता तो सर्वानुमते ठरवून केला जाणारा विवाह आहे.

"त्यांनी एकमेकांना पसंत केलं, की त्यांच्या आई-वडिलांनी?" मी माझ्या एका आंटीला (मामीला/मावशीला) फोनवर विचारले.

"ते ना, अरेंज्ड-कम-लव्ह मॅरेज आहे," तिने सांगितले.

कराचीच्या आंतरराष्ट्रीय विमानतळावर मी बाहेर येत असते, तेव्हा तिथे मी एकटीच नॉन-पाकिस्तानी, एकटीच परदेशी आणि एकटीने प्रवास करणारी, अशी एकमेव स्त्री होते, हे मला प्रकर्षाने जाणवलं. १९८०मध्ये जेव्हा मी लहान होते, त्या वेळी सर्व प्रमुख विमानकंपन्यांची विमाने कराचीला जात होती. आता त्यातली फारच थोडी आहेत. या विमानतळावर येणारी व उडणारी प्रामुख्याने पाकिस्तान इंटरनॅशनल एअरलाईन्स, एमिरेट्स व श्रीलंकन एअरलाईन्सची विमाने आहेत. विमानतळाचे नूतनीकरण होऊन चकचकीत, सुरेख, संगमरवर बसवले आहेत. बाहेरच एक मॅक्डोनल्ड पाहून मी चकित होते. गजांच्या कुंपणामागे इंग्लिश व उर्दूमधले नावफलक घेऊन अनेक पुरुष उभे आहेत. पुष्कळशा पुरुषांची लांब दाढी,

प्रार्थनेची टोपी, पांढरा कुर्ता-पायजमा हा दक्षिण आशियाई मुस्लिम वेष– हा मुंबईतल्या मुस्लिम वस्तीबाहेर फारसा कुठे दिसत नाही. काही जणांच्या कपाळावर सावलीसारखा काळसर डाग दिसतो. दिवसातून पाच वेळा प्रार्थनेच्या वेळी त्यांची डोकी जमिनीला टेकतात, त्या भक्तीभावाची ही निशाणी असावी बहुतेक. माझ्यावर असंख्य नजरा रोखलेल्या मला कळतात. मी इथे आले आहे, त्याचे कुतूहल असावे. त्या जमावात मी ओळखीचा चेहरा शोधत असते, कारण मला न्यायला कोण येणार आहे, त्याची मला कल्पना नसते.

"अस्सलाम आलेकुम, सादिया आपा!" एक प्रेमळ, कोवळा आवाज येतो. माझी मामे बहीण फारा हिची मुलगी आलिया ही आलेली आहे. आलिया सतरा वर्षांची आहे, पण मला आठवतंय त्या मानाने आता जास्तच वयात आली आहे, असं वाटतंय. ती एक सुंदर तरुणी होणार आहे, हे निश्चितच मी सांगू शकते. तिच्यात भरपूर आत्मविश्वास आहे, हे तिचा खांद्यावरचा दुपट्टा झटकण्याच्या पद्धतीने आणि थेट नजरेला नजर भिडवून बोलण्याच्या पद्धतीवरून मला लगेच कळते. मागच्या भेटीत होता, तसा तोच चेहऱ्यावरचा मनमोकळा भाव, तीच चौकस मुद्रा, तोच उत्साही, गडबड्या भरभर बोलण्याचा, खुदकन हसण्याचा स्वभाव आहे तसाच आहे. ती तेरा वर्षांची होती, तेव्हा तिने मला तिच्या खोलीत ओढून नेले. मला तिच्या पलंगावर बसवले आणि तिच्या गादीखाली सुरक्षित लपवलेली मासिके मला दाखवली होती. हे जरी काही वर्षांपूर्वीचं होतं, तरी त्याला खूप वर्षं उलटून गेलीत, असं आता वाटतंय.

आलियाच्या मागे घुटमळणारे तिचे दोघे धाकटे भाऊ आहेत. सलीम आणि नईम. देखणे, उंच अणकुचीदार केस आणि मिस्कील, खट्याळ वृत्ती, कोणत्याही क्षणी विनोदी किस्सा सांगतील अशी. त्यांच्या वयामध्ये फारसे अंतर नाही आणि दोघांमधला कोण कोणता, हे मला खरंच कळत नाही नि सांगायलाही मला संकोच वाटतो.

"वालेकुम अस्सलाम!" मी अडखळत म्हणते नि हसते. या भेटीमध्ये मला माझे पाकिस्तानी अमेरिकन कझिन्स भेटतील, तेही माझ्यासारखेच या लग्नाला आलेले असणार. त्यांचा जन्म व बालपण कराचीत गेलं होतं. त्यांना अमेरिकेत येऊन शिकायचं आणि नंतर कमवायचं होतं, परंतु वर्ल्ड ट्रेड सेंटवरच्या हल्ल्यानंतर आता मुस्लिम लोकांबद्दलची घृणा वाढतेय, अशा बातम्या फैलावल्यामुळे त्यांना पुढचं शिक्षण घरीच किंवा यू.के.मध्ये (इंग्लंडमध्ये) घ्यायचं आहे. घरी जाताना गाडीमध्ये आलिया, सलीम व नईम मला कोण कुठल्या शाळेत आहे, कोणत्या कॉलेजमध्ये काय शिकत आहेत, कुणाचं लग्न ठरलंय किंवा झालंय आणि माझ्या मागल्या भेटीनंतर आता कुणीकुणी हिजाब वापरायचा ठरवलंय,

त्याचा तपशील पुरवतात.

गाडीत मागच्या सीटवर मी रेलून बसते आणि खिडकीतून कराची वेगाने मागे सरकताना बघते, तेव्हा आठवत होतं त्याच्यापेक्षा आता झाडांची संख्या बरीच वाढलेली माझ्या लक्षात येते.

''बघून घे'' सलीम म्हणतो, ''कराचीत दिसणारी ही कदाचित शेवटची हिरवाई असेल.''

वाटेतल्या परिचित खुणा, निऑन जाहिराती, त्यात इंग्लिश शब्द कमी; उर्दू जास्त दिसतात. आजचा माझा पोशाख मी जरा काळजीपूर्वक निवडलेला होता. पांढरा सलवार-कमीज आणि मॅचिंग निळा दुपट्टा; पण मी इथल्या चालू फॅशनच्या फारच मागे आहे, हे माझ्या लागलीच लक्षात येतं. माझ्या बहिणी अगदी घाईघाईने मला फॅशनेबल बुटिक्समध्ये व शिंप्याकडे नेतील आणि माझ्या अडाणी कपड्यांच्या कपाटात नव्या कपड्यांची भर घालतील, ही माझी खात्री आहे. वेगळेपण जाणवणं, ही देखील इथली जुनीच, बाळपणीची भावना मला पुन्हा आठवणींच्या कोषात नेते.

माझ्या आईचा सावत्र भाऊ वारीस, हा बडी अम्माचा थोरला मुलगा आहे. आलिया, सलीम व नईम ही त्याची नातवंडे आहेत. काही वर्षांपूर्वीपर्यंत वारीस आणि त्याची पत्नी मेहरीन, सिद्दीकी हाऊसमध्येच राहात होते; पण आता त्यांनी कराचीच्या नव्या भागात दोन आधुनिक, देखणे बंगले शेजारी शेजारीच बांधले आहेत. एकात अंकल वारीस आणि आंटी मेहरीन राहतात आणि दुसऱ्या बंगल्यात त्यांची मुलगी फारा आणि तिचे कुटुंब राहते. त्यांचा मुलगा अमेरिकेत असतो आणि दुसरी मुलगी कराचीच्या वेगळ्या भागात राहते. या वेळी प्रथमच माझा पहिला थांबा, सिद्दीकी हाऊसमधल्या अनेक मजल्यांवर जाऊन प्रत्येकाच्या सदनिकेत शिरून अभिवादन करून भेटणे, असा असणार नव्हता.

तिथली आत व बाहेर जाण्यासाठी वेगवेगळी दारे, वाटा यांचे गुंतागुंतीचे दळणवळण, त्यातल्या गोंधळामधून घरातल्या वयाने व मानाने मोठ्या व्यक्तीला प्रथम भेटणे, नंतर इतरांचा क्रम लावणे, हे आन्हिक या वेळेला असणार नव्हते. त्या ऐवजी आमची गाडी अंकल वारीसच्या बंगल्यात जाते. म्हणजे मी प्रथम त्या दोघांना भेटून, नंतर शेजारीच फाराच्या घरात माझ्या बॅगा टाकणार, कारण पुढला आठवडा मी तिच्या घरी राहणार आहे. चौकीदार घराचे फाटक उघडतो आणि आम्हाला मानेने अभिवादन करतो, त्याच्या छातीवर अडकवलेल्या बंदुकीकडे रोखून न बघायची मी कोशीस करते.

अंकल वारीस व आंटी मेहरीनचे घर लांबट, मोठे व पांढऱ्या रंगाचे आहे. समोर व्यवस्थितपणे राखलेली हिरवळ आणि प्रशस्त व्हरांडा आहे. जाळीच्या पडद्याच्या दारातून मी त्यांच्या दिवाणखान्यात येते. १९६०नंतर दशकाच्या सुरुवातीस

बनवलेले फर्निचर सिद्दीकी हाऊसमध्ये प्लॅस्टिकची आवरणे घालून ठेवलेले असे. ते फर्निचर व भिंतीवरचे फोटो मी ओळखते– तेच लग्नातले ठराविक फोटो छतापासून काही फूट अंतरावर भिंतीवर लावलेले आहेत. बाजूच्या टेबलावर एकच काळा-पांढरा फोटो आहे– माझ्या आजोबांचा, भारदस्त नि रुबाबदार. हाच फोटो आमच्या चेस्टनट हिलच्या घरात लायब्ररीतल्या पुस्तकांच्या शेल्फवर आहे. त्यांच्या सगळ्या मुलांच्या घरात हाच फोटो आहे.

मी अंकल वारीसना भेटून खूप वर्षे झालीत. ते अमेरिकेला एका कौटुंबिक लग्नसमारंभासाठी आले होते, तेव्हा त्यांची भेट झाली होती. सिद्दीकी कुटुंबात आता तेच सर्वांत मोठे आहेत. कुटुंबप्रमुख म्हणून ते आपला मान राखून आहेत. ते खूप उंच आहेत आणि नेहमी स्वच्छ पांढऱ्या कपड्यांत असतात, आजही त्यांचे केस व दाढीसकट ते नखशिखांत, स्वच्छ पांढऱ्या वेषात आहेत: नेहमीसारखेच कुर्ता-पायजमा या वेषात.

"बेटी," ते मला बसायला सांगतात, "वेलकम पोरी."

माझ्या आईला फोन करून, मी इथे सुखरूप घरी पोहोचले आहे, हे कळवायला मला सांगतात, कारण कराचीतल्या अमेरिकन वकिलातीसमोर मोटारीत बॉंबस्फोट झाला होता, त्यामुळे ती उगीच काळजी करत बसेल.

माझा मामेभाऊ सरताज, त्याची पत्नी फातिमा आणि त्यांच्या तिघी मुली जॉर्जियातून आलेले आहेत. तिथे त्यांचे लहानसे किराणा मालाचे दुकान आहे. मी 'हॅलो' म्हटल्याचे ऐकून ते स्वयंपाकघरातून बाहेर येतात. सरताज आणि फातिमा हल्ली त्यांच्या वस्तीतल्या मुस्लिम जमातीच्या कामात बरेच गुंतलेले आहेत आणि त्यांची ही नवीन भूमिका ते अधिकारवाणीने पार पाडतात. माझी आई सांगत होती, की ते शाळांमधून जातीजमातीच्या समूहांसमोर इस्लामवर बोलतात. फातिमा ही लहानखुरी, गोरीपान, सुबक, ठेंगणी आहे. भेदक नजर आणि जबरदस्त व्यक्तिमत्त्व असलेली. मी तिला प्रथम पाहिलं, ते सलमानमामाच्या लग्नात. गेली कित्येक वर्षे ती डोक्यावरचा स्कार्फ वापरत होती. माझ्या आईच्या कुटुंबात तसे करणारी ती पहिली स्त्री होती आणि त्याचे कारण सांगताना ती कुराणातले दाखले स्पष्टपणे देत असे.

माझ्या पुरुष नातेवाइकांना प्रेमाने आलिंगन द्यायचे नसते, हे मी लक्षात ठेवते. गेल्या काही वर्षांमध्ये त्यांच्यापैकी बरेच जण पुन्हा जुन्या वळणाचे झाले आहेत आणि ते भिन्नलिंगी व्यक्तीला स्पर्श करत नाहीत. मी सरताजसमोर जमिनीवरच बसते आणि उत्साहाने अभिवादन केल्यासारखा हाताचा पंजा हलवते. फातिमा पुढे आल्यावर मात्र मला प्रेमाने मिठी मारते. आम्ही दोन वर्षांनंतर भेटतो आहोत, नाना गेल्यानंतर त्यांना पुन्हा भेटून मला खरंच आनंद वाटतोय.

"तुझी आई सांगत होती, की तू मुंबईत आहेस म्हणून." सरताज म्हणतो,

“कसं वाटलं तिथे?”

माझं अंतर्मन मला सांगतं, की भारताबद्दल बोलताना मी काळजीपूर्वक बोलायला हवं, कारण दोन्ही देशांमधले तणाव, तेढ, वाढत्या प्रमाणात आहेत.

“मी मुंबईच्या प्रेमात आहे,” मी म्हणते.

“ती एक उत्साही, चेतना देणारी नगरी आहे. खूप वेगळी. सगळ्या आशिया खंडातले लोक तिथे आहेत. भारतभरातले तर आहेतच पण परदेशी लोकांची संख्याही भरपूर आहे.”

“खरंच?” फातिमा चौकसपणे बघत विचारते.

“तू स्कॉलरशिपवर आहेस का?” सरताज विचारतो.

“हो, मी फुलब्राईट स्कॉलरशिपवर पुण्याच्या नॅशनल फिल्म अँड टेलिव्हिजन इन्स्टिट्यूट ऑफ इंडियामध्ये अभ्यास करते आहे.” मी ज्यूंचा अभ्यास करते आहे, हे सांगत नाही. माझ्या कामाविषयी मी काहीच बोलत नाही. मला त्यांच्याशी स्नेह वाढवायचाय, जास्त ओळख करून घ्यायचीय, तेव्हा दुरावा निर्माण करणारी कोणतीही गोष्ट मला बोलायची नाही. निदान आत्ता तरी नाही.

“तुला इथे जास्त आवडतं, की तिथे?” सरताज विचारतो आणि काय उत्तर द्यावं, ते मला कळत नाही.

“मी इथे बऱ्याच दिवसांत आलेली नाही. या वेळी मला कराची जास्त पाहायची इच्छा आहे.”

“पण तुला मुंबई आवडते,” सरताज म्हणतो.

“नाना तिथली होती आणि जन्मभर तिची मुंबई तिला हरवलेली होती, त्याची आठवण तिला सतत होत होती. तिच्या शहरात राहणं, हेच मला फार महत्त्वाचं वाटतं. तिथे मी असले, की नानाशी धागा जुळल्यासारखं वाटतं.”

“ओह, तुला तुझ्या आजीची उणीव भासतेय.”

फातिमा माझ्याकडे प्रेमाने पाहत म्हणते. नाना वारली, तेव्हा फातिमानेच मला माझ्या आईच्या इतर मुस्लिम नातेवाईक स्त्रियांच्याबरोबर मुस्लिम प्रार्थना कशी करायची असते, ते व्यवस्थित शिकवले होते, त्याची आठवण मला होते. मी मानेने होकार दाखवते आणि मला आता रडायला येईल, असे वाटते. भारतात असताना जेव्हा मी नानाबद्दल बेने इस्राईल लोकांशी बोलते, तेव्हा तिथे नाना म्हणजे एक कल्पना असते. अमूर्त असते. इथे ती या घरातली एक व्यक्ती आहे. दिवंगत कुटुंबप्रमुख.

जे मी सांगायला विसरलेच होते, ते असं, की माझ्या आईच्या माहेरच्या कुटुंबात वेळ कसा जातो, तेच कळत नाही. एका विषयावरून संभाषण दुसरीकडेच वळत जातं. लोक सारखे खोल्यांमधून आत-बाहेर करत असतात, चहा विचारणे,

बनवणे आणि पिणे, हे सतत चालू असते. दिवाणखान्याला लागूनच अंकल वारीस व आंटी मेहरीनची बेडरूम आहे. गडद काळ्या रंगाचे फर्निचर दाटीवाटीने भरलेली खोली. मी तिला शोधायला आत जाते, तेव्हा तिच्या प्रशस्त पलंगावर ती पडलेली आढळते. पडदे ओढून घेतलेले असतात. माझ्या वारीसमामूशी लग्न करून मेहरीन सिद्दीकी कुटुंबात आली, तेव्हा ती फक्त अठरा वर्षांची होती आणि ती किती सुंदर नववधू दिसत होती, ते ममा मला नेहमी सांगायची. तिचा गोरा रंग आणि काळेभोर लांबसडक केस यासाठी ती आमच्या कुटुंबात नावाजली जात होती. प्रांतीय शिक्कामोर्तब असलेली, ही स्त्रीसौंदर्याची खास लक्षणे आहेत. माझी आई त्या वेळी नऊ वर्षांची होती आणि ही नवरी घरात आल्यापासून ही छोटी सारखी तिच्या मागे मागे असायची. त्यांच्या लग्नाचे अल्बम या गोष्टीला दुजोरा देतात. पांढरी किनार असलेल्या त्या काळ्या-पांढऱ्या फोटोमध्ये छोटी समीना कुठेना कुठेतरी आहेच.

"मेहरीन आंटी!" मी तिला बघून म्हणते आणि तिच्या मऊमऊ, गोबऱ्या गालांचा मुका घेते. "मी सादिया, तुम्हाला भेटायला आले आहे..."

"अरे बेटी!" ती म्हणते, "तुझ्याकरता आज मी नवीन पलंगपोस काढले आणि खोली साफ केली!" ती प्रदीर्घ श्वास घेते आणि आपल्या कपाळावर हात ठेवते. "आज मी दिवसभर काम करत होते आणि आता खूप दमले आहे."

"हा माझा सन्मानच आहे मेहरीन आंटी. खूपच छान पलंगपोस आहेत हं!" मी त्यांना हात लावते आणि त्याच्यावरच्या फुलांवरून तर्जनी फिरवते.

"गुलाब!" मेहरीन आंटी म्हणते, "माझे आवडते– नेहमी गुलाबच! म्हैसूरसारखे... माझी पसंती नेहमी गुलाबांनाच असते. माझे आवडते फूल आहे ते!"

मी आणलेल्या मिठाईतली थोडी मिठाई तिला देते.

"मुंबईहून आणलेली आहे ना!" ती उद्गारते, "स्पेशल मुंबईची मिठाई!" ती चंदेरी पेटी हाताळत म्हणते, "वाह वाऽऽ!"

"तुम्ही मुंबईच्या आहात, बरोबर? मेहरीन आंटी?" मी विचारते.

"मला तुम्हाला फाळणीच्या काळाबद्दल विचारायचं होतं."

"छे छे! मी दक्षिण हिंदुस्थानामधली आहे." ती सांगते, "म्हैसूरची. त्या काळात ते शहर म्हणजे फक्त सगळ्या बागाच होत्या. इतके बगिचे होते ना! बारा महिने सगळीकडे हिरवेगार! आम्ही तिथे १९४७पर्यंत होतो."

"मग तुम्ही कराचीला आलात का?"

"मी तुला सांगते, त्या वेळी हिंदुस्थानात इतक्या कटकटी होत्या. लोक माझ्या भावांचा पाठलाग करत होते. मला मोठे भाऊ होते आणि लोक म्हणत होते, की त्यांना घेऊन जायला एक जमाव येणार होता. लोक मुस्लिम घरांवर हल्ले करत होते. आमच्या हिंदू मित्रांनीच तर आम्हाला तिथून निघून जायला सांगितलं होतं.

माझ्या आई-वडिलांना जायचं नव्हतं; पण मग ते म्हणाले, एकवार जाऊन बघू. आपण सुरक्षित असायला हवं. माझे वडील म्हणाले, की मुलांना कराचीतल्या शाळेत घालू आणि बाकीचे हैदराबादला जाऊ. आम्ही काही मोजक्याच वस्तू घेतल्या आणि निघालो. आमचा जुना कुत्रा सुद्धा आम्हाला सोबत घेता आला नाही. इतका चांगला कुत्रा होता तो! आमच्या हवेलीवर कडक पहारा होता त्याचा. जर एखादा माणूस त्याला आवडला नाही, तर तो भुंकतच राहायचा. आम्ही त्याला आमच्या जुन्या म्हाताऱ्या स्वयंपाक्याकडे, मुख्तारभाईकडे ठेवला नि आम्ही कराचीला आलो. आमचा कुत्रा आणि आमची बाग सोडून येताना मला फारच वाईट वाटले होते. त्या काळी आम्हाला इथे पोहोचायला खूप दिवस लागले होते आणि तो प्रवास तरी किती खडतर होता. मी नऊ वर्षांची होते. आम्ही इथे पोहोचलो नि माझे वडील म्हणाले, 'आपण परत जाऊ या.' पण माझी आई त्यांना म्हणाली, की तुम्ही वेडे आहात का? आपण आत्ताच तर आलो आहोत आणि मुसलमानांना मारताहेत अशा गोष्टी बातम्यांमध्ये येत आहेत. तुम्ही इथे आमच्याबरोबरच राहिलं पाहिजे.''

''त्या वेळी कराची कशी होती, मेहरीन आंटी?''

''ओह, तेव्हा इतकी धूळ असायची इथे! मला तर वाटायचं, की बगिच्यामधून मी कुठे इथे येऊन पडलेय? कुठल्या वाळवंटामध्ये आलो आहोत आपण?'' मेहरीन आंटी हसते. एक सौम्य, नरम घरंगळत जाणारा आवाज आणि तिचा मुद्दा ठासून सांगण्यासाठी ती डावी-उजवीकडे मान हलवते. ''आपलं खरंच किती गोंधळलेलं कुटुंब आहे!'' ती पुन्हा हसते. ''आपण कोण आहोत, ते माहीत नाही आणि कुठून आलो आहोत, तेही माहिती नाही!''

मेहरीन आंटी माझा हात पकडते आणि प्रेमाने घट्ट दाबते.

''तू कशासाठी आली आहेस बेटी?'' ती मला विचारते.

''मी सध्या भारतात राहते आहे, मेहरीन आंटी. मुंबईमध्ये. तिथे मी अभ्यास करते आहे आणि आता इतक्या जवळ आलेच आहे, तर मला स्वतंत्रपणे येऊन तुम्हाला सर्वांना, सगळ्या कुटुंबाला भेटायचं होतं आणि मला नानाची खूप आठवण येते. तिच्या आयुष्याबद्दल मला आणखी काही माहिती करून घ्यायची आहे.''

''मी तुला सांगू शकते.'' ती म्हणते, ''मी सिद्दीकी हाऊसमध्ये होते ना! मी सिद्दीकी कुटुंबात आले, तेव्हा मी खूप लहान होते. लोक मला विचारायचे, तीन सासवा असताना कसं वाटतं? त्यांचं एकमेकींशी पटतं का? त्यांनी तसं विचारलं, की मी नुसतीच हसायची. घरामध्ये जे काही चालतं, तो त्या घराचा खासगी प्रश्न असतो. इतरांनी त्याबद्दल उगीच चर्चा कशाला करायला हवी? तुझी आजी एक चांगली, प्रेमळ स्त्री होती.''

मी मान डोलवते. सिद्दीकी हाऊसमधली ही गुंतागुंतीची नातीगोती, त्याविषयी

ती सूचित करत होती. इतकी वर्षं होऊन गेली, तरी माझ्याशी बोलताना देखील तिला तपशिलात शिरायचे नव्हते.

"मला तू सांग बेटी, तू आम्हाला आनंदाची बातमी केव्हा देणार आहेस?"

"आनंदाची बातमी?" मी मख्ख चेहऱ्याने विचारते.

"अगं, तुझ्या लग्नाची! कुणी ठरवलास की नाही अजून?"

मी हसते. तिला काय सांगावं, ते कळत नाही आणि मी घड्याळाकडे बघते. "मी वेळ मोजत होते मेहरीन आंटी. तू पूर्ण अर्ध्या तासानंतर हा प्रश्न मला विचारला आहेस. मी चकित झालेय!"

कराचीमधल्या माझ्या मामे वा मावस बहिणी जेव्हा लग्न करतात, तेव्हा त्यांच्यासाठीची तरुण मुले बहुतेक वेळी परिचितांकडून सुचवली जातात. फोटोंची देवघेव होते, नंतर दोन्ही कुटुंबे भेटतात, मग तो तरुण व ती तरुणी काही मिनिटे भेटून आपापल्या आवडत्या-नावडत्या गोष्टी व करिअरबद्दलची महत्त्वाकांक्षा याविषयी बोलतात. जर त्या तरुण-तरुणीने एकमेकांना पसंत केले, तर सगाईची बोलणी सुरू होते आणि नंतर लग्नाच्या तयारीला सुरुवात होते. ती दोघे भेटलेल्या क्षणानंतर हे नाते एकाच दिशेने सरळ रेषेत जाते– लग्न व मुलेबाळे. आता मी मेहरीन आंटीला कसं समजावून सांगू, की मी ज्या वातावरणात वाढले आहे, तिथे आम्हाला खूप वेगवेगळे लोक भेटतात आणि चांगला साजेसा जोडीदार पसंत करून लग्न व्हायला काही वर्षे देखील उलटावी लागतात म्हणून?

"मी ठरवलेलं नाही, मेहरीन आंटी." मला इतकंच सांगता येतं. "मला चांगला माणूस भेटला, की मी लग्न करेन."

"तो भेटण्यासाठी तू जरा गंभीरपणे विचार कर, बेटी!" मेहरीन आंटी काळजीच्या सुरांत म्हणते, "मी तुझ्या आईला सांगितलं आहे, पण तुला सांगायला मला संधी मिळाली नव्हती. वेळ निघून जाते आणि मग ते जास्तच अवघड होत जातं. आता कुणीतरी शोधण्यात तू जास्त सिरीयस झालं पाहिजेस. फार चोखंदळपणा करू नकोस!"

माझ्या आयुष्यातल्या प्रेमाबद्दल असा विचार करताना मला गंमत वाटते. मी फार चोखंदळ आहे का, याची मला खरंच मौज वाटते. एकाएकी मेहरीन आंटी काहीतरी आठवल्यासारखे करून माझ्याकडे बघते.

"आणि तुला माहिती आहे, हैदराबादमध्ये आमच्या कुत्र्याला काय झालं ते?"

"काय झालं मेहरीन आंटी?"

"आम्ही गेल्यानंतर त्याने अन्न सोडलं. तो काहीही खाईना. तो आमची वाट बघत होता. संपूर्ण महिनाभर त्यानं काहीही खाल्लं नाही आणि तो कुत्रा मेला. तो मोहब्बतीने मेला... प्रेमाखातर."

*त्या मास्टर बेडरूमच्या शेजारीच* लायब्ररी आहे. त्यात एका बाजूला बागेच्या दिशेने असलेली एक प्रशस्त खिडकी आहे. त्या खोलीच्या मध्यभागी एक मोठा रंगीत टीव्ही आहे. कायम पाकिस्तान टेलिव्हिजन चॅनेल दाखवणारा. दुसऱ्या बाजूच्या भिंतीवर इंग्लिश पुस्तकांनी भरलेली कपाटे आहेत. ओळीने लावलेली जुन्या कातडीच्या बांधणीची मोठी पुस्तके आहेत. त्यातली 'काऊंट ऑफ माँटे क्रिस्टो'ची प्रत मला दिसते. ती मी उघडते. पुस्तकाच्या आतल्या पानावर माझ्या आजोबांचा गुजरातमधल्या, राजकोटचा पत्ता असलेला शिक्का आहे. त्या घरात ते पहिल्या बायकोबरोबर, बडी अम्माबरोबर तिच्या दोन मुलांसह राहत होते. त्यांनी ही पुस्तके हिंदुस्थानातून कराचीत आणलेली असतील. दूरच्या ध्वनिक्षेपकांवर प्रार्थनेसाठी पुकार कानांवर पडते आणि अभावितपणे माझा दुपट्टा मी डोक्यावर ओढते नि ते पुस्तक बाजूला ठेवते. कुटुंबातली इतर मंडळी आपापल्या बेडरूम्समध्ये खासगीरीत्या प्रार्थना करत असतात आणि एक शांत, स्तब्धता संध्याकाळच्या वेळी तिथे जाणवते. उकाडा खूपच आहे. बाहेर चालत जायला सुद्धा नकोसा वाटण्याइतका तीव्र! अगदी मला कुठे बाहेर जावेसे वाटले, तरी देखील!

प्रार्थनेच्या वेळी उभे राहायचा, गुडघे टेकायचा आणि जमिनीवर डोके टेकायचा अचूक अनुक्रम मला आता नीटसा आठवत नाही. त्याऐवजी मी ते अरेबिक ऐकते आणि त्याचे इंग्लिश भाषांतर ओठातच पुटपुटते. मी इथे का आले आहे, त्याचा विचार करते. प्रार्थनेचा हा आवाज माझ्या खूपच ओळखीचा आहे, हे प्रकर्षाने जाणवते आणि आईने शिकवलेल्या प्रार्थनेतला एक भाग मला चांगला आठवतो.

"ओ अल्ला, तुझी कृपा महंमद आणि महंमदच्या कुटुंबावर ठेव. ज्याप्रकारे तू एब्रहॅम व एब्रहॅमच्या कुटुंबावर ठेवली आहेस, तशीच ठेव." एब्रहॅमचे लोक, महंमदाचे लोक. इतिहासातल्या अपघातांच्या मालिकेमुळे माझे बंध जसे दोघांशीही जुळलेले आहेत, तसे ख्रिश्चन धर्माशीही जुळलेले आहेत.

एकच धर्म निवडायच्या कल्पनेने माझा संताप उफाळतो. एकाशीच बांधिलकी, इतरांपेक्षा वरचढ. मी राहते त्या अनुकूल परिस्थितीत सरड्यासारखी एक पळवाट आहे. माझ्या धर्माची निरनिराळी पार्श्वभूमी निरनिराळ्या लोकांना दाखवता येते; पण ही परिस्थिती मला सतत प्रश्न विचारायची मुभाही देते. बंद दरवाज्याच्या मागे काय बोललं जातं, ते ऐकण्याची सवलत मिळते. ही संधी सोडायची इच्छा अजून तरी मला झालेली नाही. सध्या तरी नाही.

*"चल बेटी, चहा."*

अंकल वारीस हळूहळू फरफटत लायब्ररीतून शेजारच्या जेवणघरात जातात. दक्षिण आशियाई पुरुषांप्रमाणे ते ठेंगणे नसून, सहा फुटांपेक्षा जास्त उंच आहेत

आणि ते चालतात, तेव्हा त्यांच्या गळ्यातल्या दोरीने अडकवलेला चष्मा, घड्याळाच्या लंबकासारखा हलत राहतो. मी त्यांच्यामागून जाते आणि आम्ही मोठ्या डायनिंग टेबलावर बसतो. टेबलावर जाड प्लॅस्टिकचा टेबलक्लॉथ घातलेला आहे. एक नोकर चहाचा ट्रे घेऊन येतो आणि आमच्यासमोर ठेवतो. ते गरमागरम पेय किटलीतून आमच्या कपात ओततो. आम्ही साखर घालून चमच्याने ढवळतो. अंकल वारीस एक बरणी उघडतात व त्यातून काही बिस्किटे काढतात नि चहात बुडवून खातात. त्यातले मलाही एक देतात.

"तुझी आई फोनवर म्हणाली, की तुला आपल्या कुटुंबाबद्दल माहिती हवी आहे."

"होय, खरे आहे ते!" मी पिशवीतून वही काढत म्हणते.

"हे कशासाठी?" ते वहीकडे बोट दाखवत विचारतात.

"म्हणजे माझ्या लक्षात राहावं म्हणून," मी पेनचे टोपण काढते.

"तुला काय जाणून घ्यायचंय?"

"मला सिद्दीकींबद्दल जाणून घ्यायचंय. ते हिंदुस्थानात केव्हा आले; कुठे, कधी स्थिरावले आणि माझ्या आजीला तुमचे वडील कुठे भेटले, ती माहिती हवी आहे. नाना मला म्हणाली होती, की त्यांची भेट मुंबईत झाली होती. खरं का?"

"मुळीच नाही. त्यांची दोघांची त्यापूर्वीच ओळख होती."

"खरंच का? पण मला तर नेहमी वाटायचं..."

"माझ्या आजोबांचे वडील मूळचे अरबस्तानचे– सौदी अरेबियाचे– ते हिंदुस्थानात म्हैसूरच्या लढाईच्या वेळी आले. टिपू सुलतानच्या बाजूने ब्रिटिशांच्या विरुद्ध लढायला. नंतर माझे आजोबा इंडियन आर्मीमध्ये सार्जंट झाले आणि निवृत्त झाल्यानंतर इतर कुटुंबीयांबरोबर स्थायिक झाले. अजमेरमध्ये आमच्या घराच्या शेजारीच इंडियन आर्मीमधला आणखी एक जण निवृत्त झालेला होता. तो गृहस्थ म्हणजे तुझ्या नानाचा आजोबा. तेव्हा नानाचे आजोबा जेकब्ज आणि माझे आजोबा यांची दोस्ती झाली. दोन्ही कुटुंबे भेटायची, एकत्र जेवायची."

"ते कोणते साल असेल साधारणपणे?"

"माझे वडील १९००च्या दशकाच्या सुरुवातीला जन्मले होते, तेव्हा हे १८००च्या शेवटच्या दशकात असू शकेल."

"त्या १८००च्या शेवटच्या दशकात एका मुस्लिम आणि एका ज्यू कुटुंबाची दाट मैत्री होती, हे अगदी विशेष आहे. नाही का?"

"त्यात काय विशेष आहे? आम्हाला ज्यूंच्या बरोबर कधीही त्रास झाला नाही आणि त्यांनाही आमच्याकडून त्रास झाला नाही. आत्ता हा प्रश्न सुरू झालाय, त्याचं कारण आहे इस्राईल. तू जर कुराणात बघितलंस, तर जिथे गोष्टी संदर्भाशिवाय बाहेर

नेल्या गेल्या आहेत, तिथेच तुला संघर्ष दिसेल. इस्लाम, ज्युडाईसम व ख्रिश्चियानिटी मानतो– माझे वडील म्हणायचे, की तुम्ही 'पुस्तकातल्या माणसां'शी वाद घालू नका. जर त्यांच्यापैकी कुणी चुकीचं केलं असेल किंवा काही नुकसान/इजा केली असेल, तर हरकत नाही वाद घालायला; पण तेव्हा म्हणा 'जे आजवर आमच्यापर्यंत आलंय, त्या चमत्कारांत ते तुमच्यापर्यंतही आलेलं आहे. आमचा देव नि तुमचा देव सारखाच आहे; आणि त्याच्यापुढे आम्ही गुडघे टेकतो, लवतो. (इस्लाममध्ये)' (कुराण २९.४६) तुझ्या आजीचे लोक आमच्याशी नेहमीच खूप चांगले होते. 'आहल-अल-किताब' असं आम्ही त्यांना म्हणायचो. म्हणजे 'पुस्तकातली माणसं'. आमची ज्यूंच्याबद्दल काहीही तक्रार नव्हती.''

''अंकल वारीस, सिद्दीकी हाऊसमध्ये राहत असताना कुटुंबातल्या लोकांना नाना वेगळी होती, वेगळ्या धर्मात जन्मली होती, याची कल्पना होती का?''

''आता त्याची काळजी कशाला करायची, प्यारी बेटी?'' ते चहाच्या कपावरून माझ्याकडे बघत म्हणतात. ''त्याला खूप दिवस होऊन गेलेले आहेत.''

''मला माहिती आहे, अंकल वारीस; पण मला जाणून घ्यायचंय, लोकांना ती ज्यू वाटत होती का?''

''जेव्हा केव्हा क्वचित मतभेद होई, तेव्हाच. मला जे आठवतंय, ते– कुणीतरी रागावलं, की ते म्हणायचे, 'ती एक यहुदी आहे' इतकंच; पण असं क्वचितच. ती आमच्या कुटुंबाचा एक हिस्सा होती. आम्ही मुलांनी कधी वडिलांच्या तिन्ही बायकांमध्ये फरक केला नाही ''मला तीन आया आहेत.'' असं मी गर्वाने सांगायचो आणि मी तिघींशी सारखाच वागत होतो.

''माझी आजी इस्लाम धर्म पाळत होती का?''

''इस्लाममध्ये जर एखादी स्त्री 'पुस्तकातल्या माणसांपैकी' असली आणि तिने आमच्यापैकी एकाशी लग्न केलं, तर तिला धर्म बदलायची जरुरी नसते; पण हो, माझ्या माहितीप्रमाणे लग्नानंतर तिने जन्मभर मुस्लिम धर्म पाळला. आता हे कोण कसं सांगणार? कदाचित ती माझ्याइतकी कट्टर मुसलमान नसेलही.'' अंकल वारीस हाताचा तळवा पुढे करत म्हणतात, ''पण हो, ती प्रार्थना नियमित म्हणायची.''

''माझ्या आजीचं आणि तुमच्या वडिलांचं लग्न कधी झालं? त्यांच्या लग्नाची गोष्ट तुम्हाला माहिती आहे का?''

''माझ्या वडिलांचं...'' ते सुरुवात करतात. ''...तरुण सुंदर स्त्रियांवर लक्ष असे. त्याबाबतीत मी इतकंच म्हणेन.''

माझ्या आजी-आजोबांच्या नात्यातले हे रहस्य उलगडण्याचे काम तसेच पुढे चालत राहावे म्हणून मी फक्त मान डोलवते.

अंकल वारीस क्षणभर विचारात पडलेले दिसतात.

"बेटी, माझ्या दारात मिशनरी आलेले आहेत. मी त्यांना चहा दिला आहे आणि मग मी त्यांना म्हणालोय की, थँक यू, मी हे बायबल विकत घेतो आणि मी ते नंतर वाचेन." अंकल वारीस पुस्तक घेतल्याचा आणि ते मांडीवर ठेवल्याचा मुकाभिनय करतात. "देवाच्या तिन्ही पुस्तकांवर माझी श्रद्धा आहे."

"*ओहो, इथे आहेस होय तू,* सादिया आपा! तू कुठे गेलीस, ते आम्ही शोधत होतो."

माझी मामे बहीण आलिया धाडकन दिवाणखान्यात येते. तिथे मी जुन्या फोटोंचे अल्बम बघत असते.

"तू जेवायला येते आहेस ना?" ती विचारते.

"मला आता प्रार्थना करायची आहे आणि नंतर आपण स्वयंपाकाला लागू या."

"तू कुठे प्रार्थना करणार आहेस?" मी तिला विचारते.

"कुठे? सादिया आपा? माझ्याच खोलीत. का?"

"नाही, मला वाटलं, की मीही जर तुझ्याबरोबर प्रार्थना केली तर?"

माझं मलाच आश्चर्य वाटलं. असं काही विचारायचं मी ठरवलेलं नव्हतं.

"मी एकटीने प्रार्थना कशी करायची तेच विसरून गेले आहे. म्हणजे तुझी हरकत नसेल तर हं!" मी पुस्ती जोडते.

"हरकत! सादिया आपा, माझी मुळीच हरकत नाही. उलट तुझ्याबरोबर प्रार्थना केली तर मला त्याचे आशीर्वादच मिळतील की! सादिया आपा, अल्लामियाँ तुला हे दाखवल्याबद्दल माझ्यावर प्रसन्न होईल. तुला आत्ताच जायचंय का?"

मी होकारार्थी मान हलवते आणि आलियाच्या पाठोपाठ तीस पावलांवर असलेल्या तिच्या घरात शेजारीच जाते. आम्ही एका मधल्या जिन्याने वर तिच्या गडदरंगी बेडरूममध्ये जातो. तिच्या वडिलांच्या या मोठ्या, शानदार घराच्या दुसऱ्या मजल्यावर तिची खोली आहे. मी दर वेळी पाकिस्तानला येते, तेव्हा आलियाच्या आवडीनिवडी आणि छंद, संगीत, वेशभूषा, गप्पांचे विषय हे मागल्या वेळेपेक्षा अगदी निराळे असतात आणि तिच्या या बदलत्या दुनियेचे नवीन कायदेकानून मला पुन्हा नव्याने शिकावे लागतात. तिच्या खोलीत तिच्या शाळेतल्या मैत्रिणींबरोबर काढलेले फोटो टेबलावरच्या फ्रेममध्ये आहेत. सध्याच्या लोकप्रिय इस्लामी गायकांच्या धार्मिक गीतांच्या कॅसेट्स आहेत. या खेपेला तिचा ओढा धर्माकडे बराच जास्त वाढलेला दिसतो आहे. तिच्या बोलण्यात 'अल् हमदुलिल्ला' (देवाचे आभार) व 'इन्शाल्ला' (जर देवाची इच्छा असेल तर) हे शब्द वरचेवर शिंपडले जातात. ती मला सांगते, की लवकरच हिजाब वापरायला लागावे, असे तिला वाटते आहे.

बहुधा पुढच्या परीक्षेनंतर.

"तो मोठाच निर्णय आहे." आम्ही तिच्या पलंगावर बसतो, तेव्हा ती सांगते. "तुम्ही तयार झालं पाहिजे आणि तो एक त्याग आहे. खरंच तसं आहे." आलिया काही क्षण थांबते आणि नंतर हळवी होऊन म्हणते, "मला कानात घालायचे दागिने अतिशय आवडतात." एक प्रदीर्घ सुस्कारा सोडत ती पुढे सांगते, तेव्हा मात्र तिचा चेहरा उजळतो. "पण अल् हुमदुलिल्ला, मी माझ्या शाळेत एक प्रकारची रोल मॉडेल आहे, सादिया आपा. म्हणून मी अजून त्याबद्दल विचार करते आहे, खरंच विचार करते आहे."

आलियाच्या निवडीचा विचार मनात घोळवत मी मान डोलवते. कुराणातले स्त्रियांविषयीचे परिच्छेद मी वाचलेले आहेत आणि स्त्रियांनी स्वत:चे अंग कसे झाकावे, याविषयीचे उतारेही वाचले आहेत. माझ्या आईने त्याचा अर्थ असा लावला आहे, की इस्लाम धर्म पाळणाऱ्या स्त्रियांचे कपडे विनयशील असावेत, पण त्यांनी बुरखा वापरलाच पाहिजे किंवा पडदा पाळलाच पाहिजे असे काही नाही. ममाचे इतर नातेवाईकही मान्य करतात, की हा केवळ एक वैयक्तिक निर्णय आहे; पण त्याच्यावरही उलटसुलट चर्चा होतच राहते. माझ्या आईला वाटतं, की हिजाबमुळे उलटे विनाकारण लक्ष वेधले जाते आणि कुटुंबातले काही घटक वाद घालतात, की त्याच्यामुळे संरक्षण मिळते. चर्चेला विषय मिळतो आणि धार्मिक विचारांच्या मुस्लिम स्त्रीचा तो अभिन्न भाग झालेला आहे.

रिवाजानुसार नमाज पढताना माझी आईही तिचे डोळे झाकते. मला तिची खूपच आठवण येते. आलिया माझा दुपट्टा डोक्याभोवती असा काही गुंडाळून घेते, की केस दिसता कामा नयेत. दुपट्ट्याची एक बाजू दुसऱ्या बाजूपेक्षा जास्त लांब ठेवून तो मस्तकाभोवती घट्ट गुंडाळून त्याचा शेवट ती कपाळावरच्या दुपट्ट्याच्या पट्टीत खोवून देते.

"अस्सं (बांधायचं) असतं सादिया आपा!" ती शिकवताना मला सांगते, पण मी बांधताना चुका करतच राहते. "नाही, असं नाही करायचं!" ती अगदी शांत आहे आणि योग्य जागी माझे हात धरून ती मला शिकवते.

"बघ आपा," ती अभिमानाने उद्गारते, "तू आता खरी मुस्लिम दिसतेस."

प्रार्थनेसाठी आम्ही दोन पातळ गालिचे जमिनीवर अंथरतो आणि मक्केच्या दिशेला तोंड करून आमचे दोन्ही गालिचे शेजारी-शेजारी ठेवतो.

आलिया प्रार्थनेतले अरेबिक फारच सुरेख म्हणते.

"अल्ला हूं अकबर." ती म्हणते आणि दोन्ही हातांचे तळवे शरीराच्या दोन्ही बाजूंना वर धरते, "अल्ला हूं अकबर".

मी तिच्या हालचालींचे अनुकरण करते. वाकायचं, गुडघे टेकायचे आणि

तिच्यासारखं मस्तक झुकवायचं. माझ्या गळ्यातल्या साखळीमध्ये नानाची किल्ली आहे, मी खाली जमिनीवर डोके टेकते, तेव्हा ती किल्ली माझ्या कपाळावर आपटते. हा ताल खूपच सुखद वाटतो आणि हा विधी तर मला इतका आवडलाय, की मीच दचकते. मी अशी दिवसातून पाच वेळा प्रार्थना करणार आहे का? जशी माझ्या आईच्या कुटुंबाची ही बाजू करते तशी?– रोज पहाटे साडेपाच वाजता उठून नमाज पढायचा? त्यामुळे माझ्या आयुष्याला एक निश्चित दिशा मिळेल का, याची मला शंका वाटते. मी वाचलंय, की धर्मांतर करणारे मुसलमान तसं मानतात आणि मला एकच धर्म स्वीकारावा लागेल की काय? माझ्या पाकिस्तानी नातलगांना जर भारतातल्या माझ्या कामाचं स्वरूप कळलं आणि मी ज्यू जमातीशी स्नेहसंबंध जोडते आहे, हे जर कळलं, तर ते काय म्हणतील?

नमाज संपल्यानंतर आम्ही गालिचे गुंडाळून ठेवतो आणि मला छान मार्गदर्शन केल्याबद्दल मी आलियाचे आभार मानते.

"सादिया आपा," ती विचारते, "हे तुझ्या गळ्यात काय आहे?" नानाची किल्ली हातात धरून ती उलटीसुलटी करून बघते.

"ही अशी काहीतरी वस्तू आहे, जी माझ्या आजीची होती." मी सांगते, "तिची आठवण म्हणून मी ही गळ्यात घातलीय."

आलिया गंभीर होऊन मान डोलवते. "तुला एक विचारायचं माझ्या मनात येतंय, विचारू का? मरण्यापूर्वी तिने इस्लाम धर्म स्वीकारला होता, हे खरं आहे का गं?"

हा प्रश्न मला बेसावधपणे पेचात पकडतो. मला नानाबद्दल आलियाशी बोलायचं नव्हतं आणि माझ्या हे ध्यानातच आलं नव्हतं, की माझ्या कुटुंबातल्या नव्या पिढीला बाकी सर्व सिद्दीकींपेक्षा नाना कुणीतरी वेगळीच वाटत होती.

"ती लग्न झाल्यापासून मुस्लिम होती." मी अगदी बचावाचा पवित्रा घेऊन म्हणते, "जेव्हा तिने माझ्या आजोबांशी लग्न केलं, तेव्हाच तिने धर्म बदलला."

"खरंच?" आश्चर्यचकित होऊन आलिया म्हणते, "वा, ते तर खरंच चांगलं आहे. मला ते माहिती नव्हतं. मला वाटलं त्या... त्या... ज्युईश होत्या?"

"ती मूळची ज्यू होती, होय." मी सांगते, "पण तिचं लग्न होईपर्यंत."

रसोईघराकडे जाताना मी मधल्या जिन्यात जरा थबकते, हात रेलिंगवर ठेवून अंकल वारीस धर्मांतराबद्दल काय म्हणाले होते, त्याचा विचार करते. माझा कायम विश्वास होता, की नानाने मुस्लिम धर्म स्वीकारला, पण आता मला वाटतं, की ते धर्मांतर कागदोपत्री अधिकृत झालं नसावं, कारण मला नेहमीच शंका वाटत होती, की त्यांचे लग्न हे अधिकृतरीत्या जाहीर झालेले नव्हतेच. नाना स्वत:चा धर्म कोणता मानत होती, हे कळायला आता मार्ग नाही; पण जर तिची तीव्र इच्छा माझ्याबद्दल होती, की मी भारतात जाऊन बेने इस्राईल लोकांचा अभ्यास करावा, तर मग

अखेरीस तिला स्वत:ला ती ज्यूच मानत असावी. नाही का?

मनातले हे विचार मी बाजूला सारते आणि रसोईघरात आलिया तिच्या आईला स्वयंपाकात मदत करत असते, तिथे जाते.

*दुसऱ्या दिवशी माझ्या सगळ्या* भावंडांच्याबरोबर, जे कराचीत आहेत आणि पाकिस्तानी-अमेरिकन भावंडांची तुकडी, जी मिशिगन, लॉस अँजेलिस आणि स्टेटन आयलंडहून आलेली आहे, त्यांच्याबरोबर एका मामाच्या घरी मेहंदी समारंभासाठी आणि नवरा-नवरीला आशीर्वाद देण्यासाठी आम्ही एकत्र जमलो आहोत. हे वधू-वर न्यूयॉर्कमध्ये वाढले असले, तरी त्यांनी त्यांची शादी कराचीत करण्याचे ठरवले आहे आणि दोघांनीही त्यासाठी आपापली दोन आठवड्यांची रजा घेतली आहे– वधू आहे लॉ कॉलेजमध्ये आणि नवरा मुलगा एक आर्थिक विश्लेषक (analyst)– आणि लग्न आहे कराचीत. हा मेहंदी समारंभ दोघांच्याही आयांनी एकत्र साजरा करायचे ठरवले आहे. म्हणजे या घरात त्या दोघी बहिणीच आहेत आणि दोघी जणी नटलेल्या पक्ष्यांसारख्या अलंकार आणि अभिमान मिरवत, बरोबरीने अध्यक्षपद सांभाळत आहेत. कुटुंबाच्या एका स्नेह्यांनी त्यांच्या घराचे पुढचे प्रशस्त अंगण या समारंभासाठी वापरायला दिलेले आहे. झेंडूच्या व गुलाबांच्या फुलांच्या माळांनी सजावट केली आहे. आप्तेष्टांचे आशीर्वाद घेतेवेळी बसायला म्हणून वधूवरांसाठी खास असे प्रेमासन ठेवलेले आहे. निमंत्रित मंडळी खुर्च्यांवर बसून स्प्राईट, फँटा आणि 'पाकोला' नावाचे एक गडद हिरवे सरबत पीत गप्पा मारीत आहेत. इतर पाहुण्यांची वेशभूषा, त्यांची भरजरी जरीकाम केलेली वस्त्रे आणि कडक स्टार्च केलेले इस्त्रीचे कपडे अशा विषयांवर खमंग चर्चा सुरू आहे.

प्रथेप्रमाणे वधूच्या आणि वराच्या घरांमध्ये वेगवेगळे मेहंदीचे समारंभ होतात; पण हल्ली काही वर्षांपासून लग्नसमारंभ जास्त नीटनेटके आणि जरा जास्त पाश्चिमात्य धर्तीचे व्हायला लागले आहेत. एकत्र मेहंदी समारंभ करणे ही सध्याची फॅशन आहे. आता या लग्नात जिथे दोन्ही बाजू नात्यातल्याच आहेत, तिथे एकत्र मेहंदी समारंभ करणे सोयीचे आहेच, पण आलिया मला सांगते, की आमच्या कुटुंबापैकी त्यांच्या घरातले सगळेजण म्हणतात, की मेहंदीचा रिवाज हा फक्त स्त्रियांपुरताच समारंभ असावा, कारण तिच्या आई-वडिलांना अजूनही वाटतं, की ज्या स्त्री-पुरुषांचे नातेसंबंध नाहीत, त्यांनी सामूहिक समारंभामध्ये एकत्र येऊन भाग घेऊ नये आणि तसं करणं म्हणजे 'हराम' आहे, म्हणून त्याच्यावर बंदी हवी. ती हे मला सांगते, त्या वेळी मला धक्का बसतो, तरी मी तो दाखवत नाही. वधूच्या बहिणी, मैत्रिणी व इतर नातेवाईक स्त्रिया यांनी मिळून मेहंदीसाठी खास बसवलेले नृत्याचे कार्यक्रम आता होत नाहीत.

"मला तर नाचण्याचे कार्यक्रम बसवायला अतिशय आवडायचं." सरबताचे ग्लास घेऊन आम्ही खुर्च्यांवर बसतो, तेव्हा आलिया मला सांगते, "पण मग माझ्या आईने नंतर समजावले, की ती काही फारशी चांगली कल्पना नव्हती."

"का नव्हती?" असे विचारताना माझ्या पोटात एक परिचित गोळा उठताना मला जाणवतो.

"म्हणजे मी तरुण मुलींना डान्स शिकवला, की इतर लोक त्यांच्याकडे बघतील आणि त्या मुली तो डान्स आणखी इतर मुलींनाही शिकवतील... मी जसा त्याबद्दल जास्त खोलवर विचार केला, तसं माझ्या लक्षात आलं, की मी नाच शिकवणं हे शेवटी इस्लामच्या विरुद्धच आहे, तेव्हा ते मी न केलेलंच जास्त चांगलं!"

"पण आपल्याकडे लग्नाच्या वेळी कुटुंबात नाचाचे कार्यक्रम होत होतेच की!" मी म्हणते. "कालच मी गमतीत म्हटलं होतं, की जर माझं लग्न अमेरिकेत झालं, तर माझ्या अमेरिकन मित्र-मैत्रिणींना नाचायच्या स्टेप्स शिकवायला मी आलियाला खास बोलावून घेईन."

"ते मला माहिती आहे, सादिया आपा; पण हे असंच ठीक आहे. खरंच ठीक आहे."

मी स्वत:लाच पुन्हा आठवण करून देते, की या असल्या प्रथा कधीही इस्लामचा हिस्सा नव्हत्या. लग्नाच्या समारंभातून होणारी नाचगाणी, विवाह समारंभाच्या वेळी लाल व सोनेरी वेष परिधान करणे, हाता-पायांच्यावर मेंदीने नक्षी काढून हात-पाय सजवणे; चुलत, मावस, आते-मामे भावंडांमध्ये लग्ने होणे, या पद्धती दक्षिण आशियाई देशांत आहेत, मग तुमचा धर्म कोणताही असो; पण कोणत्याही सांस्कृतिक प्रथा किंवा रूढी ज्या श्रद्धेशी जोडलेल्या आहेत, त्यांच्याशी माझे नातेसंबंध आहेत आणि त्यांची उणीव मला जास्तच जाणवते. मूळ श्रद्धा नव्हे. मला मुंबईमध्ये बेने इस्राईल लोकांशी झालेले संवाद आठवतात. इस्राईलमध्ये जाऊन जास्त डोळस ज्यू होण्याचा त्यांचा निश्चय पाहून मला खरंच मनोमन खूप कौतुक वाटतं, पण भारतीय बेने इस्राईल लोकांच्या ज्या पारंपरिक पद्धती आहेत, त्यांनीच मला इथे भारताकडे ओढून आणले आहे. जसे दिवस जात आहेत, तसे मला ठामपणे वाटायला लागले आहे, की या सगळ्या पद्धती मी शिकायला हव्यात, म्हणजे त्या पद्धतींशी माझे नाते जोडलेले राहील, हा विचार नानाच्या मनात असावा.

"काळजी करू नकोस, सादिया आपा." आलिया आनंदाने उसळून म्हणते. "स्वर्गात गेल्यानंतर मी तिथे नृत्यशिक्षिका होईन!"

"स्वर्गात?" मी बावचळून विचारते, "पण तू स्वर्गात कशासाठी जाणार आहेस?"

"कारण सादिया आपा, जे जे पृथ्वीवर करायला मनाई असते, ते ते स्वर्गामध्ये मिळणार आहे. अल्लामियाँने आमची सगळी स्वप्ने तिथे खरी करून दाखवायचे

वचन दिलेले आहे.''

मला एक पंचविशी-तिशीतला तरुण गट दिसतो. सुटातले चार-पाच तरुण आणि सलवार-कमीजमधल्या काही मोजक्याच तरुणी– सर्वांच्या पाठीमागे गप्पा मारत, हसत उभे असतात. मी त्यांच्याकडे वळते. मी जवळ गेल्यावर मला त्यांच्या अमेरिकन उच्चारांचा आश्वासक आवाज कानांवर येतो.

''सादिया!'' त्यातली एक जण हाक मारते. ती माझी लांबची बहीण रेहाना असते.

रेहाना आणि तिची बहीण अमीना, या दोघी सॅनफ्रॅन्सिस्कोच्या उपनगरात वाढल्या आहेत. मी त्यांना मोजक्या वेळीच भेटले होते, कुटुंबातल्या लग्नसमारंभातून; पण मला त्या आवडतात. बहुतेक सगळे पाकिस्तानी अमेरिकन जी रुळलेली वाट धरतात– डॉक्टर, वकील किंवा फायनान्स (अर्थव्यवस्था)– ती वाट न धरता रेहाना एका ग्राफिक डिझाइन स्टुडिओमध्ये काम करते आहे आणि अमीना ही रिअल इस्टेट डेव्हलपर आहे. दोघीही स्टायलिश आहेत. नेहमी अत्याधुनिक पाकिस्तानी लग्नातल्या फॅशन्सचे उत्तम कपडे घालून वावरणाऱ्या आणि अमेरिकेत नि पाकिस्तानात दोन्हीकडे सारख्याच सहजपणे वावरणाऱ्या. रेहाना मला जास्त विचारी वाटते आणि अमीना जरा धाडसी वाटते. मी बघितलेल्या पाकिस्तानी-अमेरिकन स्त्रियांमध्ये तिचे एकटीचेच अगदी बारीक कापलेले केस आहेत आणि ते तिला छान शोभतात. इथे पाकिस्तानात स्त्रीचे केस हे सौंदर्याचे सर्वांत कौतुकाचे लक्षण समजले जाते. मी जेव्हा तिच्या या नव्या लुकबद्दल तिचे कौतुक करते, त्यावर ती गमतीने सांगते, की तिच्या सगळ्या पाकिस्तानी आंट्या तिच्या डोक्याकडे बघत राहतात आणि तिने हे असे का करावे, म्हणून आश्चर्याने कासावीस होतात.

मी त्यांच्या संभाषणात भाग घेते, तेव्हा मला कळते, की त्यांच्यामधल्या एका तरुणाला, आसीफला, त्याच ठिकाणी दुसऱ्या बाजूला बसलेल्या एका मुलीत जरा विशेष रस आहे, म्हणून ते सारेजण त्याची चेष्टा करत आहेत.

''जर आपण 'बॅक होम' असतो ना, तर मी सरळ तिच्याजवळ जाऊन बोललो असतो, होय ना? पण इथे असं आहे. शीऽऽशऽऽ, प्रत्येक जण तुमच्याकडे बघत असतो आणि जर मग तू एखाद्या मुलीशी बोललास, तर–बूऽऽम, तुमचं लग्नच होतं!''

सगळे जण हसतात आणि वयाने मोठा दिसणारा एक तरुण आसीफच्या पाठीवर थाप मारतो.

''अरे, तू नवरीच्या शोधात नाहीस, असं मात्र दाखवू नकोस हं!'' तो प्रेमळपणे म्हणतो, ''तुझे वडील आत्ता इथल्या समारंभात उपवर मुली कोणकोणत्या आहेत, त्यांची सावधपणे माहिती काढत असणार, हे लपवू नकोस!''

मी बुफेच्या टेबलाकडे बघते, तर आसीफचे वडील एका प्लेटमध्ये सामोसे भरून घेताना दिसतात. जणू काही त्यांना काहीतरी कुणकुण लागलीय, म्हणून ते

या गटाकडे येतात आणि आम्हाला ती प्लेट देतात.

"मग?" आसीफच्या दिशेने बघत ते विचारतात, "कुणी आवडलेली दिसली की नाही?" सारे जण पुन्हा हसतात.

"चला, पुन्हा सुरू." अमीना डोळे गरागरा फिरवत म्हणते.

"आणखी एक लग्न. आणखी एक HMM."

"HMM?" मी प्रश्न करते.

"हलाल– मीट मार्केट." अमीना हसून सांगते.

"दर वेळेला होतं असं–" रेहाना दुजोरा देते.

मी त्या सर्वांकडे बघते आणि आम्ही कधीही पाकिस्तानी-अमेरिकन लोकांच्यात राहत नव्हतो, म्हणून किशोरवयातला माझा माझ्या आईवर असलेला राग मला आठवतो. माझ्या अनेक कझिन्स त्यांच्या स्थानिक मशिदीत रविवारच्या स्कूलसाठी जात होत्या. रमझानचे तीस दिवस कडकडीत उपवास करत होत्या. इतर पाकिस्तानी कुटुंबांच्याबरोबर दर आठवड्याला किंवा रोजच्या रोज येणे-जाणे, संबंध ठेवून राहत होत्या. काही तर इतरांपेक्षा जास्त कट्टर धार्मिक बनले होते. माझा एक कझिन (भाऊ) आदम, हा तर आता पूर्व किनारपट्टीवरच्या इस्लामिक संस्थांचा अनधिकृत तरुण नेता बनला आहे. तो बॉस्टनमध्ये बँकेत काम करतो. त्याच्या कामाच्या व्यापातून त्याला तिथे दिवसातून पाच वेळा नमाज पढण्यासाठी केव्हा वेळ मिळत असेल, कोण जाणे! माझ्या या कझिन्सचे किशोरवय, कॉलेजजीवन आणि तारुण्य, माझ्यापेक्षा वेगळे कसे आहे आणि ते का? असा प्रश्न मला पडतोच. मी त्यांच्या जवळ उभी असले, की मला मी त्यांच्यामधलीच एक आहे, असे थोडा वेळ वाटते. पाकिस्तानी अमेरिकन, मुस्लिम अमेरिकन या क्लबची मीही एक हिस्सा आहे. बाकी काही नाही; पण मी त्यांच्या शेजारी उभी आहे तोपर्यंतच.

आलिया मात्र या कझिन्सशी गप्पाटप्पा, हास्यविनोद करायला माझ्याबरोबर त्यांच्यामध्ये सामील होत नाही.

"तू इकडे येऊन त्यांना भेटत का नाहीस?" संध्याकाळच्या समारंभानंतर रात्री अगदी शेवटच्या प्रहरात मी तिला विचारते, तेव्हा ती त्यातल्या काही जणांशी बोलायला पुढे येते. तिला त्यांच्याशी संवाद साधण्यात संकोच वाटतो, की नाराजी वाटते, हे मला सांगता येत नाही.

"ते तुझेही कझिन्स आहेत की." मी म्हणते.

*मी ममाला फोनवर सांगते,* की पाकिस्तानमधल्या तिच्या कुटुंबीयांना ज्या स्त्रिया व पुरुषांचे एकमेकांशी नाते नाही, त्यांचे एकत्र मिसळणे, हे आता फारसे पसंत नाही. मी तिला वर्णन करून जे चित्र उभे करते, त्यातली संस्कृती तिच्या

ओळखीची नाही. १९६०च्या सुमारास ज्या वेळी ममा किशोरवयीन होती, तेव्हा कराचीत जो मनमिळाऊ उदारमतवाद होता, तो आता कमी होतोय. त्या माझ्या गोष्टी ऐकून ती हतबुद्ध होते.

ती म्हणते, ''माझे वडील महंमद पैगंबराचे एक वचन नेहमी सांगायचे, 'मतभिन्नता हे माझ्या जमातीसाठी एक वरदान आहे.' आम्ही त्या विचारधारेत वाढलो. त्यांनी आपली मुले निरनिराळ्या शाळांमध्ये घातली होती. कॅथलिक स्कूल्स, ब्रिटिश स्कूल्स– कारण आम्हाला स्वत:ची वेगवेगळी मते असावीत म्हणून! म्हणजे आम्हाला वादविवाद करता यावेत म्हणून! मी तशी वाढले. जो धर्म माझे वडील पाळत होते, तो धर्म मला माहिती आहे.''

''मला ठाऊक आहे, ममा.'' मी म्हणते, ''पण आता सगळं बदललंय. इथे बदल झालाय.''

''तू सिद्दीकी हाऊसला जाऊन आलीस का?'' ती विचारते.

''तू नानाचा फ्लॅट पाहिलास का?''

''अजून नाही.'' मी सांगते, ''मी उद्या जाणार आहे.''

''प्रथम बिबीच्या घरी जायचं, हे लक्षात ठेव. ती सर्वांत मोठी आहे. तशीच पद्धत आहे. त्यानंतर झैतून.''

''बरं, थँक्स.''

*कराचीतला 'बाथ आयलंड' हा* भाग एके काळी ब्रिटिश अधिकाऱ्यांसाठी एक चांगल्या वस्तीचा भाग म्हणून प्रसिद्ध होता. १९४०नंतर दशकाच्या अखेरीस तो भाग श्रीमंत लोकांमध्ये, विशेषत: कराचीत स्थायिक व्हायला हिंदुस्थानातून आलेल्या, धनवंत कुटुंबांमध्ये लोकप्रिय झाला होता.

माझ्या आजोबांच्या पारशी मित्रांची उंच फाटकांच्या आत लपलेली मोठी घरे, ही तुरळक ओॲसिससारखी अजून शाबूत आहेत; पण कित्येक मोठमोठे वाडे, जे माझ्या आजोबांसारख्या स्थलांतर केलेल्या लोकांनी हिंदुस्थानातल्या त्यांच्या वाड्यांऐवजी बांधलेले होते, ते मात्र बरेच नष्ट झाले आहेत. सिद्दीकी हाऊस, हे चुकून राहिलेले एखादे स्मारक असावे. ही कालविपरीत गोष्ट आहे. लोक म्हणतात, की लवकरच तेही विकले जाईल आणि ते पाडून त्यांच्या जागी उंच, बहुमजली टॉवर उभारला जाईल. ममाला वाटतं, की तिचे कुटुंबीय घर ठेवतील; पण ते व्यवहार्य नाही, हेही तिला माहिती आहे. सिद्दीकी हाऊसमध्ये नानाच्या नावाने एक फ्लॅट आहे; पण तो होतो घराचा एक-षष्ठांश भाग. तेव्हा तिचे मत विचारात घेण्याइतके देखील त्याचे वजन नाही. लोक म्हणतात, की अशा मोक्याच्या जागेवरचे घर वीस लाख पौंडांपर्यंतदेखील विकले जाऊ शकेल.

माझ्या भाडोत्री ड्रायव्हरला दोन प्रमुख प्रवेशद्वारांपैकी मी एका दाराशी सोडायला सांगते आणि डोळ्यांवर येणारी उन्हाची तिरीप टाळण्यासाठी कपाळाशी हात धरून वर बघते. मला सिद्दीकी हाऊस लहान दिसेलसे वाटत होते, कारण लहानपणी मला ते खूपच मोठे वाटायचे; पण आश्चर्याची गोष्ट म्हणजे पूर्वीप्रमाणेच ते अजूनही अवाढव्य व अभेद्य दिसते आहे. आठवणीत होते तसेच. खूप उंच नि रुंद; पण जेव्हा मी जवळ जाते, तेव्हा नुकताच रंग द्यायला सुरुवात केलेली दिसते आणि ते काम तसेच अर्धवट सोडून दिलेलेही दिसते, त्यामुळे पिवळट क्रीम रंगाच्या दोन छटांमध्ये फरक दिसतो. बाहेरच्या भिंतींना तडे गेलेले आहेत. त्यात प्लॅस्टर घालून चिणले आहे, पण नंतर घासून गुळगुळीत केलेले नाही. पूर्वी इथे राहत असलेल्या आणि नंतर वेगळ्या घरात, वेगळ्या देशांत राहायला गेलेल्या इथल्या सर्व जणांची मला आठवण येते. आता खिडक्यांतून संगीत ऐकू येत नाही. फरीदा आंटीचे भुंकणारे आणि अंगणात खेळणाऱ्या कुत्र्यांचे आवाज नाहीत. आता इथे वाढत्या वयाची कुणी मुलेही नाहीत. सिद्दीकी हाऊसच्या दोन्ही फाटकांच्या बाहेरच्या बाजूला एक मातीचा मोठा रांजण पाण्याने कायम भरलेला असे. आजोबांची तशी सक्त आज्ञा होती. म्हणजे कुणीही तहानलेला पांथस्थ आला, तरी त्याची तहान भागत होती. मी नेहमीसारखी त्या खोल पाण्यात माझे प्रतिबिंब दिसेल, या अपेक्षेने त्या रांजणात डोकावून पाहते, तर त्यात मला फक्त थोडीशी सुकलेली माती दिसते.

वेगवेगळ्या मजल्यांवरच्या सहा फ्लॅट्सना प्रत्येकाला स्वतंत्र, जाडजूड, भव्य दरवाजे आहेत, त्याला पितळी कड्या-कोयंडे आहेत आणि प्रत्येक मालकाच्या नावाची स्वतंत्र पितळी पाटी. सिद्दीकी हाऊसचा मुख्य दरवाजा कुठला वाटतो, हे तुम्ही कुणाचं मूल आहात, यावरच केवळ अवलंबून असतं आणि तुम्हाला कुणाला भेटायला जायचे आहे, याच्यावरही. दोन उघड्या जिन्यांच्या पायऱ्यांवरून नोकर ये-जा करत असतात आणि तो इथल्या रहिवाशांच्या दळणवळणाचा कणा आहे– म्हणजे सिद्दीकी हाऊसमधले जे लोक एकमेकांशी बोलतात, त्यांच्यासाठी. कुटुंबाच्या निरनिराळ्या शाखांमध्ये एक तऱ्हेचा अदृश्य तणाव इथे कायमच जाणवत आलेला आहे. या कलहाचे असमान धागे माझ्या आजोबांच्या मुलांमध्ये लोंबत राहिलेले आहेत. अगदी अजूनही, चाळीसपेक्षा जास्त वर्षे उलटली आहेत तरीसुद्धा. मी त्या कहाण्या ऐकलेल्या आहेत. आजोबांच्या हयातीत कुटुंबाच्या निरनिराळ्या फांद्या एकजुटीने शांतपणे राहत होत्या. त्यांनी सुसंवाद राखलेला होता; पण आजोबा वारले आणि त्यानंतरच्या वर्षांमध्ये सिद्दीकी कुटुंब हे एके काळी एकजुटीने राहत होते, यावर विश्वास ठेवणे उत्तरोत्तर कठीण होऊ लागले.

"एकत्र संपत्ती," नाना मला समजावून सांगते आहे, असं भासतं. "एकत्र कुटुंब."

लहानपणी मला वाटायचं, या शब्दातच चूक आहे; नाना जे 'जॉइंट' म्हणायची,

त्याचा अर्थ मला वाटायचं, की निरनिराळ्या भागांनी एकत्र यायचं; पण नानाच्या मनात वेगळाच अर्थ होता, हे आता लक्षात येतंय. तिने त्यातून मार्ग काढला आणि शेवटी ती इकडे का आली, ते आता मला समजतंय. पाच लहान मुले पदरात असलेली तरुण विधवा. एका दाटीवाटीच्या मत्सरग्रस्त घरात राहायची आणि तेही स्वत:पाशी उत्पन्नाचे कोणतेच साधन नसताना.

माझे आजोबा जिवंत असेपर्यंत ती त्यांची आवडती राणी होती. कराचीत तिला आणखी तीन मुले झाली आणि घरात तिचा खास रुबाब चालत होता. नाना व आजोबांचे एकत्र शयनगृह होते. सामाजिक समारंभांमध्ये त्यांच्याबरोबर तीच जात असे. त्यांच्या स्थावर संपत्तीच्या बांधकामावर तिचीच देखरेख असे. तिच्या कमरेला त्यांच्या घराच्या किल्ल्यांचा जुडगा साखळीत अडकवलेला असे. ममाला आठवतं, की तिची आई यायला लागली, की किल्ल्यांचा ठराविक आवाज बिनचूक यायचा. नाना रोज बांधकामाच्या जागी जात होती आणि ठरवलेल्या आराखड्यानुसार कामाची प्रगती किती आहे, ते तपासून घेत होती. तिच्या पतीने सिद्दीकी हाऊसजवळच तिच्यासाठी दुसरा 'राहत व्हिला' बांधायला घेतला होता. तिच्या मुंबईत राहिलेल्या घराच्याबदली नवीन घर. ही उंच कॉंक्रीटची इमारत पहिल्यासारखी मुळीच नव्हती; पण तिला स्वत:चे कायम उत्पन्न असावे व तिच्या नावावरची ही स्थावर मालमत्ता पुढे तिच्या मुलांसाठी व्हावी. ते इतर बांधकामेही करत होते. हाऊसिंग सोसायटीत त्यांचा एक रिकामा प्लॉट होता. टिपू सुलतान रोडवर एक मोठी डुप्लेक्स बिल्डिंग होती. ते सतत नव्या योजनांमध्ये आणि नव्या नव्या व्यापारांत गुंतवणूक करत होते आणि त्यांना अचानक हार्ट ॲटॅक आला.

हॉस्पिटलमध्ये त्यांनी तिन्ही बायकांचे हात एकत्र पकडून आपल्या छातीशी धरले.

"मी तुम्हा प्रत्येकीला सारख्या किमतीची मालमत्ता तिघींच्या नावावर ठेवलेली आहे. तुम्ही संपत्तीची वाटणी समान कराल, असे मला वचन द्या. तुम्ही एकत्र कुटुंब म्हणून राहाल आणि आपल्या कुटुंबाचे नि सर्व मुलाबाळांचे हितसंबंध सांभाळाल, असे मला वचन द्या."

बायकांनी हुंदके देत माना हलवून होकार दिला आणि अलींनी प्रत्येकीबरोबर क्षणभर एकांत मागितला. जेव्हा नानाची वेळ आली, तेव्हा तिच्या गालाला हात लावून अली म्हणाले, "माझ्या मनात तुम्हाला तिघींना प्रत्येकीला सिद्दीकी हाऊसमध्ये दोन-दोन फ्लॅट्स द्यायचे मनात होते. तुमच्या मुलांसाठी–"

"जाऊ दे. जाऊ दे." नाना म्हणाली.

"नाही, ऐक प्यारी– हे घर छोटी अम्माच्या नावावर आहे, पण तुझ्यासाठी नवीन राहत व्हिला आहे. दोन्ही मालमत्तांची किंमत सारखीच आहे. तुला जसं आयुष्य जगायचं होतं, ते मी देऊ शकलो नाही." ते हळू आवाजात पुढे म्हणाले, "आणि मला जशी

तुझ्यासाठी सोय करायची मनात होती, तेही मी करू शकलो नाही.''

''शूऽऽऽऽ–'' नाना त्यांना म्हणाली.

''आपलं कुटुंब एकत्र राहण्यासाठी तू त्यांना मदत करशील, असं तू मला वचन दे. एकजुटीने राहायला त्यांना तुझ्या ताकदीची गरज लागेल.''

''मी करेन. मी वचन देते.''

ते जिवंत असेपर्यंत तिची जी पुंजी होती– तिचं तारुण्य, तिचं सौंदर्य आणि तिची पाच हुशार मुलं– ही पुंजी ते गेल्यानंतर तिची जबाबदारी झाली. अचानकपणे कुटुंबाची आर्थिक परिस्थिती बदलली आणि त्याच्याबरोबर नियमही बदलले. नानाला जे काही मिळायला लागलं, ते आता एका मोठ्या सामुदायिक थैलीतून यायला लागलं आणि त्याची सारी व्यवस्था माझ्या आजोबांची पहिली पत्नी, बडी अम्मा ही पाहायला लागली. घराची जबाबदारी तिघी बायकांनी वाटून घेतली. छोटी अम्मा वाणसामान आणणे व स्वयंपाकघराची व्यवस्था बघायला लागली. बडी अम्माने हिशेब हातात घेतले आणि नानाकडे सगळ्या मुलांना शाळेसाठी तयार करणे व ती घरी परत आल्यानंतर त्यांची देखभाल करणे, हे काम आले. आता घरात कमावता पुरुष कोणी नव्हता, त्यामुळे गाडी व ड्रायव्हरही नव्हते. कराचीतल्या इतर नातेवाइकांना भेटायला जाणेही साहजिकच जमत नव्हते. संगीताची शिकवणी किंवा नवीन कपडे घ्यायला पैसे नव्हते. अलींच्या मृत्यूनंतर लवकरच लक्षात आले, की कुटुंब कर्जबाजारी झालेले होते. जर सिद्दीकी हाऊस ठेवायचे असले आणि कुटुंब एकत्र राहायला हवे असले, तर काहीतरी विकायला हवेच होते. तेव्हा विक्रीसाठी सर्वांत सोयीस्कर म्हणून नवीन राहत व्हिला विकायचे ठरले आणि तिथे नानाची पहिली मालमत्ता गेली. दुसऱ्या दोघींनी आपापला हिस्सा अबाधित ठेवला; पण नानाने सर्वांच्या भल्यासाठी आणि तिने पतीला वचन दिले होते, म्हणून स्वखुशीने तिचा हिस्सा विकू दिला.

राहत व्हिलाच्या मोबदल्यात छोटी अम्माने सिद्दीकी हाऊसमधला एक फ्लॅट नानाच्या नावावर करून दिला आणि नानाने तो फ्लॅट एका पारसी कुटुंबाला, मेहतांना भाड्याने दिला. त्याचे भाडे ती टुकीने वाचवत होती. दर महिन्याला त्यातली थोडी रक्कम ती शिल्लक टाकीत असे. आठवड्यातून एकदा ती रस्त्याच्या शेवटी असलेल्या बाजारात जाऊन फळे, अंडी आणि इंपोर्टेड चैनीच्या थोड्या वस्तू आणायची. त्या गोष्टी ती तिच्या बेडरूममध्ये सुरक्षितपणे ठेवून देत असे. वस्तू लपवायची तिची खासगी जागा होती. तिची पाची मुले शाळेतून परत आली, की ती त्यांच्यासाठी सफरचंदाचे पातळ काप, गार दुधात बोर्नव्हिटा घालून चॉकलेट ड्रिंक, डब्यातला क्राफ्ट चीझ वापरून टोस्टेड सँडविचेस असं काहीतरी छान बनवायची. तेवढे ते तास-दोन तास ते जुनी सुखवस्तू परिस्थिती कायम आहे, असे समजायचे. तसा बहाणा करायचे. आपल्या मुलांच्याबरोबर स्वतःच्या मालकीच्या

फ्लॅटमध्ये स्वतंत्रपणे राहावे, असे तिचे स्वप्न होते. फाळणीपूर्वी ती मुंबईत जशी राहत होती जवळपास तशीच, पण साधी राहणी तिला मनातून हवी होती; पण तिची इतर मालमत्ता विकली गेली किंवा सामायिक होती, त्यामुळे भाड्याच्या त्या कमी उत्पन्नातूनच तिला स्वतंत्रपणे खर्च करता येत होता.

कित्येक वर्षांनंतर देखील तो फ्लॅट तिला हुलकावणी देत राहिला. तिच्या मृत्यूच्या आधी दोनच वर्षे नानाने कंटाळून मेहतांना जागा सोडायला सांगितले होते. तो फ्लॅट नीटनेटका सजवून अखेरीस स्वत:चे घर असावे, या हेतूने तिने तसे केले. तिने तिथे नवीन वायरिंग, एअरकंडिशनिंग व पडदे लावून घेतले आणि तिथे बिबीला राहायला सांगितले. बिबी ही नानाच्या दिराची विधवा पत्नी होती आणि नानाच्या पिढीतल्या सिद्दीकी स्त्रियांपैकी शेवटची होती. बिबीला राहायला जागा हवी होती आणि नानाला वाटलं, की ती जागा नीट सांभाळेल, निदान नाना तिथे स्वत: राहायला जाईपर्यंत तरी. युरोप आणि अमेरिकेतल्या मुलांच्या घरी जाता-येताना नाना तिथल्या वस्तूप्रदर्शनांमध्ये जायची आणि टॉवेलचे सेट, चित्रांच्या फ्रेम्स असं घरगुती काहीबाही विकत घ्यायची– कराचीला नेण्यासाठी. तिच्या या असल्या खरेदीबद्दल ती मला फोनवरदेखील अगदी सविस्तर वर्णन करून सांगत बसायची आणि मी कॅलिफोर्नियातल्या कॉलेजमधून कुतूहलाने तिचे बोलणे ऐकत बसायची. त्या वेळेला ती तसं का करत होती, ते मी समजू शकले नव्हते.

''पण नाना, आता ते घर कशासाठी सजवायचं?''

''ते माझंही घर आहे,'' ती शांतपणे म्हणाली होती. ''ते माझ्या नवऱ्याचं घर होतं.''

जेव्हा नाना येणार म्हणून तो फ्लॅट सोडायची वेळ आली, तेव्हा बिबी तो फ्लॅट सोडायला तयार नव्हती. अमेरिकेत इतकी वर्षे नाना राहिली होती, तेव्हा आता अखेरीस नानाला तिथे कशासाठी यायचं होतं, हे बिबीला उमजत नव्हतं. म्हणून तिने तिला वाईट वागवल्याचा आरोप नानावर केला. महिनोन् महिने उलटले आणि मतभिन्नता तशीच कायम राहिली. तो फ्लॅट न बघताच नाना वारली होती.

*पुढचा तास मी त्या घराचे* वेगवेगळ्या अँगल्सने फोटो काढत राहते, म्हणजे त्याचा आकार आणि अस्तित्व समजावे. मी दोन्ही बाजूने घराचे फोटो काढते. लॉनवर उभी राहून, बाल्कन्यांमधून वर बघून, खाली बघून. मी ऐकलेल्या गोष्टी जणू आत्ताच घडत आहेत, अशी कल्पना करते आणि त्या कुठे नि कशा घडल्या होत्या, त्याचा अंदाज घेते. त्या तिथल्या फाटकातून माझी ममा कॉन्व्हेंट स्कूलमधून परत येत होती. आवारातल्या या गाडीवाटेने अंकल सलमान पांढऱ्या घोड्यावरून लग्नासाठी आला होता; पण ही अदृश्य चित्रे माझ्या कॅमेऱ्यावर टिपता येत नाहीत.

कॅमेऱ्याच्या भिंगातून हे घर कल्पनेपेक्षा खूप मोठे वाटते आणि आता जे आहे, ते प्रत्यक्षात फारच सामान्य वाटते.

"तू, तू काय करते आहेस?"

वरच्या खिडकीतून एक चिडका, चिरका आवाज येतो आणि मी वर बघते. तिथे आंटी झैतून असते. ही लहानखुरी बाई– पण तिचे भीतिदायक, हुकुमी अस्तित्व मला नेहमीच भेदरवणारे वाटते. कुटुंबाच्या ज्येष्ठ-कनिष्ठ अनुक्रमानुसार मी तिला दुसऱ्या नंबरावर भेटायला हवं होतं; पण ते आता काही शक्य नाही, हे उघडच दिसत होतं.

"असल्लाम अलेकुम, झैतून आंटी." मी जोरात म्हणते, "मी सादिया आहे."

"कौन है?" ती विचारते कोण आहे ते!

"सादिया," मी म्हणते, "समीना की बेटी." समीनाची मुलगी.

"अच्छा." ती म्हणते. मी पाहते, तर ती खिडकीपासून मागे वळते.

मी वर जाते आणि तिच्या दारावर थाप मारते. झैतून दाराशी येते आणि तिला उभे राहता येईल, इतकीच दाराची फट उघडी ठेवते. मला आत जाता येण्याइतकी काही रुंद मात्र मुळीच नसते. माझे लहानपणचे झैतून आंटीबद्दलचे मत मला आठवते. तिचे पातळ केस आणि गालावर दुर्दैवाने भलत्याच जागी असलेला एक मोठा तीळ, यामुळे तिला पाहिलं, की मला चेटकिणीचीच आठवण होत असे.

"अस्सलाम अलेकुम, झैतून आंटी." मी पुन्हा सांगते.

"मी सादिया."

पण ती ढिम्म हलत नाही.

माझ्या आईच्या सावत्र भावाशी, इरफानशी तिचे लग्न झाले होते. ती लहान होती, तेव्हा तिचे वडील माझ्या आजोबांच्या कराचीच्या बाहेर असलेल्या शेतजमिनीचे मॅनेजर होते आणि लहानपणी सगळ्या सिद्दीकी मुलांबरोबर ती खेळायची. ममाला जी ती आठवते, ती एक हडकुळी, कुरकुरी मुलगी. हुशारही नाही किंवा देखणीही नाही. जेव्हा छोटी अम्माने इरफानशी तिचे लग्न ठरवले, तेव्हा सगळे जण चकित झाले होते. तो तरुण वयातच वारला; पण त्याने तिला व्यवस्थितपणे संपत्तीचा भाग ठेवला होता. झैतूनला आता सिद्दीकी हाऊसची देखभाल करावी लागत होती आणि हल्लीच्या काही दिवसांत तिने त्या घरात तिचे सारे कुटुंब आणायचा बहुतेक चंग बांधला होता. जेव्हा ममाची सावत्र बहीण फरीदा मृत्यूपत्र न करताच वारली, तेव्हा झैतून हीच तिची निकटची वारस ठरली होती. आता झैतूनच्या नावावर सिद्दीकी हाऊसमध्ये दोन फ्लॅट झाले होते. ती हळूच इतर कुटुंबीयांना ते त्यांचा हिस्सा विकायला तयार आहेत का, त्याचा अंदाज घेऊ लागली होती. जर कधी काळी ही मालमत्ता विकली गेली, तर सर्वांत जास्त फायदा झैतूनचा झाला असता.

''मी तुला ओळखलंच नाही.'' ती म्हणते. त्यावर मी हसते, तिने आत बोलवावं या अपेक्षेने. ''तू कराचीत आली आहेस, हे मी ऐकलं होतं.'' नेहमीप्रमाणे माझ्या आई-वडिलांच्या प्रकृतीची चौकशी करणारे प्रश्न ती विचारत नाही.

''तुझी मुले कशी आहेत, आंटी?'' मी विचारते.

एक काळ असा होता, की तिची मुले, कासीम आणि मी तासन् तास बागेमध्ये खेळत होतो, तेव्हा आम्ही सारे दोस्त होतो. मी त्यांना कित्येक वर्षांत पाहिलेलं नाही आणि ते कुठे असतात, त्यांच्याबद्दलच्या काही अफवाच उडत उडत फक्त कानावर पडल्या होत्या.

''ते ठीक आहेत,'' ती म्हणते.

मला काही चहाबिहा विचारला जाईलसं वाटत नाही, म्हणून मी माझं इकडे येण्याचं कारण तिला सांगते.

''माझ्या आजीच्या फ्लॅटची किल्ली तुमच्याकडे आहे ना?'' मी विचारते, ''ममाने मला आत बघून यायला सांगितलंय.''

''तिथे काहीही नाही.''

''मला माहिती आहे, पण मला फक्त आत जाऊन पाहायचंय.''

''तसदी घेऊ नकोस.''

''मला फक्त नुसतं बघायचंय, शक्य असलं तर. तुमच्याकडे किल्ली आहे का?''

''झैतून दार बंद करते आणि आत जाते. ती काही मिनिटांनंतर जुन्या तऱ्हेची एक लांब किल्ली घेऊन येते आणि नाखुशीनेच माझ्या हातात देते.

''मला त्याबद्दल काहीही ठाऊक नाही.'' मी जिना चढत असताना ती सांगते, ''माझ्या ताब्यात काही ती जागा नव्हती.''

मी फ्लॅटच्या दरवाज्याजवळ पोहोचते, तेव्हा माझ्या आजीच्या नावाची कोरलेली पाटी दारावर असते. त्यावरून मी हात फिरवते. मी ते घट्ट बसलेले कुलूप किल्ली फिरवून उघडायला बघते. थोडा वेळ प्रयत्न केल्यानंतर किंचितसा धक्का दिल्यावर ते उघडते.

नंतर मी स्वत:लाच विचारते, की तिथे मला काय सापडेल, असे वाटले होते आणि मी कबूल करेन, की मला तिथे घरासारखे दिसेल असे वाटले होते– नानाचे अस्तित्व तेथे जणू अजूनही आहेच असं काही. 'मायामी'मधल्या तिच्या बेडरूमधले छोटे छोटे गुलाबी टॉवेल्स आणि सवलतीत खरेदी केलेले साबण मला तिथे दिसायला हवे होते; पण जे मला दिसले, ते पाहावे लागेल, अशी मात्र माझी अपेक्षाच नव्हती. एक रिकामी, भकास जागा आणि कबुतरांच्या विष्ठेचा जमिनीवर एक जाड थर. तिने बसवलेली एअर-कंडिशनिंगची युनिट्स नाहीशी झाली आहेत. त्यांच्या जागी उघडी भगदाडे आहेत. तिने मोठ्या अभिमानाने सांगितलेले सर्व नवे वायरिंग उचकटून

काढलेले होते. कुणीतरी हातोडी घेऊन त्या दोऱ्या भिंतीतून तिच्या किंवा त्याच्या हाताने व्यवस्थित काढलेल्या होत्या. जमिनीवर पडद्यांच्या गोल रिंग्ज विखुरलेल्या आहेत आणि आता ते पडदे कुठल्या घरात टांगलेले आहेत, कोण जाणे!

नानाचा फ्लॅट सिद्दीकी हाऊसमधल्या इतर फ्लॅटच्या इतकाच मोठा व प्रशस्त आहे– छान, भारदस्त, सरंजामी, हवेशीर, उंच छत, संगमरवरी चौकट असलेली फायर-प्लेस आणि मुख्य दिवाणखान्याच्या दोन्ही बाजूंना असलेले फ्रेंच दरवाजे आणि त्याच्यापुढे असलेले लांब, गारवा असलेले व्हरांडे. त्यात इनडोअर गार्डन्स कशा करणार, तेही नानाने ठरवलेले होते. विश्वास न बसल्यासारखी त्या मोकळ्या, रुंद जागेत मी चालत राहते. झैतूनला मला ही जागा का दाखवायची नव्हती, त्याचे आता मला नवल वाटत नव्हते.

नानाच्या फ्लॅटमधले सगळे फर्निचर गायब होऊन जागा रिकामी झाली होती. फक्त काळ्या आर्ट डेकोस्टाईलच्या दोन जुन्या अवजड गोष्टी सोडून. तेही न्यायला गैरसोयीच्या अशा होत्या म्हणून. एक उंच कपाट आणि एक ड्रॉवर असलेले आडवे, ठेंगणे कपाट. त्या वस्तू मला ओळखीच्या वाटतात आणि अचानक काळजात एक कळ उमटते. मुंबईला राहत व्हिला पाहताना मला तशीच कळ जाणवली होती. तिच्या तिथल्या फर्निचरचा हा एक दुसरा भाग होता– हे सामान नंतर बोटीने कराचीला आणवले होते. मला त्यांच्यावरून हात फिरवावासा वाटतो. इतक्या वर्षांनंतर देखील दोन्ही ठिकाणची ही लाकडी धुडे म्हणजे मनात नांगरलेल्या भक्कम आशा आहेत.

हे कुणी केलंय? माझ्या मनात तीव्र संताप उसळतो. आता पडदे आणि एसी युनिट्स कुणी का चोरावीत? भिंतीवर बसवलेल्या वायर्स का उपटून न्याव्यात?

*त्या संध्याकाळी फोनवर* बोलताना ममा मला खूपच सहनशील वाटते.

"ही जुनी गोष्ट आहे." ती मला सांगते, "बहुतेक यात एकच नाही, तर अनेक जण आणि त्यांची कामे करणारे इतर अनेक जण सामील आहेत. सर्वांना माहिती आहे, की नानाच्या मुलांच्यापैकी कुणीही तिथे नक्कीच राहायला येणार नाहीत आणि म्हणून त्यांना वाटतं, आपणच हे का घेऊ नये?"

"तुला राग नाही आला?" माझा संताप आवरत मी तिला विचारते.

"मला दुःख होतंय गं; पण हे पाहायला माझे आई-वडील हयात नाहीत, त्याचं मात्र समाधान होतंय."

*दुसऱ्या दिवशी बिबीला भेटायला* मी सिद्दीकी हाऊसमध्ये जाते. ही माझी चुलत आजी आता पंच्याहत्तरीची असावी. जेव्हा बिबी दरवाजा उघडते, तेव्हा मी

हसून माझी ओळख सांगते. तिला मिठी मारते आणि तिच्या दोन्ही गालांचे मुके घेते. आतासुद्धा कळतंय, की एके काळी ती एक सुंदर स्त्री होती. तिचे केस अजून लांब व भुरे आहेत आणि जेव्हा ती आंघोळ करून टवटवीत दिसते, तेव्हा तिची लांब वेणी पाठीवर एखाद्या लहान मुलीच्या वेणीसारखी डोलत असते.

''बेटी! बेटी!'' ती म्हणते आणि मोकळेपणी हसून मला तिच्या छातीशी घट्ट धरते. मी तिच्याहून एक फुटापेक्षा जास्त उंच आहे. म्हणून मी खाली वाकते आणि तिच्या प्रेमळ, उबदार मिठीत शिरते.

ती मला आत नेते आणि जेवायला थांबायचा आग्रह करते. मला जे काही तिचं बोलणं थोडंफार समजलं, त्यावरून मी येणार आहे, हे तिला आधीच कळलं असतं, तर तिने काहीतरी खास पदार्थ माझ्यासाठी बनवला असता. माझा आवडता पदार्थ कोणता? मी मोडक्यातोडक्या शब्दांत सांगते, की मला सगळं आवडतं.

''सब कुछ,'' पण मी एखादा पदार्थ सांगावाच म्हणून ती हेका धरते.

''मुर्गी.'' अखेरीस ही सोयीस्कर पसंती ठरेल, असे वाटून मी सांगते. ती उत्साहाने सांगते, की चिकनकरी खायला मला पुन्हा तिच्याकडे यायलाच लागेल. त्यावर मी सांगते, की एवढी खिटपिट करायला नको; पण मनातून मात्र आपल्या आवडत्या नातवंडाचे तिने लाड करावेत, तसे माझे कौतुक करून घेताना मी सुखावते. नानाची अशा वेळी मला प्रकर्षाने आठवण येते. अशा वेळी तिने काय केलं असतं याची!

बिबी आता अंकल सलीम व आंटी शेनाझ यांच्या फ्लॅटची व्यवस्थापिका असल्यासारखी राहते. ते लंडनमध्ये कायम राहतात आणि वर्षातून एक-दोन वेळा येतात. सिद्दीकी हाऊसमधल्या प्रत्येक फ्लॅटमध्ये बिबी राहिलेली आहे. विस्तारित एकत्र कुटुंब पद्धतीचा फायदा काय असतो, त्याचे मूर्तिमंत उदाहरण म्हणजे बिबी आहे. इतक्या वर्षांमध्ये या पद्धतीतली गुंतागुंतीची नातीगोती आणि त्यांचे पक्षपात, रागरंग सांभाळून आपले हितसंबंध छानपैकी जपायला ती शिकली होती.

मला बिबीला नानाच्या फ्लॅटबद्दल विचारायचंय, कारण एके काळी ती तिथे राहत होती. दोन वर्षांपूर्वीच फ्लॅटचे नूतनीकरण पूर्ण झाले होते. इतरांपेक्षा तिलाच सारं माहिती असणार; पण माझं ज्ञान उर्दूचं– मला थोडंफार समजतं. जेवण आणि हवापाणी याच्या पलीकडे माझे भाषाकौशल्य नाही. ते संपूर्णपणे निरुपयोगी ठरते.

जेवणघर व रसोईघर यांमध्ये धावाधाव करत बिबी काचसामान काढते आणि उरलेले अन्न गरम करते. मी मदत करायचा प्रयत्न करत तिच्या आगेमागे फिरत राहते. मला तिला खूप काही विचारायचे आहे.

बिबीच्या बाबतीत नाना नेहमी इतकी अस्वस्थ का असायची? ''गवळ्याच्या पोरीवर कधीही विश्वास ठेवू नये.'' फक्त एवढेच कठोर शब्द तिने आयुष्यात

बोललेले मला ठाऊक होते.

त्या रात्री ममाला फोन करून मी त्याबद्दल तिला विचारते.

"त्याची एक मोठी कथा आहे." ती म्हणते आणि नंतर मी यापूर्वी कधीही न ऐकलेली अशी एक गोष्ट ती मला सांगते.

"मी तेव्हा सात वर्षांची होते आणि मला रात्री काहीतरी स्वप्न पडले. काय ते मला आता आठवत नाही, पण मी खूपच घाबरले होते आणि मी माझ्या आईच्या झोपायच्या खोलीत तिला शोधायला गेले– त्या वेळी ती आणि माझे वडील वेगवेगळ्या खोल्यांमध्ये झोपत होते नि तिच्या आरशाच्या टेबलासमोर ती बसलेली होती. त्याला एक लांब, अरुंद आरसा मध्ये होता आणि दोन्ही बाजूंना ड्रॉवर्सचे दोन सेट होते. त्यात ती तिची औषधे ठेवत असे. ती स्फुंदून स्फुंदून रडत होती आणि तिच्या हातात एक उघडी बाटली होती. मला आठवतंय, की ती गडद निळ्या रंगाची बाटली होती आणि त्याच्यावर कवटी व दोन हाडांची फुली दाखविणारे चित्र होते. मला कळलं, की ते टिंक्चर आयडीन हे प्रथमोपचारामधलं ठराविक औषध होतं आणि पोटात घेतलं, तर ते प्राणघातक असतं. मी शक्य तितक्या जोराने धावत वडिलांच्या झोपायच्या खोलीत गेले, त्यांना उठवलं आणि आईच्या खोलीत घेऊन गेले. त्यांनी तिला जवळ घेतले आणि ते पुन्हा पुन्हा म्हणायला लागले, 'काय केलंस हे? हे तू का केलंस?' तिने ते प्यायलं असावं, असं त्यांना खात्रीने वाटलं. तिने त्यांच्याकडे बघितलं आणि म्हटलं, 'मी काहीही केलेलं नाही. ती बाटली रिकामी होती.' "

"नाना इतकी दु:खी का होती?"

"मला वाटतं त्या वेळेला नीट समजण्याइतकी मी काही मोठी नव्हते; पण एवढं मात्र समजलं होतं, की माझे वडील आईला खूप वाईट वाटेल, असं काहीतरी करत होते. म्हणजे त्यांच्या प्रेमात त्यांच्या दुसऱ्या बायका व त्यांची मुले हे वाटेकरी आधी होतेच, त्याशिवाय आणखी काहीतरी वेगळं होतं. नंतर जेव्हा मी सुमारे बारा वर्षांची होते, तेव्हा एकदा मी बिबीच्या खोलीत गेले, तर ती माझ्या वडिलांच्या अंतर्वस्त्रांना इस्त्री करत होती. ते नेहमी पांढऱ्याशुभ्र सुती कापडाची अंतर्वस्त्रे वापरत असत आणि सबंध घरामध्ये फक्त त्यांचीच ती तसली वस्त्रे असत. मला खूपच राग आला. मी त्यांची एक अर्धी चड्डी उचलली आणि घुश्श्यातच माझ्या आईच्या खोलीत गेले. तिथे ती एकटी होती. 'हे तुझं काम आहे!' मी तिच्याकडे ती अर्धी चड्डी भिरकावून देत म्हणाले, 'जे काम तू करायला हवंस, ते काम तू बिबीला का करू देतेस?'

"मग नाना काय म्हणाली?" मी विचारते.

"तिने माझ्याकडे बघितलं आणि ती म्हणाली, 'मला करावंसं वाटतं, असं तुला वाटत नाही का?' आणि तेव्हा प्रथमच माझ्या लक्षात आलं, की माझे वडील माझ्या आईशी प्रामाणिक नव्हते. त्यांचे जरी तिच्यावर खूप प्रेम होते नि हे मला

निश्चित माहीत होते, तरीही ते तिच्याशी एकनिष्ठ नव्हते. 'तू हे कसं सहन करतेस?' असं मी आईला विचारलेलं मला आजही आठवतं. त्यावर तिने मला सांगितलं, की अशा वेळी ती स्वत:च्या कल्पनाकोषात, एकांतात रमते. ती राहत व्हिलाच्या बाल्कनीत उभी राहून समुद्राकडे बघत आहे, अशी मनाशी कल्पना करत, स्वत:च्या विश्वात रमते. जेव्हा मला हे कळलं, तेव्हा मला माझ्या आईबद्दल एक नवीनच काहीतरी समजलं. या घरातले आपले स्थान टिकवण्यासाठी, तेथे जगण्यासाठी, तिला आपण दुसऱ्याच ठिकाणी सुखात आहोत, अशा भ्रामक कल्पनेमध्ये मन रमवावं लागत होतं.''

फोनवर ममा एक प्रदीर्घ सुस्कारा टाकते, फुग्यातली हवा बाहेर यावी ना तसा. जणू काही या गोष्टीवर तिने बराच काळ विचार देखील केलेला नव्हता. ''उद्या बँकेत जा माझ्यासाठी, जमलं तर.'' ती सांगते, ''तारिक अलींना जाऊन भेट. त्यांना सांग, की तू माझी मुलगी आहेस आणि तू तुझ्या आजीचे बँक अकाऊंट बंद करायला आलेली आहेस. उद्या रात्री पुन्हा मला फोन कर नि काय होतंय ते सांग.''

*आता मागे वळून बघितले,* तर नानाचे अकाऊंट मी तिथे जाण्याअगोदर वर्षभर आधीच बंद केलेले होते. रिते होते. तारिक अली, तिचा हिशेब बघणारा मॅनेजर जरा शरमिंदा वाटतो, पण त्याला फारशी फिकीरही दिसत नाही. माझ्या आजीचे जुन्या पद्धतीचे लांबलचक चेकरजिस्टर मी हातात धरलेले आहे. त्यात तिने दर महिन्याला किती भाडे यावे, त्याची नोंद ठेवलेले हिशेब आहेत. मी ते भारतात अतिशय जपून ठेवलेले होते, नेहमी मी ते हँडबॅगेत ठेवायची. लगेजमध्ये मी ते कधीही ठेवले नव्हते. आता मात्र ती कागदपत्रं निरर्थक ठरली होती. बँकेत उभी असताना तारिक अली बोलतो, तेव्हा त्याची मिशी वर-खाली हलत असते, ती मी बघत राहते. मी एका बोगद्यात उभी आहे की काय, अशी बावळट भावना मला वाटते. मला तो बोलताना दिसतो आहे; पण काय सांगतो, ते समजत नाही. मी लक्ष द्यायचा प्रयत्न करते. माझ्या समोरच्या दुधाळ चहावर जवळजवळ नारिंगी रंगाचा एक दाट थर जमा होतोय, कारण माझ्या डोक्यावरचा गरगरणारा पंखा. तारिक अलीचे बोलणे माझ्या कानात शिरते, की माझ्या आजीनेच त्याला तसे करायला सांगितले होते. ''बघ इथे, त्यांची सही.'' तो त्या कागदपत्रांवरच्या अपरिचित रेघोट्या मला दाखवतो. मला त्या वाचता येत नाहीत आणि समजतही नाहीत. ''तुमच्या कुटुंबाला मी बरीच वर्षे ओळखतो.'' तो शांतपणे म्हणतो. त्याच्या कोटाला, खांद्याजवळ आतून लावलेल्या पॅड्सना, जेव्हा तो खांदे उडवतो, तेव्हा घडी पडलेली दिसते. ''ते एक खूप जुने अकाऊंट होते.'' तो सांगतो. ''आणि नंतर ते बंद केले. आता काहीही करायचं राहिलेलं नाही, खरंच.''

मी बाहेरच्या तापलेल्या माध्यान्हीपूर्वीच्या लखलखीत प्रकाशात चालायला लागते, मला आतून संतापाने भरून येतंय. पैशाचे महत्त्व तितकेसे नाही; पण वेळोवेळी नानाच्या मालमत्तेची राजरोस चोरी होत राहिली, त्याचा मला फारच मनस्ताप होतोय. किती मूर्ख आहे मी! मला वाटलं होतं, की बँकेत जायचं, वारसाहक्काने मिळणारा पैसा सोडवायचा, नानाचे पैसे काढायचे आणि मोठ्या अभिमानाने ममाकडे सुपूर्द करायचे; परंतु हे कार्य कुणीतरी यापूर्वीच करेल, हे मला बावळटीला कसे कळले नाही!

मी ममाला फोन करून झोपेतून उठवते.

"ममा, नानाचे पैसे गेले."

"गेले?" ती अर्धवट झोपेतच आहे. "गेले म्हणजे काय म्हणतेस?"

"तो बँकर म्हणतोय की कुणीतरी कुटुंबातल्या माणसाने वर्षापूर्वीच हे अकाऊंट बंद केले."

फोनच्या दुसऱ्या टोकाला स्तब्धता आहे.

"एका वर्षाच्यापेक्षाही जास्त दिवसांपूर्वी, तू तिथे जागी आहेस ना ममा?"

"अकाऊंट बंद केलं..." ती पुन्हा विचारते.

त्या शब्दांचा अर्थ लावत ती पुन्हा विचारते.

"रिकामं केलं. त्यांनी अकाऊंट रिकामं केलं."

"ते पैसे कशासाठी होते, ते तुला माहिती आहे का? तिने तिच्या प्रत्येक नातवंडाच्या लग्नाच्या वेळी एकेक दागिना करायचा, म्हणून ते पैसे राखून ठेवलेले होते. मी ते दागिने डिझाईन करून कराचीमध्ये बनवून घ्यायचे, अशी तिची कल्पना होती."

"ते कुणी घेतले ममा?"

"ते अनेक जण असू शकतील. आता ते शोधून काढायची फिकीरही मला नाही."

"पण तुला ते माहिती करून घ्यावंसं वाटत नाही का?"

"हे आता मला सोडून द्यायला हवं," ती म्हणते.

"त्याचा काही उपयोग नाही. मला फक्त माझ्या वडिलांचा विचार मनात येतोय. त्यांची मुले एकमेकांचे पैसे चोरताहेत. हा विचारच त्यांना किती धक्कादायक ठरला असता. मला त्याचंच फार फार वाईट वाटतंय."

*अंकल वारीस मला* इतिहासाचा धडा शिकवत आहेत.

"ज्यू आणि मुस्लिमांचा झगडा याला ज्यू किंवा मुस्लिमांशी काहीही देणे-घेणे नाही, लाडूबाई." ते सुरुवात करतात. "ही सगळी ख्रिश्चन लोकांची चूक आहे..."

मला या सगळ्या सिद्धान्तांना समोर ठेवून, ते एकत्र कसे मांडता येतील, ते समजत नाही. मी माझ्या वहीत नोंद करते. "ख्रिश्चन?"

''सादिया आपा, माझ्या आजोबांना तुला खरंच अजून प्रश्न विचारायचे आहेत का?'' आलिया खोलीत धावत येते आणि मी दोन्ही हातांनी माझे डोके धरलेले पाहून विचारते, ''कारण आम्ही पॅराडाईज स्टोअर्समध्ये जाणार आहोत नि माझी आई म्हणाली, की तुला काही चटकमटक खायचं असेल, तर तिथे मिळेल. तुला यायचं असलं तर.''

''नको, थँक यू, आलिया. मी इथे थांबते,'' मी म्हणते. ''मला थोडी खात्री करून घ्यायची आहे. शिवाय सरताज आणि फातिमाचाही जाण्यापूर्वी निरोप घ्यायचा आहे.''

''पण आज तुझा शेवटचा दिवस आहे!'' आलिया नाराजीने म्हणते. ''तू इतक्या लवकर जाते आहेस, यावर विश्वासच बसत नाही!''

''माहिती आहे गं, पण मी येतेच थोड्या वेळात तुझ्या घरी. मी तिथे येईन.''

''पण येताना वॉचमनच्या सोबतीने ये,'' ती दरडावते.

तिचे घर शेजारी आहे. एक भिंत व गाडीवाटेच्या पलीकडे जेमतेम तीस फूट अंतर चालत जायला मला कुणीतरी सोबतीला कशाला हवा, हे काही मला उलगडत नाही; पण इथले नियम मला ठाऊक नाहीत. मी स्वत:ला बजावते, ही मुंबई नाही. फातिमा दिवाणखान्यात येते. तिने इस्त्री केलेला काळा सलवार सूट व डोक्याला मॅचिंग स्कार्फ घातलाय.

''तुम्ही कुठे बाहेर जाताय का?'' मी विचारते.

''आम्ही इमाम यांना भेटायला जातो आहोत.'' फातिमा सांगते, ''खरं म्हणजे ते आम्हाला यू.एस.पासूनच माहिती आहेत. तेही इथे आलेले आहेत.''

''ते फार महत्त्वाची असामी आहेत.'' अंकल वारीस म्हणतात आणि जरा विश्रांती घ्यायला ते बेडरूमकडे वळतात. ''हे त्यांना नुसते भेटायला जाणार आहेत.''

''असं होय,'' मी म्हणते.

''या खेपेला तुझ्याबरोबर जास्त वेळ घालवता आला नाही गं मला.'' फातिमा माझ्या खांद्यावर हात ठेवत म्हणते.

''मलाही तसंच वाटतंय.'' मी म्हणते. मला एकदम घराची आठवण होते. अशा छोट्या छोट्या भेटींनंतर मला अनेक वेळा तसं वाटतं. ''मला तुमच्या दोघांच्याबरोबर जरा बोलायला मिळेल असं वाटलं होतं.''

''कशाबद्दल?'' सरताज आत येत विचारतो.

''नानाबद्दल, खरं तर. ममा म्हणाली होती...'' मी सुरुवात करते; पण जे विचारायचं, ते कोणत्या शब्दांत विचारावं, याचा मनात गोंधळ होतो. माझ्या कुटुंबाच्या या शाखेकडून कधी फारसं काही बोललंच जात नाही आणि मला

स्पष्टपणे बोलायची तितकीशी सवयही नाही.

"ममाने सांगितलं होतं, की ज्या दिवशी नाना वारली, त्या दिवशी तिला तुमच्याशी बोलायचं होतं, असं ती म्हणाली."

ज्या क्षणी मी हे बोलते, तेव्हाच मला कळतं, की माझ्याकडे असे काही प्रश्न आहेत, त्यांची उत्तरं बहुधा सरताज आणि फातिमाला ठाऊक असतील.

"खरं आहे," सरताज म्हणतो.

"मला जाणून घ्यायचंय, की ज्या दिवशी ती वारली, त्या दिवशी तुमच्या मदतीनं तिनं धर्मांतर केलं होतं का किंवा तिनं इस्लामधर्म स्वीकारला होता का?"

"आहा, ते होय?" तो म्हणतो आणि फातिमाला खुणेने सांगतो, की ते थोड्या वेळानंतर निघतील आणि बसतो.

"हॉस्पिटलमध्ये तिच्या खोलीत सगळे कुटुंबीय जमलेले होते आणि मग तुझी आजी म्हणाली, की तिला जरा विश्रांती घ्यायचीय, म्हणून आम्ही सर्वांनी तिला गुडबाय केले. आम्ही तिला पुन्हा भेटू, याची खात्री फातिमाला नि मला नव्हती. अटलांटा ते मायामी हा खूप लांबचा मोटारीचा प्रवास आहे आणि ती आपल्याबरोबर आणखी किती दिवस असणार आहे, याचीही खात्री नव्हती; पण आम्ही पार्किंग लॉटपर्यंत पोहोचतोय, तेवढ्यात तुझ्या आईने हाक मारून म्हटले, "सरताज, तिला तुला पुन्हा भेटायचंय. एकट्याला." म्हणून मी पुन्हा वर गेलो, तिच्या खोलीत गेलो आणि विचारले, "मी काय मदत करू शकतो?"

"तुझ्यासाठी तिच्याकडे काही प्रश्न होते का?"

"तिच्याकडे होते... काळजी, तुला माहिती आहेच. तिला मुख्य काळजी वाटत होती ती तिच्या आई-वडिलांची. त्यांचा धर्म आता एकच नव्हता, तेव्हा तिला त्यांच्यासमोर कसं जाता येईल? शिवाय तिला देवाचीही फिकीर वाटत होती. देव तिचा स्वीकार करेल का, ही चिंता. 'सरताज,' ती म्हणाली, 'मी ज्यू म्हणून जन्मले, पण मला ज्युईश प्रार्थना येत नाहीत. मला फक्त मुस्लिम प्रार्थना माहिती आहेत. मला अरेबिकमध्ये प्रार्थना करता येते."

"तू तिला काय सांगितलंस?"

"त्या दिवशी आम्ही जी चर्चा केली ती गुप्त होती– त्याबद्दल मी तुला काही सांगू शकणार नाही."

"मी समजू शकते."

"आणि त्यापैकी थोडंफार हे तुझी आजी व देव यांच्यामध्ये फक्त आहे."

"तेही मी समजू शकते."

"त्यातलं काही असं आहे, की जे तुला व मला कधीच कळणार नाही."

तो बोलत राहावा, म्हणून मी मान डोलवते.

''पण हो, तुझ्या आजीने तिचा कलमा (मुस्लिम प्रार्थना) म्हटला हं.''

सरताज उठतो आणि हाताने आपला कुर्ता ठीकठाक करतो. ''माझा विश्वास आहे, की ती मुस्लिम म्हणूनच वारली.''

मी टेबलावर हात ठेवून उठते. काय म्हणावे, ते उमजत नाही आणि माझा आवाज नेहमीसारखा ठेवण्याचा शक्य तितका प्रयत्न करत मी उभी राहते.

''हे मला सांगितल्याबद्दल थँक यू,'' मी म्हणते.

एक हात निरोपादाखल उंचावून सरताज दरवाज्यातून बाहेर पडतो आणि गाडीकडे जातो. मला रडायला येईल, असे वाटल्यावर फातिमा जरा रेंगाळते आणि तिचा हात माझ्याभोवती टाकते.

''सादिया, मला तुला काहीतरी सांगायचंय,'' ती म्हणते आणि किंचितशी हसते.

''तुझी नाना मृत्यूनंतर एकदा माझ्या स्वप्नात आली होती.''

''तुला तिचे स्वप्न पडले?''

''जरा वेगळेच होते ते. मला अशी स्वप्ने कधीही पडत नाहीत; पण माझ्या स्वप्नात तुझी आजी आली, पांढरी साडी नेसलेली होती आणि एका गोलाकार बाल्कनीत उभी राहून समोरचा समुद्र बघत होती. तिथल्या कठड्यावर हात ठेवून ती माझ्याशी बोलत होती. ''मी इतकी समाधानी आहे. फातिमा, इथे मी आनंदात आहे. मी घरी आहे. माझ्या स्वतःच्या घरात मी आहे.'' आणि मग नंतर माझ्या लक्षात आलं, की ती तिच्या जुन्या घरामध्ये, तिच्या पहिल्या मूळ घरामध्ये होती.''

''म्हणजे तू भारतात म्हणतेस का?''

''भारतात. तिच्या मागे समुद्र होता, आणि त्या घरामध्ये आणखीही कुणीकुणी लोक दिसत होते... ते माझ्या ओळखीचे नव्हते...''

''तिचं कुटुंब...''

''ते कोण होते ते मला माहिती नाही, पण त्यांनी सांगितलं, की ती आनंदात आहे आणि ती खरंच तशी सुखात दिसत होती.''

''फातिमा, ते तिचं मुंबईतलं घर होतं, ते राहत व्हिला होतं.''

''त्या घराबद्दल मला काहीच माहिती नाही– आम्ही कधी त्याविषयी बोललोही नव्हतो– पण मला त्याचं स्वप्न पडावं, हे जरा विचित्र वाटलं; पण तुला माहिती आहे का, असं म्हणतात, की मेल्यानंतर जर कुणी तुमच्या स्वप्नात आलं आणि ते चांगलं दिसलं, तर त्यांचा आत्मा एका चांगल्या ठिकाणी आहे, त्याला शांती लाभलेली आहे. मला वाटतं, तुझी नाना आता शांत, समाधानी आहे.''

''ती मुंबईत आहे.'' मी म्हणते, ''नाना मुंबईमध्ये आहे.''

विमानतळावर जायची वेळ होण्यापूर्वी मी पुन्हा एकदा नानाच्या फ्लॅटमध्ये

शेवटचे बघायला म्हणून जाते. या वेळी त्या भेटीला एक कर्तव्य पार पाडण्याची, आठवण ठेवण्याची माझी भावना आहे. माझ्या आई-वडिलांनी जेव्हा मायामीला स्थलांतर केलं, तेव्हा मॅसॅच्युसेट्समधल्या माझ्या लहानपणातल्या घरात देखील मी शेवटची भेट म्हणून बघायला गेले होते.

मी मोठ्या फाटकातून आत जाते. इथून जायची ही माझी बहुधा शेवटचीच भेट असू शकेल. कराचीला मी पुन्हा येईन की नाही, हे मला माहीत नाही आणि त्या वेळेला मी वेगळी असेन का, हे घर व त्यातले रहिवासीही बदललेले असतील; या घराच्या जागी एक बहुमजली इमारत होईल, अशी कल्पना देखील करवत नाही. माझ्या आजोबांचे एकजुटीने राहणाऱ्या कुटुंबाचे जे स्वप्न होते, त्याच्या शेवटल्या तुकड्याचा सुद्धा चक्काचूर होईल; पण त्यातून पुढे हेच घडणारे अटळ आहे, हा बोचणारा विचार मी मनातून काढून टाकण्याचा प्रयत्न करते.

नानाच्या फ्लॅटची किल्ली मी फिरवते आणि आत जाते. घरटे बनवणारी कबुतरे आत पाहण्याची आता माझ्या मनाची तयारी झालेली आहे. मी त्या ठेंगण्या, रुंद कपाटावरून पुन्हा हात फिरवते. मला वाटतं, की मी या ठिकाणी पूर्वी लाख वेळा तरी उभी राहिले असेन. मी दुसऱ्या व्यक्तीच्या आठवणींतून चालते आहे. नानाच्या आठवणीतून आणि जणू मी नेहमीची सवय असल्यासारखी माझ्या गळ्यातली साखळी काढते आणि त्यातली किल्ली काढते. हे यापूर्वी माझ्या लक्षात कसे आले नव्हते, कोण जाणे! अचानक माझी खात्री होते, की ही किल्ली वापरून हे कपाट उघडणार आहे आणि मला जे काही हवंय, ते त्यात दडलेलं आहे.

ती किल्ली त्यात नीट लागते, याचं मला आश्चर्य वाटत नाही. मला वाटतं, नानानेच मला इथे यायला उद्युक्त केलं असावं. तिला खात्री होती, की मी इथे येईन. कपाटाचं दार घट्ट बसलंय, ते पाहून मी जराशी चक्रावते. मला जर ते उघडता आलंच नाही तर? मी त्याच्याभोवती हात धरते नि जोराने ओढते. ते दार थाड्दिशी उघडतं आणि मागे-पुढे आंदुळतं, आतली खिट्टी फट्दिशी बाहेर येते.

आतमध्ये तीन कप्पे आहेत. वरच्या कप्प्यात काही टेबलक्लॉथ आहेत. मी त्या घड्या उतावीळपणे उलगडते. त्यातली धूळ उडते आणि मला फटकन शिंका येतात. मधला कप्पा रिकामा आहे. खालचा खणही रिकामा आहे. मी पार निराशेत बुडून जाते.

नीट बघितल्यानंतर मला मधल्या कप्प्याच्या खाली एक लहान ड्रॉवर दिसतो. त्याला छोटीशी पितळी कडी आहे. ती ओढून मी तो चोरकप्पा उघडते. त्यात कागदाचे अनेक जुडगे आहेत आणि दोन जुनी, हातात चुरा होईल, अशी पुस्तके आहेत. माझ्या हृदयाचा ठोका चुकतो. मी अडखळते. इतकी वर्षे, हे इथे असंच पडून आहे!

मी त्या कपाटाच्या एका बाजूला बसते आणि त्या शेल्फातले सामान माझ्यासमोर पसरते. राहत व्हिलाचे लेखी करारपत्र, तिच्या मूळ नावावर रेचल जेकब्जवर. छोटी अम्माकडून नानाला तीन प्रॉमिसरी नोटा, स्टँप व तारीख असलेल्या; त्या १९५० पासूनच्या आहेत. 'तलमुद'चे इंग्लिश भाषांतर, एक पत्रांचा गठ्ठा, इंग्लिशमध्ये व देवनागरी लिपीतला. माझ्या आजीच्या जीवनातले हे उरलेसुरले अवशेष हातात घेताना मला विलक्षण घाबरल्यासारखे वाटते. जणू काही तिने मला एक नकाशा, काही खुणा दिल्या आहेत, त्याच्यावरून पुढे जाण्यासाठी.

या अमूल्य वस्तू मी माझ्या दुपट्ट्यात काळजीपूर्वक गुंडाळून घेते. त्याबद्दल कुणीही प्रश्न विचारू नयेत, म्हणून त्यांच्यासाठी हातांचा पाळणा करते. ती किल्ली त्या कपाटात ठेवून देते आणि दार लावून टाकते.

या वेळेला माझा मुंबईचा परतीचा प्रवास वेड लागण्याइतका संथपणे होतो आहे.

# नानाची कागदपत्रे

## *मुंबई, जून २००२*

मुंबईतल्या पहिल्या संध्याकाळी मी तलमुद घेऊन सुरुवात करते. तो एक नाजूक, कातडी बांधणीचा ग्रंथ आहे. त्याच्यावर खास वेष्टण आहे आणि उठावदार अशी सोनेरी अक्षरे छापलेली आहेत. मी तो अत्यंत काळजीपूर्वक उघडते. वरचेच पान सुटले आहे आणि ते माझ्या मांडीवर उडून पडते. मी ते दोन बोटांनी अलगद उचलते आणि त्याच्यावर उडून गेलेल्या फिकट जांभळ्या रंगात छाप मारलेला दिसतो 'प्रॉपर्टी ऑफ राल्फ जेकब्ज'.

म्हणजे हे पुस्तक नानाच्या वडिलांचे होते तर! त्यांच्या मालकीची कोणतीही वस्तू माझ्या हातात अद्याप आलेली नव्हती. त्यांच्या नावाखाली मजकूर आहे ''माझ्या मुलांसाठी आणि त्यांच्यानंतर त्यांच्या मुलांसाठी.''

हे पुस्तक म्हणजे 'तलमुद'च्या काही भागांचे इंग्लिश भाषांतर आहे आणि त्यांपैकी बहुतेक भागांचे विषय आहेत– प्रेम, कुटुंब आणि श्रद्धा. राल्फ हे पुस्तक मुलांना मोठ्याने वाचून दाखवत असतील, अशी मी कल्पना करते. नानाच्या खलबत्त्यासकट या वस्तूनेही नानाबरोबर हिंदुस्थानातून पाकिस्तानात प्रवास केला, तिच्या बालवयातून प्रौढवयामध्ये. आता हे कागद पुन्हा मुंबईला आले आहेत, माझ्याबरोबर.

मी तो पत्रांचा जुडगा सोडवते. एका जीर्णशीर्ण दोऱ्याने ती एकत्र ओवलेली आहेत. त्यांच्या रंगात व वजनात फरक आहे, पार्चमेंट कागदावर, सेपियामध्ये खरडलेल्यापासून ते जाड, स्वस्त कागदावर टाईप केल्यामुळे भोके पडण्याइतक्या खरबरीत कागदापर्यंत. अगदी अलवार, पातळ कागदाचे तुकडे कित्येक दशकांत

मटर,
जि. कैरा
१३ मे, ३३

माझी प्रिय रेचल,

इतक्या दिवसांत तू मला पत्र लिहिलेलं नाहीस, हे विचित्र वाटतं आहे. मी तुझ्या पत्राची आतुरतेनं वाट पाहतो आहे. तू ठीक आहेस, असं मला वाटतं. तुला काही हवं असल्यास कळव. सध्या मी गडबडीत आहे. तरीही, तुझ्याकडून पत्र आलं, की मी तुला भेटायला येईन.

तुझ्या कामाबद्दलची सर्व माहिती आणि तुला भेटण्यासाठी सोयीची वेळ कोणती होईल, ते कळव.

सदिच्छांसह,

तुझा विश्वासू,
अली

ता. क.

मला पपांचे पत्र आले होते. त्यांनीही तुझ्याकडून पत्र नसल्याची तक्रार केली आहे. मी त्यांना तुझी खुशाली कळवली आहे. लवकर लिही.

पत्ता– इन्स्पेक्टर ऑफ कस्टम्स,
मानार, जि. कैरा.

स्पर्श न झालेले, माझ्या हातात त्याचे तुकडे होतात. मी ते अलगदपणे माझ्याजवळच्या काचेच्या गोल टेबलावर ठेवते आणि ओळीने मांडते. १९३३ ते १९४०पर्यंतच्या पत्रांची क्रमवार मांडणी करून त्यांच्या नोंदी आणि मोजदाद माझ्या वहीत करते. त्या अनोळखी हस्ताक्षरांच्या गोंधळातून मी वाटचाल करते आहे.

पत्रांचा पहिला संग्रह आहे तो नानाच्या वडिलांनी– राल्फनी, अलीला– त्यांच्या पंचविशीच्या मित्राला, जो पुढे त्यांचा जावई होणार होता, त्याला लिहिलेल्या पत्रांचा. दुसरा गठ्ठा आहे, अलींनी नानाला लिहिलेल्या पत्रांचा.

नानाने तिच्या वडिलांना किंवा नवऱ्याला लिहिलेली पत्रे त्यात नाहीत, तेव्हा तिची उत्तरे कशी असतील, त्याची मी फक्त कल्पनाच करू शकते.

मला आठवलं, की नानाचे वडील आणि पती यांची खाणउद्योगासंबंधी काहीतरी भागीदारी होती. दूरच्या कॅसलरॉक या गावात नाना व तिची भावंडे यांचे तिथे बालपणात काही काळ वास्तव्य होते. अंकल वारीस यांनी मला सांगितलं होतं, की त्यांच्या पूर्वीच्या पिढीमध्ये दोन्ही कुटुंबे एकमेकांना ओळखत होती; परंतु त्यांचा हा पत्रव्यवहार मात्र मला थक्क करतो. जेकब्ज कुटुंबाबरोबर घालवलेल्या दिवसांच्या आठवणींचे वर्णन करताना अली लिहितात, "तिथे आमची दोन्ही कुटुंबे एक असल्यासारखी राहत होती." अली यांची सॉल्ट व कस्टम्स इन्स्पेक्टर म्हणून निरनिराळ्या अतिदूरच्या खेड्यापाड्यांतून बदली होत होती, त्याचे सविस्तर वर्णन ते लिहितात. राल्फ अलींच्या दोन्ही बायकांची चौकशी करतात. त्या प्रांताच्या वेगवेगळ्या भागांत त्या दोघींचेही स्वतंत्र संसार होते. त्यांच्या पत्रव्यवहारामधला बराच भाग आहे, तो नाना नर्सिंग स्कूलमध्ये दाखल होताना अलीने केलेली मदत आणि गुजरातमध्ये त्यांच्या बदलीच्या गावापासून काही तासांच्या अंतरावरच्या गावात नानाच्या शिक्षणाची व कामाची सोय. नानाला कोणती पत्रे, सर्टिफिकेट्स लागतील, त्याची माहिती अली राल्फना कळवतात. एका पत्रात त्यांनी सुचवलंय, की तिने तिचे वय सुमारे अठरा वर्षे असे अर्जात लिहावे; पण त्या पत्रावरचा पोस्टाचा शिक्का मला सांगतो, की त्या वेळी ती फक्त पंधरा वर्षांची होती.

दुसऱ्या फोल्डरमध्ये अलींची नानाला लिहिलेली पत्रे आहेत. त्यातली पहिली पत्रे टाईप केलेली आहेत. त्यातला मायना 'माय डिअर रेचल' असा आहे. ते तिच्या कुटुंबीयांची चौकशी करतात आणि तिला हमी देतात, की अहमदाबादमधल्या फीमेल हॉस्पिटलमध्ये ती आनंदात राहील आणि तिथे 'तू आमच्या अगदी बरीच जवळ असशील...' पत्राच्या अखेरीस 'लवकर उत्तर लिही, लिहिशील ना? अगदी मनोमन तुझाच, ए. सिद्दीकी.' असे लिहितात.

जेव्हा एकदाची नाना अहमदाबादला पोहोचते आणि तिथल्या नर्सिंग स्कूलमध्ये स्थिरावते, त्यानंतर ती त्यांच्या पत्रांना उत्तरे देत नाही. म्हणून अली जास्तच अस्वस्थ होतात.

मत्प्रिय रेचल,

इतक्या दिवसांत तू मला पत्र लिहिलं नाहीस, हे विचित्र वाटतं आहे. मी तुझ्या पत्राची आतुरतेनं वाट पाहतो आहे. तू ठीक आहेस, असं मला वाटतं. तुला काही हवं असल्यास कळव. सध्या मी गडबडीत आहे. तरीही तुझ्याकडून पत्र आलं, की मी तुला भेटायला येईन.

तुझ्या कामाबद्दलची सर्व माहिती आणि तुला भेटण्यासाठी सोयीची वेळ कोणती होईल, ते कळव.

सदिच्छांसह,

तुझा विश्वासू,<br>
अली

अली अधूनमधून पत्रांतून नानासाठी ज्या घरगुती वस्तू तिला तिथे मिळत नाहीत, त्या मिळवून पाठवल्याचे लिहितात– आंब्याचे लोणचे, फाऊंटनपेन, मुसुंबी. तिच्या हॉस्पिटलमध्ये तिची राहण्याची सोय तिने कशी करावी, याचा सल्ला ते तिला देतात आणि थंडीच्या दिवसांत तिचे ब्लँकेट पुरेसे उबदार आहे ना, याची चिंता करतात. नाना अहमदाबादला येऊन तीन महिने झाल्यानंतर त्यांच्या पत्रांचा नूर बदलतो.

*मत्प्रिय रेचल,*

*लाडके, मला पत्र लिहायला तुला एक दिवस उशीर झाला आहे. मला वाटलं होतं, की तू बारा तारखेला लिहिशील. का? कारण हे पत्र तुला सोळा तारखेस मिळेल आणि जर तू लगेच त्याच दिवशी उत्तर लिहिलंस, तर ते मला सतरा तारखेला मिळेल. तू तसं करशील, अशी मला आशा वाटते.*

*मी दिवस मोजायला लागलो आहे आणि आठ दिवसांतच मी तिथे येतो आहे.*

*मी आता पुरे करतो. त्याबरोबर....*

*पूर्वीप्रमाणेच तुझा,*
*अली*

प्रत्येक पत्राबरोबर अलींचा आग्रहीपणा जास्त वाढतो आहे. आता त्यांच्या पत्रांचा मायना 'डार्लिंग' किंवा 'डियर हार्ट' व्हायला लागला आहे. त्यात अलींना तिच्या त्यांच्याबद्दलच्या भावनांची काळजी लागलेली दिसते.

*"मी पाहतोय की हल्ली तू माझ्याविषयी बेफिकीर झालेली वाटतेस. याचं कारण काय, माझ्या प्रेमा? तुला माझ्याबद्दल काहीच वाटत नाही, असं मी समजायचं, की तू कामात इतकी व्यस्त आहेस, की तुला दुसरा कसलाही विचार करायला वेळ मिळत नाही? काहीही असो, तू आनंदात आणि सुखात आहेस, अशी मी आशा करतो. तुला मच्छरदाणी असलेला पलंग मिळू शकला का? तू मच्छरदाणीच्या आतच झोपलं पाहिजेस...*

*मला खूपच एकटं वाटतंय. काय करावं तेच उमगत नाहीये."*

नानाने लिहिलेली पत्रे काही मला पाहायला मिळाली नाहीत, त्यामुळे तिच्या भावना काय होत्या, ते कळायला काही मार्ग नाही– तेही त्या पुरुषाविषयी, जो तिचा रक्षणकर्ता, पालक, कदाचित तिचा प्रियकर, लवकरच होणारा पती होता. तिच्या

पत्रोत्तरांबद्दल त्यांनी लिहिलेल्या संदर्भावरून असा तर्क वाटतो की, नाना कधी नाखूश असावी आणि कधी प्रतिसाद देणारी असावी; पण नाना सोळा वर्षांची झाल्यानंतरच्या त्यांच्या पत्रावरून माझी खात्री झाली, की अलींनीच तिला मोहात पाडली.

*माय डार्लिंग रेचल,*

*तुला रजा घेऊन इकडे केव्हा येता येईल? तू चौकशी कर आणि मला कळव. तू किमान सात दिवसांची तरी रजा घेऊन इथे आलं पाहिजेस...*

*तुझ्याखेरीज सारा वेळ मला दुसरा विचार सुचत नाही. इतका, की मला नेहमी रात्री तू स्वप्नात दिसतेस. माय यंग डार्लिंग...*

पुढची पाच वर्षे अलींच्या पत्रातून वाढती अभिलाषा दिसत राहते. ते तिला प्रेमभेटी व पैसे पाठवत राहतात आणि ती तेवढी भराभर उत्तरे पाठवत नाही, म्हणून तक्रार करत बसतात.

ती मुंबईमध्ये नर्सिंग स्कूलमध्ये शिकायला आल्यानंतर तिने रेल्वेमधून एकटीने जाऊ नये, म्हणून ते तिच्या विनवण्या करतात किंवा तिने रात्रीच्या सिनेमा शोला जाऊ नये, जिथे तिचा पाठलाग होईल किंवा त्यापेक्षाही वाईट.

नानाची त्या शीख डॉक्टर सिंगशी मैत्री होती. ती गोष्ट मला माहिती होती. ती बहुधा याच काळातली असावी. नंतर १९३८ मध्ये जेव्हा नाना एकवीस वर्षांची असेल नसेल, त्या वेळी ही पत्रे वेगळेच, तुटक वळण घेतात.

*माझ्या प्रेमा, मधुरा, (हनी, माय लव्ह,)*

*मला माहिती आहे, की माझी माणसे बरेच काही बोलतील आणि त्यांनी बोलण्यासारखंही बरंच आहे. तुझ्या माणसांचीही तीच गोष्ट असेल; पण आत्तापर्यंत तुझी आई म्हणजे मूर्तिमंत दया आहे. तिने मला तू दिलेली आहेस आणि मी अत्यंत भाग्यवान आहे, हे मी अवश्य म्हणेन.*

*हृदयेश्वरी, तू तुझे हृदय आणि माझेही हृदय इतरांच्यासाठी दुखवणार आहेस का? तू जर माझ्यावर खरे प्रेम करत असलीस, तर तुला हे सगळं सोसायला हवं आणि तेही प्रसन्न मनाने. जर तुझ्या सुंदर डोळ्यांकडे बघून मी हसू शकलो नाही, तर त्याचा काही उपयोग नाही. मला तू हवी आहेस. आता निवड तुझी आहे.*

*एके काळी तू माझ्यावर प्रेम केलंस आणि म्हणून तू आता माझ्यावर*

*प्रेम केलं पाहिजेस, असं मी म्हणणार नाही. प्रियतमे, तुला जे काही करायचं असेल, ते तू अगदी मोकळ्या मनाने ठरव.*

*आपण दोघेही आपल्या नातेवाइकांच्यावर नियंत्रण ठेवू शकत नाही, तेव्हा ज्यावर उपाय नाही, ते सहन करायलाच हवं. तुला हे पटतंय का, लाडके?*

*शहाण्यासारखी वाग आणि लवकर लिही.*

*×××*

*हबी (पती)*

हे पत्र मला सर्वांत जास्त धक्कादायक वाटतं. मला असं वाटतं, की त्या वेळी बहुधा नाना नवऱ्याला सोडायला निघालेली होती, कारण दोघांच्या कुटुंबांमधून आणि जातीतून लोक काय म्हणतील, ही भीती तिच्या मनात सतत होती. तोपर्यंत दोघांना मूल झालेलं नव्हतं. जर तिने त्यांना १९३८मध्ये सोडलं असतं, तर तिचं पुढचं आयुष्य अगदी वेगळ्या प्रकारे गेलं असतं; पण त्या वेळी अलींनी तिची समजूत घालून तिला थांबवलं असावं.

ही पत्रे संपेपर्यंत मी पार थकून गेलेली आहे. मी बाहेर बघते आणि माझ्या लक्षात येतं, की मी अलींच्या बारीक अक्षरांतली पत्रे दिवसभर वाचत बसलेली आहे. ज्युली येते आणि मला कमी उजेडात बसलेली पाहून जरा चिंताग्रस्त होते.

"तुमचे डोळे खराब होतील हं, मला तरी वाटतंय तसं." असं म्हणत ती खिडक्या उघडते आणि दुपारचा उजेड आत येतो.

शेवटचे पत्र ११ जानेवारी १९४०चे आहे. त्या वेळी नाना तेवीस वर्षांची होती, असा हिशेब मी मांडते. तेव्हा ती मुंबईतच होती. अली गुजरातमधल्या निरनिराळ्या भागांत राहत होते आणि अधूनमधून ते तिला भेटायला येत असावेत. त्या पत्रावरून मला वाटतं, की त्यांच्या अखेरच्या भेटीत त्यांचं भांडण झालं असावं.

*मत्प्रिय पत्नी (माय डार्लिंग वाईफ),*

*मी जायच्या दिवशी संध्याकाळी जे झालं, त्याबद्दल मी खरंच मन:पूर्वक माफी मागतो. तू शहाणी मुलगी आहेस आणि माझ्या तुझ्याविषयीच्या भावना किती तीव्र आहेत, हे तू जाणू शकतेस. ढग बाजूला गेल्यानंतर मला चंद्रप्रकाश दिसला आणि बापरे, त्या ढगाला किती छान रुपेरी किनार होती. आपण पुन्हा भेटेपर्यंत तुझी गोड चुंबने मात्र मला मिळणार नाहीत. मला एक नवीनच शोध लागलाय– प्रिये, इतकी वर्षे यापूर्वी तू माझी अशी चुंबने का कधी घेतली नाहीस? की माझ्याप्रमाणे तुलाही चुंबन घेतलं गेलेलं*

*आवडतं? x हे घे माझ्याकडून एक.*
*मन:पूर्वक प्रेम आणि तुझ्या गोड ओठांवर खरीखुरी चुंबने*

*तुझा*
*हबी*

मी फोल्डर बंद करते. लहानपणापासून माझ्या मनात माझ्या आजोबांबद्दल जी प्रतिमा होती, त्यातून त्यांचे शब्द बाहेर उसळत होते. एक उंच, दिलदार पोषणकर्ता, विक्षिप्त आणि दिल तोडनेवाला. माझ्या लहानशा पलंगावर पडून मी डोळे मिटते आणि एखाद्या पुरुषाकडून असली पत्रे येणे कसे वाटत असेल, त्याची कल्पना करायचा प्रयत्न करते. ही पत्रे पहिल्या वेळेला वाचताना नानाला काय बरं वाटलं असेल, असं वाटतं. एकाच नात्यामध्ये किती टोकाची भूमिका! ते तक्रार करतात तो दुरावा व तिचे मौन, ही तिची प्रतिक्रिया कशी असेल, ते मी जाणते. ती अगदी शांतपणे बसली असेल आणि तिने बोलावे, म्हणून अनेक प्रयत्न करूनही ती ढिम्मपणे निमूट बसली असेल. मला तिच्याबद्दलची नेहमीची ओढ जास्तच वाटते आणि तिची उणीव प्रकर्षाने जाणवते.

*दुसऱ्या दिवशी सकाळी मी* लवकर उठते आणि शेवटची पत्रे पुन्हा वाचते. नंतर ती चवड उलटी करून बघते, तर मला त्या फोल्डरच्या कप्प्यात काही कागदांची एक नवीनच जुडी सारलेली सापडते. त्या कागदांवर नानाच्या हस्ताक्षरात लिहिलेले आहे आणि ती पाने डायरीतून फाडलेली आहेत. माझ्या आजीच्या हस्ताक्षरावरून जणू काही ती ब्रेल लिपीच असावी, तशी मी बोटांच्या अग्रांनी त्यावर हात फिरवते. त्या अपरिचित मराठी अक्षरांचा काय अर्थ असावा, कोण जाणे! पानेच्या पाने लिहिलेली, एका जुन्या डायरीमधली 'शुक्रवार, २८ जानेवारी १९४९.', 'शनिवार, २९ जानेवारी १९४९' हे मला वाचून दाखवणारे कुणीतरी शोधायला हवे. लगेच मला शोशान्ना आंटीची आठवण येते. ती ओ.आर.टी. इंडियाची प्रमुख अन्नपूर्णा आणि मुलींच्या हॉस्टेलची मेट्रन आहे. गोलसर, मऊमऊ दिसणारी आणि अतिशय शांत स्वभावाची आहे. जेव्हा माझे कझिन (भाऊ) बेनी आयझॅक यांना भेटण्यासाठी मी वाट बघत थांबते, तेव्हा दुपारचा चहा शोशान्ना आंटीबरोबर प्यायला मला नेहमीच आवडते.

त्या दिवशी दुपारी शोशान्ना शाळेच्या कर्मचाऱ्यांसाठी जेवण बनवत असते. माझी विनंती ऐकून ती गोंधळून जाते.

"तुला मी मराठी वाचून दाखवायला हवंय?" ती विचारते. "पण मी काय वाचतेय, ते तुला काहीच कळणार नाही!"

खरं आहे, मी तिला सांगते, की पण तू त्याचा अर्थ काय आहे, तो मला

सांगशीलच ना! माझ्या आजीने या कागदांवर काय लिहिलंय, ते तरी कळेल. मला जराशी भीती वाटते आणि आशाही, की नानाने तिची गुपिते या डायरीत लिहिली असावीत आणि माझे विचार तिच्या आयुष्यातल्या सर्वांत खासगी प्रश्नांवर उडी घेतात. तिचे माझ्या आजोबांशी रीतसर लग्न झाले होते का? तिने धर्म सोडल्याबद्दल तिला कधी खंत वाटली का? पाकिस्तानातल्या एकत्र कुटुंबात तिसरी बायको म्हणून राहणे कसे होते? शोशान्ना खांदे उडवून प्रसन्नपणे म्हणते, "जसं तुला हवं तसं." ती हात धुते आणि एप्रनला पुसते, नंतर जेवणाच्या अनेक टेबलांपैकी एकावर बसते आणि तिचा चष्मा लावते.

काही मिनिटे ती ते कागद चाळते आणि नंतर नीट वाचून बघते. काही वेळी तिला अक्षरे नीट लागत नसावीत, असे वाटते. काही काळानुसार फिकट झाली आहेत, तर काही अक्षरांची शाई दुसऱ्यात ओघळली आहे. माझी उत्सुकता ताणली जाते आणि मी लहान मुलांसारखी हातावर बसते. अखेरीस शोशान्ना आंटी वर बघते नि समजल्याच्या समाधानात हसते.

"अगं, या पाककृती आहेत!" ती सांगते, "या अगदी खूप, खूप जुन्या बेने इस्राईल बायकांच्या पाककृती आहेत. बाळंतपणानंतर बाईला देतात ते गोड लाडू, रोश हाशाना साजरा करायच्या वेळेचा हलवा. मी हे पदार्थ कित्येक वर्षांत पाहिलेले नाहीत– माझी आजी, नव्हे, माझ्या आजीची आजी ही मिष्टान्ने बनवायची, पण आता कुणी ते करत नाहीत!"

त्या पानांवर दैनंदिनीतल्या नोंदी नाहीत, हे पाहून माझा विरस होतो. नानाच्या हस्ताक्षरातले काही शब्द मला खरोखरच हवे होते; पण लगेच शोशान्ना आंटी त्या पदार्थांच्या कृती मोठ्याने वाचायला लागते आणि आम्ही त्याचे भाषांतराचे काम सुरू करतो.

*नारळीपौर्णिमेसाठी खास*

*नारळाचा हलवा*

*२ नारळ घ्या. २ कप साखर, दीड कप खवा (मावा), ४ उकळून सोललेले बदाम– काप केलेले, अर्धा चमचा जायफळ पूड व वेलची पूड, तूप.*

*नारळ खरवडून घ्या. साखरेचा जाड पाक करा आणि सर्व पदार्थ त्यात घाला आणि चांगले मिसळा. चांगले घट्टसर झाले, की चुलीवरून उतरवा आणि तुपाचा हात फिरवलेल्या खोलगट थाळीत ओतून सारखे करा. थंड व घट्ट झाले, की चौकोनी तुकडे करून वाढा.*

*नारळी ब्लामांज*

*२ नारळ, ४ चमचे कॉर्नफ्लॉअर, ४ चमचे भरून साखर, गुलाबाचा इसेन्स.*

*नारळ खोवून घ्या. त्यातला निम्मा २ पाइंट उकळते पाणी घेऊन त्यात भिजत घाला. दहा मिनिटांनंतर कुस्करून त्याचे दूध काढून घ्या. त्यातले अर्धे दूध बाजूला झाकून ठेवा. बाकीचे चुलीवर उकळी येईपर्यंत ठेवा. कॉर्नफ्लॉअर गार दुधात मिसळा आणि त्या भांड्यात साखरेबरोबर घाला. खोवलेला नारळ त्यात टाका आणि घट्ट होईपर्यंत सतत ढवळा. इसेन्स घाला आणि जरासे निवळले, की ओल्या साच्यामध्ये घाला. थंड करा नि वाढा.*

शोशान्नाच्या त्या पठणात मला थोडीशी नानाच्या आवाजाची लय ऐकू येते. त्या साहित्याच्या यादीत मोजमापाचे गाणे आहे. जे नानाकडे तिच्या आईकडून आले, त्यापूर्वी तिच्या आजीकडून आले आणि आज इथवर ते मला शोधत आले आहे. नाना आम्हाला नेहमी सांगायची ते मला आठवतं, की पाककृती म्हणजे नुसतंच जेवण बनवणं नसतं. त्या तुम्हाला सोशिकपणा आणि लक्ष द्यायला शिकवतात. जेव्हा ती खुशीत असायची, तेव्हा माझ्या आवडीचं डेझर्ट शीरकुर्मा बनवायची. शेवया, वेलदोडे आणि साय घातलेली. जेव्हा ती उदास, दुःखी असायची, तेव्हा ती बनवायची त्या पदार्थांच्या पाककृतीही आहेत. भांड्यात गाजराचा कीस, बदाम आणि साखर घालून शेगडीवर ती ते मिश्रण ढवळून गाजर हलवा बनवायची, तेव्हा तिच्याकडे बघत राहिलेलं मला आठवतंय. ती म्हणाली होती, आपणच काळजी घ्यावी आणि दुःखी मनाने केलेले पदार्थ इतरांना खायला देऊ नयेत.

माझ्या गॅसच्या डबल शेगडीवर मी नारळाचा हलवा बनवायचा अयशस्वी प्रयोग करते. मोठी ज्योत ठेवून नारळाचे मिश्रण शिजवले, म्हणून नाना मला जशी रागावली असती, त्याची कल्पना मी करते. तिच्या मंजुळ आवाजातले तिचे रागावणे मला ऐकायला मिळते आणि मला हसू येते. नानांच्या कागद-पत्रांमुळे माझ्या मनातली एक बंद खिडकी मोकळी झाली. म्हणून मी धन्यवाद आभारासाठी एक प्रार्थना म्हणते.

*रोजच्या प्रमाणे मी घड्याळासारखी* पहाटे चार वाजता खोकत आणि घसा खरखरत उठते. आदल्या दिवशीचा थकवा माझ्या फुफ्फुसांना ताण देणारा ठरतो. काही दिवसांपासून पहाटेच्या त्या नीरव शांततेमध्ये मला काहीतरी वेगळंच वाटतंय. माझ्या हृदयाचे ठोके घशामध्ये बँडमधल्या (ड्रम) ढोलासारखे ऐकू येतात. माझ्या तोंडाखाली दोन बोटे ठेवून मी ठोके मोजते. एक... दोन... तीन चार... पाच...

सहा... सात... आठ... नऊ... कधी कधी वाटतं, की माझ्या हृदयाचा एक ठोका चुकतोय. मी इथे भारतात येऊन आता जवळजवळ दहा महिने होत आले आहेत आणि माझा परदेशात राहण्याचा वर्षभराचा काळ संपत आलाय. तो एक नीट विचार आहे, एक वर्ष बाहेर राहणं आणि स्पष्ट ठळक गोष्टी घेऊन परत येणं; पण इतक्या लवकर परत जायचे म्हणजे, मला माहिती आहे, की मीच अजून इथून परत जायला तयार नाही. माझ्याकडे सणसमारंभांबद्दल अनेक पानांच्या नोंदी जमलेल्या आहेत. विधी, परंपरा यांचे अजून नीट लिखाण मी सुरू केलेले नाही. अजून मला बऱ्याच लोकांच्या मुलाखती घ्यायच्या आहेत. बरीच ठिकाणे अजून तिथे जाऊन पाहायची आहेत. आत्ता कुठं मला समजतंय, की काही लोक एखाद्या विषयाचा ध्यास घेऊन आयुष्यभर त्याचा अभ्यास का करतात ते! कामात अयशस्वी होण्याची माझी भीतीच माझे दार ठोठावतेय आणि आत येण्यासाठी भीक मागते आहे.

"तू केव्हा परत यायचा विचार करते आहेस?" ममा फोनवर मला विचारते. तिला मला मदत करायची आहे, पण तिच्या आवाजातली माझी काळजी मला ऐकू येते. गेल्या काही महिन्यांत भारत व पाकिस्तान यांच्यातला तणाव वाढतच आहे आणि आता आंतरराष्ट्रीय बातम्यांमध्ये लढाईचीच बोलणी ऐकू येत आहेत. भारताने इस्लामाबादहून आपले राजदूत परत बोलावून घेतले आहेत आणि पाकिस्तानच्या हायकमिशनरनी दिल्ली सोडावी, असेही सुचवले आहे.

"या कामात यश मिळवेपर्यंत मला परत येता येणार नाही."

"यश म्हणजे काय असणार आहे?" ती हळुवारपणे विचारते.

खरी गोष्ट अशी आहे, की इथल्या लोकांनी मला स्वीकारावे, अशी माझी मनापासून इच्छा आहे. मला बेने इस्राईल लोकांची कहाणी समजावून घ्यायची आहे आणि ती नीट सांगता येईल, असा मार्गही आहे. मला रेखेवची प्रशस्ती हवी आहे. मला किराणावाणी आणि भाजीगल्लीतला भाजीवाला यांनी ओळखायला हवे आहे. इथल्या वातावरणात मला रुळायचंय, राहायचंय आणि अगदी घरच्यासारखं रमायचंय. या वातावरणात मला स्वत:लाच मी आवडायला हवी आहे– कधी कधी हे माझं लक्ष्य आवाक्यात आलंय असं वाटतं, तर कधी कधी ते जास्तच दूर पळायला लागलंय असं वाटतं.

*एकदा दुपारच्या वेळेला* मी टॅक्सीतून घरी परत जाताना हाजी अलीच्या मशिदीजवळच्या चौकात थांबले होते. बारा-तेरा वर्षांची हडकुळी मुले, गाड्यांच्या खिडकीवर मासिके आणि पुस्तके दाबून धरतात. कॉस्मॉपॉलिटन, टाईम आणि पॉप्युलर मेकॅनिक्सच्या गुळगुळीत, चकचकीत कागदावर भारतात छापलेल्या इंग्लिशमधल्या प्रती. माझ्या टॅक्सीच्या उघड्या खिडकीजवळ एक मुलगा येतो

आणि मी अगोदरच नकारार्थी मान हलवून 'नो, थँक यू!' असे सुचवते. मला त्यात स्वारस्य नसते. तरीही तो मुलगा पुस्तकांच्या गठ्ठ्यावर आपली हनुवटी ठेवून मला त्यांची मुखपृष्ठे दाखवतो आणि धडाधडा नावेही सांगतो. 'इंडप्रीटर ऑफ मलाडीस?' तो आशेने विचारतो, 'गॉड ऑफ स्मॉल थिंग्ज?' मी मानेने नकार देते. नाही, नाही, मला नको आहे; पण 'मिडनाईट्स चिल्ड्रेन'चे मुखपृष्ठ पाहताना माझे डोळे त्यावर स्थिरावलेले त्याला कळतात.

''वाँट, मॅडम?'' तो पुस्तक टॅक्सीच्या आत धरतो आणि भुवया उंचावून मला विचारतो.

'नको, नको' मी डोके हलवते. 'नको'.

तो चटकन मागे वळून सिग्नलचा दिवा बदललाय की नाही, याची खात्री करून घेतो आणि तो दिवा नेमका त्याच क्षणी बदलतो. ते पुस्तक तो माझ्या मांडीवर टाकतो आणि टॅक्सी वेगाने पुढे जाऊ लागते.

''थांब!'' मी त्याला हाक मारते, ''तुझे पुस्तक?''

तिथल्या अनेकपदरी वाहतुकीच्या गोंधळातून इकडून तिकडून वळत टॅक्सी पुढे जाऊ लागते आणि मागच्या खिडकीतून त्या मुलाकडे मी लक्ष ठेवून बघत राहते. तो आपल्या हातातल्या पुस्तकांचा गठ्ठा दुसऱ्या मुलाच्या हातात देऊन आमच्या टॅक्सीमागे सुसाट पळायला लागतो. मी ड्रायव्हरला गाडी रस्त्याच्या कडेला घ्यायला सांगते आणि त्या चौकाच्या दुसऱ्या टोकाला तिथे धापा टाकीत येणारा तोच मुलगा आम्हाला भेटतो.

''तू असं करू शकतोस, यावर माझा विश्वासच बसत नाही आहे,'' मी इंग्लिशमध्येच म्हणते तो मुलगा कपाळ पुसतो, त्याला अजूनही धाप लागलेली होती आणि त्याच्या चेहऱ्यावर अभिमान फुललेला होता.

त्याच्या या कसरतीबद्दल मी हतबुद्ध होऊन मान डोलवते. त्या मुलाला तीनशे रुपये देते. त्या चोरट्या छपाईच्या किमतीच्या दुप्पट. तो पैसे पाहतो आणि मला मोड हवीय का म्हणून विचारतो. मी त्याला ती मोड ठेवायला सांगते. माझा ड्रायव्हर च्यक् च्यक् करून आपली नापसंती प्रकट करतो.

''नीट जा!'' आम्ही पुढे जाताना मी त्या मुलाला ओरडून सांगते. मी काचेतून मागे बघते, तर तो अगदी आनंदाने माझ्याकडे बघून आपला मनगटापासूनचा उजवा हात एखाद्या पाखरासारखा हलवत होता.

''बाय, मॅडम!'' तो मला हाक मारून सांगत राहतो, ''बाय बाय मॅडम!''

काही दिवसांनंतर तोच मुलगा माझ्या घरासमोरच्या रस्त्यावर मला दिसतो. या वेळी तो रंगीबेरंगी प्लॅस्टिकची घड्याळे विकत होता. मला पाहून त्याचे डोळे चमकतात.

"मॅडम!" तो पळतपळत माझ्याकडे येऊन म्हणतो, "वॉट, वॉच?"

मी त्याला थँक्स म्हणून मला नको आहे म्हणून सांगते. मला त्याच्याकडून समजतं, की त्याचं नाव रिंतू आहे आणि तो त्याच्या आईबरोबर ग्रँट रोड स्टेशनजवळ राहत असतो अन् ती आजारी असते.

"कसला आजार?" मि. शुक्लांकडे शिकलेल्या हिंदीचा प्रयोग मी त्याच्यावर करत विचारते.

तो नुसतेच खांदे उडवतो. काय सांगावे ते न कळल्यामुळे. या रस्त्यावरच्या मुलांची एक कहाणी असतेच, पण याची आई खरंच आजारी असेलही. आम्ही बसस्टॉपसमोर उभे असतो.

तिथे एक चहाचे दुकान आहे. तिथे गरमागरम वाफाळता चहा, मागल्या बाजूला भल्या मोठ्या काळ्या पातेल्यातून आणून ग्लासात ओतून देतात आणि एका मोठ्या सपाट तव्यावर भाजलेली साधी सँडविचेस. मला हा चहा नि सँडविचेसचा मोह नेहमी होत असे, पण रस्त्यावरची माणसे जी गप्प बसून माझ्याकडे सूचक नजरेने पाहतात, त्यामुळे मी त्या दुकानात कधी गेलेली नव्हते.

"तुला सँडविच पाहिजे?" मी रिंतूला आत बोट दाखवून विचारते.

त्याचे डोळे अविश्वासाने विस्फारतात. तो आशाळभूतपणे बघत असला, तरी थोडा नाखूशही वाटतो, बहुधा मी त्याला खरंच विचारतेय, यावर त्याचा पुरता विश्वास बसलेला नाही.

"चल," मी म्हणते आणि पायऱ्या चढते.

"एक सँडविच." ग्रिलपाशी ताठपणे उभ्या असलेल्या माणसाला मी सांगते. तो माणूस माझ्याकडे बघतो, रिंतूकडे बघतो आणि एकूण परिस्थितीचा अंदाज घेऊन माझ्याकडे मानभावीपणे हसतो.

"कसलं सँडविच हवंय?" तो विचारतो.

"रिंतू, त्याला सांग तुला कसलं हवंय ते." रिंतू मेनूकडे अगदी आश्चर्याने थक्क होऊन बघतो. नंतर तो सँडविचची ऑर्डर सांगतो. शक्य असलेला प्रत्येक पदार्थ त्याला त्यामध्ये घालून हवाय.

"चीझ?" तो माणूस विचारतो, कारण डब्यातला अमूल चीझ, हा भारतातला महागडा जिन्नस, त्याची किंमत जास्त असणारच.

"तुला सँडविचवर चीझ हवाय, रिंतू?" रिंतूला प्रथम संकोच वाटतो, पण नंतर उत्साह वाटतो.

"हो, मॅडम." तो हसून सांगतो.

तो आचारी माझ्याकडे नाराजीने कटाक्ष टाकतो आणि ब्रेडवर किसलेला चीझ आणि काकडीच्या चकत्या, कांदे, टोमॅटो, बटाटे वगैरे रिंतूने सांगितलेल्या सर्व

वस्तू घालून ते सँडविच ग्रिलवर भाजून देतो.

ते सँडविच तयार होताना रिंतू ते नीट लक्ष देऊन बघत असतो आणि त्याला ते कसं हवंय, त्याच्या सूचनाही त्या आचाऱ्याला देत असतो. तो एकंदर खवय्या झालाय.

सँडविच तयार झाल्यावर आम्ही त्या दुकानात बसतो आणि रिंतू ते खात असताना मी बघत राहते. ब्रेडच्या दोन पातळ कपट्यांच्यामध्ये न मावणाऱ्या भाज्या खाताना त्याचे डोळे मोठे होतात. इतर गिऱ्हाईक बंधू आम्हाला न्याहाळत बसतात. आम्ही दुकानातून उठून बसस्टॉपकडे वळतो. रिंतू माझ्या पाठोपाठ चालत येतो.

मी आता काहीतरी शेवटी बोलावे, म्हणून तो माझ्याकडे उत्कंठेने पाहतो.

"आता तू काय म्हणणार?" मला शिक्षिका असल्यासारखे वाटते.

"थँक यू, मॅडम." तो लाजत म्हणतो.

माझ्या फोनची घंटा कर्कशपणे वाजते आणि माझी सकाळ पंक्चरते. फुलब्राईटची मुंबईमधली संपर्काधिकारी फोनवर आहे. "तू न्यूज ऐकतेस ना?" ती विचारते.

"हो," मी म्हणते, पण तिला काय म्हणायचंय, ते मला समजत नाही. आणखी एखादा दहशतवाद्यांचा हल्ला तर नसेल ना, अशी मला चिंता वाटते.

"यू. एस. डिपार्टमेंट अमेरिकन नागरिकांना भारतातून परत यायला प्रोत्साहन देते आहे."

"काही झालंय का?"

"लढाईची धमकी आहे ना, त्यामुळे." ती उत्तरते.

"पाकिस्तानशी?"

नुकतेच काश्मीरच्या वादग्रस्त भागातल्या सीमेवर गोळीबार आणि बॉंबहल्ले चालू झाले होते आणि दोन्ही देशांच्या सरकारांमधले स्नेहसंबंध तुटण्याची बोलणी होत होती; पण आता भारत व पाकिस्तान यांच्यामध्ये तिसरे युद्ध होणार, ही कल्पनाच मला करता येत नाही. मी जेव्हा पश्चिमेकडल्या बातम्या वाचते, तेव्हा भारतीय बातम्यांपेक्षा त्या फार भडक वाटतात आणि जणू काही दोन्ही देश आता अणुयुद्ध करण्याच्या तयारीत आहेत, अशा थाटात दिलेल्या असतात.,

"फुलब्राईटर्सनी अमेरिकेला परत जावं, असं स्टेट डिपार्टमेंटला वाटतंय."

"पण मला राहायचं असलं, तर मी राहू शकते..."

"नाही राहिलीस, तर त्यांना बरं वाटेल."

"अस्सं." मी तिचे आभार मानून फोन खाली ठेवते.

माझ्या हृदयाचा चुकणारा ठोका जेव्हा दुसऱ्या दिवशी सकाळी मला उठवतो, तेव्हा मी ब्रीच कँडी हॉस्पिटलच्या स्पेशॅलिस्टांची अपॉइंटमेंट घेते. ते मला होल्टर

मॉनिटर देतात. तारांचं एक रासवट भेंडोळं एका पेटीतून बाहेर येतं. ते यंत्र माझ्या सलवार कमीझच्या आतल्या कातडीवर लादलं जातं.

"तुझ्या छातीवर काय लावलेलं आहे?" मी दारातून शिरतानाच ज्युली मला विचारते, कारण माझ्या कॉलरमधून बाहेर डोकवणारी सर्जिकल टेप दिसते. मी तिला समजावून सांगते, की माझ्या हृदयाचे ठोके नीट आहेत की नाहीत, ते पाहण्यासाठी एक यंत्र लावले आहे आणि डॉक्टरना त्याची काळजी वाटते आहे.

"तुम्ही फारच उदास असता, मिस सादिया, तुमच्या हृदयाचा हाच प्रॉब्लेम आहे." ज्युली म्हणते, "तुम्ही तुमची जागा शोधण्याचा प्रयत्न करता आहात. दॅट्स ऑल."

# प्रवासासाठी सल्ला

## *मुंबई / साऊथ डार्टमथ, जुलै २००२*

**मी** मुंबईहून निघण्यापूर्वी रेखेव मला भेटायला येतो. मी टपालपेटीतून माझी पत्रे आणायला जाते, तेव्हा तो आमच्या अंगणाच्या कडेला सिगरेट ओढत चौकडीच्या शर्टवाल्याशी– जो स्वत:शीच सतत बोलत असतो– त्याच्याशी अगदी प्रेमाने संभाषण करत असतो. त्यांचे बोलणे संपल्यानंतर तो माणूस हरवल्यासारखा चालायला लागतो आणि रेखेव माझ्याकडे वळतो. "किती आश्चर्याची गोष्ट आहे." तो म्हणतो, "त्या माणसाला असं वाटतंय, की फ्रान्सला जाण्यासाठी त्याला काहीतरी स्कॉलरशिप मिळाली होती. खूप वर्षांपूर्वी गणितात डॉक्टरेट मिळवण्यासाठी. त्यामुळे माझी खात्री आहे, की निम्मा वेळ तो पॅरिसमध्येच आहे, असं समजतोय. तो मला विचारत होता, की त्याला शहराचा नकाशा मिळवण्यासाठी मी मदत करू शकेन का, कारण तो सारखा रस्ते चुकतो आहे. विश्वासच बसत नाही. असली माणसं पाहिली, की मी त्यांच्या प्रेमातच पडतो."

मी हसते, त्याला पुन्हा भेटण्याचा आनंद वाटतो आहेच.

"तू कुठेतरी जाते आहेस?" माझ्या जीन्सकडे बघत तो विचारतो.

"मला मॅसॅच्युसेट्सला घरी काही आठवड्यांकरता जायला हवे आहे." मी खुलासा करते. माझ्या आई-वडिलांनी मायामीमध्ये घेतलेले काम संपले आहे आणि बॉस्टनच्या दक्षिणेस, साऊथ डार्टमथमध्ये दीड तासाच्या अंतरावरच्या एक जुन्या शेतघराचे नूतनीकरण ते सध्या करताहेत. मी त्याला प्रवासाच्या सल्ल्याबद्दल सांगते. मी त्याला हे सांगत नाही, की मुंबईतल्या डॉक्टरांनी माझी जी तपासणी

केली, ती अर्धवट होती आणि आता माझ्या हृदयाच्या अनियमित ठोक्यांबद्दल मला दुसऱ्या डॉक्टरांचे मत घ्यायचे होते. मी परत जातेय, हे सांगताना मला जरा चमत्कारिक वाटतं, काहीतरी कापून टाकल्यासारखं. काय, ते सांगता येत नाही.

"मला समजत नाही, तू कसा प्रवास करतेस ते!" तो रस्त्याकडे बघत अखेरीस म्हणतो.

"म्हणजे काय?"

"दोन भिन्न वास्तवांतून इतक्या चटकन सहजपणे फिरणं. मला नाही असं जमत."

रिंतू आमच्याजवळ येतो. हातामध्ये प्लॅस्टिकच्या वेगवेगळ्या वस्तूंची खिचडी– स्वस्त खेळणी, 'मेड इन चायना'वाली. फिरणारे भोवरे, खटखटणारे खुळखुळे, ज्या गोष्टी शहाणा माणूस कधीही घेणार नाही, अशी सरमिसळ भेळ. तो त्याचा माल आमच्यापुढे हलवून दाखवतो आणि आम्ही प्रभावित झालो आहोत की नाही, त्याचा अंदाज घेतो.

"रेखेव, हा रिंतू." मी सांगते.

"तू नवीन मित्र करते आहेस, ते दिसतंय." रेखेव म्हणतो, "हे काय आहे रे?" एका लांब चातीवरून लोंबणारे रुपेरी धागे असलेली वस्तू उचलून रेखेव त्याला हिंदीमध्ये विचारतो.

रिंतू नुसतेच खांदे उडवतो. काही बोलत नाही नि मला एक खुळखुळा दाखवतो.

"एक पाहिजे का, मॅडम?"

"नको, थँक यू." मी सांगते.

"भयानकच आहे, नाही?" एक चकचकीत भोवरा उचलून रेखेव तो न्याहाळतो आणि अगदी कोरड्या स्वरांत मला म्हणतो.

"हजबंड?" रेखेवच्या दिशेने अंगठा झटकत रिंतू मला विचारतो.

"नाही." मी नकारार्थी मान हलवून सांगते. मला जरा अवघडल्यासारखे वाटते.

"हजबंड कुठे आहे?"

"नो हजबंड."

"नो हजबंड?" धक्का बसल्यासारख्या दोन्ही भुवया उंचावत रिंकू विचारतो. "का नाही?"

मी खांदे उडवते. मी का एकटी आहे, हे इथल्या रस्त्यावरच्या एका मुलाला सांगायला लागेल, यावर माझा विश्वासच बसत नाही.

रेखेव आणि मी माझ्या फ्लॅटवर जातो आणि मी चहा करायच्या तयारीला लागते.

साखर, चहा, वेलची मोजून भांड्यात घालते आणि उकळते. अजून मला चांगला चहा करता येत नाही. माझे प्रयोग बेभरवशी असतात. रेखेव माझ्या काचेच्या गोल टेबलापाशी बसतो. "तुझा खरा प्रश्न हा आहे, की तुला लग्न करायचं आहेच."

"असं का म्हणतोस तू?" मी हसत विचारते.

"त्या दृष्टीने तू खूपच भारतीय (इंडियन) आहेस. अमेरिकन नाहीस." तो क्षणभर विचारात पडतो.

"तू त्या टोनीशी लग्न करायला हवं होतंस." तो शेवटी म्हणतो, "ती तुझी चूकच झाली."

मी रेखेवला टोनीबद्दल एकदा सांगितलं होतं, की आम्ही दोघेही लग्न करण्याबद्दल बोललो होतो. टोनीने मला विचारलं होतं, की मी कधी एका जागी राहणार आहे का म्हणून! जरी माझ्या त्याच्या विषयीच्या भावना तीव्र होत्या, तरी आम्ही एकमेकांसाठी अनुरूप नव्हतो, हे मला माहिती होतं. हा विषय रेखेवने आत्ता काढला म्हणून मला मनातून संतापाचे कढ येतात. त्याचे म्हणणे मला पटत नसते; पण आज मी परत जायच्या दिवशी मला त्याच्याशी भांडण करायची इच्छा नव्हती. त्याचे मत मी हवेत भिरभिरत ठेवून देते. आत्ता या क्षणाला माझ्यासमोर अनेक वेगवेगळ्या संभाव्य गोष्टींनी मनात गर्दी केलेली आहे. त्या गोष्टी जर मी अमेरिकेतच राहिले असते, तर करूच शकले नसते. माझी सुटकेस जमिनीवर उघडी पडलेली आहे. मी तिथले आयुष्य सोडून जेव्हा इकडे येऊन उभी राहिले, तेव्हा ही अज्ञानाची रुंद पोकळी मला माहिती नव्हती.

मी परत जाते आहे, पण ती थोड्याच दिवसांकरता, हे मी स्वत:ला बजावते. तिथे असण्याची आणि तिथल्या डॉक्टरांना भेटण्याची ही एक संधी आहे आणि नंतर मी मुंबईला परत येणार आहे.

*मॅसॅच्युसेट्स मला अगदी अशक्य कोटीतले,* निराळे वाटते आहे. तिथल्या पद्धती अतिशय नीटनेटक्या व व्यवस्थित आहेत. माझ्या आई-वडिलांच्या घराभोवतालचे रस्ते फारच हिरवेगार दिसतात. इथली अपरिचित शांतता मला सकाळी उठवते. माझ्या बेडरूमच्या खिडकीतून मला एक धान्याचे कोठार आणि मक्याची शेते दिसतात. जवळच्या नदीचा निळाशार रंग दूरपर्यंत दिसतो आहे. बाथरूमच्या शॉवरमधून गरम पाण्याचा धो-धो फवारा पाहून माझे डोळे विस्फारतात: मला ते अती वाटते. मी जवळच्या एका दुकानात जाते. पिवळ्या रंगाच्या खोक्यासारख्या दिसणाऱ्या एका घरात एक वयस्कर जोडपे किराणा माल व गोळ्या-चॉकलेट्स विकत असतात. "तू इंडियाला जाऊन आलीस असं ऐकलं!" पोस्ट ऑफिसमध्ये आमच्या पेटीतली पत्रे मला देताना तिथला माणूस म्हणतो. माझ्या आई-वडिलांना

व कासीमला पाहून मला ब्रह्मानंद होतो, पण मला इथे मी विदेशी वाटते. जसे काही मी दूर उभी राहून माझे इथले आगमन त्रयस्थासारखे पाहते आहे. मुंबईमध्ये मी जे काय अनुभवलं, त्याची गोळाबेरीज कशी सांगावी, ते मला कळत नाही. मी मुंबईत कसा वेळ घालवत होते, ते सांगताना शब्दच सापडत नाहीत. मी काय काम करते, हे सारं सांगणं किती दमवणारं आहे असं वाटतं. माझी रेखेवशी मैत्री झालीय; पण ती कशी सांगावी किंवा त्याचा अर्थ काय, ते मला सांगता येणार नाही. प्रथमच मला दुभंगल्याची भावना जाणवते. आयुष्याची अनेक जागी होणारी विभागणी.

रेखेवने टोनीबद्दल जे म्हटलं, ते मला जरी माहिती होतं, तरी मनात चिकटून बसलं होतं. माझ्या फोनच्या की-पॅडवरून मी टोनीचा नंबर शोधून काढते आणि त्याला फोन करण्याच्या मोहाला बळी पडते. फोन वाजतो. वाजतच राहतो आणि मी त्याला निरोप सांगायचा बेत ठरवते. मी फक्त सांगेन, की मी परत आले आहे. तितक्यात तो फोन उचलतो.

"मी सादिया." त्याचा आवाज ऐकून मी उत्साहित होते आणि आतुरतेने म्हणते, "मी इंडियाहून घरी आले आहे." तेवढ्यात तो दुसऱ्या कुणाशी तरी बोलताना ऐकू येतं. माझ्याशी बोलताना जसा त्याचा प्रेमळ, उबदार; पण हळू आवाज असायचा, तसाच. त्यानंतर एक दीर्घ शांतता. मला वाटतं, की मी पुन्हा तेच सांगावं.

"सादिया आहे. सादिया बोलते आहे." तो खुलासेवार सांगताना मला ऐकू येतं. त्याला माझी खुशाली सांगायला तो आता माझा राहिलेला नाही, हे सत्य मला लगेच उमगतं. मला हे अगोदरच कळायला हवं होतं.

काहीतरी त्रोटक अभिवादन करत आम्ही बोलतो; पण त्याच्या आवाजात तणाव, परकेपणा वाटतो. त्याला फोन लवकर संपवायचा आहे, हे उघडच असतं.

"आपण नंतर बोलू या का?" तो विचारतो.

"अर्थात, केव्हाही फोन कर मला."

मी फोन ठेवते. रिसिव्हरकडे बघत बसते. मला माहीत असतं, की त्याच्याकडून पुन्हा मला फोन येणार नसतो.

*बॉस्टनमध्ये माझे डॉक्टर मला सांगतात,* की भारतात दहा महिने राहिल्यानंतर माझी फुफ्फुसे एखाद्या सिगारेट फुंक्यासारखी झाली आहेत. माझ्या हृदयाचा चुकणारा ठोका, हा आणखीनच रहस्यमय होऊ लागला आहे. वैद्यकीय तपासणीत असं आढळून आलंय, की ज्याला 'एक्टोपिक बीट्स' म्हणतात, तसं मला होतंय. काही ठोके आधी पडतात. काही जोडीने पडतात. ते मला विचारतात, की भारतात तणाव फार होता का?

"हे ठोके असे का येतात, ते कुणालाच सांगता येत नाही; पण त्याला

पीव्हीसीज म्हणता– प्रिमॅच्युअर व्हेंट्रिक्युलर कॉंट्रॅक्शन्स. आम्ही वैद्यकशास्त्राच्या विद्यार्थ्यांच्यावर एकदा प्रयोग केला. एका विद्यार्थ्याला हा त्रास होता आणि आम्ही त्याला मॉनिटर लावला आणि तो त्याचे दैनंदिन काम करत राहिला. दर वेळेला तो घरी गेला आणि बायकोला भेटला, की त्याला ही व्हेंट्रिक्युलर कॉंट्रॅक्शन्स होत होती. कुणालाही त्याचं कारण सांगता येईना; पण एका वर्षानंतर त्यांचा डिव्होर्स झाला.'' ते डॉक्टर त्या आठवणीने जरा चुकचुकतात. ''पण तू जर मला विचारशील, तर मी म्हणेन, की इंडियामध्ये असं काहीतरी आहे, जे तुला अस्वस्थ करते आहे. तुला तिथे आणखी किती दिवस राहावे लागेल, त्याचा मी विचार करेन; पण त्याने तू मरशील का? तर नाही. ती अस्वस्थता तुला मारणार नाही.''

*माझ्या आईच्या पलंगाशेजारच्या* टेबलावर मला ते चिमुकले कुराण दिसते. मला आठवतंय तेव्हापासून ते तिथेच असतं. मी ते कधी नीटसं जवळून बघितल्याचं मला आठवत नाही. मी ते उचलते आणि त्यातली गडद हिरवी अरेबिक लिपी अभ्यासू नजरेने पाहते.

जेव्हा ममा खोलीत येते, तेव्हा तिला मी त्या पुस्तकाकडे पाहत असलेली दिसते. ती माझ्या शेजारी पलंगावर आडवी होते.

''तुझ्याकडे हे कधीपासून आहे?'' मी विचारते.

''माझ्या लहानपणापासून,'' ती सांगते.

''हेच पुस्तक?''

''आम्हाला कुराण शिकवायला एक स्त्रीशिक्षिका होती, उस्तानजी. ती घरी यायची आणि माझ्या बहिणीला नि मला शिकवायची. जेव्हा आम्ही सबंध कुराण वाचायला शिकलो, तेव्हा हे साजरं करण्यासाठी एक समारंभ आयोजित केला गेला. मला आठवतंय, की मी कुराण डोक्यावर घेऊन उभी राहिले आणि माझ्या वडिलांनी त्यांच्या ब्राऊनी कॅमेऱ्याने फोटो काढला.''

''तू किती वर्षांची होतीस तेव्हा?''

''साधारण नऊ वर्षांची असेन, असं वाटतं.'' ती आठवून बघत म्हणाली, ''बहीण सहा वर्षांनी मोठी होती; पण आमच्या पाठांतराची लेव्हल एकच होती, त्यामुळे तिला माझा नेहमी राग यायचा.'' ती किंचित हसत म्हणाली, ''पण माझ्यासाठी ते सोपं होतं, कारण माझी स्मरणशक्ती ही फोटोग्राफिक होती. पठण करताना माझ्या डोळ्यांसमोर ती अक्षरे उभी राहायची आणि अरेबिक भाषा म्हणजे ध्वनीशास्त्रच आहे.''

''आता तू कुराण केव्हा केव्हा वाचतेस?'' अंगठ्याने कुराणच्या पुस्तकांतली पाने उलटत मी तिला विचारले.

"मी रोज रात्री 'पानसुरा' वाचते." ती म्हणते. "कुराणातला तो सर्वांत महत्त्वाचा सुरा आहे. आणि माझ्या पर्समध्ये मी त्याची एक प्रत ठेवते. नंतर माझ्या 'दुआ' आहेत, जेव्हा मला कसलीतरी काळजी, घोर लागलेला असतो, तेव्हा माझे मन शांत व्हावे, म्हणून मी त्या ओळी म्हणते. ती एक तऱ्हेची मुक्त मनाची सवय आहे असं मला वाटतं. नाना गेल्यापासून तर मी त्या ओळी पुन्हापुन्हा वाचते. त्याने मला दिलासा मिळतो."

"तुझी ज्युडाईझमशी जुळणी आहे, असं तुला वाटतं का?"

उत्तर देण्यापूर्वी ती काही वेळ विचार करते.

"जेव्हा मी अगदी लहान होते, तेव्हा त्यांनी माझ्या कानांत 'आजान' ही प्रार्थनेसाठी मारलेली हाक सांगितलेली आहे. ज्युडाईझम हा माझ्या रक्तातला 'डीएनए'मधला एक अंश आहे, म्हणून मला त्यात स्वारस्य आहे; पण मी मुस्लिम आहे, हे मला माहिती आहे. त्या धर्मात मी जन्मले, वाढले आणि मी तो धर्म पाळते. जन्मभर मी त्यांचे धर्मविधी, रीतिरिवाज पाळत आले आहे. माझ्या वडिलांना माझ्या आईने वचन दिले होते, की ती तिची मुले मुस्लिम म्हणून वाढवेल. मी त्या वचनाची पूर्ती आहे."

"मला तिची खूप आठवण येते गं." मी म्हणते.

"सादिया, तुला पाहिजे त्या भाषेत तू प्रार्थना करू शकतेस." तिचा हात लांब करून माझ्या खांद्यावर ठेवत ती म्हणते, 'तू केव्हाही देवाशी बोलू शकतेस, तुला मार्ग दाखवायला सांगू शकतेस. मला चिंता वाटतेय, की तुझ्या मनात येतंय, की हे सारं तुझं तुला ठरवायचं आहे; पण सगळं काही आपल्या मुठीत आहे, हा एक प्रकारचा उद्धटपणाच आहे बरं का! तुझे वडील आणि मी, आम्हाला दोघांनाही तुमच्यावर काही लादायचं नव्हतं; पण त्याचबरोबर आपण आधाराविना आहोत, असंही तुम्हाला वाटता कामा नये."

"ममा, आमच्यासाठी एकाच धर्माची निवड करायची, याबद्दल तू आणि अब्बा कधी बोलला होतात का?"

"तू लहान बाळ होतीस, तेव्हा बाप्तिस्मा घेण्याबाबत आम्ही अगदीच गोंधळून गेलो होतो. आम्ही त्याच्यावर गंभीरपणे विचार केला आणि ठरवलं, की आम्ही तुमच्यासाठी धर्माची निवड करायला नको, म्हणजे तुम्हाला सांगायचं, 'आता तू ख्रिश्चन आहेस...' कुराणात म्हटलेलं आहे, की देवाकडे जायला एकापेक्षा जास्त मार्ग आहेत. माझे वडील पाठांतर म्हणून दाखवत. 'तुमच्या प्रत्येकासाठी आम्ही एक वेगळा नियम आणि जीवनाची पद्धत ठरवलेली आहे. जर देवाची तशी इच्छा असती, तर त्याने तुम्हाला सर्वांना एकाच जमातीत जन्माला घातलं असतं की!' मी तुम्हाला माझ्या धर्माविषयी शिकवलं आहे आणि तुझ्या वडिलांनी त्यांच्या धर्माबद्दलही शिकवलंय... नानाला जे माहिती होतं, ते तिने शिकवलं आणि आता

तर तुम्ही बरंच जास्त शिकला आहात. खरं तर आपण एकसारख्याच गोष्टी वेगवेगळ्या भाषांतून सांगत असतो, असा माझा विश्वास आहे.''

''नानाने निवड केली, तशी मी करायला हवी, असं तुला वाटतं का?''

''मला माहिती नाही,'' ती विचारपूर्वक सांगते. ''प्रत्येक धर्मात ईश्वर एकच आहे आणि एकत्रित आहे, असा मुस्लिमांचा विश्वास आहे. माझे वडील मला सांगायचे, की महंमद हा शेवटचा प्रेषित होता, पण सगळे प्रेषित हे फक्त निरोपे आहेत. आपले पहिले कर्तव्य ईश्वराच्या प्रती आहे आणि मीही तेच मानते.'' ती माझ्या बाहीचं टोक पकडते आणि त्याच्याशी चाळा करत म्हणते, ''लाडोबा, तू घरी परत यावंस, असं मला वाटतं.''

''ते मला माहिती आहे, ममा.''

''तू भारतात आणखी किती दिवस राहणार आहेस?''

''अजून सात-आठ महिने तरी लागतील माझं काम संपायला.''

''सात किंवा आठ महिने?'' ती विचारते, ''म्हणजे मार्च उजाडेल...''

''किंवा एप्रिलही...''

''तुझं काम संपलं, की तू परत येशील, असं मला वचन दे.''

''मी येईन, ममा.''

RAJU
MAGEN HASSIDIM SYNAGOGUE
NO PARKING IN FRONT OF THE GATE

# हाय हॉलिडेज

## *मुंबई, सप्टेंबर २००२*

भारत व पाकिस्तानच्या लढाईची भीती आता विरली आहे आणि योम किप्पूरच्या प्रायश्चित्ताच्या दिवसाच्या आदल्या दिवशी मी भारतात परत येते. काही आठवडे होऊन गेले होते आणि एअरपोर्टमधून मी बाहेर पडते, तोच उष्णतेच्या लाटेमध्ये गुरफटली जाते. वाट पाहत उभे असलेले नातेवाईक व ड्रायव्हरांच्या लांब रांगेने, घरी गावदेवीला जाताना कपडे अंगाला चिकटायला लागतात. मला आगळाच धीर वाटतो. तो पाहून मी चकित होते. जगाच्या पाठीवर या भागातले माझे हे सर्वांत सहजसुलभ असे घरी परतणे असते. या घरातले ओळखीचे सामान माझे स्वागत करते. माझा नीटनेटका फ्लॅट, घड्या घातलेले कपडे नि फिल्मरोल्सने भरलेले ड्रॉवर्स. न्यूयॉर्कच्या एका फाऊंडेशनकडून मला नवीन ग्रँट मिळाली आहे, त्यामुळे जरी माझी फुलब्राईट स्कॉलरशिप दोन महिन्यांनंतर संपणार असली, तरी मला माझे काम पुढे चालू ठेवता येणार आहे. बेने इस्रायलींचे एक चित्रमय रेकॉर्ड करण्यात, काहीतरी ठोस दिसणारे आणि जे नानाला नक्की आवडले असते, ते उरलेल्या दिवसांत मला करायचे आहे. सूर्यास्ताच्या वेळी मी योम किप्पूरचा माझा उपवास सुरू करते. बेने इस्राईल पद्धतीनुसार पांढऱ्या शुभ्र सलवार कमीजमध्ये टॅक्सी घेऊन मी निघते. पूर्वी जेकब सर्कल म्हणून ओळखल्या जाणाऱ्या या भागात मागन हासिदीम सिनगॉग आहे. या वर्षी ज्यूंचे 'हाय हॉलिडेज' हे रमझानबरोबरच येत आहेत. हा मुसलमानांचाही उपवासाचा महिना आहे. मी मुस्लिम भागात मागन हसिदीमच्या भोवती असणाऱ्या मुस्लिम वस्तीतून जाते आहे. मी 'आजान'चा

प्रार्थनेसाठीचा आवाज ऐकते आणि नकळत माझा दुपट्टा डोक्यावर घेते. ममाने प्रार्थनेची हाक ऐकली, की ती जसा दुपट्टा ओढून घेते, अगदी तस्साच. सिनगॉग शोधताना मला बराच त्रास पडतो आणि मी गोल गोल फेऱ्या मारते, हताश होते नि शेवटी मला ती बिल्डिंग दिसते– भली मोठी, आणि एका परिचित पेटीसारखी ती इमारत असते, रस्त्यापासून आत असलेली आणि फाटकावर निळा 'स्टार ऑफ डेव्हिड' असलेली.

जेव्हा कासीम आणि मी वाढत्या वयाचे होतो, तेव्हा आम्ही नेहमी रमझानचा पहिला आणि शेवटचा उपवास करत होतो. कधी कधी एखाद्या मधल्या दिवशी आमचे सबंध कुटुंबच उपवास करीत असे. विशेषत: शक्य असेल त्या शनिवारी-रविवारी. आम्ही त्या दिवशी काहीतरी वेगळे करत बसायचो. भुकेकडे लक्ष जाऊ नये, म्हणून चित्रपट पाहायचो. आपल्याला मिळालेल्या चांगल्या गोष्टींबद्दल बोलायचो. त्या दिवशी ममा तिच्या लहानपणी रमझान कसा असायचा, त्याच्या गोष्टी आम्हाला सांगायची. ज्या देशात उपवास हा नियम आहे, अपवाद नाही, त्या देशात उपवास करणे कसे असते, त्याच्या कथा सांगायची. उपवास सोडल्यानंतर नाना आम्हाला खजूर खायला द्यायची, प्रार्थना म्हणून झाली, की प्रथम खजूर खाऊन त्यावर ग्लासभर पाणी प्यायचे. त्यानंतर आम्ही इफ्तारी भोजन करायचो. बहुतेक वेळी नानाचे कबाब आणि त्यानंतर तिने स्वत: बनवलेल्या पेस्ट्रीज– कणकेच्या पातळ पदरांमध्ये नारळ, मध, बेदाणे आणि सुक्यामेव्याचे गोड पुरण भरायचे आणि त्याच्या कडा दुमडून त्याचे पाकीट करायचे. मी हल्ली बऱ्याच वर्षांत उपवास केलेला नाही आणि योम किप्पूरच्या पहिल्या दोन तासांनंतरच माझ्या मनात येते, की मला पुढचे पंचवीस तास काही खाता येणार नाही; परंतु जशी मी सिनगॉगच्या मुख्य हॉलमध्ये प्रवेश करते आणि सभोवार बघते, तेव्हा बेने इस्त्राईल जमात तिथे शांतपणे प्रार्थनेत मग्न दिसते. त्यांना बघून मला खरंच धीर येतो.

सिनगॉगचे संगमरवर चकचकीत आहेत. हॉलच्या जमिनीवर नवीन पांढऱ्या चादरी अंथरलेल्या आहेत. पुरुषांच्या वाकलेल्या खांद्यांवर प्रार्थनेच्या शाली आहेत. मी वरच्या मजल्यावर स्त्रियांच्या समूहात जाते. सगळ्याजणींचे पांढरे कपडे आहेत आणि पांढऱ्या रुमालांनी त्यांची डोकी झाकलेली आहेत. मी बसायला जागा शोधते. ज्यूंच्या कॅलेंडरमधला हा सर्वांत पवित्र दिवस आहे. केलेल्या पापांचे प्रायश्चित्त या दिवशी प्रत्येकाने घ्यायचे असते, कबुली द्यायची असते, असे मी योम किप्पूरबद्दल वाचत आले आहे. देव आणि माणूस यांच्यामधली पापे, माणसामाणसांमधली नव्हेत आणि त्यांतला फरक माझ्या लक्षात यायला लागतो.

मी बसायला जागा शोधते, तेव्हा मला ओ.आर.टी. इंडियामधल्या शोशान्ना आंटी दिसतात. वर बघत त्या मला हात करतात. त्यांच्या शेजारच्या जागेकडे

खुणेने दाखवतात आणि प्रार्थनेच्या पुस्तकात आपण कुठपर्यंत आलो आहोत, तेही दाखवतात. ही प्रार्थना पुस्तके मराठी व हिब्रूमध्ये आहेत. मला दोन्हीही भाषा येत नाहीत; पण मी ते पुस्तक कृतज्ञतेने हातात घेते आणि त्यांच्यातली, प्रेमळ अगत्यशीलता जाणवून त्यांच्याकडे बघून हसते. त्या मला 'कोल निद्रे' या प्रार्थनेबद्दल समजावून सांगतात, या प्रार्थनेत आपण पुढच्या वर्षात जे मागणे देवाकडे मागणार आहोत, ते रद्द करायची विनंती असते. त्यानंतर जमातीकडून ज्या चुका झाल्या असतील, त्याची कबुली द्यायची सामूहिक प्रार्थना असते. त्यात जमात ती कबुली देते व जबाबदारीही स्वीकारते. या प्रार्थनेच्या मधे मधे क्षमेच्या याचनाही असतात. सर्वांच्या एकत्र विचारांची सांघिक ताकद आणि त्याच्या कोषात असणे, म्हणजे एक अत्यंत समर्थ (किंवा सक्षम) भावना आहे. सांघिक विचारांची ही सामूहिक शक्ती आपल्याभोवती असणे, ही एक जबदरस्त प्रेरणा आहे. मी डोळे मिटून नानाची मूर्ती आठवते. याच बाकावर ती लहानपणी बसली असेल. माझ्या परीने मीही छोटी कबुली देते.

नंतरचा दुसरा सबंध दिवस मी मागन हासिदीममध्ये घालवते. माझ्या समोरच्या कठड्यावर अधूनमधून डोके ठेवून, गेल्या वर्षभरात माझ्या हातून कळत नकळत घडलेल्या पापांची कबुली मी देते आणि मला शिकवल्याप्रमाणे माफी मागते. हा योम किप्पूर मी प्रथमच पाळते आहे, म्हणून मी माझ्या पूर्वायुष्याबद्दलही क्षमायाचना करते आणि पुढच्या काही महिन्यांसाठी देवाकडे मार्गदर्शन मागते. दुपारच्या वेळी मला घेरी येईल की काय असे वाटते, पण भुकेमुळे मला इतरही काही गोष्टी स्पष्ट जाणवतात. प्रवचनाच्या अखेरीस सारे उपस्थित एकाच वेळी उठतात आणि विलाप करतात. ते मी लक्षपूर्वक पाहते. काही पुरुष त्या पेटीजवळ जातात आणि तोराच्या सुरळ्या त्या संरक्षक नळकांड्यासारख्या कवचात ठेवतात. पुरुष हळूहळू दरवाजे बंद करायला लागतात आणि माझ्या आजूबाजूच्या स्त्रिया त्यांची प्रार्थना जास्त जोरात म्हणायला लागतात. त्यांचा आवाजाचा सूर मोठा होतो आणि आर्जवी भाव वाढतो. चुकांची दुरुस्ती करण्याची ही शेवटची संधी आहे आणि नव्या वर्षाला स्वच्छ मनाने व मनमोकळेपणे सामोरे जायचे आहे.

प्रार्थना-प्रवचन संपल्यावर बाहेर आल्यानंतर शोशान्ना माझ्याभोवती हात टाकते नि मला सांगते, की तिला माझा अभिमान वाटतो. तिच्या पर्समधून ती एक छोटे, कागदाचे पुडके बाहेर काढते आणि त्यातून दोन चंद्रकोरीसारख्या, कडांना मुरड घातलेल्या दोन सुक्या पेस्ट्रीज मला देते. "ही आहे साथ पदर, पारंपरिक बेने इस्राईल बायकांची मिठाई, उपास सोडण्यासाठी केलेली." त्यातली एक मला देत ती म्हणते, "तुझी आजी करायची ना ही पाककृती? खा."

मी त्याचा एक तुकडा चावते, तर तोंडातच त्याचा भुगा होतो. त्यात नारळ,

बेदाणे, सुकामेवा यांचे गोड पुरण भरलेले माझ्या जिभेला कळते. मी ती मिठाई लगेच ओळखते. रमझानच्या दिवसांत नाना ती आम्हाला खाऊ घालायची.

*रेखेवला फोन करून मी* परत आल्याचे त्याला सांगते आणि दुसऱ्याच दिवशी तो मला भेटायला येतो. त्याच्या हातात एक वेगळंच दिसणारं वाद्य प्लॅस्टिकच्या पिशवीतून बाहेर डोकावत असतं. अमेरिकावारी झाल्याने मी 'इकडे स्पर्श करायचा नसतो' हे विसरून गेले होते. जेव्हा तो मला दिसतो, तेव्हा आवेगाने मी त्याच्या गळ्याभोवती हात टाकते. त्याच्या स्टार्च केलेल्या शर्टावर माझा गाल घासला जातो आणि तो दचकतो. ते वाद्य म्हणजे एका जातीच्या भोपळ्यापासून केलेलं एक शिंग होतं. त्याच्याभोवती तार गुंडाळलेली होती. ते आगळंवेगळं वाद्य महाराष्ट्रातल्या वारली जमातीतल्या लोकांनी तयार केलेलं होतं. मी मॅसॅच्युसेट्समध्ये काही आठवडे होते, त्या काळात रेखेव वारली जमातीवर त्याची पहिली डॉक्युमेंटरी फिल्म बनवत होता. त्यासाठी पुण्याहून काही तासांच्या अंतरावरच्या त्यांच्या खेड्यांत तो राहिला होता. मी चकित होऊन त्याचे हे धाडस ऐकत राहते. जरी त्याला मैत्री करायला आवडत नाही, तरी लोकांच्या आयुष्याच्या कहाण्या तो अगदी सहजपणे त्यांच्याकडून काढून घेऊ शकतो. माझ्या ममालाही ते छान जमतं. रेखेवचं हे दुहेरी विसंवादी स्वरूप, मला फारच गमतीदार व आकर्षक वाटतं.

"तिथे राहत असताना मी तुझ्या कामाबद्दल विचार करत होतो." तो मला सांगतो, "मी ए. के. रामानुजमचा एक निबंध वाचतो आहे. त्यात विचारलंय, की विचार करायची एखादी भारतीय पद्धत आहे का? तो म्हणतो, की आपण अवकाश आणि वेळ यांचा जागतिक संदर्भात विचार करतो, पण भारतात त्यांना गुणधर्म असतात. बदलत्या दैवगती असतात. खेड्यातल्या जमिनीवर धान्य निर्माण होते, लोक ते खातात आणि ते पीक, जमीन, त्याभोवतीचे वृक्ष-वनस्पती जीवन यांचा परिणाम लोकांच्या स्वभावावर होतो. इथल्या घरांना मनाचे कल असतात, त्या घरांत राहणाऱ्या रहिवाशांचे नशीब व अनुभव घरे बदलू शकतात. मला नेहमीच कथावस्तूंमध्ये स्वारस्य असते, जुन्या दंतकथा ऐकत मी वाढलो, त्यांचे रूपांतर कल्पनेत करण्यात मी रमतो; परंतु तू कसा अभ्यास करतेस, तुझी फोटोग्राफी कशी तयार करतेस, लोकांना पोझ द्यायला तू कशी मोकळीक देतेस आणि कशाचे छायाचित्रण करायचे ते त्यांना कसे सुचवतेस, ते मी पाहिलं होतं. मी तीच क्लुप्ती वारल्यांच्याबरोबर वापरली आणि त्याचा परिणाम खरंच छान झाला. जर तुझी भेट झाली नसती, तर असली फिल्म करण्यात मला रस वाटला असता की नाही, कोण जाणे."

तो क्षणभर थांबतो. ते शिंग मला देतो आणि मी ते ठेवावं, म्हणून सांगतो. आजपर्यंत मला मिळालेल्या अनेक नवलाईच्या वस्तूंमध्ये आता हे शिंगही असणार आहे.

*आम्ही रस्त्यावरच्या समोरच्याच* चहाच्या दुकानात जातो आणि नंतर माझ्या घराच्या मागे दाट झाडी असलेल्या गल्ल्यांमधून लांबलचक चक्कर मारतो. हरेकृष्ण मंदिरात डोकावतो. गांधी म्युझियम, मणीभवनला भेट देतो. तिथल्या बाल्कनीत मी उभी राहते आणि गांधीजी लिहीत बसलेले आहेत, अशी कल्पना करते. माझ्या प्रोजेक्टवर काम न करता मुंबईत असा निवांत संपूर्ण दिवस मी बऱ्याच काळानंतर घालवते आहे. मला तो दिवस सुट्टीसारखा वाटतो. शहर पाहण्याची एक अवचित संधी! लॅबर्नम रोडवरून पार्कच्या दिशेने आम्ही जातो. तिथे 'छोडो भारत' चळवळीच्या अनेक सभा झाल्या होत्या, असे रेखेव मला सांगतो. मला एक जुनी हत्तीच्या आकाराची घसरगुंडी सापडते आणि मला हर्षवायू होतो. तिथे मुले शेपटीच्या बाजूने शिडीवर चढतात आणि सोंडेच्या दुसऱ्या बाजूने खाली घसरत येतात. माझा सोळा एमएमचा कॅमेरा घेऊन परत तिथे यायचे, असे आम्ही ठरवतो. मला रेखेवबरोबर सुखावह वाटते आणि त्याच्या सहवासाबद्दल मनात कृतज्ञता दाटून येते. त्याच्याबरोबर असताना मी माझ्या न्यूयॉर्कमधल्या मित्र-मैत्रिणींपेक्षा जास्त समाधानी असते, हे पाहून मला खरंच नवल वाटतं. त्या विचाराने मला एकाच वेळी घरापासून अतिदूर असले, तरी अगदी घरातच आहे असे वाटते.

''आता मला सांग,'' पाऊण तास निमूटपणे चालत गेल्यानंतर तो मला विचारतो, ''तुला परत यायची जरुरी नव्हती. आता तू इथे नक्की काय करायला आली आहेस?''

''खरं म्हणजे...'' मी सुरुवात करते– ''आत्तापर्यंत मी कोकण किनाऱ्यावरचे आणि मुंबईतल्या प्रत्येक सिनगॉगचे फोटो काढलेले आहेत. आता मला बेने इस्राईल लोक थोडेसे कळायला लागलेत. म्हणजे त्यांच्या मुलाखती आणि फोटो काढताना मिळालेल्या शिक्षणातून.''

''बरं.''

''पण अजून मला या जमातीची कथा काय आहे, ती नीटशी माहिती नाही आणि ती गोष्ट काय आहे तेच सांगण्यासाठी मी इथे परत आलेली आहे.''

''आहा.'' तो म्हणतो, ''तुला माझी मदत हवीय.''

''हो.'' मी म्हणते, ''जर तुला वेळ असेल तर.''

''मला वेळ आहे.''

"काही दिवसांनंतर सुकोथ आणि सिम्हथ तोराह हे ज्यू सण येतील." आम्ही कोपऱ्यावर वळून घरी परत जाताना मी त्याला सांगते, तेव्हा मला जाणवते, की रेखेवने माझ्याबरोबर यावे, अशी माझी तीव्र इच्छा आहे.

खरंच, मला एकटीने रेवदंड्याला जाणं जरा कठीणच झालं असतं, शिवाय रेखेवने बरोबर यावं असं वाटण्याचं आणखीही एक कारण आहे. मला वाटतं, की लायब्ररीमध्ये बसून त्याने माझ्यासाठी जो प्रवासमार्ग आखला, तो मी सुरू केला आहे आणि त्यातल्याच एका टप्प्यामध्ये त्याच्याबरोबर असण्याचा अनुभव मला घ्यायचा आहे. माझा अधीरपणा त्याला जाणवू नये, म्हणून मी बोलताना जरा खालचा सूर लावते. "डेव्हिडने आपल्याला सांगितलं होतं ना, तो सुगीचा सण आत्ता आहे. तेव्हा जमातीचे तोरा पठणाचे वार्षिक चक्र संपते आणि नवे सुरू होते."

"रेवदंड्यामध्ये?"

मी मानेने होकार दर्शवते. त्याला पटवून देण्याची माझी तयारी असते; पण त्याची गरज दिसत नाही.

"चला, जाऊ या." तो म्हणतो, "मी उद्या तुला न्यायला येतो."

*रेखेव नि मी पुन्हा मुंबई* ते रेवदंडाचे टप्पे पार करतो. मांडव्यापर्यंत फेरीबोटीने, तिथून बसने अलिबाग, सहा आसनी रिक्षाने रेवदंडा. आमच्या दोघांकडे खांद्यावरची एक मोठी पिशवी आहे. त्यात काही रोजचे कपडे आहेत. आम्ही आळीपाळीने माझा व्हिडिओकॅमेरा, तिपाई, स्टिल कॅमेरा आणि साऊंड रेकॉर्डिंगची यंत्रसामग्री उचलतो. माझी वाजवीपेक्षा जास्त उंची मला सतत अस्वस्थ करते. लोक आमच्याकडे बघत राहतात. आमचे शहरी कपडे व वागणे. एक परदेशी मुलगी आणि एक भारतीय तरुण, एकत्र प्रवास करत आहेत. झळकणारे ट्यूबलाईट्स, गाड्यांचे भोंगे व नागरी जीवनातले कर्णकटू संगीत मागे पडत जाऊन वनराजी, रस्त्याच्या आतल्या अंगाला असणारी घरे आणि वळणदार वाटा दिसायला लागतात. मार्गावर कितीतरी चहा, सिगरेट किंवा शीतपेयांच्या टपऱ्या दिसतात. आमच्या प्रवासातल्या अखेरच्या भागात आमच्या रिक्षात एक तरुण स्त्री व तिची लहान मुलगी बसते. ती स्त्री आमच्याकडे लाजाळूपणे हातांच्या हालचालीतून बघते. आमच्याबद्दल तिला कुतूहल वाटतंय, हे उघडच दिसतं. ती छोटी मुलगी तर आमच्याकडे सरळ रोखून बघते. तिचा चिमुकला हात पुढे धरून माझ्या केसांना हात लावते आणि काहीतरी आंबट पदार्थ चाखल्यासारखे तोंड वाकडे करते.

अंधार पडण्यापूर्वीच आम्ही रेवदंडा गाठतो. ती शुक्रवारची संध्याकाळ आहे. लवकरच शब्बात सुरू होईल. वासकरांना देण्यासाठी मी ओ.आर.टी. बेकरीमधून

बरेच हाल्ला ब्रेड आणले आहेत; पण मला अनाहूतपणे त्यांच्याकडे जाणे पसंत नसते. रेखेव मला दिलासा देतो, की मी उगीच त्याबद्दल बाऊ करतेय.

रस्त्याच्या शेवटची वाट आम्ही पायी चालतच जातो. गावाच्या हद्दीबाहेरून ते गावाच्या मध्यावर. वाटेतल्या वळणानंतर मला आमच्या उजव्या हाताला एक 'सी-साईड हॉलिडे होम' अशी पाटी दिसते.

रेखेव त्या पाटीसमोर थांबतो. ''गेल्या वेळी आपण इथे आलो होतो. त्या वेळी डेव्हिड वासकरांनी मला याबद्दल सांगितलेलं होतं. मुंबईहून सिनगॉग पाहायला लोक आले, की ते इथे राहतात.''

''खरंच?'' मी विचारते. म्हणजे ही जागा विश्वासार्ह आहे तर! ''आपण आत जायचं का?''

माझ्या शेजारी रेखेव उभा असताना हॉटेलमधल्या खोलीची चौकशी करणं मला प्रशस्त वाटत नाही. आम्हाला तिथला मालक भेटतो. तो त्याच्या प्रसन्न अतिथीगृहांत सर्वत्र फिरवतो. त्याच्या मोठ्या दालनात पलंग असे ओळीने मांडलेले आहेत, की एक विस्तारित कुटुंब अगदी आनंदाने तिथे राहू शकेल. तो आम्हाला एक खोली देऊ करतो आणि मी चटकन चुकीची दुरुस्ती करत पलीकडच्या बाजूच्या खोल्या पाहायला मागते. त्या रात्री काही अंतरावर असलेल्या दोन खोल्यांत आम्ही झोपणार होतो, या गोष्टीवर आम्ही काहीच बोलत नाही.

*सिनगॉगमध्ये डेव्हिड व त्यांचे* दोन्ही मुलगे, एलिस व बेंजामिन हे आठवड्याच्या अखेरीस होणाऱ्या आनंदोत्सवाची तयारी करताना दिसतात. सिनगॉगचे प्रमुख सभागृह स्वच्छ करणे, व्हरांड्यामध्ये पाहुण्यांना बसायला पांढऱ्या चादरी घालणे आणि रंगीबेरंगी कागदाच्या क्रेपपेपरच्या पट्ट्या व फुलांच्या माळा छतापासून टांगणे. जगभरातल्या त्यांच्या धर्मबंधूंप्रमाणे वासकरांनी एक सुक्का बांधला आहे. ते एक तात्पुरते खोपटे असते. त्यांच्या पूर्वजांनी चाळीस वर्षे वाळवंटात वणवण फिरत घालवली, त्यांची आठवण ते खोपटे करून देते. वासकरांनी, तसेच दुसरेही एक खोपटे त्यांच्या घरासमोर बनवून ठेवलेले आहे. लहान झुडपे आणि लांब वेल एकत्र बांधून हा सुक्का तयार करतात. भक्कम आणि अगदी व्यवस्थित, कुणालाही तिथे आरामात मुक्काम ठोकता येईल असे. आज रात्री तिथे शब्बातची प्रार्थना होईल आणि सिम्हथ तोराह सुरू होईल. सिम्हथ तोराह हा आनंदाचा सण असतो. त्या दिवशी तोराचा उत्सव साजरा केला जातो आणि मला सांगितलंय, की तरुण मुले व मुली गातात, सिनगॉगमध्ये प्रार्थना व भक्तीगीतांचे पठण करतात आणि हे कार्यक्रम रात्री उशिरापर्यंत चालू राहतात.

सिनगॉगच्या पाठीमागच्या बाजूला, एक तरुण मुलगा लहान, गोड, जांभळी

फुले कुस्करताना दिसतो. आजच्या संध्याकाळच्या प्रार्थनेसाठी त्यापासून किदूश मदिरा बनवायची आहे.

डेव्हिड आमचे उत्साहाने स्वागत करतात. आम्हाला तिथे पुन्हा बघितल्यावर ते आनंदाने हात हवेत उडवून त्यांना फारच आनंद झाल्याचे सांगतात आणि आम्ही तिथे आल्याचे मलाही अपार समाधान वाटते. रेखेव डेव्हिडला सांगतो, की या उत्सवाच्या तयारीचे शूटिंग आम्हाला करायचे आहे आणि सर्व विधींचेही व्हिडीओशूटिंग करायचे आहे.

डेव्हिड गडगडाटी हसतात.

"तुम्हाला मला मूव्ही कॅमेऱ्यावर घालायचंय काय?"

*सारी यंत्रसामग्री बाहेर* काढून लावण्यासाठी रेखेव मला मदत करतो. आम्ही सिनगॉगचे शूटिंग करतो; बाहेरच्या आवाराचे, बागेचे लाँग शॉट्स. मग आतल्या जागा, जिथे माणसे काम करताहेत, तेथले. रेखेवला प्रत्येक विधीचे कुतूहल वाटते. प्रत्येक निर्णयामागची कारणे ऐकून तो अगदी भारून गेला आहे. तो डेव्हिडना व त्याच्या मुलांना पुष्कळ प्रश्न विचारतो. तो लवकरच लघुपट बनवणारा होणार. (म्हणजे कथा-कादंबऱ्यांवरून चित्रपट बनवण्याऐवजी.) आमचे शूटिंग चालू असताना एक भडक हिरव्या साडीतली एक उत्साही तरुणी आमच्यामागून येते आणि व्ह्यू फाईंडरमध्ये डोळे ताणून चौकसपणे कॅमेऱ्यातून बघते.

"माझ्याकडे सुद्धा व्हिडीओ-कॅमेरा आहे." ती अभिमानाने हिंदीत सांगते. "गल्फहून आणलेला."

आम्ही तिला 'हॅलो' म्हणतो आणि सिनगॉगमधल्या ज्या पवित्र पेटीमध्ये काळजीपूर्वक ठेवलेला सोफर तोरा असतो, त्या नक्षीदार चांदीच्या पेटीला बेंजामिन पॉलिश करत असतो, त्याचे शूटिंग सुरू करतो.

"माझा कॅमेरा खूप ॲडव्हान्स्ड आहे," ती हसत हसत शेखी मिरवते.

मी होकारार्थी मान हलवून तिच्याकडे पाहून हसते; पण आमच्या कामात व्यत्यय आणायचा तिने चंगच बांधलेला दिसतो.

"तुमच्या कॅमेऱ्यापेक्षा लहान आहे. बहुतेक हलका सुद्धा."

रेखेव तिच्याकडे बराच वेळ बघत राहतो आणि मला वाटतं, की आता तो तिच्याकडे आठ्या घालून बघणार.

"तुम्हाला त्या कॅमेऱ्यावर काय काय करता येतं? स्पेशल इफेक्ट्स?" ती विचारते.

रेखेव तिला समजावतो, की या कॅमेऱ्यावर आम्ही स्पेशल इफेक्ट्स वापरत नाही.

''स्पेशल इफेक्ट्स नाहीत?'' ती विश्वास न बसल्यासारखी विचारते. ''खूपच वाईट. माझ्या कॅमेऱ्यावर अनेक वेगवेगळे स्पेशल इफेक्ट्स वापरता येतात.''

तिचा हात पुढे करून ती आमच्याशी हस्तांदोलन करते आणि तिचे नाव संगीता रॉय आहे, असे तोंडभर हसून सांगते. संगीता ही आकर्षक, सुशील स्त्री आहे. तिचे काळेभोर केस कुरळे आहेत आणि ती पंचविशीच्या पुढची असावी, असे वाटते. तिचे नाव सांगताना ती 'शंगीता' म्हणते. सिनगॉगच्या समोरच्या रस्त्यावर तिने भाड्याने सदनिका घेतलेली आहे. बहुतेक बेने इस्राईल लोकांचा असतो, तसा तिचा रंग गोरा किंवा चेहऱ्यामोहऱ्याची गोलाई दिसत नाही. तिच्या कपाळावर बिंदी आहे आणि भांगात सिंदूर. ती हिंदू विवाहिता आहे, हे दाखवण्याची ती खूण आहे. तिच्या मूळ गावाविषयी माझे कुतूहल मी रेखेवजवळ बोलून दाखवण्यापूर्वीच ती स्वत: त्याचा खुलासा करते.

''मी कलकत्त्याची आहे,'' ती अभिमानाने सांगते.

''कलकत्तासे?'' रेखेव आश्चर्याने विचारतो. कलकत्ता शहर हे देशाच्या दुसऱ्या टोकाला आहे. रेवदंड्यासारख्या लहानशा गावात ही इकडे कुठे येऊन थडकली?

''तुझे कुटुंब इथे आहे का?'' अचानक मला एकदम चौकशी करावीशी वाटते.

''फक्त मी आणि माझी मुलगी. माझे पती जहाजावर काम करतात. गल्फमध्ये.'' ती अभिमानाने सांगते, ''खूप मोठं तेलाचं जहाज.''

''मग कलकत्त्याऐवजी तू इथे रेवदंडामध्ये का राहतेस?'' रेखेवचे कुतूहलही वाढते. तो विचारतो.

''मी मूर्ख वाटत असेन, पण मी तशी नाही.'' ती झटकन प्रत्युत्तर देते. तिचा हात ती समोर धरते. ''आता हा भारत आहे ना?'' तिचा तळहात जणू आपण नकाशा समजावा, असा ती धरते. ''गल्फ इकडे आहे ना?'' हाताची कड बोटाने दाखवत सांगते. ''आणि कलकत्ता इकडे आहे.'' हाताच्या दुसऱ्या कडेला बोटाने दाखवत ती म्हणते. ''म्हणजे, जेव्हा माझा नवरा गल्फमधून घरी येतो, तेव्हा तो प्रथम कुठे जाऊ शकतो?'' ती आम्हाला विचारते. ''साहजिकच तो या बाजूला जास्त लवकर येऊ शकतो, होय ना?''

ती माझ्याकडे वळून माझ्या सुती सलवार-कमीझकडे बघते आणि काळजी वाटून पुन्हा रेखेवकडे चौकशी करते.

''उत्सवाच्या वेळी ही हेच कपडे घालणार आहे की काय?'' रेखेव तिच्या प्रश्नाचे भाषांतर करून मला सांगतो.

''हो किंवा असाच काहीतरी.'' मी त्यांना सांगते.

''का?''

''नाही, नाही, नाही.'' ती ठासून म्हणते आणि जिभेने च्यॅक् असा आवाज

काढून म्हणते, "तिने साडीच नेसायला पाहिजे.

"साडी?" तो परिचित शब्द मला समजतो म्हणून मी विचारते, "माझ्याकडे साडी नाही."

"चल, माझ्याबरोबर." ती हात धरून मला बाहेर ओढत नेते. मी रेखेवकडे मागे वळून पाहते. त्याला मजा वाटून तो माझ्याकडे मिस्किलपणे बघून भुवया उंचावतो. मी संगीताबरोबर तिच्या घरी जाते. दुसऱ्या मजल्यावरची पांढरा रंग दिलेली हवेशीर खोली. त्यात एक पलंग, तीन प्लॅस्टिकच्या खुर्च्या, एक मोठी पत्र्याची ट्रंक आणि एक भलामोठा टेलिव्हिजन सेट.

"गल्फहून आणलाय," कौतुकाने टीव्हीला थोपटत ती सांगते.

"ये, बैस इथे." मी तिच्या पलंगावर बसते. ती मला कपडे काढायला सांगते. तिच्या ट्रंकेतून ती तिचे सामान उपसते आणि माझ्यासाठी एक पांढरा साडीचा पेटीकोट शोधून काढते. ती एक गडद जांभळी साडीही निवडते आणि माझ्याभोवती गुंडाळायला सुरुवात करते; पण माझे हात तिच्या ब्लाऊझच्या बाह्यांपेक्षा बरेच मोठे आहेत. तो ब्लाऊझ मला का बसत नाही, हे तिला समजत नाही.

"कारण तू माझ्यापेक्षा खूप लहानखुरी आहेस..."

मी शेवटी इंग्लिशमध्ये बोलायला लागते.

"तो माझ्या अंगात शिरणे शक्यच नाही..."

"आ... रे..." तिची जीभ हताशपणे तोंडात फिरवत ती म्हणते.

ती खिडकीपाशी जाते आणि सिनगॉगच्या आवारात काम करणाऱ्या एलिसच्या नावाने हाका मारू लागते. तिचे बोलणे समजल्यासारखा एलिस मान हलवतो आणि त्याच्या मोटारसायकलवर बसून कुठेतरी जातो. काय चाललंय काय इथे? मला तर काहीच समजत नाही.

संगीता मला बसायला सांगते आणि तिच्या ट्रंकेतून एक बॉक्स काढते. त्यातून जाड काळी आयलाइनर, लालभडक रूजची एक डबी, क्रिमसन लिप पेन्सिल आणि गडद शेडची लिपस्टिक बाहेर काढते. ती मला डोळे बंद करायला सांगते नि हळूहळू तिचे काम सुरू करते. माझ्या ओठांच्या कडांभोवती लिप पेन्सिलने रेघ ओढते आणि ओठाच्या मोकळ्या जागेत लिपस्टिक फिरवते. आयपेन्सिल घेऊन माझ्या पापण्यांवर ठळक रेघ ओढते आणि शेवटी माझ्या गालांवर रूज फासते, थापटते. मी कशी दिसत असेन, याचा विचार मनात आणला, तरी माझा थरकाप होतो. दुसऱ्या पेटीत सोन्याचे इयररिंग्ज व एक साखळी असते. ती तिने तिच्या लग्नात घातली असावी. माझ्या कानात ती इयररिंग्ज अडकवायला लागते, तेव्हा मी तिला थांबवते.

"तुझी खात्री आहे?" मी विचारते आणि ती ठामपणे मान डोलवते.

दारावर थाप येते आणि एलिसची बायको नूरीट हातात कापडाचं पांढरं पार्सल

घेऊन येते. काय घडलं, ते आत्ता मला कळतंय. संगीताने एलिसला वासकर हाऊसला पाठवून मला पुरेशा उंचीची साडी आणायला पाठवलेलं होतं. पण जरी नूरीट संगीतापेक्षा जराशी मोठी असली, तरी तीही लहानशीच आहे. मला या बायकांचा विरस करायचा नसतो, पण ते कसं काय दिसेल, याची मला कल्पनाच करता येत नाही.

आम्ही तिघी मिळून माझे हात दुसऱ्या एका ब्लाऊझमध्ये घुसवायचा प्रयत्न करतो. नूरीट तो ब्लाऊझ हातात घेते आणि दातांनी त्याची शिवण उसवून तो मोठा करायचा प्रयत्न करते. त्यात माझे हात आम्ही कसेबसे ढकलतो आणि माझ्या निम्म्या उंचीच्या बाईची साडी, माझ्या मोठ्या, जास्त उंचीच्या शरीरयष्टीवर गुंडाळायचा प्रयोग करतो. मोठ्या सेफ्टीपिना लावून तो माझ्या मापाचा नसलेला ब्लाऊझ ठाकठीक करतो आणि मोठा पदर काढल्याने तो ब्लाऊज झाकला जातो.

आमची वेशभूषा संपल्यानंतर संगीता कंगवा घेऊन माझ्या केसांची वेणी घालते आणि माझी रंगरंगोटी व रूपांतर पूर्ण झाल्याचे जाहीर करते.

त्यानंतर ती मला बसायला, उठायला आणि हात हलवायला सांगते व तिच्या व्हिडीओ कॅमेऱ्यावर मला शूट करते. नंतर ती नूरीटला कॅमेरा धरायला सांगते आणि संगीता माझ्या शेजारी येऊन बसते नि माझा हात धरते. मी आरशात स्वत:कडे बघते. माझ्या ओठांभोवती लिपलाईनरच्या जाड रेषा आहेत आणि गालावर रूजची दोन मोठी वर्तुळे. ती बघून जुन्या काळच्या काचेच्या, चिनी मातीच्या (पोर्सलेन) बाहुल्या असायच्या, तशी मी मला दिसते.

''हे जास्त दिसतंय का?'' मी त्या बायकांना विचारते.

''नाही, नाही, नाही.'' संगीताचा स्वर आग्रही असतो. तिच्या कामाचा तिला अभिमान वाटून ती म्हणते, ''बीयूटीफूल.''

आम्ही खाली उतरतो आणि सिनगॉगमध्ये जातो. मला रेखेवकडे पाहायची देखील लाज वाटते. माझे स्वरूप पाहून तो दचकल्यासारखा वाटतो.

''कुणीतरी तुझा फोटो काढायलाच हवा हं.'' तो म्हणतो, ''मी तुला अशी कधी दिसलेली बघितली नव्हती...''

''विचित्र?''

''खरंच, विचित्र!'' आणि आम्ही दोघंही हसतो.

*संध्याकाळच्या मारीव्ह सर्व्हिस* प्रार्थनेसाठी लोक सिनगॉगमध्ये यायला लागतात. बहुतेक सगळे तरुण पुरुष, किशोरवयीन मुले आणि आसपासच्या खेड्यांतल्या काही बायका. पुरुषांनी त्यांच्या इस्त्री केलेल्या शर्ट व पँटवर प्रार्थनेसाठी घ्यायची शाल आणि डोक्यावर किप्पा घातलाय आणि स्त्रिया चांगल्या

रेशमी साड्या नेसल्या आहेत. त्या माझ्या वेशभूषेकडे पसंतीच्या नजरेने पाहताहेत आणि माझा मेकअप पाहून भेदरत नाहीत. दर वेळेला संगीताकडे बघितलं, की ती माझ्याकडे कौतुकाने बघत असलेली मला दिसते. सिनगॉगच्या मध्यभागी असलेल्या मंचावर, बिमावर अमिदा प्रार्थनेच्या पठणाचा मार्गदर्शक पाठक बेंजामिन हा आहे. 'आताह हरेईता' ही बायबलमधली ईश्वर आणि तोराची स्तुतीपर कवने, त्यांचे सामूहिक पठण होते. बेंजामिन एकेक ओळ म्हणतो आणि बाकीचे सारे जण तीच ओळ पुन्हा म्हणतात. प्रार्थना करणाऱ्या असल्या खासगी समूहाचे चित्रीकरण करणे, म्हणजे त्यांचा अनादर केल्यासारखे होईल, असे मला क्षणभर वाटते. बेंजामिन आणि एलिस त्या पेटीतून तोराच्या सुरळ्या काढतात आणि सभागृहातले पुरुष त्यांच्या मागे जातात. मी पुन्हा शूटिंग सुरू करते. बेंजामिन व एलिस हातामध्ये तोराच्या सुरळ्या घेऊन सिनगॉगच्या आतल्या भागामध्ये एक प्रदक्षिणा करतात. त्यांच्या मागे एक लहानशी मिरवणूक असते. ते अशा सात प्रदक्षिणा घालतात. बेंजामिन एक ओळ म्हणतो. मागून येणारी मंडळी तीच ओळ पुन्हा म्हणतात. जसे ते चालत जातात, तसा त्या मिरवणुकीला जरा वेग येतो आणि त्यांचा आवाज व सूरही चढायला लागतो. पुरुष घामाघूम होतात, पण उल्हसित दिसतात. काही जण छोट्या मुलांना उचलून घेतात आणि नाचायला लागतात. डेव्हिड वासकर संगीताच्या तालावर ठेका धरून हसत नाचतात आणि त्यांच्या डोक्यावर बसलेला त्यांचा नातू इस्राईल, हा जणू लाटेवर स्वार असल्यासारखा दिसतो. जेव्हा या गटाचं गाणं वरच्या टिपेला पोहोचतं, तेव्हा सात पुरुष एकमेकांच्या खांद्यावर हात टाकून एक घट्ट, फिरते वर्तुळ तयार करतात आणि भोवऱ्यासारखे गोलगोल फिरत राहतात. बेंजामिन जोरात म्हणतो, "सिम्हथ तोराह!" आणि ते पुरुष म्हणतात, "हाय! हाय!"

दमलेला बेंजामिन सिनगॉगच्या भोवती दुसऱ्या प्रदक्षिणेला जरा सावकाशीने सुरुवात करतो.

तोरा जवळून जात असताना स्त्रिया आपली दोन बोटे पुढे धरून तोराला स्पर्श करायला वाकतात आणि नंतर ती बोटे आपल्या ओठांना लावतात. कॅमेऱ्याच्या व्ह्यू-फाइंडरमधून मी संगीताकडे पाहते. तीही हात पुढे करून तसेच करते आणि नंतर डोळे मिटून घेऊन तिची स्वत:ची काहीतरी वेगळीच प्रार्थना म्हणते. ती कोणत्या भाषेत प्रार्थना म्हणत असेल, याचं मला औत्सुक्य असतं.

प्रार्थनासत्र संपल्यानंतर लोकांना रिक्षात कोंबून व मोटारसायकलींवरून किंवा चालत त्यांचा तांडा वासकरांच्या घरी जातो. तिथे आणखी एक सुक्का आवारात तयार केलेला असतो. त्या झोपडीच्या आत लाल प्लॅस्टिकच्या खुर्च्या गोलाकार

मांडलेल्या असतात. मला आश्चर्यच वाटतं. भाड्याने आणलेली साऊंड-सिस्टीम आणि हातात मायक्रोफोन घेतलेला एक तरुण डीजेचे काम करत असतो. मी वर बघते, तर तिथे ताज्या भाज्या टांगलेल्या होत्या. लंबगोल भोपळे आणि खरबुजासारखी गोल फळे, एकेका दोरीला बांधून छताला टांगली होती, पण हाताला न लागण्याइतक्या उंचीवर. डेव्हिड डीजेकडून माईक हातात घेतात आणि सगळ्या तरुण मुलांना त्या झोपडीत बोलवतात. मुलेही उत्साहाने आत जातात. जमलेल्या समूहातल्या तरुण पोरी त्या मुलांना न्याहाळत असतात. रात्रीच्या या भागाची सगळे जण उत्सुकतेने वाट बघत आहेत, हे उघडच दिसते आहे. डेव्हिड दहापासून खाली आकडे मोजायला लागतात आणि शून्यावर येतात, तेव्हा तरुण मुले उंच उड्या मारीत त्या टांगलेल्या भाज्या व फळे ओढायचा प्रयत्न करत राहतात. ते ओरडतात, हसतात, एकमेकांना ढकलत, उड्या मारत फळापर्यंत हात पोहोचून ती खाली पाडण्यासाठी धडपड करतात. बायका हसतात आणि तोंडावर हात ठेवून हसणे लपवत हा खेळ जरा भीतभीत, पण गमतीने पाहतात.

डोळ्यांच्या कोपऱ्यातून मी बघते, की एलिसची पत्नी नूरीट आणि बेंजामिनची पत्नी शोशान्ना, वासकर घरातली बायकांची ही पुढची पिढी, त्यांच्या स्वत:च्या घराजवळ वेगळा तंबू बांधला आहे, ते पाहायला निघतात.

"तुला खेळायला यायचंय?" नूरीट मला विचारते नि नुसतीच हसते. मला त्यांनी त्यांच्यात घेतल्याचा आनंद वाटतोय, शिवाय या करमणुकीनं स्त्रियांनाही मागे ठेवलेलं नाही, याचं समाधान वाटतं.

सगळ्या बायकांना आम्ही गोळा करतो, अगदी थोरल्या मिसेस वासकरसकट आणि त्यांना त्या खोलीत ढकलतो. नूरीट तिच्या बारीक, पण स्पष्ट आवाजात अंक मोजते, "पाच, चार, तीन, दोन, एक!" आम्ही हात वर करून फळे पकडायची नि खाली पाडायची, खाली पडली, की ती पायाखाली चिरडायची. मी जरी सगळ्या जणींपेक्षा भरपूर उंच असले, तरी मला त्याचा अंदाज घेणे जमत नाही आणि या खेळात मी अगदीच भिकार ठरते. आम्ही धापा टाकत आणि हसत खिदळत पुन्हा मुख्य तंबूत जातो.

नंतर डीजे काहीतरी जाहीर करतो आणि चार लहान मुले, भावंडेच दिसतात ती– त्यांच्या जागेवरून उठतात आणि तंबूच्या समोरच्या भागात येतात. मागे एक थोराड पुरुष उभा असतो, ते त्यांचे वडील असले पाहिजेत. वाद्यवृंदाचे संचलन करावे, तसे हातवारे ते करतात आणि मुले पारंपरिक शब्दांत गीत गाऊ लागतात. 'शालोम अलेहेम' ही चाल मला ओळखीची वाटते आणि जराशी भारतीय डूब असलेलीही वाटते.

*शालोम अलीहेम मालाहेई हा– शरीत मालाहेई एल्यो*
*मी मेलेह अलहेई हा– मेलाहीम हा– कदोश बारूह हू*

*बोआहेम ले– शालोम मालहेई हा– शालोम मालाहेई एल्यो,*
*मी मेलेह मलहेई हा– मेलाहीम हा– कदोश बारूह हू*

*बरहुनी ले– शालोम मालाहेई हा– शालोम मालाहेई एल्यो,*
*मी मेलेह मलहेई हा– मेलाहीम हा– कदोश बारूह हू*

*तेझितहेम ले– शालोम मालाहेई हा– शालोम मालाहेई एल्यो,*
*मी– मेलेह मलहेई हा– मेलाहीम हा– कदोश बारूह हू.*

*गाणाऱ्या त्या मुलांचे* मी व्हिडीओटेपिंग करते आणि एक बाई माझ्याकडे बघून हसते. तिच्या डोळ्यांमध्ये त्या मुलांबद्दलचा अभिमान दिसतो. ती त्यांची आई असेल, हे मला कळतंच.

लवकरच काही पुरुष आणि काही बायका देखील त्या तंबूच्या मागे जमतात आणि तिथे ते व्हिस्कीचे लहान पेग थम्सअपमध्ये मिसळून पिऊ लागतात. व्हिस्की नक्कीच महाग असेल, पण हा खास प्रसंग आनंद साजरा करण्यासाठीच असतो. त्या गाणाऱ्या मुलांच्या वडिलांच्या शेजारची जागा मी घेते. 'सॉलोमन' अशी ते स्वत:ची ओळख करून देतात.

"तुम्ही यू.एस.ए.मधल्या आहात ना?" ते विचारतात.

"हो, न्यूयॉर्कमधली."

"आहा! न्यूयॉर्क!" हे भुवया उंचावून म्हणतात, "तिथे खूप ज्यू आहेत?"

"होय."

"मला सांगा, त्यांना आमच्याबद्दल माहिती आहे?" ते विचारतात.

"काही काही लोकांना माहिती असावी, असं मला वाटतं." मी काहीतरी उत्तर देते. "पण बऱ्याच जणांना नसते."

त्यांच्या मुलांच्या गाण्याचे मी कौतुक करते आणि ते मला सांगतात, की ते व त्यांची पत्नी, दोघांनाही मुलांचा अभिमान आहे. त्यांची सगळी मुले हिब्रू शिकताहेत आणि त्यांची दोन्ही मुले सोफार वाजवायलाही शिकत आहेत. सोफार म्हणजे पारंपरिक एडक्याचे शिंग– सिनगॉगमध्ये ते रॉश हाशाना म्हणजे ज्युईश नवीन वर्षाच्या दिवशी वाजवतात.

"न्यूयॉर्कमधल्या तुमच्या सिनगॉगमध्ये प्रार्थनेसाठी किती लोक येतात?" ते विचारतात. "पाचशे? एक हजार?"

"मी सिनगॉगचा एक भाग नाही..." मी गोंधळून जाते.

"सिनगॉगचा भाग नाही?" ते चमकून विचारतात, "पण मग हाय हॉलिडेजसाठी तू कुठे जातेस?"

या संदर्भात नानाची कहाणी सांगायची माझी काही फारशी इच्छा नाही; पण निदान थोडा वेळ मी ज्युईशसारखी वागले, त्यांच्या आनंदाचा अनुभव घेतला, तेव्हा मी इथलीच आहे, म्हणून मी खरी कहाणी सांगायला लागते नि लोक माझ्याभोवती गोळा होऊन ऐकायला लागतात. माझे बोलणे मराठीमध्ये भाषांतर करून सांगितले जाते आणि माझ्याविषयीचे कुतूहल वाढते. जे सुरुवातीला हजर नव्हते, ते मला सारं काही पुन्हा सांगायला लावतात. माझ्या आजीचे लहानपण कॅसलरॉक, ठाणे, पुणे आणि मुंबईत कसे गेले, १९३०च्या दशकात तिने माझ्या आजोबांबरोबर पळून जाऊन कसे लग्न केले आणि नंतर ती पाकिस्तानला कशी गेली हे पुन्हा सांगायला लागते. मी रेखेवकडे वर बघते, तर तो तंबूच्या दारात उभा राहून माझे बोलणे लक्षपूर्वक ऐकत असतो. त्याचे नीट लक्ष असते, एखाद्या संरक्षकासारखे.

"पण तू कशी वाढलीस? कोणत्या धर्मात?" सॉलोमन मला विचारतात.

"मी तीन धर्मांच्यामध्ये वाढले."

"तीन धर्म? एकाच घरात?" ते म्हणतात आणि इतरांना भाषांतर करून सांगतात, "पण ते तसं शक्य नाही."

"जरूर शक्य आहे." माझा पवित्रा प्रतिकारात्मक असतो आणि तसाच ठेवायचा माझा प्रयत्न असतो. "आता मी इथे ज्युडाईझमबद्दल शिकण्यासाठी आले आहे."

"तू इथे ज्युडाईझमबद्दल शिकण्यास आली आहेस, की आमच्या बेने इस्राईल ज्युडाईझमबद्दल?" ते स्पष्टच विचारतात आणि त्यांचा प्रश्न मला क्षणभर विचार करण्यास भाग पाडतो.

"मी इथे बेने इस्राईल ज्युडाईसमबद्दलची माहिती शोधायला आले आहे. जे जीवन माझ्या आजीने इथे मागे सोडले, त्याविषयी अधिक काही जाणून घ्यायला आले आहे."

"म्हणजे हे तू तिच्यासाठी करते आहेस तर."

"हो." मी सांगते.

*जशी संध्याकाळ पुढे* सरकते, तशी तंबूतली गर्दी वाढायला लागते. रेखेव मला सांगतो, की त्या भागातले आसपासचे लोक यायला लागले आहेत. त्यांच्या स्वत:च्या सिनगॉगमधले कार्यक्रम उरकून, दोन तासांची पायपीट करून डेव्हिडच्या पार्टीला ते येत आहेत. सॉलोमनची मुले रेवदंड्याला आणखी एक दिवस राहण्यासाठी

वडिलांना गळ घालतात. वासकरांच्या जागेतल्या एका घरात ते राहत आहेत आणि सुटीचा पुरेपूर आनंद उपभोगत आहेत. सॉलोमन माझ्याकडे वळून बघत हसतात.

''माझी मुलं शहरातली आहेत; पण इथे त्यांना अगदी घरच्यासारखे वाटते.'' ते म्हणतात, ''प्रत्येकालाच डेव्हिडच्या घरी घरच्यासारखे वाटते. कुणीही आलं, तरी प्रत्येकाचं स्वागत होतं.''

मध्यरात्र उलटून गेल्यानंतर रेखेव आणि मी रेवदंड्याला जाणाऱ्या एका गाडीत जागा मिळवतो आणि सी-साईड हॉलिडेजच्या जिन्याने आवाज न करता वर जातो.

''आजची रात्र फारच छान होती.'' आम्ही जिन्यातून जाताना रेखेव म्हणतो.

''तुला तसं वाटतंय?'' त्याचे शब्द ऐकून मला समाधान होतं. ''तुझा वेळ चांगला गेला ना?''

''थोडा विचार कर. ते लोक ही गोष्ट दर आठवड्याला प्रत्येक प्रकरणांतून निरनिराळ्या तऱ्हेने जगतात. नंतर ते पुन्हा या रात्री एकत्र जमतात आणि या गोष्टीचा उत्सव साजरा करतात. तीच कहाणी नव्या नजरेने पुन्हा वाचायला लागतात. काही गोष्टी त्यांना त्याच त्याच वाटतील कदाचित; पण इतर काही संदर्भ बदलतील. त्यांचं स्वत:चं वय जसं वाढेल, तशा त्या गोष्टीही त्यांच्या वाढत्या वयाबरोबर वाढत जातील.''

''फारच सुंदर कल्पना आहे,'' मी म्हणते.

''आज तू तुझी गोष्ट सांगितलीस ती मी ऐकली.'' तो म्हणतो, ''तू कोण आहेस, हे सांगण्यासाठी तू तुझी गोष्ट त्यांना समजावलीस आणि मला वाटतं, की हे सगळं.'' तो चटकन चारी बाजूंना हात फिरवून दाखवतो... ''हे सगळं त्या गोष्टीचाच एक हिस्सा होईल.''

डासप्रतिबंधक दिव्याच्या त्या हलत्या उजेडात आम्ही क्षणभर गप्प उभे राहतो.

''मी प्रवास करत नाही, सादिया.'' तो म्हणतो, ''कधीही नाही; पण तुझ्याबरोबर इथे मी आलो, तो एक प्रवासी म्हणूनच.''

मी त्याच्या भोवती माझे हात घालते.

''असं नको करूस.'' माझ्यापासून लांब होत तो हळुवारपणे म्हणतो, ''मला तुझ्या पुस्तकातलं एक प्रकरण नाही व्हायचं.''

तो वळून आपली किल्ली काढतो व कुलूप उघडतो. ''गुड नाईट.''

''गुड नाईट रेखेव.'' मी म्हणते आणि तो खोलीत जाऊन दार बंद करेपर्यंत पाहत राहते. मी कपडे न बदलताच अंथरुणात शिरते. नारळ-सुपारीच्या झावळ्या माझ्या खिडकीशी वाऱ्याने मागे-पुढे हलतात. त्या मी बघत राहते. झोपायचा बराच प्रयत्न करते. मी थकून जाऊन पहाटेच्या वेळी उठते. अंगावरच्या उसन्या साडीमध्येच.

सकाळी रेखेव व मी, आमच्यामध्ये काहीही वेगळं घडलेलं नाही, अशी

बतावणी करत वावरतो. वासकरांच्या घरी जाण्यासाठी रिक्षा मिळवायला आम्ही चालत जातो आणि तिथे त्यांच्या दैनंदिन जीवनाचे चित्रीकरण सुरू करतो. आम्ही हे आठवडाभर करतो आणि तिथल्या लयीत किंवा ठेक्यात आम्ही स्वत:ला सामावून घेतो. लहान मुले आम्हाला भेटायला येतात. त्यांचे चिमुकले चेहरे लेन्समध्ये ढकलतात आणि कॅमेऱ्यातून एकमेकांना पाहायचा प्रयत्न करतात; पण बहुतेक वेळेला आम्ही बॅकग्राऊंडमध्ये विरून जातो आणि तिथल्याच आवाराचा एक हिस्सा बनतो, तिथला झोपाळा किंवा पाण्याचा पंप आहे तसे. वासकरांच्या अंगणात रेखेव व मी वेगवेगळ्या लोकांच्या सहवासात वेळ काढतो, वासकरांच्या लाकडाच्या वखारीतल्या बौद्ध सुतारांशी रेखेव दोस्ती करतो आणि शोशान्ना व नूरीट या बेंजामिन व एलिसच्या बायकांबरोबर मी वेळ घालवते.

मी स्वयंपाकघरातल्या जमिनीवर मांडी घालून बसते आणि शोशान्ना व नूरीट यांना आले-लसूण सोलताना, दुपारच्या जेवणासाठी भाज्या चिरताना त्यांचे शूटिंग करते. गावातल्या कोळणी पाहते. त्यांच्या साड्या इतक्या चापूनचोपून नेसलेल्या असतात, की त्या अर्ध्या विजारींसारख्या वावरायला उपयोगी असतात. त्या माशांच्या टोपल्या डोक्यावर घेऊन दारोदार फिरतात. मी एक बेने इस्राईल लोककथा वाचली होती, ती मला आठवते. राहाबी नावाचा एक ज्युईश प्रवासी होता. शेकडो वर्षांपूर्वी त्याने कोकण पट्टीवरच्या बेने इस्राईल लोकांना भेट दिली होती, त्या वेळी त्याने जमातीतल्या स्त्रियांची परीक्षा घेण्यासाठी त्यांना मासळीचे जेवण बनवण्यास सांगितले, तेव्हा टोपलीमधल्या माशांपैकी कल्ले नि खवले असलेले मासे त्यांनी निवडून घेतले आणि कोशेरच्या नियमांप्रमाणे बाकीचे मासे नाकारले. त्यावरून त्या खरंच ज्युईश आहेत, हा निष्कर्ष त्याने काढला. शोशान्ना आणि नूरीट कोशेर कसे पाळतात, त्याचे वेगळे नियम मला सांगतात. म्हणजे जर त्या संध्याकाळी मटण खाणार असल्या, तर सकाळच्या चहात त्या दूध घालत नाहीत, ''तुम्ही हे कसं शिकलात?'' मी त्यांना विचारते; पण त्यांच्याकडे उत्तर नसतं. त्या म्हणतात, की ते आजवर असंच चालत आलंय.

त्यांना इस्राईलला स्थलांतर करायचंय का, ते मी विचारते. त्या म्हणतात, की तिथे जर असं एकाच घरात राहता आलं, तर त्यांना जायला आवडेल; पण जर तिथे वेगळी घरे करावी लागली, तर मात्र त्यांना इथेच राहायचं आहे.

*दुपारच्या वेळी डेव्हिड बाहेरच्या* पडवीमध्ये बसतात आणि भेटायला येणाऱ्या पुरुष मंडळींशी, त्यांच्या हिंदू मित्रांशी, व्यापाऱ्यांशी किंवा दुसऱ्या गावाहून येणाऱ्या ओळखीच्या लोकांशी गप्पाटप्पा करत वेळ घालवतात. ते त्यांना चहा, नारळपाणी, शेतावरची कलिंगडे, खरबुजे अशी फळे देतात आणि येणारी मंडळी त्यांना

पिकांबद्दलच्या ताज्या बातम्या, कोणती जमीन कुणी विकायला काढलीय किंवा खरेदी करतोय, कुणी कुणाला लुबाडलंय, असल्या बित्तंबातम्या पुरवतात. या भेटीगाठींमुळे डेव्हिडना बातम्या कळतात आणि आसपास काय चाललंय, त्याची त्यांना खडान्‌खडा माहिती मिळते आणि त्यामुळे गावात नेहमी त्यांची वट असते.

"हे दोघे जण आपल्याला मूव्ही कॅमेऱ्यावर घालताहेत आणि नंतर मुंबईला नेणार आहेत." ते मित्रांना सांगतात.

"कशासाठी?" मित्र विचारतात.

"ओहो, ज्यू असणं म्हणजे काय, त्याबद्दल त्यांना सगळी माहिती हवी आहे." ते खुलासेवार सांगतात.

"आम्ही काय खातो, प्रार्थना कशी करतो, जुन्या कहाण्या कोणत्या आहेत, आम्ही इथे जहाजांतून कसे आलो..."

डेव्हिड यांच्याबरोबर आमच्या लांबलचक आणि गोष्टीवेल्हाळ मुलाखती रमतगमत होत राहतात. त्यात त्यांच्या आयुष्यातल्या गोष्टी आणि बेने इस्राईलांच्या इतिहासाबद्दल त्यांची मते ते ऐकवतात. ते सांगतात, की जुन्या काळात त्यांच्या आजोबांच्या वेळी त्यांची ही सिनगॉग नव्हती. पास-ओव्हरच्या वेळी त्यांचे पूर्वज बकऱ्याचा बळी देत असत आणि रक्ताने माखलेल्या हाताचा ठसा प्रत्येक घरातल्या दारावर खूण म्हणून ठेवत असत. इस्रायलींना इजिप्तहून निघून जाण्यापूर्वीच्या रात्री देवाची आज्ञा झाली, त्या वेळच्या बलिदानाची स्मृती म्हणून बकरा बळी देण्याची प्रथा पडली होती. त्या बळीचे रक्त इस्रायलींच्या दरवाज्यात शिंपडले जात होते. म्हणजे मृत्युदेवतेला ज्यूंच्या घरावरून पुढे जाण्यासाठी ती खूण ठेवलेली होती, अशी श्रद्धा आहे. डेव्हिड आम्हाला त्यांच्या आवारात नेऊन ते हाताचे ठसे दाखवतात. आज देखील प्रत्येक बेने इस्राईल घरामध्ये हे ठसे सापडतात. प्रत्येक योम किप्पूरला त्यांचे पूर्वज घराला रंगसफेती करत, पांढरेशुभ्र कपडे घालत आणि प्रार्थना करत असत. त्या दिवशी शेजारीपाजारी राहणाऱ्यांना माहिती असे, की बेने इस्राईल काम करणार नाहीत, म्हणून त्या दिवशी गुराढोरांची देखभाल शेजारी आपण होऊन करत असत. शब्बातच्या दिवशीही शेजारी ही मदत प्रेमाने करत. त्यांच्या भावनांचा आदर करायचा, म्हणून बेने इस्राईल लोकांनी गोमांस खायचे बंद केले. हिंदू लोक ते खात नाहीत, पण इस्रायली लोकांच्यामध्ये ते खाण्याविषयी निर्बंध नव्हता.

"इतर जातींशी बेने इस्राईल लोकांचे असे सलोख्याचे संबंध नेहमीच राहिलेले आहेत का?" रेखेव विचारतो.

"भारतीयांनी आम्हा ज्यू लोकांना नेहमीच चांगले वागवलेले आहे. इतर ठिकाणी ज्यूंना खूपच त्रास झालेला आहे; पण इथे कधीही नाही." ते सांगतात.

"हिंदू आणि मुसलमानांच्यामधले प्रश्न हे आमचे प्रश्न होत नाहीत; पण शहरात

ते नेहमीच सरळसोपं असतं, असं नाही. कधी कधी आम्ही त्यात अगदी मधेच सापडतो, ना इकडले, ना तिकडले...''

''म्हणजे तुम्हाला काय म्हणायचंय?'' रेखेव विचारतो.

''मी तुम्हाला सांगतो,'' डेव्हिड एक लाकडाचा खुंटा उपसून काढतात आणि त्याच्यावर बसतात.

''१९४७ मध्ये फाळणीच्या वेळी हिंदू-मुस्लिम दंगे उसळले, त्या वेळी मी मुंबईत कामाला होतो. माझ्या भावाने मला मुंबईला नोकरीसाठी नेलं; पण दंगल जोरात होती आणि कर्फ्यू ऑर्डर लावली होती. आम्ही दिवसा काम करायचो आणि रात्रीच्या वेळी बिल्डिंगच्या खाली लपून बसत होतो; पण एकदा मला खूप भूक लागली आणि कर्फ्यू सुरू झाल्यानंतर मी भाजीपाव विकत घ्यायला बाहेर पडलो, काय करणार? खूपच भूक लागली होती, आणि काही लोकांच्या जमावाने मला पकडले.''

डेव्हिड पाठ सरळ ताठ करून बसतात आणि त्या वेळच्या जमावातल्या एकाची नक्कल करत म्हणतात, ''त्याने मला विचारले, 'तू कोण आहेस? सांग! तू हिंदू आहेस की मुस्लिम? आता मी काय करणार? मी इस्त्राईल ज्यू आहे; पण काय सांगावे ते मला सुचेना. कोणते उत्तर दिले, की ते बरोबर ठरेल, हे मला समजले. त्यांनी मुस्लिम वस्तीत मला धरलं होतं आणि माझ्या ध्यानात यायला लागलं, की त्यांना मी हिंदू असेन असं वाटलं होतं. ते मला ठार मारणार, अशी भीती मला वाटायला लागली, म्हणून मी माझी पँट सोडून खाली टाकली.'' डेव्हिड झटकन पँट सोडून खाली टाकल्याचा अभिनय करतात आणि मोठ्याने हसतात– ''आणि मी नागडा होतो! माझी सुंता झालेली होती!'' प्रत्येक जण म्हणायला लागला, ''हा मुसलमान आहे. तो आपल्यापैकीच एक आहे आणि त्यांनी मला मिठी मारली आणि जाऊ दिले. त्यांच्यापैकी एकाने तर मला घरी नेऊन पोहोचवले.'' डेव्हिडना त्या आठवणीने हसू येते. ''काय करणार? मी एक इस्त्रायली ज्यू आहे.'' ते म्हणतात, ''पण ज्या देशात आपण राहतो, तिथे प्रत्येकाशी जुळवून घ्यावंच लागतं...''

*रेवदंड्यामध्ये तो आमचा शेवटचा* दिवस होता, म्हणून तिथल्या बाजारात रस्त्यावरचे काही सीन्स शूट करायला तो माझ्याबरोबर येईल का, म्हणून मी रेखेवला विचारते. आमचे काम संपल्यावर संगीता भेटते. ती आम्हाला तिच्या घरी चहाला बोलवते. तिच्या घरी रेखेव खुर्चीवर बसतो आणि मी पलंगावर बसते. संगीता स्वयंपाकघरात चहाचे आधण ठेवते. तिच्या नवऱ्यासाठी तयार असलेल्या त्या नीटनेटक्या खोलीकडे मी बघते. तिची धाकटी मुलगी नीना, शाळेतून घरी येते आणि संगीता मुलीला इंग्लिशची उजळणी माझ्याबरोबर करायला लावते. मी तिला शाळेबद्दल आणि तिच्या वर्गातल्या मुलामुलींबद्दल विचारते. ती मराठी शिकते

आणि तिला ती भाषा चांगली येते. जेव्हा आमचा चहा तयार होतो, तेव्हा संगीता प्रत्येकाला कपबशीत चहा देते. जमिनीवर मांडी घालून बसते आणि तिचा कॅमेरा टेलिव्हिजनला हूक-अप करते आणि टेप्सच्या ढिगातून टेप शोधते. तिच्या स्वत:च्या फिल्म्स तिला आम्हाला दाखवायच्या असतात.

बहुतेक सगळ्या टेप्स संगीता आणि तिचा नवरा महाराष्ट्रातून फिरतानाच्या आणि स्थानिक मंदिरांतून दर्शनाला जातानाच्या आहेत आणि त्याला लोकप्रिय हिंदी फिल्मी संगीताची साथ आहे. बऱ्याचशा टेप्समध्ये संगीता झुडपांआडून डोकावताना आणि बॉलीवुड नायिकांसारखी कॅमेऱ्याकडे बघून हसताना दिसते आहे. तिच्या कॅमेऱ्यावरच्या स्पेशल इफेक्टचा तिने म्हटल्याप्रमाणे त्यांनी खरोखरीच भरपूर वापर केलेला आहे. आम्ही भारल्यासारखे बघतच राहतो. फिल्ममध्ये संगीता व तिचा नवरा यांची फ्रेमच्या दोन्ही बाजूंना असलेली आरशातली प्रतिबिंबे दिसतात. नृत्याचे हावभाव करताना आमच्याकडे बघून हात हलवताना जणू काही ते जत्रेतल्या आरशांमध्ये बघत आहेत, असे वाटते. संगीताचा नवरा उंच आहे, त्याची व्यवस्थित कोरलेली मिशी आहे आणि नायिका संगीताचा प्रेमिक असल्याचा अभिनय तो फिल्मी नायकाच्या ढंगात करतो. पुढच्या काही टेप्समध्ये छोटी नीना आई-वडिलांच्या मागे कॅमेऱ्याकडे बघून खुशीने हात हलवते आहे. लांब लांब पाय टाकत जोरात चालते आहे. त्यांच्या कौटुंबिक सहलींच्या ठिकाणी व देवळांमध्ये कुतूहलाने बघताना ती दिसते आहे. तेवढ्यात संगीत एकदम जोराने उसळी घेतं आणि संगीताचा नवरा आता लेदर जॅकेट, काळा चष्मा घालून एका छोट्या कड्याच्या टोकावर उभा असलेला दिसतो.

तिचा नवरा गल्फमधून कधी येणार आहे, ते तिला विचारायला मी रेखेवला सांगते.

"लवकरच." ती टीव्ही पडद्याकडे स्वप्नाळू डोळ्यांनी बघत म्हणते, "ते लवकरच परत येतील."

परतीच्या प्रवासात अलिबागला जाणाऱ्या एका सहाआसनी रिक्षात, रेखेव नि मी दाटीवाटीने बसतो. माझी संपूर्ण डावी बाजू त्याच्या उजव्या बाजूला भिडलेली आहे. एखादा विजेचा प्रवाह खांद्यापासून गुडघ्यापर्यंत जात राहावा, तशी मला त्या साहचर्याची तीव्र जाण सतत असते. मध्येच रिक्षातले काही प्रवासी उतरत जातात. रिक्षात जागा होते, तरी मी त्याच्यापासून वेगळी सरकत नाही. आम्ही तसेच बसतो. जिगसॉ पझलमध्ये तुकडे फिट्ट बसावेत तसे, तासाभरापेक्षा जास्त वेळ आम्ही बसलेले असतो. आम्ही मुंबईला परत गेल्यानंतर तो कुठे जाणार आहे, ते मला ठाऊक नाही. कदाचित, तो पुण्याची परतीची बस पकडेल किंवा मुंबईत मित्राकडे राहायला जाईल. मला खात्री नाही किंवा मी विचारतही नाही, कारण त्या जादूई

क्षणांनी आमच्यावर जी मोहिनी घातलीय, तिचा मला भंग करायचा नाहीये.

आम्ही घरी पोहोचतो, तेव्हा तो मला सारी सामग्री आत न्यायला मदत करतो आणि सामान उघडून किती टेप्स वापरल्या आहेत, त्या मोजतो. ज्या फिल्म्स प्रोसेस करायला द्यायच्या आहेत, त्या वेगळ्या काढतो.

"मग बेने इस्राईलची आता काय कथा आहे?" आमचे काम संपल्यानंतर रेखेव मला विचारतो. काय उत्तर द्यावे, याचा मी मिनीटभर विचार करते.

"दोन ठिकाणांच्या मध्ये अडकल्यासारखं काहीतरी वाटतंय. भारत आणि इस्राईल– नि दोन व्यक्तिमत्त्वांमध्ये भारतीय आणि ज्युईश. त्या सर्वांना एक निर्णय घ्यायचा आहे. इथे राहायचं की तिकडे जायचं?"

"तुझं हे कष्टाचं काम पाहून तुझ्या नानाला अगदी अभिमान वाटला असता." तो म्हणतो. "तुला आनंद वाटतोय ना?"

"मला खूप आनंद वाटतोय." मी म्हणते आणि ते खरंच आहे, हे मला जाणवतं.

माझ्या टेबलापाशी आम्ही समाधानी शांततेत बसलेलो आहोत. रेखेव माझे एक पुस्तक वाचतो आहे. मी टेप्सवर लेबले लावते आहे. नंतर रात्री तो जेव्हा जातो, तेव्हा मी मनाची कवाडं बंद करून घेते आणि एकटं राहताना जी दैनंदिन आन्हिके असतात, त्यात जीव रमवते. पाणी तापवायचे, भाज्या चिरायच्या, स्वत:साठी ड्रिंक बनवायचे. अमेरिकन इंग्लिशचा आवाज ऐकण्याची मला सुरसुरी येते आणि मी सीएनएनची सोबत घेते. वर्ल्ड ट्रेंड सेंटरवर हल्ला झाला, त्याला आता वर्ष झालं आहे आणि निवेदक सांगतो, की बावन्न टक्के अमेरिकन नागरिकांचे मत आहे, की युनायटेड स्टेट्समध्ये वातावरण अद्याप पूर्वीसारखे नॉर्मल झालेले नाही. जेव्हा त्यांना प्रश्न विचारला जातो, की पूर्वीसारखी परिस्थिती कधीतरी पुन्हा होईल का, त्याला चोपन्न टक्के लोक 'नाही' असे उत्तर देतात. टीव्हीवर मी भारतातल्या आयटी उद्योग क्षेत्राबद्दलचा एक अहवाल बघते. एक देखणा निवेदक बाजारातल्या गर्दीमध्ये चालताना दिसतो आणि भारतीयांची कम्प्यूटर्सवर असलेली पकड व कार्यक्षमता पाहून आश्चर्य व्यक्त करतो. मी न्यूयॉर्ककडे दोन दृष्टिकोनांतून पाहते. ज्या नजरेने मी इथपर्यंत प्रवास केला होता, तो एक दृष्टिकोन आणि दुसरा दृष्टिकोन म्हणजे, आता माझ्या नजरेला जे दिसतंय ते. आता मला प्रथमच कळतंय, की काही लोक का घर सोडतात आणि कधीही परत येत नाहीत. मला तसं करता येईल का, असा विचार मनात रेंगाळतो. संध्याकाळचा मधला वेळ माझ्या डोळ्यांसमोर ओघळत असतो नि मी नुसती बघत राहते. रेखेवला पुढच्या वेळेला भेटेन, त्या वेळी त्याला काय काय सांगायचं, त्याचा मी विचार करते.

दुसऱ्या दिवशी सकाळी ममाचा फोन येतो, माझ्याकडून दोन आठवडे काहीच

बातमी नाही म्हणून तिला काळजी वाटते.

"होतीस कुठे तू?" ती विचारते आणि मी तिला हाय हॉलिडेजबद्दल सांगते आणि मी रेवदंड्यात राहिले होते, त्याबद्दल सांगते. "कुठे झोपत होतीस?" त्याची कल्पना डोळ्यांसमोर आणत ती विचारते.

"एका हॉटेलमध्ये," मी मोघम म्हणते.

फोनवर ममा एक वाईट बातमी सांगते आहे. तिच्या एका कझिनकडून तिला कळलं, की अंकल मोझेस– मी भारतात आल्यावर मला भेटलेला पहिलाच खवचट नातेवाईक– त्यांची प्रकृती बिघडलीय आणि कदाचित आता त्यांचे काही आठवडे किंवा दिवस फक्त बाकी आहेत. ती मला त्यांना भेटून यायला व त्यांच्या प्रती आदर व्यक्त करायला सांगते. आता सध्या ते त्यांच्या मुलीकडे आहेत, तेव्हा मी ममाला शब्द देते, की मी त्यांना अवश्य भेटायला जाईन.

*एका वर्षापूर्वीच मी अंकल* मोझेसना भेटले होते, पण आता मला त्यांच्यामध्ये खूपच फरक पडलेला जाणवतो. त्यांची लढाऊ वृत्ती आत्यंतिक वेदनांच्या खाली लपल्यासारखी वाटते आहे. त्यांचा हा अखेरचा आजार कोणता आहे, हे मला माहिती नाही आणि मी विचारतही नाही. गेल्या वेळेला त्यांच्या हातातल्या काठीने ते जणू काही मला त्यांच्या खोलीच्या बाहेर घालवायला बघत होते. आता मात्र ते पार थकले आहेत. त्यांना डोके सुद्धा वर उचलता येत नाही.

मी काढलेले काही फोटो बरोबर आणले आहेत. मुंबईतल्या एका व्यावसायिक लॅबमध्ये ब्लो-अप केलेली काही मोठी कलरप्रिंट्स आहेत. मला वाटलं, की माझं काम मला अंकल मोझेसना दाखवता येईल. त्यांची मुलगी मला सांगते, की या सगळ्यासाठी त्यांना आता तेवढी शक्ती राहिलेली नाही. त्यांची दृष्टीही क्षीण होत चाललीय, पण तरी सुद्धा मी ते फोटो बॉक्समधून बाहेर काढते. माझी खुर्ची त्यांच्या जवळ ओढते आणि फोटो माझ्या मांडीवर ठेवते.

"ही मुंबईमधली बेने इस्राईल कुटुंबे आहेत." मी त्यांना सांगते. "ही मागन हासिदीम आणि द गेट ऑफ मर्सी सिनगॉग..." मी सांगते, "हे एक लग्न आहे... हा मेहंदीचा समारंभ..."

मी काय सांगते आहे, ते अंकल मोझेसना बहुतेक समजलं नसावं. माझ्याकडे बघतानाही त्यांना त्रास होतोय आणि वेळोवेळी ते डोळे मिटत राहतात.

"चोरडे या खेडेगावातले हे एक कुटुंब आहे." मी एका मोठ्या फोटोकडे बोट दाखवून सांगते, "मला वाटतं तुमची लिली आंटीही एक चोरडेकरच होती, होय ना? म्हणजे जर माझी चूक होत नसेल तर..."

माझे धावते समालोचन ते ऐकत नसावेत, असं वाटतं.

"हा मुंबईतल्या एका ज्यू सिमेटरीचा फोटो आहे. हा एक तरुण मुलगा शोफेर वाजवायला शिकतो आहे..." अंकल मोझेस बोलण्यासाठी घसा खाकरतात आणि त्यांचे शब्द ऐकायला मी पुढे वाकते.

"हे... महाग... वाटतात..." ते मोठ्या कष्टाने म्हणतात.

"ही प्रिंट्स?" मी विचारते, "हो आहेत जरा महाग..."

"पैशांची... नासाडी!" अंकल मोझेस म्हणतात आणि त्यांच्या स्वभावातला परखडपणा अद्यापही शाबूत आहे, हे पाहून मला बरे वाटते.

"ही रेवदंड्याची सिनगॉग आहे," मी पुढे सांगते. आत्ताच मी तिथे सुक्कोत आणि सिम्हथ तोराहसाठी गेले होते. भारतातली माझी ही सर्वांत आवडती जागा आहे. कोणत्याही कारणामुळे असेल, पण मला त्या सिनगॉगमध्ये अगदी आपल्या घरच्यासारखे वाटले. का, कोण जाणे!"

हा विचार मला आजवर स्पष्टपणे जाणवला नव्हता; पण मी जेव्हा हे शब्द बोलले, तेव्हा तो विचार अगदी खरा आहे, हे मला कळतं. अंकल मोझेस माझ्याकडे पाहतात. त्यांच्या गढुळलेल्या दुधी नजरेत मला एक ओळखीची चमक दिसते.

"का ते मला माहीत आहे." ते म्हणतात, "तुझी पणजी-पणजोबा त्या गावचे होते."

माझ्या नजरेला नजर मिळवण्यासाठी ते हळूहळू वर बघायला लागतात.

"ते तिथे जवळच वाढले. त्याच सिनगॉगमध्ये ते जात होते."

ही गोष्ट मला माहिती होतीच, त्याची धारदार जाणीव मला पुन्हा होते– परंतु मला कशी माहीत? अचानक रेवदंड्याच्या भोवती असलेली ती मोठी, शेवाळलेली दगडी भिंत आठवते. ते किल्ल्यातले खेडेगाव होते आणि त्याचबद्दल माझी आजी बोलत होती, अर्थातच!

मी अंकल मोझेसना मिठी मारते. माझ्या हातात ते अतिशय नाजूक वाटतात. हाडांची जुडी कापडात एकत्र करावी तशी. त्या घरात मृत्यूची चाहूल लागलेली भावना जाणवते आणि हे सारं सोडून जायची अंकलच्या मनाची तयारी झालेली आहे. ते फक्त सर्वांचा निरोप घेण्याची संधी यावी, म्हणूनच केवळ थांबले आहेत, असं वाटतं.

अंकल मोझेसनी मला जे काही सांगितलं, त्याचा जेव्हा मी विचार करते, तेव्हा ते मला विलक्षण वाटतं. जर माझ्या आजीचे आई-वडील त्या सिनगॉगचे सदस्य होते, तर मग रेवदंडा हेच माझं मूळ गाव आहे. म्हणजे आता मला माझं एक गाव आहे, सरतेशेवटी!!

# ली व डॅनियल

## *मुंबई, जानेवारी-मार्च २००२*

‘‘**मि**स सादिया!’’

एका तरुण स्त्रीची हाक मला ऐकू येते आणि मी वर बघते, तर ओ.आर.टी. स्कूलच्या जिन्याच्या वरच्या बाजूला एक डोके वर आलेले दिसते. विशीतली एक तरुणी– चकचकीत पॉलिएस्टरचा जांभळट सलवार-कमीज घातलेली– मला दिसते. ‘‘मिस सादिया, माझं लग्न होणार आहे.’’ जिन्यावरून खाली येताना ती म्हणते आणि मला एक पांढरे कार्ड देते. त्याच्यावर जुन्या पद्धतीची, नक्षीदार सोनेरी अक्षरे छापलेली आहेत.

*ली व डॅनियलचा विवाह*

नक्कीच, ली. ती माझ्या नाटुकल्यामध्ये काम करणारी एक विद्यार्थिनी होती. ती इतकी बुजरी होती, की रंगमंचावर उभी राहिली, की तिच्या तोंडातून एक शब्द फुटत नव्हता. तिच्या साखरपुड्याबद्दल सांगताना तिला खूपच अवघड वाटत होतं.

‘‘तुझ्या लग्नाची तारीख जवळ आली ना?’’ मी कार्डावरची तारीख पाहते. अजून दोन महिने आहेत.

‘‘तुम्ही याल ना?’’ ती विचारते.

‘निश्चितच. मला आनंदच वाटेल.’’ मी म्हणते, ‘‘हा डॅनियल कोण आहे?’’ ती लाजते आणि नुसतेच खांदे उडवते. माझ्या प्रश्नाला काय उत्तर द्यावे, ते तिला

समजत नाही.

"त्याचं नाव डॅनियल."

"तो मुंबईचा बेने इस्राईल आहे का?" मी विचारते.

"त्याची फॅमिली ठाण्याला राहते. तासभर लांब अंतर आहे. तो इस्राईलमध्ये राहतो."

"म्हणजे लग्न झाल्यानंतर..."

"आम्ही लग्नानंतर दुसऱ्या दिवशी इस्राईलला जाऊ."

"तू यापूर्वी कधी तिथे गेली होतीस?" मला तिची काळजी करावीशी वाटते. ही इतकी लाजरी ली इस्राईलमध्ये कशी वावरेल, त्याचे चित्र मी डोळ्यांसमोर आणायचा प्रयत्न करते.

"नाही, पण मला जायचं होतं. मिस सादिया, आधी तुम्ही मलिदा समारंभाला या." मी मलिदाबद्दल वाचलेलं आहे. ही बेने इस्राईल रूढी आहे. प्रेषित एलायझाकडे आशीर्वाद मागायला किंवा त्याचे आभार मानायला, हा समारंभ केला जातो.

"तुझ्या लग्नाला आशीर्वाद मागण्यासाठी तुम्ही मलिदा करणार आहात का?"

"आम्ही लग्नाची तयारी सुरू करण्यापूर्वीच मलिदा समारंभ करतो. आमच्या घरी रविवारी संध्याकाळी सात वाजता हा समारंभ आहे. तुम्ही जरूर या."

*त्या रविवारी मी* मुंबई शहराच्या पूर्व भागाकडे वळते. लीचे घर म्हणजे एक लहान खोली. साधारणपणे आठ फूट गुणिले बारा फुटांची असावी आणि एकावर एक एकसारख्या रचलेल्या खोल्यांची ही एक मोठी चाळ आहे. असल्या इमारतीत राहणाऱ्या इतर बेने इस्राईल कुटुंबांमध्ये मी यापूर्वी गेले आहे. त्यातली प्रत्येक खोली म्हणजे एक वेगळे खासगी जग असते. निरनिराळ्या कुटुंबांतली अनेक माणसे आणि त्यांच्या मालकीच्या बहुविध वस्तू आणि सामानसुमान त्यात असते. मी जिना चढून वर जाताना इतर मंडळींच्या घरातल्या जगाकडे नजर टाकते, मला छोटीशी हिंदू देवघरे दिसतात. कॅलेंडर्स, टेलिव्हिजन, जमिनीवर बसून भाजी चिरत बसलेल्या बायका मला दिसतात. लीच्या घराच्या दरवाज्यावर एक मेझुआ टांगलेला आहे आणि हिब्रू प्रार्थना असलेली एक पट्टी आहे. आत आठ स्त्रिया चवड्यावर बसून फळे धुऊन चिरताहेत, तांदूळ कुटताहेत आणि नारळ खरवडताहेत. प्रेषित एलायझाच्या साठी प्रार्थनेचे पठण झाल्यानंतर मलिदा हे गोड मिश्रण खाल्लं जातं. ली माझं उत्साहाने स्वागत करते आणि तिच्या आईशी माझी ओळख करून देते. लीची जिवलग मैत्रीण ज्युडिथला मी 'हॅलो' म्हणते. ती मला बघून अगदी प्रेमाने हसते आणि मी या दोघी मैत्रिणींच्या शेजारी बसून फळे धुऊन सोलायला लागते.

ली, तिची आई, वडील व धाकटा भाऊ जोसेफ यांच्याबरोबर राहते. ते सारे जण इथे कसे राहत असतील, त्याची कल्पनाच मी करू शकत नाही. त्याची एक

पद्धत असते. ली मला अगदी सहजपणे खुलासेवार समजावून सांगते. सकाळी ही खोली स्वयंपाकघर असते. लीची आई तिच्या कुटुंबासाठी तिथे जेवण बनवते. दुपारी ती सर्वांसाठी बैठकीची जागा असते. मित्र-मैत्रिणी भेटायला येतात, तेव्हा जेथून रस्ता दिसतो, त्या मोठ्या खिडकीजवळील एका बाकावर ते बसतात. संध्याकाळी ती खोली पुन्हा स्वयंपाकघर होते. ली व तिची आई रात्रीचे जेवण तयार करतात. अंधार झाल्यावर ते शयनगृह होते. ट्रंकेतून चादरी, उशा बाहेर काढल्या जातात आणि सारे कुटुंब जमिनीवर एकमेकांशेजारी झोपते.

''तुला पाणी हवंय का थोडं, सादिया?'' ली विचारते आणि माझ्या समोर एक मिनरल वॉटरची बाटली धरते. ती खास माझ्यासाठी, परदेशी पाहुणीसाठी आणलेली आहे, हे माझ्या लक्षात येतं. त्या वेळी माझ्या मनात निम्मी अपराधी व निम्मी कृतज्ञ भावना दाटते. मी सभोवार पाहते आणि कोण कुणाचे नातेवाईक असतील, त्याचा अंदाज मनात घेत राहते. प्रत्येक जण जमिनीवर बसलेली आहे. फक्त एक रेशमी, जरीच्या काठाच्या साडीतली, जरा सधन वाटणारी स्त्री कोपऱ्यात एका प्लॅस्टिकच्या खुर्चीवर बसलेली आहे आणि सगळे काम अगदी प्रेमळपणाने न्याहाळते आहे.

ली आणि ज्युडिथ एकत्रच वाढल्या. त्या शेजारी शेजारी राहतात आणि त्यांचे आई-वडील हे एकमेकांचे चांगले स्नेही आहेत. ज्युडिथ मला तिची आई बोटाने दाखवते. खोलीच्या दुसऱ्या टोकाला तिची आई नारळ खरवडण्यात गुंतली आहे.

''ज्युडिथ मला माझ्या बहिणीसारखी आहे.'' ली मला सांगते.

''अगदी लहान असल्यापासून आम्ही प्रत्येक गोष्ट बरोबर केलेली आहे.''

''ली इस्राईलला गेली, की तुम्हाला दोघींनाही चुकल्यासारखे वाटेल.'' मी ज्युडिथला काय होईल, याची जाणीव पुन्हा करून देते.

''आम्ही तिथे गेल्याच वर्षी जाणार होतो.'' ली सांगायला लागते, ''पण मग माझी आई म्हणाली, 'एकटी जाऊ नकोस. लग्न कर आणि नंतर जा.' ज्युडिथचंही लवकरच लग्न होईल आणि मग आम्ही दोघीही इस्राईलमध्ये असू.''

त्या कल्पनेने ज्युडिथला हसू येतं. ''लवकरच.'' आणि ती उसासा सोडते.

''मलिदाचा अर्थ काय आहे?'' मी विचारते.

''मलिदा ही फार जुनी बेने इस्राईल रूढी आहे. प्रेषित एलायझा, आमच्या एलियाहू हानाबी, यांच्यासाठी केलेला तो नैवेद्य असतो.'' ली मला सांगते, ''मलिदा करायचा, म्हणजे पोहे आणि नारळ यांचं मिश्रण करायचं आणि पाच फळांनी ते सजवायचं. मग जो नवस बोलतो, तो एलायझा प्रेषिताकडे मदतीची याचना करतो. नंतर ते मिश्रण सर्वांना खाण्यासाठी वाटायचं. जेव्हा तुमची इच्छा पूर्ण होते, तेव्हा पुन्हा मलिदा बनवायचा आणि प्रेषिताचे आभार मानायचे.''

''हा मलिदा करायच्या आधी आम्हाला कोणतीही तयारी सुरू करता येत

नाही.'' ज्युडिथ पुस्ती जोडते.

संध्याकाळच्या समारंभासाठी लीच्या शेजाऱ्यांची खोली वापरण्यासाठी मागितलेली आहे. या विधीसाठी व प्रार्थनेसाठी सुमारे तीस निमंत्रित जमलेले आहेत. जेव्हा मलिदा मिश्रण करणे पूर्ण होते, तेव्हा आम्ही शेजारच्या खोलीत जातो. तिथे आम्ही कपड्याने डोके झाकतो आणि रस्त्याकडे तोंड करून उभे राहतो. खोलीत पाहुण्यांची गर्दी आहे. बहुतेक सगळे पुरुष आहेत आणि ते हिब्रूमधल्या प्रार्थना मोठ्याने गात आहेत. मी लीच्या आईला मलिदा मिश्रण छोट्या कागदी बशांत घालून वाटायला मदत करते. नारळ-पोह्यांचे थोडे मिश्रण बशीत मध्ये ठेवायचे आणि पाची फळांची एकेक फोड ठेवायची. प्रार्थनेच्या मध्ये विशिष्ट वेळेला आम्ही एकेका फळाचा तुकडा ओळीने खातो व अगदी शेवटी मलिदा मिश्रण खातो. त्यानंतर प्रेषित एलायझाकडे पुन्हा मदतीची विनवणी करतो आणि लीचे डॅनियलशी होणारे लग्न सुविहित पार पडणारच, असा विश्वास बाळगतो.

दुसऱ्या दिवशी पुन्हा मी लीच्या घरी दुसऱ्या एका धार्मिक विधीसाठी जाते. हा विधी मात्र मला कोणत्याही बेने इस्राईलवरच्या पुस्तकात सापडलेला नव्हता. लीची आई दोन नवी तांब्याची भांडी घेते. एकात गूळ घालून (प्रक्रिया न केलेली एक प्रकारची साखरगूळ) आणि दुसऱ्या भांड्यात हळदीची केलेली पेस्ट घालून ती दोन्ही भांडी रंगीत दोऱ्याने एकत्र बांधते नि एक स्तोत्र म्हणते. नंतर ती भांडी एकावर एक रचून ती एका उंच फळीवर ठेवून देते. हा गूळ नि हळद लग्न लागण्यापूर्वी होणाऱ्या एका विधीमध्ये लीला आशीर्वाद देतेवेळी वापरले जातील. त्याच्या नंतर लीची आई व मी त्यांच्या बिल्डिंगमध्ये फिरतो आणि पाच समाधानी सुवासिनींना गोळा करतो. त्यांच्यापैकी एकच बेने इस्राईल आहे आणि बाकी सगळ्या हिंदू आहेत. ज्या आपापल्या नवऱ्यांसाठी आनंदाने जेवण रांधत घरातच आहेत, अशा प्रत्येकीच्या हातात लीची आई एक पान देते. त्या पानावर गुळाचे दोन लहानसे खडे ठेवते. त्या गुळाबरोबर एक सुपारीचा तुकडा आणि एक रुपयाचं नाणं ती ठेवते. त्या दोन गुळाच्या खड्यांपैकी त्या बायकांना एक खायची सूचना मिळते. म्हणजे त्यांचे तोंड गोड होते आणि उरलेला खडा त्या बायकांनी लीच्या तोंडात घालायचा असतो. विवाहानंतर लीची वर्षे गोड असावीत आणि तिचे सहजीवन यशस्वी व्हावे, अशी शुभेच्छा ते प्रकट करतात.

हा विधी पुरा झाल्यानंतर प्रत्येक सुवासिनी लीचा मुका घेते, तिचे शुभचिंतन करते आणि आपल्या घरी परत जाते. लीच्या आईला हायसे वाटते.

''आता लग्नाच्या खरेदीला सुरुवात करता येईल.'' ती सांगते. ''आता मला नवऱ्या मुलाच्या कुटुंबीयांसाठी साड्या घ्यायच्या आहेत. रिसेप्शनसाठी हिरवी साडी, कितीतरी गोष्टी...''

लीच्या आईला मुलीने इस्राईलला जाण्याबद्दल काय वाटते, ते मी विचारते.

माझा प्रश्न ली आईला मराठीत भाषांतर करून सांगते. तिची आई उत्तर देते, की अगोदर जेव्हा ली ज्युडिथबरोबर इस्राईलला जाण्याचा विचार करत होती, तेव्हा तिला खूपच चिंता वाटत होती. "मला वाटायचं, तिथे तिची काळजी कोण घेईल? पण आता तिची काळजी घ्यायला तिचा जोडीदार आहे, तेव्हा आता मला काही चिंता वाटत नाही, मला आनंदही वाटतोय आणि त्याचबरोबर ती इस्राईलला इतक्या दूर जाणार, म्हणून वाईट देखील वाटतंय."

इस्राईलमध्ये चालू असलेल्या राजकीय ताणतणावांबद्दल तिला काय वाटतं, ते मी विचारते. ती क्षणभर विचार करते, "देव एकच आहे आणि तो मदत करेल." ती म्हणते, "हाशेम तिला मदत करेल."

ली व मी रस्त्याकडच्या खिडकीत बसतो आणि मी तिला डॅनियलबद्दल विचारते. तो कसा दिसतो? यावर ती मला त्याचा फोटो पाहायला आवडेल का, असे विचारते.

ती खुदुखुदु हसतच एका पाकिटातून दोन फोटो काढते. हे फोटो डॅनियलने 'दाखवायला' लीकडे पाठवले होते आणि तिनेही तसंच केलं होतं.

त्याचे दोन्ही फोटो लग्नसमारंभांमध्ये काढलेले होते. लग्नसमारंभातले खास भरजरी कपडे आणि सर्वांच्या गळ्यात गुलाबाचे हार आहेत. एका फोटोत डॅनियलने दोन्ही हात त्याच्या आईच्या गळ्यात घातलेले आहेत. दुसऱ्या फोटोत तो त्याची आई व भाऊ यांच्याबरोबर पोझ घेऊन उभा आहे. मला जरा आश्चर्यच वाटते, कारण तो अतिशय देखणा आहे. रेखीव नाक-डोळे आणि विचारी भाव. लीसारखी मुलगी, दणकट व विश्वासार्ह खरी, पण सुंदरी नव्हे. या ठरवून केलेल्या लग्नामुळे अशा मुलींचे भलेच होते. असा जोडीदार मिळाल्यामुळे ती अगदी आनंदात आहे. एका शब्दात सांगायचं, तर तिने जिंकलंय. तोही तितकाच आनंदात असेल, अशी मी आशा करते.

"तू पहिल्या वेळी हे फोटो पाहिलेस, तेव्हा तुला काय वाटलं गं?" मी लीला विचारते.

"मला वाटलं, की तो खूप रागीट माणूस असावा!" ती हसून सांगते, "हे फोटो बघून मनात विचार आला. बाप रे, हा माणूस तापट वाटतोय!"

मी तो फोटो पुन्हा नीट बघते. बघायचा प्रयत्न करते. त्याचा गंभीर चेहरा एका विशिष्ट कोनातून जास्त करारी वाटतो. "आणि आता?" मी विचारते. ली लाजून लालेलाल होते. ती त्याच्या प्रेमात पडलीय, हे मला उमगतं.

*रेखेव आठवड्यातून एक-दोन* वेळा मुंबईला यायला लागलाय. तो दिग्दर्शन करतोय त्या लघुपटाच्या बैठकींसाठी. ती एक भारतीय कथाकथनाच्या परंपरेबद्दल निरुपण करणारी पस्तीस मिनिटांची फिल्म आहे. जेव्हा तो शहरात असेल, तेव्हा माझ्या घरी चहाला, कधीमधी जेवायलाही थांबतो. त्याच्या वह्यांतून ड्रॉईंगची पानेच्या

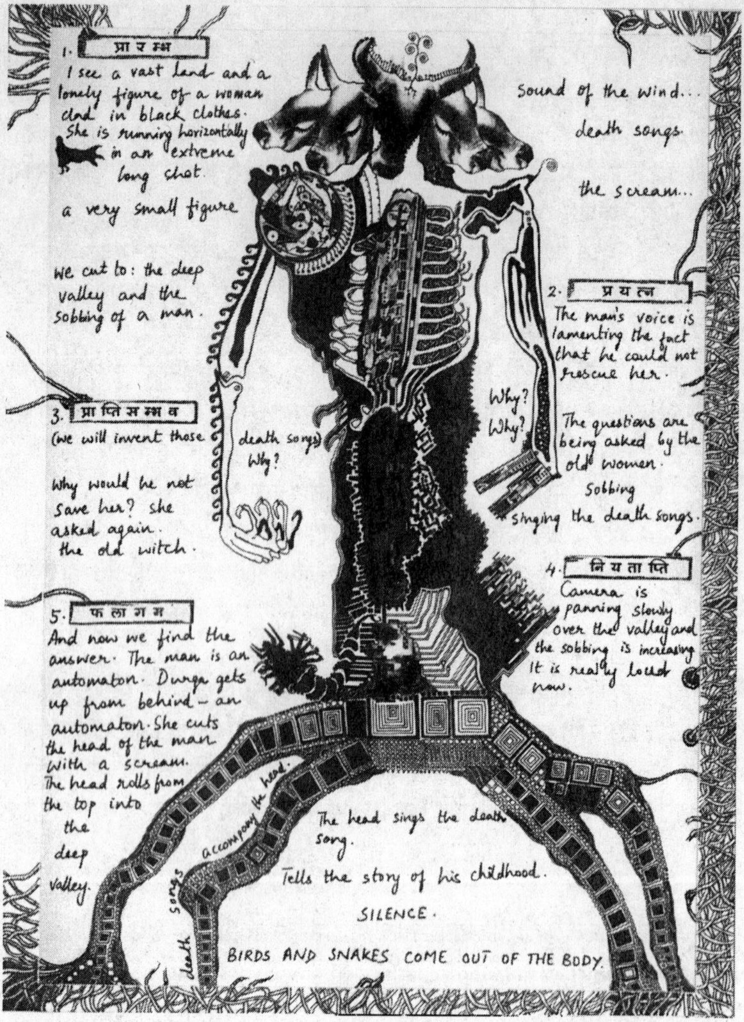


पाने तो मला दाखवतो. त्याच्या भावी योजनांची यादी व कथावस्तू मला दाखवतो. माशाच्या आकाराचे खेडेगाव, अदृश्य होणारे पुस्तक, आपण यंत्रमानव आहोत, असे सांगणारी एक गूढ आकृती, पक्षी आणि साप असलेले त्याचे शरीर. भारतीय इतिहास व पुराणे यांच्या वाचनामुळे रेखेवच्या कामात एक वेगळीच जादू आहे. माझी आवड जशी रोजच्या जीवनातली आहे, तशी त्याची नाही.

वेळ पुढे सरकतोय आणि कधी नव्हे तो आत्ता मला त्याचा अनुभव येतोय, कॅलेंडर नसतानाही. जानेवारीचा फेब्रुवारी झाला आणि फेब्रुवारीचा मार्च झाला, की

उष्मा वाढायला लागतो; परंतु हेही परिचयाचं आहे. आता मुंबई हेच माझं घर झालंय. नाना ही माझ्या वर्तमानाचा हिस्सा झालेली आहे. फोटो काढण्यात आणि बेने इस्राईल कुटुंबीयांचे व सणसमारंभांचे व्हिडिओटेपिंग करण्यात माझे दिवस जात आहेत. आता लोक मला ओळखतात. मी ओआरटी इंडियामध्ये टीचर आहे, कॅमेरा घेतलेली अमेरिकन मुलगी, तीच; जिची आजी बेने इस्राईल ज्यू होती.

"तू इथेच नोकरी का करत नाहीस?" एका दुपारी रेखेव मला विचारतो. तो माझ्याच विचारांचा प्रतिध्वनी असतो. "तुला ज्युईश स्कूलमध्ये पूर्ण वेळ शिकवता येईल किंवा चित्रपट निर्मात्याकडे काम करता येईल."

"आणि माझ्या अमेरिकेतल्या आयुष्याचं काय?"

"ते तुला परत बोलावतं आहे का?"

मला न्यूयॉर्कला परत जाण्याची ओढ वाटायला लावणारं भक्कम कारण माझ्याजवळ नाही, हे खरं आहे. नोकरी नाही, जवळिकीची मैत्री नाही, घर नाही. इथे आणखी एखादे वर्ष, दोन वर्षे जरी मी राहिले, तरी काय मोठंसं बिघडणार आहे?

एके दिवशी मला एक गोरी बाई दिसते. बहुधा अमेरिकन असावी. माझ्यासारखेच कपडे घातलेली, साधा चंदनी रंगाचा सलवार-कमीज, एक छापील दुपट्टा एका खांद्यावर टाकलेला आणि केसांची पोनीटेल बांधलेली. ती योग-विश्रामासाठी किंवा आश्रमासाठी आलेली प्रवासिनी नक्कीच नाही, हे मी ओळखू शकते. तिची चालण्याची ढब, रस्त्यावरच्या पुरुषांना सफाईदारपणे चुकवत नजर सरळ समोर ठेवून चालण्याच्या पद्धतीवरून मला स्पष्टच कळतं, की ती इथे राहणारी आहे. तिचे इथले आयुष्य कसे गेले असेल, याचे मला औत्सुक्य वाटते. तिचं भारतीय माणसाशी लग्न झालंय का, तिला मुलं-बाळं आहेत का, इथे आल्यानंतर तिच्या जीवनाचा केंद्रबिंदू पूर्वीपेक्षा बदलला आहे का, याचे मला कुतूहल आहेच. मी जर असं काही ठरवलं तर, माझे न्यूयॉर्कमधले मित्र-मैत्रिणी कधीतरी एकमेकांना म्हणतील, "अरे, सादियाचं काय रे झालं?" आणि त्यांचं उत्तर असेल, की मी भारतात गेले आणि परत नाही आले!

*आता दर आठवड्यातून एक-दोनदा* मी ली किंवा तिच्या आईच्याबरोबर खरेदीच्या निमित्ताने जाते आणि बेने इस्राईल विवाहसमारंभाचे आयोजन कसे करतात, ते शिकते. एकीकडे ली ओ.आर.टी. इंडियामध्ये तिच्या आय.ए.टी.ए.च्या परीक्षेची तयारी करते आहे. तिथे तिला प्रमाणपत्र मिळेल आणि जर तिला नोकरी हवी असली, तर इस्राईलमध्ये ट्रॅव्हल एजन्सीमध्ये नोकरीसाठी ही तो दाखला उपयोगी पडेल. स्थलांतर करण्याची लीची कारणे काही आध्यात्मिक नाहीत. तिच्या चिंता जास्त व्यवहारी, आर्थिक आहेत. एका दुपारी ली व मी लग्नाच्या निमंत्रणपत्रिका

आणायला टॅक्सीने जातो. एक उंच जिना चढून जाऊन एका धुळकट जुन्या प्रेसमध्ये. तिथे मराठी, हिंदी व इंग्लिश पत्रिकांचे नमुने ठेवलेले आहेत. त्यात पक्षी, लग्नाच्या घंटा आणि फुले यांची चित्रे आहेत. ली त्या औपचारिक निमंत्रण-पत्रिकांच्या पाकीटांच्या बंडलचे पैसे देते आणि त्यांचे दोन वेगवेगळे भाग करते. एक तिच्या कुटुंबीयांसाठी, एक डॅनियलच्या.

मुंबईमध्ये हिंडताना ली किती उत्साही आहे, ते मी पाहते. पण ती फक्त या एकाच गावात राहिली होती आणि इस्राईलला स्थलांतरित होण्याच्या तिच्या विचाराचे मला कौतुक वाटले, तरी त्याचे कारण नीटसे समजत नाही.

"मुळाशी जायचंच, तर माझं इथलं शिक्षण, मला मिळणाऱ्या नोकऱ्या– त्यात मला समाधान वाटत नव्हतं." टॅक्सीने घरी परत जाताना ती सांगते, "म्हणून इस्राईलला जाण्यासाठीच करियरचा विचार माझ्या मनात होता. नंतर..." ती जरा बावरून हसते.

तिच्या भावी पतीचा विचार मनात आल्याबरोबर तिचा व्यवहारी दृष्टिकोन विरघळतो.

"आणि नंतर काय झालं?" मी तिच्या खांद्यावर हात ठेवून तिला चिडवण्यासाठी विचारते.

"मग मी डॅनियलला पाहिलं..."

*लीच्या घरी परतल्यावर* पाहतो तर तिची आई कातावल्यासारखी दिसते. बैठकीच्या आणि स्वयंपाकघराच्या काल्पनिक खोल्यांमधून येरझाऱ्या घालते आहे.

"आता मला खूप कामं पडली आहेत हं. ली, जोसेफ, तुम्ही मला मदत करायला हवी... निम्म्या निमंत्रणपत्रिका डॅनियलच्या घरी, ठाण्याला जाऊन पोहोचवायला हव्यात..."

डॅनियलच्या कुटुंबाच्या पत्रिका त्यांच्या घरी जाऊन देण्याचे काम करायची मी तयारी दर्शवते. त्या कल्पनेने लीचे डोळे चमकतात.

"म्हणजे तुला त्याला भेटता येईल सादिया." ती हसून म्हणते, "तुला त्याच्याशी बोलता येईल. त्याचा काय विचार आहे, ते पाहता येईल."

*डॅनियल मला ठाणे स्टेशनवर* रिक्षात भेटतो आणि तो मला माझ्या ओ.आर.टी. इंडियामधल्या विद्यार्थ्यांपेक्षा खूपच वेगळा वाटतो. त्याच्यात जास्त आत्मविश्वास आहे आणि अनोळखी पाश्चिमात्य स्त्रीबरोबर बोलताना तो अगदी सहज, मनमोकळा वाटतो. त्याच्या घरी जाताना वाटेत तो मला सांगतो, की गेली दोन वर्षे तो इस्राईलमध्ये एकटाच राहतो आहे. लवकरच होणाऱ्या त्याच्या लग्नाबद्दल त्याला काय वाटतं, त्याची मला उत्सुकता आहे. ही निवड त्याचीच आहे, की त्याच्या कुटुंबीयांची? त्यांना हा संबंध हवा होता की काय, हे मला जाणून घ्यायचंय. लीसाठी तरी मला वाटतं, की त्याला तिच्याशी लग्न करायची इच्छा असू दे.

मी डॅनियलच्या आईजवळ लग्नपत्रिका देते. त्या एक प्रसन्न बाई आहेत, डोळ्यांवर चष्मा आणि काळे कुरळे केस असलेल्या. त्या माझ्या दोन्ही गालांचे मुके घेतात आणि मला भेटल्याचा त्यांना खूप आनंद झाल्याचे सांगतात. त्यांचा फ्लॅट एका नवीन संकुलात असून, मध्ये चौक आहे. जागा मोठी आहे, लीच्या घराच्या मानाने अगदीच विरुद्ध. इथे दोन बेडरूम्स आहेत आणि प्रशस्त हॉल आहे. एक लहानखुरी हिंदू मदतनीस मुलगी स्वयंपाकघरातून केरसुणी घेऊन आत-बाहेर करतानाही मी बघते. डॅनियलच्या आईचे मराठी तो मला भाषांतर करून इंग्लिशमध्ये सांगतो. चहा घेता घेता मला कळतं, की त्याची आई विधवा आहे. त्याचे वडील बऱ्याच वर्षांपूर्वी वारले होते. त्या सांगतात, की त्यांचा थोरला मुलगा, सून व छोटा नातू जवळच राहतात आणि डॅनियल इस्राईलमध्ये राहतो. त्यांची दोन्ही मुले, हा त्यांच्या आयुष्यातला सर्वांत मोठा आनंद आहे. तीन वर्षांपूर्वी डॅनियलने जेव्हा इस्राईलला पहिल्या खेपेला जायचे ठरवले, तेव्हा त्यांनी फारसा पाठिंबा दिला नव्हता. त्यांना तो इतक्या लांब राहायला नको होता; पण आता तो तिथे रुळला आहे आणि त्याचे चांगले बस्तान बसलेले आहे, याचा आईला खूप अभिमान वाटतोय, असे त्या सांगतात.

आता भारतीय ज्यू पत्नीची साथ मिळाली, की त्यांच्या दृष्टीने तो स्थिरावेल आणि त्यांना जास्तीच आनंद वाटेल. त्या बरेच दिवस त्याच्यासाठी मुली शोधत होत्या का? फार नाही, त्या मान हलवत सांगतात. त्यांना वाणसामान आणायला बाजारात जायचंय, असं त्या म्हणतात आणि माझे आदरातिथ्य नीट करण्याबद्दल डॅनियलला सूचना देतात. मला केकही द्यायला सांगतात.

"तर मग सादिया," तो बसतो आणि माझ्यासाठी आणखी थोडा चहा ओतत सुरुवात करतो. "तूच ती प्रसिद्ध अमेरिकन फोटोग्राफर..."

"छे छे, उगीचच..." मी हसत म्हणते.

"पण खरंच." तो म्हणतो, "हल्ली प्रत्येक जण तुझ्याबद्दल बोलत असतो. तू कशी फोटो घ्यायला आणि बेने इस्राईल लोकांच्या मुलाखती घ्यायला आली आहेस वगैरे. तू एक प्रकारचा अभ्यास करते आहेस, बरोबर ना?"

"माझा हा एक प्रकारचा खासगी अभ्यास आहे, असं मला वाटतं."

मी डॅनियलला नानाबद्दल सांगते, मी भारतात का आले आहे, ते सांगते. त्याला त्याचे कुतूहल वाटते. "म्हणजे तुझ्यासाठी ती फार महत्त्वाची व्यक्ती होती तर." तो म्हणतो आणि मी मानेने होकार देते. "मी एक खासगी प्रश्न विचारू का?" मी 'हो' म्हणते. "तुझ्या आजीच्या मनात तू ज्यू माणसाशी लग्न करावं, असं होतं का?"

अशा रीतीने डॅनियल आणि माझी लगेचच मैत्री जुळते. आयुष्य, कुटुंब आणि त्याच्या भावी योजनांबद्दल आम्ही मोकळेपणाने बोलतो. मी त्याला सांगते, की मी ज्यू जीवनसाथी पसंत केला, तर नानाला आनंद झाला असता, असं मला जरूर वाटतं, पण

ती तिची मतं कधी दुसऱ्यांच्यावर लादणारी नव्हती किंवा इतरांना सांगणारी देखील नव्हती.

"तू कधी लग्नाचा विचार केला होतास का?" तो विचारतो. "म्हणजे मी असं विचारलेलं तुला चालत असलं तरच हं."

"एकदा केला होता, पण मग मला जाणवलं, की मला पुष्कळ प्रवास करायचाय. बरंच कामही करायचंय."

"ओहो, तू स्वप्नाळू आहेस. मी सांगू शकतो." डॅनियल म्हणतो, "माझाही हाच त्रास आहे." आणि उसासा टाकून तो खिडकीबाहेर बघतो. "पण म्हणूनच ली ही माझ्यासाठी चांगली जोडीदार असणार आहे."

मला एकदम गुप्तहेर झाल्यासारखं वाटतं, दुसऱ्या बाजूने पाठवलेली; पण ही भूमिका मला रोमहर्षक वाटते.

"तुला मुलगी बघून पसंत करूनच लग्न करायचं होतं का?" मी सहज विचारते.

"बघून, पसंती करून ठरवलेलं लग्न हे सर्वांत उत्तम असं मला वाटतं." तो मान डोलावत म्हणतो, "माझी ममी माझ्यासाठी कुणाला तरी पसंत करते, कारण इतर कुणाहीपेक्षा तीच मला जास्त ओळखते... कोणत्या प्रकारच्या मुलीसोबत मी माझं सारं आयुष्य घालवू शकेन, ते माझ्यापेक्षा तिलाच ठाऊक आहे. ती उत्तम जज्ज आहे, म्हणून मी ते तिच्यावरच सोपवलं."

इस्त्राईलमध्ये राहणाऱ्या बेने इस्त्राईल मुलींचा त्याने कधी विचार केला होता का? मी त्याला विचारते.

"इस्त्राईलमध्ये जन्म झालेल्या काही मुलींना मी भेटलो होतो." डॅनियल सांगतो, "पण मुळातच त्या मला भारतीय असण्यापेक्षा इस्त्रायली जास्त वाटल्या... भारतीय मुली जास्त चांगल्या असतात, असं नाही मला म्हणायचं; पण... काही खास मूल्यं असतात. भारतीय ज्यू पत्नीबरोबर मला जास्त सुखावह वाटेल, असं माझं मत आहे."

आपण इस्त्राईलला जायला का उद्युक्त झालो, ते मला सांगायला तो सुरुवात करतो. 'तोरा'चा अभ्यास करता करता तो पवित्र भूमीचे महत्त्व कसे काय समजायला लागला, याविषयी तो सांगतो.

"तोरामध्ये जेरुसलेमला जाणाऱ्या ज्यूला फार महत्त्व दिलेलं आहे." तो उजव्या हाताने हृदयावर तीन वेळा हलकेच थापटी मारतो. "मला वाटायला लागलं, की जरी मला भारत आवडत होता, तरी तोरा प्रश्नांशी कुस्ती खेळायला मला इथे नव्हे, तिथेच जायला हवं."

"मी पाहिलंय, की कधी कधी तोरामधले इस्त्राईल आणि आधुनिक इस्त्राईल देश, यात लोक फारसा फरक करत नाहीत. ते वेगळे आहेत का?"

"पण सादिया, त्यांना वेगळंही करता येत नाही. दुसऱ्या मंदिराचा विद्ध्वंस झाल्यापासून आणि इस्त्राईलच्या बारा टोळ्या जगभरात विखुरल्या, तेव्हापासून

आम्ही पुन्हा तिथे जायची आशा बाळगून आहोत. पुन्हा जेरुसलेममध्ये एकत्र जमण्याची आस. लग्नामध्ये सुद्धा– अगदी माझ्या लग्नात सुद्धा आम्ही एक ग्लास चुरडून टाकू. का? तर दुसऱ्या मंदिराचा विद्ध्वंस केला गेला होता, त्याची आठवण जागृत ठेवण्यासाठी. अतिशय आनंदाच्या प्रसंगात सुद्धा तो दुःखाचा प्रसंग आठवायचा. आम्ही जेरुसलेमच्या दिशेकडे तोंड करून प्रार्थना करतो, आतासुद्धा. आता इस्राईल– ती एक मुक्ती आहे, नूतनीकरण आहे.''

''तिथल्या हिंसाचाराबद्दल तुला चिंता वाटते का? अशा अनिश्चित ठिकाणी आपली मुले कशी वाढतील, याची काळजी वाटते का?''

''माझी मुले मला ज्युईश देशात वाढवायची इच्छा आहे, ज्यू शाळेमध्ये. जिथे ती हिब्रू भाषा बोलायला शिकतील. माझ्यासारखे नव्हे, पण त्यांची मातृभाषा म्हणून. जगातल्या इतर सर्व ज्यू मुलांच्या बरोबरीने– मला त्यांच्यासाठी हे सारे हवे आहे.''

''इंडियातून इस्राईलला जाताना तडजोड करणं अवघड होतं का?''

''खरं म्हणजे सादिया, मी हे दुसऱ्या वेळेला स्थलांतर केलेलं आहे.''

''दुसऱ्या वेळेला?''

''पहिल्या वेळी मी प्रयत्न केला, तो तीन वर्षांपूर्वी.''

तो खुलासा करतो. ''मी एकच सूटकेस घेऊन गेलो होतो. त्यात फारसं काही नव्हतं. मला राहायला जागा मिळाली, एक नोकरीही मिळाली; पण रात्री मी माझ्या खोलीत बसलो, की मला रडायला येई. भारताची आणि आईची उणीव मला फार जाणवत होती.''

महिनाभरानंतर तो ठाण्याला परत आला, पराभूत झाल्याची भावना घेऊन. त्याने वर्षभर मुंबईत काम केलं. त्या वेळी त्याने पैसे साठवले, तो हिब्रू शिकला आणि त्याने 'तोरा'चा अभ्यास केला. वर्षानंतर त्याने पुन्हा एकदा स्थलांतर करण्याचा प्रयत्न करावयाचे ठरवले आणि या वेळी मात्र तो यशस्वी झाला. त्याला हॉटेलमध्ये काम मिळाले आणि त्याच्याच वयाच्या एका तरुणाबरोबर तो एका फ्लॅटमध्ये राहायला लागला; पण काहीतरी कमतरता वाटत होती. त्याच्या आईने त्याला बेने इस्राईल जमातीतल्या मुलींचे फोटो पाठवायला सुरुवात केली.

''ही आहे ली.'' त्याने मला ली व तिच्या कुटुंबीयांचे मागन हासिदीम सिनगॉगमधले फोटो दाखवले. हा परस्पर परिचय होता. फोटोसाठी लीने मेकअप केलेला होता आणि ती प्रसन्न व आकर्षक दिसत होती. त्या फोटोकडे तो बघतो आणि त्याच्या चेहऱ्यावर हसू उमटतं. जो आकर्षणशक्तीचा प्रभाव तिच्यावर त्याच्या फोटोचा पडला होता, तोच प्रभाव तिच्या फोटोंचा त्याच्यावरही पडला होता.

''एकमेकांना फोटो दिल्यानंतर पुढं काय होतं?'' मी विचारते.

डॅनियल खुलासा करत सांगतो, की जर दोन्ही कुटुंबांना हा संबंध पसंत असेल, तर भेटायचे ठरते. भावी वधू व वराला काही मिनिटे एकांत दिला जातो.

"जेव्हा आम्ही पहिल्यांदा भेटलो, तेव्हा तिच्या मनावर खूपच ताण दिसत होता. तिने मला विचारले, 'तुझा स्वभाव कसा आहे?' मी तिला सांगितले, की मी एक शांत मनुष्य आहे. माझ्या घरात हे करा नि ते करू नका, असं काही नाही."

"तिला खात्री वाटत नव्हती. हे तुला सांगता आलं?" मी त्याला विचारते.

"बहुतेक वेळी तुम्ही एक मुलगी पाहायला जाता, तेव्हा मुलगी मुलाला पाहते आणि 'हो' किंवा 'नाही' हे उत्तर तुम्ही लगेच देत नाही. वधुपक्षाची मंडळी म्हणतात, ठीक आहे. आम्ही नंतर कळवतो..."

"पण लीबद्दल काय?"

डॅनियल लाजून लाल लाल होतो. "त्या वेळी मला वाटलं, की ते जमलंय... जमलंय... अगदी मनोमन जमलंय." तो हसतो. "आणि नंतर... आय वॉज ऑन द टॉप ऑफ द वर्ल्ड!"

हे शेवटचे शब्द तो सुरावटीत गाऊन म्हणतो आणि खरोखरीच दिलखुलास खिदळतो. त्याच्या मनातल्या खळबळीचे चैतन्य वातावरण भारून टाकणारे असते.

*डॅनियल व त्याच्या आईकडे* मी आठवड्यातून निदान एकदा तरी दुपारची जेवायला जाते. मी त्या दोघांच्या मुलाखती चित्रित करते आणि डॅनियलला त्याचे विवाह-गीत पाठ करायला मदत करते. ही पारंपरिक बेने इस्राईल प्रार्थना आहे, जी सगळेच नवरदेव, त्यांची वधू जेव्हा सिनगॉगमध्ये चालत येते, तेव्हा गातात. ते एक छान, सुरेल गीत आहे. त्यात 'बिमा'कडे चालत येणाऱ्या वधूच्या सौंदर्याचे वर्णन केलेले आहे. ती 'बिमा'कडे चालत जाऊन तिच्या भावी पतीला भेटते आणि ते विवाहाच्या आणाभाका घेतात, त्याचे वर्णन त्या गीतात आहे. ती कठीण चाल आणि अचूक उच्चार पाठ करायला डॅनियलला जरा वेळ लागतो; पण ठाण्याला मी जेव्हा चवथ्या वेळी जाते, तोपर्यंत त्याची बरीच प्रगती झालेली दिसते.

"मला वाटतं, मला येतंय." तो उभा राहतो. डोळे मिटतो आणि अगदी प्रेमाने, मनापासून ते गाणे म्हणतो. त्याचे गायन संपल्यावर मी टाळ्या वाजवून माझा आनंद व्यक्त करते.

"तुला येतंच आहे, डॅनियल! ली अगदी खरंच खूष होईल."

"व्हायला तर हवीच ना. आय होप सो." तो पुढे म्हणतो, "सादिया, तुला काय वाटतं, तिला इस्राईलमध्ये आवडेल?"

"मी तिथे कधी गेलेली नाही, डॅनियल." मी म्हणते, "मला माहिती नाही."

"मला काळजी हीच वाटते, की तिला भारताची खूप आठवण येत राहील." तो म्हणतो, "तिची आई, मैत्रिणी आणि सगळंच काही; पण माझ्यासाठी आता इस्राईल हेच माझं घर आहे. तिचंही पुढे केव्हातरी तेच घर व्हावं, हीच माझी इच्छा आहे."

# कुठे आहे पूर्व?

## *मायामी, मार्च २०००*

गेले काही दिवस सकाळी उठताना माझ्या मनात एकच विचार असतो. जणू काही मी एका विशिष्ट क्षणात अडकून बसले आहे. तो क्षण मी अनुभवलेला आहे. ते काही स्वप्न नाही, पण एक आठवण आहे, जी मनात सतत बाळगून राहिल्याची भावना आहे.

जरी मी मुंबईत आहे, हे मला माहीत असले, तरी उठल्यानंतरचे पहिले काही क्षण मी 'कॉरल गेबल्स'मधल्या ॲरगॉन ॲव्हेन्यूवरच्या नानाच्या खोलीमध्येच आहे, अशी माझी खात्री असते. ती माझ्या निकट आहे, ही भावना प्रबळ असते आणि त्या क्षणांमध्ये मी थोडा वेळ तसाच घालवत असते. मला उठायची देखील इच्छा होत नसते. पलंगावर माझ्या शेजारीच असलेली तिची लहानशी कुडी मला आठवत राहते. तिच्या विणकामाच्या सुयांचा आवाज माझ्या कानाशी येत राहतो. आठवणीचा हा काळ आहे मार्च २०००मधला. त्या वेळी माझ्या आई-वडिलांनी मायामी युनिव्हर्सिटीमध्ये आर्किटेक्चर शिकवण्यासाठी बॉस्टनचा परिसर सोडला होता.

नानालाही बॉस्टनचा थंडगार हिवाळा आता सोसवत नाही. तिची मुले फ्लॉरिडात राहतात. त्यांच्या जवळपास असावं, अशी तिची इच्छा आहेच. माझी आई, वडील व आजी आता प्रथमच अपार्टमेंटमध्ये राहत आहेत. ही जागा माझ्या वडिलांनी न बघताच ठरवली होती: चारशे घरांच्या गुलाबी सिमेंटच्या बिल्डिंगमधले एक 'एल्' आकाराचे अपार्टमेंट. तळमजल्यावरील स्टेक हाऊस आणि सभोवतालच्या पामच्या झाडांसकट. बॉस्टनच्या पुढे मायामी हे ठिकाण एक प्रकारे परदेशच वाटतो. माझ्या

कुटुंबीयांनी इथे कशासाठी यायचं ठरवलं, ते मला उमगत नाही. वडिलांचं वसाहतीछाप महॉगनी फर्निचर इथे विसंगत वाटतं. या जागेसाठी ते फारच मोठं नि जुनाट वाटतं. आईची पाकिस्तानी लघुचित्रे इथे विशोभित दिसतात, कारण ती असतात दुसऱ्या एका वास्तवाचे अवशेष!

मी कॅलिफोर्नियामधल्या कॉलेजमधून सुट्टीसाठी इथे आले आहे. सध्या मी स्टॅनफर्डमध्ये फोटोग्राफी व डॉक्युमेंटरी फिल्म, यांवर मास्टर्सचा (पदव्युत्तर) अभ्यास करते आहे. मी चोवीस वर्षांची आहे. नाना ब्याऐंशी वर्षांची. मी तिच्या आठवणींची ध्वनिफीत करते आहे. माझ्या छोट्याशा टेपरेकॉर्डरवर तिला बोलती करते आहे. त्याच्यासाठी तिला कधी पुरेसा वेळच मिळत नाही. डॉक्टरांकडच्या भेटी, आईला कपडे धुण्यासाठी मदत, रात्रीचा स्वयंपाक करायचा असतोच. आता नानाच्यानेही फारसे काम होत नाही– विश्रांती घेतली नाही तर! तिचे गुडघे आखडतात. पाठ हातातल्या काठीपर्यंत वाकते. तिची छोटी मऊमऊ काया जास्तीच लहान होत चाललीय. ती नेहमीप्रमाणेच हट्टीपणा करते, पण ते कबूल करत नाही. तिचे शरीर दुखते, दमते आणि मला ते समजते.

आज दुपारी मी घरी राहायचा निश्चय केला आहे. नानाबरोबर तिच्या बेडरूममध्ये बसून तिला जरा गोंजारून तिच्या आयुष्याबद्दल बोलायला तिला मी भाग पाडणार आहे. तिच्या बेडरूममध्ये पाच ड्रॉवर्स असलेले तिचे ड्रेसिंग टेबल आहे. ते कप्पे ओढायला देखील कठीण झाले आहेत, कारण नानाच्या मौल्यवान वस्तूंनी ते भरलेले आहेत– पोस्टकार्डे, जुने फोटो, लोकरीचे गुंडे, न दिलेल्या व पडून राहिलेल्या भेटवस्तू, पाककृती, सेफ्टीपिना, ग्रीटिंग कार्ड्स, जन्माचे दाखले. या नव्या घरात तिच्या इतिहासाची एकमेव साक्षीदार आहे, ती ही लाकडी वस्तू. या एकाच ठिकाणी कितीतरी वस्तूंचे थरचे थर साचलेले आहेत.

मी खोलीत जाते, तेव्हा नाना वरचा कप्पा बंद करण्यासाठी आत ढकलताना दिसते. ती माझ्याकडे प्रश्नार्थक नजरेने पाहते आणि एकीकडे छोट्या ब्रशने तिचे केस विंचरते. ममाने मला सांगितले होते, की नानाला नेहमीही काळजी वाटायची, की जर कधी तिचं गतायुष्य आणि तरुण वयात तिने केलेल्या चुकांबद्दल मला कळलं, तर तिच्याबद्दलचा माझा आदर कमी होईल; पण आज मला नानाला सांगायचं असतं, की मला सगळं काही खरं ते जाणून घ्यायचं आहे आणि तिने जरी काहीही सांगितलं, तरी माझ्यावर त्याचा परिणाम होणार नाही. कधी कधी मी तिला मनवून बोलतं करते– आणि ती ठामपणे आणि ओघवत्या भाषेत सांगत राहते– पण असं क्वचितच आणि अभावितपणे घडतं. ती ब्रशने केस विंचरत असताना मी तिच्याकडे बघत आरशाजवळ उभी राहते आणि तिचा मूड कसा आहे, याचा अंदाज घेते.

"नाना, मला तुझी मुलाखत हवी आहे."

"माझी? कशासाठी? मला काहीही सांगायचं नाही."

"हे खरं नाही, नाना. सांगण्यासारखं तुझ्याकडे खूप काही आहे."

ती ब्रश खाली ठेवते आणि तिच्या हाताकडे बघत विचारात पडते. नंतर ती सर्वांत खालचा कप्पा उघडते आणि लहान बाळांसाठी तिने विणलेले लोकरीचे बेबीसेट बाहेर काढते. एक पांढरा आहे. एक फिकट हिरवा आणि एक गुलाबी.

"आवडले का तुला?" ती मृदू स्वरांत विचारते आणि ते सेट काळजीपूर्वक पलंगावर ठेवते. "जवळजवळ पूर्ण झाले आहेतच."

"सुंदर आहेत हं. हे कुणासाठी आहेत ग?"

"ते तुझ्या बाळासाठी आहेत."

मला मूल होण्याची कल्पना ही माझ्या अमूर्त भविष्याच्या भोवती एखाद्या दुरून दिसणाऱ्या मृगजळासारखी आहे. ते केव्हातरी होईल, अशी मलाही आशा आहे; पण मी मोठी होईन तेव्हा. मला अचानक जाणवतं, की जेव्हा मला मूल होईल, त्या वेळी नाना असणार नाही, हे तिला ठाऊक आहे. बाळासाठी विणलेले हे कपडे हे तिचे शेवटचे काम आहे आणि ते जेव्हा पूर्ण होईल, त्यानंतर ती आम्हाला सोडून जाईल. हे नवे ज्ञान मिळाल्याबरोबर माझे डोळे वेदनेने चुरचुरतात.

नाना एक दिवस जाणार आहे, हे मी बरेच आधीपासून स्वतःला समजावते आहे. तिचे विकल शरीर आणि तिची प्रबळ इच्छाशक्ती मला अचूकपणे समजते आहे. तिच्या एका डॉक्टरांनी मला मागच्याच भेटीत सांगितलं होतं, की तिच्या प्रचंड ठणकणाऱ्या वेदना सहन करत ती कशीबशी जिवंत आहे– तिचे गुडघे, पाठ, सुजलेले पाय, हे सर्व जास्तीची औषधे घेऊन या व्याधी काबूत ठेवण्याची कामगिरी करतात आणि तिची कडवी, निश्चयी वृत्ती दर्शवतात. नुकतंच आम्हाला कळलं, की तिच्या किडनीवर आतल्या बाजूला बारीकबारीक चिरा पडलेल्या आहेत. हा एक जन्मापासूनचा आनुवंशिक आजार आहे. तिचा जगण्याचा निश्चय आता बदललेला मला दिसतो आहे. या जगात ज्या कामासाठी पाठवलं होतं, ते संपलंय असं वाटणाऱ्या व्यक्तीचा हा निश्चय.

"नाना, तू मला एक गोष्ट सांग." विषय बदलण्यासाठी मी तिला सांगते आणि तिचे सुजलेले, जडावलेले पाय उचलून त्यांच्या खाली लोड ठेवते. मी तिचे पाय चेपते. अगदी मांडीपासून ते घोट्यापर्यंत आणि जिथे कुठे दुखतंय, तिथली वेदना बाहेर काढायचा प्रयत्न करते.

"तुझे पूर्वज भारतात कसे आले होते, त्याची गोष्ट सांग. ते जहाज फुटलं होतं त्याची गोष्ट सांग."

"कशासाठी, सोनाबाई?" बाळाचे कपडे नीट घडी घालून ठेवत ती विचारते, "तुला ती गोष्ट पुन्हा का ऐकायचीय?"

"मला ती तुझ्याकडूनच ऐकायचीय." मी म्हणते, "तू जशी तीच गोष्ट चेस्टनट हिलमध्ये सांगायचीस ना तशी."

ती एक बारीकसा उसासा सोडते आणि तिची गोष्ट सुरू होते. तिच्या पूर्वजांनी इस्राईलची भूमी सोडली आणि त्यांचे जहाज भारताच्या किनाऱ्यावर आदळून फुटले. त्यातून सात स्त्रिया व सात पुरुष वाचले. ते किनाऱ्यावरच्या खेड्यांतून राहिले. उपजीविकेसाठी त्यांनी तेलबियांचे घाणे चालवले व तेल काढून विकले आणि त्यांनी फक्त एकच ज्यू प्रार्थना लक्षात ठेवली.

"कोणे एके काळी एक जहाज होते, ते जहाज दोन हजार वर्षांपूर्वी दुसऱ्या मंदिराचा विध्वंस झाल्यानंतर इस्राईलची भूमी सोडून निघाले होते. ते जहाज चाळीस दिवस नि चाळीस रात्री शिडे उभारून समुद्रावरून जात होते; पण मुंबईजवळच कोकण किनाऱ्यावर ते फुटले..."

शेमा इस्राईल, ऐका, ओ इस्राईल, ईश्वरा, आमच्या देवा, ईश्वर एक आहे.

ही गोष्ट : माझा वारसा आणि माझे रहस्य.

त्या आठवड्यात आम्ही बरेच श्वेतश्यामल, छोटे फोटो, प्लॅस्टिक अल्बममध्ये चिकटवण्यात काही दुपारी घालवल्या.

"याची काळजी करू नकोस," तिने मला दटावलं. "हरकत नाही."

प्रत्येक फोटोच्या मागे मी पेन्सिलने त्या छबीबद्दल तिला जे काही आठवत

होतं, ते लिहीत होते. कोणत्या वर्षी घेतला असावा, जागा, नाव. भारतात घेतलेले काही खूप जुने फोटो पाहून मी अगदी मोहून गेले होते. तिच्या तारुण्यातल्या त्या प्रामाणिक खिडक्या होत्या आणि पाकिस्तानातल्या ठराविक साचेबंद औपचारिक लग्न व वाढदिवसाच्या समारंभांच्या फोटोंच्या आधीच्या काळातल्या होत्या. एका फोटोत अगदी तरुण नाना झोपाळ्यावर बहीण किंवा मैत्रिणीबरोबर झोके घेते आहे: तिच्या वेण्यांचा हवेतला उडता झोल दिसतोय, ती हसतच हालताना घेतलेला तो फोटो आहे. दुसऱ्या एका फोटोत ती व तिचा नवरा एका डोंगराच्या उतारावर हसत हसत बसलेले आहेत, दुसऱ्या एका जोडप्याबरोबर त्यांनी पोज घेतलेली आहे. माझ्या आजोबांनी एक रुबाबदार हॅट अगदी ऐटीत आपल्या गुडघ्यांवर ठेवलेली आहे. त्यानंतरचे नानाचे रंगीत फोटो हे १९८० व १९९०च्या दशकातले होते. तेव्हा ती माझ्या मामांच्या फ्लॉरिडा, टेक्सस व न्यू जर्सी इथल्या निरनिराळ्या घरांतून राहत होती. त्या वेळचे फोटो आहेत. जावई आणि मुलीच्या घरात मुलीच्या आईने राहण्याची पद्धत नव्हती. म्हणून तिच्या एकेका मुलाकडे राहण्याचा प्रयत्न करत असताना तिचा मुक्काम प्रत्येक वेळी वाढायचा; परंतु अपरिहार्यपणे ती आमच्या चेस्टनट हिलला परत आली आणि जिन्याच्या वरच्या तिच्या खोलीत राहायला लागली. कासीम आणि मी हे तिचे खास प्रकल्प विषय होतो. आम्हा दोन्ही मुलांना तिच्या इच्छेनुसार बिघडवायला किंवा शिस्त लावायला, तिला संपूर्ण मोकळीक होती. आणि जेव्हा ती परत येई, तेव्हा लगेचच तिची स्वयंपाकघरात गडबड, धांदल सुरू होई. सकाळची न्याहारी बनवणे आणि वर्तमानपत्रातली सवलतीची कुपन्स जमवून ठेवणे. जशी काही ती कुठे गेलीच नव्हती! आम्हाला ती आजीपेक्षाही जास्त होती, आम्हाला सतत प्रोत्साहन देणारी ती एक ऊर्जास्रोत होती: आणि आम्ही तिच्या अपेक्षेइतके पुरे पडत नव्हता, ह्या विचाराने आजही मला त्रास होतो.

माझ्या आई-वडिलांनी मायामीला स्थलांतर केल्यानंतर त्या दोन वर्षांमध्ये नाना तिच्या मुलांच्या घरी एकेका वेळी महिनोन् महिने राहत होती. इकडून तिकडे अदलाबदल करत होती. तिच्या त्या प्रत्येक ठिकाणी मी गेले होते आणि तिची इतर नातवंडे तिच्याशी जरा अंतर ठेवूनच कशी आदराने वागायची, ते मी पाहिलं होतं. त्यांना ती एक म्हातारी वाटायची. त्यांच्या दैनंदिन आयुष्यापासून ती वेगळी, निराळी वाट होती. तिच्याशी गप्पा मारणे किंवा तिचा सल्लाही विचारला जात नसे आणि त्या घरांतून तिला काही अधिकारही नव्हता, जसा आमच्या घरात होता. तिच्या जुन्या गोष्टींमध्ये कोणाला रस नव्हता. तिच्या ज्यू असण्याच्या विषयाबद्दल देखील, निरूत्तरीत प्रश्नच अधिक होते : जर ती ज्यू होती, तर ते कोण होते? ती तिच्या बेडरूममध्येच जास्त वेळ घालवायची आणि टेलिव्हिजनच्या जगात व मनातल्या आठवणींत स्वत:ला रमवायची.

पण ज्युडाईझम हा विषय जेव्हा नानाच्या मनात जास्त प्रखर व्हायला लागला, तेव्हा ती माझ्या आईपाशी मन मोकळं करून सांगू लागली, की ती सतत मृत्यूचा विचार करायला लागली होती. मरणाच्या शारीरिक वेदनांचा नव्हे, तर स्वर्गात गेल्यावर तिच्या आई-वडिलांच्यासमोर जाण्याच्या कल्पनेविषयीचा, तिने आपला जन्मजात धर्म सोडण्याचा जो निर्णय घेतला, त्यासाठी तिला त्यांची भीती वाटत होती. माझ्या आईने तिला स्थानिक वाचनालयात नेऊन तिथून ज्यू धर्मावरची पुस्तके आणवली आणि गावातल्या सिनगॉगमध्ये जाऊन एका तरुण रॅबायची गाठ घालून दिली.

"माझ्या पतीने माझ्यावर ज्यूंचे दफनसंस्कार होतील, असं वचन मला दिलं होतं." एका दुपारी सिनगॉगमधून परत येताना गाडीमध्ये नाना माझ्या आईला म्हणाली, "त्यांनी वचन दिलं, की जर माझी मुलं मुसलमान म्हणून मी वाढवली, तर मला ज्यू म्हणून मरता येईल."

आपली आई मरणाबद्दल बोलायला लागलेली पाहून माझी आई अस्वस्थ होऊ लागली होती.

"...श्शू, हे बघ अम्मा, आता त्याबद्दल बोलू नकोस."

*नानाला मी मायामीत* शेवटच्या वेळी पाहिले आणि मी तिला तिच्या फिजिओ-थेरपिस्टकडे घेऊन गेले. तिच्या पाठीला व ठणकणाऱ्या तिच्या गुडघ्यांना जरा आराम मिळावा, म्हणून ते मदत करत होते. त्यांचं क्लिनिक म्हणजे लहानशा मॉलमध्ये अगदी सामान्य दिसणारी जागा होती, पण ते गृहस्थ तिच्याशी फार प्रेमळ व सोशिकपणे वागत होते आणि तिला व्यायाम कसे करायचे, ते शिकवत होते. त्यांचे सत्र संपल्यावर नाना जेव्हा कपडे बदलायला गेली, तेव्हा त्यांनी मला बाजूला नेले, त्या वेळी त्यांची चिंता स्पष्ट दिसत होती.

"तुम्ही दोघी खूप जवळच्या आहात, हे मी सांगू शकतो." ते म्हणाले.

"हो," मी मान हलवत म्हणते, "तिला भेटलं, की मला बरं वाटतं."

"ऐक. मला तुझी मदत हवी आहे. त्या इथे येतात; पण मी सांगितलेले व्यायाम घरी गेल्यावर करत नाहीत. त्यांची इच्छाशक्ती कमी होतेय. वेदनांच्या पुढे त्यांनी हार मानलीय."

"असं होय."

घरी परत जाताना आम्ही टॅक्सी केली आणि मी तिच्या बारीक पाठीभोवती हात लपेटून तिला माझ्याजवळ धरले. मी यापूर्वी हे असं कधीही केलं नव्हतं.

"ते फिजिकल थेरपिस्ट म्हणतात, की तू व्यायाम करत नाहीस, नाना."

"म्हणू दे." खिडकीबाहेर बघत ती हटवादीपणाने म्हणाली, "उपयोग काय?"

"अजिबात तसं म्हणून नकोस." मीही जरा चिडलेच, "मला तू बरी व्हायला हवी आहेस. कॅलिफोर्नियाला माझ्या ग्रॅज्युएशनच्या वेळी तू यायला हवं." स्टॅनफर्डमध्ये माझा पदवीदान समारंभ तीन महिन्यांनंतर होणार होता आणि तिने तिथे येण्यासंबंधी आम्ही बोललो होतो. माझा कसला अभ्यासक्रम आहे, हे तिला नीटसं समजलेलं नव्हतं; पण तिला तो समारंभ नक्कीच आवडला असता. लाल गाऊन, झेंडे, नातेवाइकांनी भरलेलं फुटबॉल स्टेडियम; ज्या प्रकारची अमेरिका तिच्या नातवंडांसाठी तिला हवी होती, तसा तो समारंभ झाला असता.

"मी प्रयत्न करेन." माझ्या गुडघ्यांवर थोपटीत ती शून्यमनस्क होऊन म्हणाली, "बघू या." आम्ही निमूटपणे घरी परतलो.

त्या रात्री मी पावलांचा आवाज न करता नानाच्या बेडरूममध्ये गेले. नानाने मला सांगितलं होतं, की या खेपेला मी हॉलमध्ये कोचावर झोपण्याऐवजी तिच्या खोलीत झोपावे. तिला मी जवळ हवी होते, हे पाहून मला भरून आले. मी तिच्या खोलीत शिरले. तिच्या श्वासोच्छ्वासाचा मंद, कानशीने घासल्यासारखा आवाज ऐकू येत होता. तिच्या दुबळ्या शरीराला माझा त्रास तर होणार नाही ना, अशी भीती ही मला मनात वाटत असते. तिच्या अंगाला गुलाबाच्या सुगंधाच्या टाल्कम पावडरचा आणि मायेच्या उबेचा सुवास येत असतो. मी हळूच तिच्या पांघरुणात शिरते, तशी ती जागी होते; मी ताठपणे पडून राहिले, म्हणजे तिला पुन्हा झोप लागली असती.

"मी राहू शकले असते." ती म्हणते.

तिचे शब्द अंधारात मी तसेच क्षणभर रेंगाळू देते. तिला काय म्हणायचं होतं?

"कुठे राहिली असतीस नाना?"

"मुंबईत." ती म्हणते, "माझ्या मालकीचं घर होतं तिथे– राहत व्हिला आणि माझे भाऊ तिथे होते. माझी आई तिथे होती. ते १९४८ साल होतं आणि मी राहिले असते रेचल जेकब्ज म्हणून. मला पाकिस्तानात जावं लागलं नसतं. माझं आयुष्य मी मुंबईत जगू शकले असते."

"म्हणजे तुला वाटतंय, की तू त्या वेळी भारत सोडायला नको होतास?"

हे ऐकून मला धक्काच बसतो. माझ्या आजोबांच्या बरोबर ती पाकिस्तानात राहिली, त्याची खंत तिच्या मनात अद्यापही होती. फाळणीनंतर इतकी दशके उलटल्यानंतर देखील.

"मी राहायला हवं होतं."

*माझ्या मायामीतल्या शेवटच्या* दिवशी मी नोट्स लिहीत होते. ते नानाला दिसले. आमच्या दोघींच्या संभाषणातल्या काही नोंदी मी वहीत लिहून ठेवत होते.

ती येऊन माझ्या शेजारी स्तब्ध उभी राहिली. मला त्रास होऊ नये, म्हणून गप्प होती.

"तुला काही हवंय का?" मी तिला विचारलं. तिने मानेनेच 'नाही' म्हटलं.

नंतर ती म्हणाली, "चल, आपण एकेक कुकी खाऊ या."

मी तिच्यामागून स्वयंपाकघरात गेले आणि तिला काय हवं होतं ते उत्सुकतेने पाहायला लागले. असं काही यापूर्वी तिने कधी केलेलं नव्हतं.

आम्ही कपाटातून एकेक कुकी घेतली आणि तिने मला तिच्या शेजारी बसायला सांगितलं.

"आता–" आम्ही दोघी बसल्यानंतर ती औपचारिकपणे म्हणाली, "तुझे काय विचार आहेत?"

"माझ्या आयुष्याबद्दल?"

तिने मान डोलवली.

"वेल्. आता लवकरच माझं शिक्षण संपेल..." मी सुरुवात केली. "मग मला नोकरी करायची आहे, कदाचित न्यूयॉर्कमध्ये."

"तिथे तू काय करणार?"

"तिथे मी फिल्म्स बनवेन," मी तिला सांगितलं. "डॉक्युमेंटरी फिल्म्स."

"तू पुस्तके लिहिणार का? तुझ्या आईसारखी?"

"हो ना, तशी इच्छा तरी आहे."

"मग मला एक वचन दे–" तिचा हात माझ्या दंडावर ठेवत एकदम गंभीर होऊन तिने म्हटले, "इंडियाला जा. तुझ्या पूर्वजांचा अभ्यास कर."

यापूर्वी नानाने कधी मला काही करायला सांगितलेलं नव्हतं. फार तर टेबल लाव किंवा मी कुठे गेले, तर फोन कर इतकंच; पण तिने ही कल्पना माझ्यासमोर उलगडली. कुतूहल आणि त्याची उकल, चिकाटी आणि अधिकृत ओळखीचीऊविनंती.

"मी करेन नाना." मी घसा साफ करत म्हटले, "मी वचन देते, की मी जाईन."

मी कॅलिफोर्नियाला परत आले, ती नानाच्या गोष्टी वह्यांतून खरडलेल्या, छोट्या टेप्सवर ध्वनिमुद्रण केलेल्या आठवणी बरोबर घेऊनच. मी तिला फोन केला आणि सांगितले, की मायामीला मी उन्हाळ्यात येतेच आहे. मला तिच्याबरोबर आणखी थोड्या गप्पा मारायच्या होत्या. मी तिला मला विणकाम शिकवशील का म्हणून विचारलं, तर तिने ते थट्टेनं उडवून लावलं होतं.

"तू नि तुझी आई. तुमच्यात चिकाटी नाही!" ती म्हणाली; पण मला खरंच प्रयत्न करायचा होता, असा मी तिला दिलासा दिला.

"–आणि स्वयंपाक करायला–" मी तिला म्हटले, "नाना, तू मला स्वयंपाक करायला कधीच शिकवलं नाहीस."

"अगं, अभ्यास जास्त महत्त्वाचा आहे."

"पण माझा अभ्यास आता जवळजवळ संपलाच आहे." मी तिला सांगितले, "आता मला खरंच शिकायचंय."

*दोन महिन्यांनंतर नाना* हॉस्पिटलमध्ये तिच्या किडनीसाठी होणाऱ्या ठराविक चाचण्या करायला गेली आणि आणखी काही चाचण्यांसाठी व बारकाईने देखरेख करण्यासाठी तिला तिथेच राहावे लागले. एकदा हॉस्पिटलमध्ये आत गेल्यावर तिला बाहेर येणे कठीण झाले होते. तिला काहीतरी इन्फेक्शन झाले आणि त्यामुळे तिला तिथे राहणे भाग पडले. मी ममाशी फोनवर वरचेवर चौकशी करत होते. ती ठीक आहे ना, मी विचारले. माझी मदत हवी आहे का? 'नको, नको' ममा म्हणाली. तिच्या आवाजात अस्वस्थता होती– 'सारे ठीक होईल.'

*त्यानंतर लगेचच माझ्या* आईला बर्कली युनिव्हर्सिटीत काही मीटिंग्ज होत्या, म्हणून ती सॅनफ्रान्सिस्कोला आली होती. मी तिला रविवारी सकाळी एका रेस्टॉरंटमध्ये ब्रंचसाठी भेटले. ती एक छान, प्रसन्न, चकाचक जागा होती. निळ्या रंगाच्या भिंती आणि सूर्यफुलांच्या पेंटिंग्जची सजावट. तिला ती जागा आवडेल, म्हणून मी निवडली होती. तिला टोनी आवडावा, अशीही माझी इच्छा होती.

ती काळजीत दिसली. "छान आहे." ती मेन्यूकार्डकडे बघत म्हणाली, "आय ॲम सॉरी; पण आज माझं कशात लक्ष लागत नाही. मी नानाचाच विचार करते आहे."

"बर्कली कसं होतं?" मी आवाजाची पट्टी खाली ठेवत ममाला विचारते. आम्हाला दोघींनाही वाटत होतं, की ममा परत जाईपर्यंत नाना नसेल कदाचित. ममाने ही ट्रिप करायलाच नको होती.

"उत्तम," ममाने उत्तर दिलं.

मला म्हणावंसं वाटत होतं, मला तुझ्याबरोबर घेऊन जा– पण मी बोलले नाही. पदवीदान समारंभाला अजून महिनाभर अवकाश होता आणि माझ्या प्रबंधाचे शेवटचे ते आठवडे घाईगडबडीचे होते. आम्ही दोघी जाणून होतो, की जर नानाची प्रकृती जास्त बिघडली, तर मी मायामीला लगेच विमानाने जाईन; पण कॉलेज लवकर सोडण्यासाठी कोणते कारण असेल, त्याबद्दल आम्ही काही चर्चा केली नाही.

"आता आठवडाभर खूप गडबड आहे ना तुझी?"

"हो, आहे." मी म्हटलं. घाईगडबड खरंच होती का, हे स्वत:ला मी नंतर बराच वेळ विचारलंही नव्हतं.

टेबलाच्या खालून टोनीने माझा हात दाबला आणि माझ्याकडे बघत तो सहेतुक

हसला. त्याचे पिंगट केस त्याच्या डोळ्यांवर येत होते. तो नेहमीच असा आश्वासक आधार वाटायचा. जरी मला काय झालंय, ते सांगता आलं नाही, तरीदेखील. मीही प्रत्युत्तरादाखल चटकन हसले, त्याच्या सोबतीबद्दल मला मनातून कृतज्ञता वाटली आणि आम्ही पुन्हा पुस्तके, फिल्म्स आणि हवामान यांच्यावर बोलायला लागलो.

उरलेल्या दिवसभरात मी कोणतेही काम करू शकले नाही. माझा प्रबंध म्हणजे एक सोळा मि.मी. फिल्म होती, जी मिसिसिपीमधल्या स्टुअर्ट या लहान गावावर आधारित होती. एक चौपदरी महामार्ग बांधण्यासाठी स्टुअर्ट हे गाव जमीनदोस्त करायचे ठरले होते. त्या गावातल्या जुन्या नागरिकांशी बोलण्यात आणि त्यांच्या मुलाखती घेण्यात मी कित्येक आठवडे घालवले होते. ज्या इमारतींतून ते वाढले होते, त्या आता पाडण्यात येणार होत्या. त्या दिवशी दुपारभर मी माझ्या एडिटिंग मशीनवर फूटेज, स्लाईड्स पुन्हापुन्हा पाहिल्या. ते शब्द माझ्यापर्यंत पोहोचत नव्हते. मी इतरांच्या आज्यांच्या मुलाखती घेतल्या होत्या, हे मला जाणवलं.

त्या रात्री मी जेवायलाच विसरले. शेवटी उशिरा नानाने पाठवलेली एका लहानशा खोक्यातली शेवपुरी मी हातात घेतली. मी डोके मागे टेकले आणि शेवेची फक्की तोंडात टाकली. नाना टाकायची तशीच. मी ते फरसाण संपेपर्यंत मुठीमुठीने तोंडात टाकत होते. मी जरा लक्ष देऊन काम केलं पाहिजे, मी स्वत:लाच बजावले. नानाला मी कामात गुंतलेलं आवडलं असतं. माझ्या आईचा सेलफोन हॉस्पिटलमध्ये रात्रीच्या वेळी बंद असे. तरी पण त्या रात्री मी उशिरा फोन लावायचा प्रयत्न केला. ती म्हणाली, की नाना ठीक होती. ममा जेव्हा हॉस्पिटलमध्ये पोहोचली, तेव्हा तिला भेटण्यासाठी नाना जागी राहिली होती. आता नानाची काळजी घ्यायला ममा तिथे होती, हे कळल्यानंतर मला रात्री शांत झोप लागली.

सोमवारी मी पुन्हा फोन केला, पण मला काहीही उत्तर मिळाले नाही. मी लायब्ररीत गेले आणि काहीतरी वाचायचा प्रयत्न केला. माझ्या फिल्मच्या संबंधात स्टुअर्टच्या रहिवाशांबद्दल मी एक लेख लिहीत होते, त्यांचे गाव कसे नष्ट झाले, त्यांच्यासाठी जमिनीच्या देखाव्याच्या कल्पनांबद्दलची (Theory of Landscape) पुस्तके वाचत होते. त्यात आपल्या आसपासच्या इमारती, झाडे, डोंगरावरचे चढउतार यांनी आपण कसे घडतो, यात मी गुंगून गेले. जेव्हा मी लायब्ररीतून बाहेर पडले, तेव्हा अजून बराच दिवस बाकी होता. मी उदास, विमनस्क झाले. सूर्यप्रकाशाने आज पुन्हा मला चकवले होते. किती वाजले असतील आता? मायामीची वेळ तीन तास पुढे आहे. संध्याकाळचे आणखी तीन तास. मी एकाएकी घाबरले आणि ममाला फोन लावला. तिने उचलला. मला खूप काळजी वाटतेय, असं मी सांगितलं, पण ममाने जाऊन सारं काही नीट बघितलं होतं. ''नाना ठीक आहे,'' ती म्हणाली, ''आम्ही काही टेस्ट्स करून घेत होतो. तू फोन केला होतास का?''

''मी आज सकाळी फोन केला होता.'' मी सांगते. मी दुपारी पुन्हा फोन करायला हवा होता, असं मला वाटतं; पण नाना आता ठीक होती.

''मी तिथे येऊ का?'' मी विचारले, ''मी येऊ शकते.''

ममा जराशी घुटमळली, ''नको, तू तिथेच राहा. किती खर्चाचे आहे ते. तू तुझं काम कर.''

''पण जर मी यायला हवं असेल, तर तू मला सांगशील ना?''

''मी सांगेन.'' ती म्हणाली, ''मी नानाला विचारेन, की तिला तू यायला हवी आहेस का ते.''

एक आठवडा उलटला. मला टोनीचे व माझे काही फोटो सापडतात. स्टॅनफर्डला आम्ही एका व्हिएन्नीज बॉलला (नृत्याच्या समारंभाला) नटूनथटून गेलो होतो, त्याचे ते फोटो होते. टोनीने एक भाड्याने आणलेला टक्सेडो (लांब काळा कोट) घातला होता आणि माझ्या पायघोळ ड्रेसला मॅचिंग असा गडद गुलाबी रंगाचा छोटासा तुरा त्याच्या कोटावर लावला होता. त्या प्रसंगाला साजेसे त्याने व्यवस्थित केस कापलेले होते. त्याच्या नेव्हीतल्या वडिलांचे फोटो मी पाहिले होते. त्यांच्यासारखा तो दिसत होता. माझ्या शेजारी तो उभा होता, उंच दिसत होता. माझ्या वडिलांइतका उंच नव्हे, पण शेलाटा आणि तुडतुडीत! ताठ मान आणि थेट सरळ दृष्टी. नानाला हे फोटो आवडतील, असं मला वाटतं. मला एक कार्ड सापडतं. त्यात मी तिला टोनी, माझं कॉलेज आणि माझ्या फिल्मबद्दल लिहिते. फक्त याच वेळेला मी थोडक्यात लिहीत नाही. मी हाताने लिहिते, किरट्या अक्षरांत खरडल्यासारखं. पूर्वी तिला मी नेहमी मोठ्या गोलसर अक्षरात पत्रे लिहीत असे. काही दिवसांनंतर मी ममाला विचारलं, की नानाने ते कार्ड बघितलं होतं का? ''आता आपल्या कुटुंबामध्ये एक पीएच.डी. असणार.'' ती ममाला मोठ्या प्रौढीने म्हणाली होती. ''तू पीएच.डी. आहेस का?'' ममा हसतच 'नाही' म्हणाली, तेव्हा नाना तिची मान अभिमानाने डोलवत, भिवया उंचावून म्हणाली होती, ''बघ?''

त्या वर्षीच्या वसंत ऋतूत आमच्या ग्रॅज्युएट स्टुडंट्स हाऊसिंगमधल्या माझ्या खोलीतून माझ्या डिपार्टमेंटमध्ये ओल्ड कॉडवर (प्रांगणात) जायला मी एक जुनी सायकल वापरायला सुरुवात केली. माझ्या मित्रांना ते जरा चमत्कारिक वाटलं. मी सायकल चालवायला उशिरा सुरुवात केली, असं त्यांना वाटलं. तू लहानपणी चालवली नव्हतीस का? त्यांनी हसतहसत मला विचारलं. अर्थातच, मी उत्तर दिलं होतं. फक्त त्या वेळी आणि आत्ता चालवतेय, या मधल्या काळामध्ये चालवलेली नव्हती.

एका सकाळी कॉलेजला जाताना मला नानाची आठवण झाली. तिला कित्येक गोष्टी सांगायच्या होत्या मला. त्यांचीही आठवण झाली. कॉलेजला लवकर जायचं होतं, म्हणून मी जोराने पॅडल मारायला सुरुवात केली. अंगावर वाऱ्याचे बसणारे

फटकारे मला हवे होते. सगळ्याच गोष्टी मला जलदगतीने व्हायला हव्या होत्या. मला समोरची माझी वाट दिसत होती नि मी ती धरली. डावीकडच्या कमानीतून मला वळायचं होतं. वाटेतला एक लहानसा दगड मला डोळ्यांच्या कोपऱ्यातून दिसला. तो काही खास नव्हताच; पण तो टाळायला हवा, हे मला वाटलं. नानाला फोन करायला हवा, हे मला वाटलं. अचानक मी घसरले आणि सायकल व मी दोघीही पडलो. माझे हात तिथल्या रेतीवर जोरात आपटले. जमिनीवरच्या दगड-गोट्यांनी माझी जीन्स फाटली आणि गुडघे नि पोटऱ्यांना चांगलेच खरचटले. माझ्या हातात, नखांमध्ये बारीक खडवण टोचलं आणि त्याच्यावर रक्त आणि मातीचं लिंपण लागलं. मी मातीत पार लडबडले होते. लहानपणी देखील कधी इतकं लागलं नव्हतं मला. अर्थात, तेव्हा मी जोरात सायकल चालवायला खूप घाबरत होते. मी सायकल एका बाजूला टाकली आणि दोन्ही हात अंगाभोवती लपेटून घेऊन माझ्या डिपार्टमेंटमध्ये गेले. इमारतीच्या तळघरातल्या फोनवरून मी नानाला हॉस्पिटलमध्ये फोन केला. तिचा आवाज वेगळाच तडतडीत वाटत होता.

"स्वीटी." ती म्हणाली.

"मी पडले नाना."

"म्हणजे काय?"

"मी पडले. माझ्या सायकलवरून जमिनीवर आपटले. माझ्या हातांना लागलंय."

"स्वीटी, तू नीट काळजी घेतली पाहिजेस हं!" तिचा स्वर काळजीचा होता, "तू अल्कोहोल घे आणि त्याने धुऊन टाक. थोडे आयडीन लाव त्याच्यावर. झोंबेल, पण लवकर बरं होईल."

ती हॉस्पिटलमध्ये नळ्यांनी जखडलेली होती, पण अजूनही ती एक परिचारिका होती.

"मी करेन नाना. मी लावेन." मला रडायला येत होतं; पण तिला ते ऐकायला येऊ नये, असे मला वाटत होते.

"इतकं जास्त लागलेलं नाही गं; पण मला तुझी आठवण येतेय."

"दुखतंय का?"

"नाही, बरं आहे नाना. मी तुला सांगायलाच नको होतं."

"तू केव्हा येते आहेस?"

"पुढल्या आठवड्यात," मी थाप मारली.

"तू कधी येते आहेस?" ती पुन्हा म्हणाली. माझं बोलणं तिला ऐकू येत नव्हतं की औषधांच्यामुळे तिला ग्लानी येत होती, ते मला सांगता येत नव्हतं.

"पुढच्या आठवड्यात."

"उद्या?" तिने विचारलं.

"पुढच्या आठवड्यात."

"मी तुला उद्या भेटेन." ती म्हणाली, "मी थांबलेय तुझ्यासाठी." फोनबूथच्या भिंतीवर मी डोकं टेकलं आणि न रडण्याचा प्रयत्न केला. "तू माझा सूर्यप्रकाश आहेस गं!" फोन खाली ठेवण्यापूर्वी ती म्हणाली.

*दुसऱ्या दिवशी सकाळी* सहा वाजता माझा फोन वाजला. मला कराचीचे स्वप्न पडत होते. सिद्दीकी हाऊसच्या बागेत नाना दोरीवर कपडे वाळत घालत होती. नाना चांगली आहे, कुणीतरी म्हणाले. आम्ही उगीचच इतकी काळजी का करतो आहोत? आम्ही वेडेपणाच करतो आहोत, मी स्वप्नात म्हणते. मी झोपेतच फोनचा रिसिव्हर उचलला. माझ्या आईचाच असणार हे माहिती होतं. मी तिला चांगलीच बातमी सांगेन, की नाना छान आहे, असं मला वाटलं. मग मला सळसळ आवाज ऐकू आला नि मग ममाचा आवाज ऐकू आला. मी खाडकन जागी झाले.

"ममा?" अचानक सकाळी सहा वाजता असणारा प्रकाश माझ्या खोलीत झिरपला होता आणि मला तो थांबवता येईना. माझ्या भोवताली असलेली हवा मी ढकलते आहे, असं मला वाटलं.

"ती गेली." कुणीतरी गळा आवळल्यासारखा ममाचा आवाज होता. "हा घे," मी तिला बोलताना ऐकले आणि माझ्या मामेभावाला, सलीमला तिने फोन दिला. मी जे काही वेडेवाकडे आवाज काढत होते, ते सलीम निमूटपणे ऐकत होता. मी काय करतेय, काय बोलतेय, हे मी भानावर येईपर्यंत माझं मलाच समजत नव्हतं. त्याने ऐकलं आणि शेवटी त्याला ते असह्य झालं.

"ती माझी सुद्धा आजी होती, बरं का." तो तुटकपणे म्हणाला आणि त्याने फोन माझ्या सलमानमामाला दिला.

मी तिथे थांबायला हवं होतं. मी तिथे थांबायला हवं होतं. मी तिथे थांबायला हवं होतं.

*मायामीला जाणाऱ्या विमानात* मी बोटांचे सांधे चाचपून त्यावर बोटे फिरवली. माझ्या अंगावर अजून वाळूचे कण कातडीला चिकटलेले आहेत, असं वाटतंय. मी तिच्याशी शेवटची बोलले होते, ते शब्द माझ्या मुठीत कोरलेले आहेत. मी अगदी अखेरच्या मिनिटाचे तिकीट काढून देशाच्या दुसऱ्या टोकाला जात होते. मी गेल्या आठवड्यात अगदी सहजपणे जाऊ शकले असते. विमानाच्या लांबट गोल खिडकीतून मी बाहेर शून्यात बघत होते. विमानाची घरघर नि माझ्या काळजातली घरघर मला सारखीच वाटत होती. माझे वडील मला न्यायला विमानतळावर आले होते. ते थकलेले व भकास दिसत होते. घरी जाताना वाटेत काय बोलावं, कशाबद्दल बोलावं हे आम्हाला कळत नव्हतं. कासीम त्या दिवशीच नंतर येणार होता. माझ्या आईची

प्रकृती तितकीशी बरी नव्हती, म्हणून त्यांना तिचीही काळजी वाटत होती. मला एकाएकी रिक्त झाल्यासारखं वाटलं, जणू काही बारीकशा टिचकीनेही माझे पाणीपाणी झाले असते.

मी जेव्हा ममाला पाहिले, तेव्हा मला धक्काच बसला. ती खूपच लहान दिसायला लागली होती. एक लहानशी मुलगी, ती हरवली होती. तिला तसे पाहून मी मनातून चरकले. मी तिला मिठी मारली नि तिचे सांत्वन करायचा प्रयत्न केला; पण ते कसे करावे, ते मला कळत नव्हते.

''ती टेस्ट होती ना–'' ममा पुन:पुन्हा म्हणत होती, ''त्या रेसिडेंट डॉक्टरने तिचा चार्ट नीट बघितला नाही. तिला हेपॅरिनची ॲलर्जी होती, हे त्याने बघितले नाही. तिचं रक्त जास्त पातळ झालं. ती आत्ता गेली नसती.'' ममा सारखं तेच तेच म्हणत राहिली, ''तिची वेळ आली नव्हती. तिला स्वप्न पडलं नव्हतं.''

मी ममाच्या पलंगावर बसले आणि नंतर तिच्या शेजारी आडवी झाले. लहानपणी झोपायची तशी. तिने डोक्यावर दुपट्टा घेतला आणि डोळे मिटून कुराणाचे पठण केले.

ती म्हणाली, की उद्या आपण वेस्ट पामबीचला गाडीने जायचे आहे. तिथे माझे दोघे मामा राहत होते आणि नानाचे तिथे मुस्लिम पद्धतीने दफन होणार होते.

''पण तिला ज्यू म्हणून मरायचं होतं.''

''मला ठाऊक आहे.'' ममा शांतपणे म्हणाली आणि मी काल सकाळी जेव्हा कॅलिफोर्नियात झोपेत होते, तेव्हा इकडे काय काय घडलं, ते तिने सविस्तर सांगितलं. एका आठवड्यापूर्वी ममाने स्थानिक सिनगॉगमधल्या तरुण रॅबायला बोलावून त्याला नानाला भेटायला आणले होते. पुढल्या आयुष्याबद्दल ज्यू धर्मात काय सांगितलेलं आहे, त्याबद्दल नानाला सांगण्यासाठी त्याला ममा घेऊन आली होती.

त्यांची भेटीची वेळ सकाळी अकरा वाजता होती. जेव्हा तो रॅबाय आला, तेव्हा नानाच्या उशाशी माझी आई, वडील आणि माझे दोन्ही मामा होते. नाना लाईफ-सपोर्ट मशीनवर होती. माझ्या आईने रॅबायला नानासाठी ज्यू संस्कारांप्रमाणे तिची शेवटची प्रार्थना हिब्रूमध्ये वाचून दाखवायची विनंती केली व ती त्याने पूर्ण केली.

''आम्ही तिचा ज्यू पद्धतीने दफनविधी कसा व्हावा, याबद्दल चर्चा करत होतो; पण इकडचे फ्लॉरिडाचे नियम आम्हाला खूपच निराळे नि समजायला कठीण असे वाटले. आम्हाला माहिती असलेल्या पद्धतीने तिची अंतिम क्रिया आम्हाला करायची होती. तिच्याशी जवळीक असलेल्या स्त्रियांनी तिला स्नान घालायचे, तिला तयार करायचे, आम्हाला तिला पाईन लाकडाच्या शवपेटीत ठेवायचे होते. आपण घरी केलं असतं तसं. याच पद्धतीने नानाच्या आईचाही दफनविधी झालेला होता.''

“पण आपण काहीतरी केलं पाहिजे. काहीतरी ज्युईश.” मी आग्रह धरला.

“ज्युडाईझमध्ये अकरा महिन्यांनंतरचा एक विधी असतो.” ममा म्हणाली, “अकरा महिन्यांनंतर आपण ते थडगं उघडायचं आणि त्या चिरविश्रांतीच्या जागेला शोकस्थळाऐवजी चिंतनस्थळाचे स्वरूप द्यायचे. त्यात बदल करायचा. आपण तसं करू शकतो.”

मी नानाच्या खोलीत कित्येक तास बसून राहिले. तिचे कपाट मी अगदी हळूच उघडले. जणू काही तिने मला उघडताना पकडलं असतं. त्यातलं मला काय हवं होतं, ते मला माहिती नव्हतं; पण तिची काही रहस्ये त्या ड्रॉवर्समध्ये असतील, ही जाणीव मनावर फुंकर घालणारी होती. नाना जरी नव्हती, तरी अनेक पदर अजून उलगडायचे राहिलेले होते, ही भावना दिलासा देणारी होती. एका चहाच्या जुन्या पत्र्याच्या डब्यात– त्याच्या लाल रंगावर काळाच्या चिरा पडलेल्या होत्या– त्यात मला एक वेगळीच दिसणारी एक किल्ली सापडली. तीन कोन असलेली ती एक पितळी किल्ली होती. त्या किल्लीची साखळी मी गळ्यात अडकवली. त्या किल्लीचा गारवा जाणवला; पण ती कसली किल्ली असेल, त्याचं कुतूहल मात्र कायम वाटत होतं. तिच्या त्या कपाटाच्या खालच्या कप्प्यात आता पूर्ण केलेले बाळाचे विणलेले कपडे होते. पांढरा, फिकट हिरवा नि गुलाबी. मी तिच्या पलंगावर पहुडते. तिच्या चादरींना अजून तिचा वास येतोय. तिच्या उशांच्या खाली मी माझे डोके झाकून घेते. मोठे दुःख म्हणजे असे असते तर, त्याचा अर्थ आता मला समजतोय.

*दुसऱ्या दिवशी आम्ही* वेस्ट पामग्रोव्ह बीचला नानाच्या अंत्यविधीसाठी गेलो. तिच्या पार्थिवाला स्नान घालायला हव्या असणाऱ्या पाच स्त्रियांपैकी मी एक असेन, ही कल्पना स्वीकारायला मला खूप त्रास झाला. तिला मृतावस्थेत पाहताना मी घाबरले. दफनभूमीमधल्या, सभागृहात माझ्या माम्यांनी जमिनीवर पांढऱ्या चादरी अंथरल्या होत्या. प्रथेप्रमाणे आम्ही सर्वांनीच पांढरे कुर्ते-पायजमे घातले होते; पण पश्चिमी पाहुणे मात्र काळ्या वेषात अवघडल्यासारखे उभे होते. परिचित व अपरिचित. सगळेच जण माझ्या आईला अभिवादन करायला उभे राहिले, पण त्यांच्याकडे बघण्याइतकी देखील तिची मनःस्थिती नव्हती. माझ्या सभोवती फक्त रडण्याचे, दुःखाचे अस्वस्थ आवाज होते. एक लहान अंगकाठीची, हातात काठी घेतलेली पाकिस्तानी स्त्री समजूतदारपणे पुढे आली आणि तिने माझ्या आईला मिठी मारली. ती उर्दूत बोलत होती आणि तिने माझ्या आईचा चेहरा दोन्ही हातांत धरून तिच्याजवळ ओढला. तिचे डोळे निळे आणि तेजस्वी होते. त्यातून पाण्याच्या धारा लागल्या होत्या. ती काय सांगत होती, ते काही मला समजले नाही, पण माझ्या

आईच्या चेहऱ्यावरची कृतज्ञतेची भावना मी पाहिली आणि ममाने तिला आवेगाने मिठी मारली.

ममाने मला नंतर सांगितलं, की ती रुकोआपा होती. तिच्या वडिलांची एक कझिन आणि माझ्या आजीची कराचीपासूनची मैत्रीण. गेले काही महिने ती शिकागोमध्ये तिच्या मुलाजवळ राहत होती. जेव्हा तिला नानाच्या निधनाबद्दल समजलं, तेव्हा तिने दोन दिवसांपूर्वी मुलाला गळ घातली आणि ते गाडी चालवत येऊन पोहोचले होते. आज इथे पोहोचण्यासाठी त्यांनी सलग अठरा तास प्रवास केला होता. मृताला स्नान घालण्याची शास्त्रोक्त पद्धत रुकोआपाला माहिती होती. त्याबाबतीत पुढाकार घेण्यासाठीच ती इथे आली होती. नानाच्या शरीरासाठी तिने खास मक्केचे अत्तर आणले होते.

"चला," ती म्हणाली. "वेळ झालीय."

माझ्या दोघी माम्या, ममा नि मी, रुकोआपाच्या मागे वेगळ्या जागी गेलो. थंडगार नि पांढरी जागा. तिथे नानाचे शरीर संगमरवरी फरशीवर ठेवले होते. तिची छोटी काया पांढऱ्या वस्त्राने झाकली होती.

रुकोआपा सूचना देत होती; पण तिचे उर्दू काही मला समजत नव्हते. तिच्या हाताच्या हालचाली बघून मी तसेच करत होते. तिने कापडाला साबण लावला आणि ते ओले कापड नानाच्या खांद्यावरून, पाठीवरून फिरवले, यात माझा सहभाग नेहमी सर्वांच्या शेवटी होत राहिला. त्या विधीतले बारीकसारीक उपचार, प्रार्थना, प्रत्येक गोष्ट रीतसर करण्याची काळजीपूर्वक पद्धत आम्ही बरहुकूम केली. नानाला स्पर्श करायची भीती मनात वाटत होती; पण मी तिच्या खांद्यावर माझा हात ठेवला. तिला एकटीला मागे ठेवले आहे, असे वाटू नये म्हणून. मी डोळे मिटले आणि छोटीशी प्रार्थना म्हटली. मला तिची फार उणीव भासते आहे, असे मी तिला सांगितले.

तिच्या शरीराला स्नान घालण्याचा उपचार पूर्ण झाला आणि आम्ही त्या खोलीतच बसून राहिलो. मी शाळेत जाण्यापूर्वी रोज करायची तसा मी तिच्या कपाळाचा मुका घेतला. मी तिला सांगितलं, की मी चुकले. मी अगोदर यायला हवं होतं. हॉलमध्ये आम्ही जमिनीवर बसून राहिलो. तोपर्यंत कबर खोदली जाणार होती. नंतर आम्हाला काहीतरी गडबड, गोंधळ, पुरुषांचे बोलणे, एकमेकांशी वादविसंवाद ऐकायला आला. माझे वडील नि भाऊ काय झालं, ते पाहायला आणि काही मदत करता येईल, म्हणून तिकडे गेले. कबर खोदली होती, पण माझा मामेभाऊ सरताज याला वाटलं, की ती चुकीच्या दिशेनं खोदली गेलीय. कबरीचे तोंड जसं असायला पाहिजे, तसं मक्केच्या दिशेकडे नव्हतं. पूर्व कुठे आहे, ते एकमेकांना विचारत होते.

"पूर्व कुठे आहे? होकायंत्र कुणाकडे आहे?"

माझ्याजवळ बसलेल्या बायका आता जरा उतावीळ व्हायला लागल्या होत्या.

''किती लाजिरवाणं!'' कुणीतरी म्हटलेलं मला ऐकू आलं.

योग्य दिशेकडे तोंड करून पुन्हा कबर खोदायला आणखी एक तास लागला. आम्ही थांबलो आहोत, प्रार्थना करत आहोत आणि नाना आमच्याकडे वरून खाली बघते आहे, आमचा गोंधळ न्याहाळते आहे, असं मला वाटलं. माझे वडील, भाऊ आणि दोघे मामा यांनी शवपेटीला खांदा दिला व नानाचे शरीर खोदलेल्या जागेपर्यंत नेले. इमामाने प्रार्थनेचे पठण केलं आणि आम्ही झाकलेल्या डोक्याने खाली वाकलो.

जेव्हा ते सारं संपलं, तेव्हा नानाच्या वर मातीचा ढीग लोटलेला होता.

''मला नाही तिला इथे सोडून जायचं.'' माझी आई माझ्या उंच वडिलांकडे बघून तारस्वरांत रडत म्हणाली, ''मी कशी सोडू तिला इथे?''

वडिलांनी आईला आपल्या छातीशी धरले. काही क्षण ते दोघे जण तिथे तसेच उभे होते. मलाही आता तीच धास्ती मनात वाटत होती.

आम्ही आमच्या गाडीपाशी आलो आणि मायामीला परत निघालो. आता आम्ही चौघे होतो. पाच नव्हतो.

# प्रस्थान

## *मुंबई, मे २००३*

माझ्या न्यूयॉर्कच्या परत जाण्याच्या तिकिटाच्या तारखा मी बदलते आहे. एकदा, दोनदा आणि आता तिसऱ्या वेळेला. मार्चचा एप्रिल होतो आणि मुंबईच्या रस्त्यांतला उकाडा मला पुन्हा एकदा असह्य वाटायला लागतो. मानेवरचा, पाठीवरचा घाम पुसायला, मी आता सतत एक हातरुमाल जवळ बाळगत असते. ली आणि डॅनियलचे लग्न शूट करण्यासाठी मी थांबले आहे. इस्राईलमधल्या त्यांच्या नव्या जीवनासाठी चाललेली त्यांची खरेदी मी पाहते, इस्रायली वकिलातीत लीचे कागदपत्र भरणे, मसाल्याच्या पदार्थांनी भरलेल्या त्यांच्या बॅगांना अस्तर लावणे हे सारे बघते आहे. भावी सहजीवनाबद्दल त्यांना मिळणारा मोकळेपणा, मनाला गुदगुल्या करणाऱ्या सूचक गप्पागोष्टी आणि दोघांचे उत्साहाने फसफसणारे संभाषण मी ऐकत असते. लग्नाअगोदरच्या दोन्ही रात्री मी त्यांच्या मेहंदी समारंभासाठी दोन्ही सिनगॉगमध्ये ये-जा करत राहते. प्रथम वधूला आशीर्वाद आणि नंतर वराला. दोघांना एकेक गुळाचा खडा खायला द्यायचा आणि त्यांच्या खांद्यावरून मागे तांदूळ टाकायचे. लग्नाच्या दिवशी मी फिकट हिरव्या रंगाचा सलवार-कमीज घालते आणि सिनगॉगच्यापुढेच उभी राहून निमंत्रितांचं स्वागत करते आणि एखाद्या नातेवाइकाप्रमाणे विवाहविधीचे व्हिडिओटेपिंग करते. आता जमातीतले कितीतरी लोक माझ्या ओळखीचे झालेत, हे पाहून मीच थक्क होते– अनेकांचे मी फोटो काढले आहेत, कित्येक जण मला ओळखतात. ली 'बिमा'कडे लाजत लाजत, पण सावधपणे जात असते आणि तेव्हा डॅनियल तिच्यासाठी प्रेमगीत आळवतो, ते मी बघते. तिने एक छानसा शोभिवंत

पांढरा लेसचा गाऊन घातला आहे. ज्युडिथ व मी या गाऊनची पसंती करण्यासाठी लीबरोबर 'कॅथलिक ब्रायडल शॉप'मध्ये गेलो होतो. 'ली'ने हौसेने डोक्यावर अंबाडा बांधला होता आणि त्याच्यावरून तिची ओढणी छाप 'व्हेल' छानपैकी खाली ओघळली होती. ली व डॅनियल त्यांच्या प्रार्थना म्हणताना मी त्यांना निरखून पाहते. 'ली'च्या मेहंदी काढलेल्या हातात डॅनियल अंगठी घालतो आणि ते लग्नाच्या करारपत्रकावर सह्या करतात व सिनगॉगमध्ये प्रदक्षिणा घालतात नि हितचिंतकांचे आभार मानतात. जवळच्याच एका लग्नाच्या हॉलमध्ये स्वागतसमारंभ असतो. तिथे एक उत्साही सूत्रधार समारंभाचे वर्णन करतो. ली व डॅनियल त्या सजवलेल्या मांडवात येतात. ते गुलाबाच्या माळांनी नटवलेल्या लाल सोनेरी सिंहासनावर बसतात, तेव्हा तो सूत्रसंचालक 'मझेल तोव! मझेल तोव!' असे ओरडत असतो. एक कर्कश खुर्चीनृत्य नंतर चालू होते, तेव्हा त्या दोघांना प्लॅस्टिकच्या लाल खुर्च्यांवर बसवून त्या खुर्च्या उंच धरतात व त्या अवघडलेल्या स्थितीत ली व डॅनियल सर्वांसमोर एकमेकांचे पहिले चुंबन घेतात. लीच्या ओठांवर डॅनियल क्षणभरच ओठ ठेवतो आणि लोक जल्लोष करतात. दुसऱ्या दिवशी दोघे इस्राईलला उडून जातात.

नंतर पुढे एप्रिलमध्ये, 'पास ओव्हर'च्या वेळी शंभर एक बेने इस्राईल स्त्रिया मागन डेव्हिड सिनगॉगच्या आवारातल्या मांडवामध्ये मांडी घालून बसलेल्या असतात आणि भिजवलेल्या पिठाचे गोळे कुटून त्याचे रुंद, गोल, पातळ ब्रेड करीत असतात, त्याचे फोटो मी घेते. टिप-टॅप असा आवाज करत, पिठाचे गोळे भांड्याच्या बुडावर आपटून आपटून, नंतर त्यांच्यावर लाटणे फिरवले जाते. त्या मोठ्या मांडवात एक लयबद्ध आवाज होत असतो. टिप-टॅप, टिप-टॅप, 'मात्झा!' पोळी लाटून झाली, की एक बाई ओरडते, कारण ती पोळी भट्टीकडे न्यायची असते. 'मात्झा!' दुसरी बाई म्हणते आणि एक मुलगा थाळी घेऊन पळत येतो आणि ती लाटलेली पोळी भट्टीत भाजायला आणि नंतर त्यावर प्रार्थनेचा मंत्र घालायला घेऊन जातो.

अशा रीतीने थंडीचा आता वसंत ऋतू होतो. लवकरच पाऊसही येईल. गेल्या वर्षी माझा पावसाळा चुकला होता. त्या वेळी मी मॅसॅच्युसेट्समध्ये होते. ज्युली (कामवाली) मला सांगते, की जुलैमध्ये तर काही काही दिवशी रस्त्याने चालणे ही मुष्कील होते, कारण पाणी तुमच्या पावलांच्यावरून वाहत जात असते. मला शरद ऋतू आठवतो. पुन्हा एकदा 'हाय हॉलिडेज' आठवतात. त्यानंतरचा सौम्य हिवाळा. मुंबईत दिवसा बाहेर पडणे सुखद असते, ते फक्त याच दिवसांत. नंतर हे ऋतुचक्र पुन्हा सुरू होईल. माझे अमेरिकेला परत जाणे, हे अपरिहार्य आहे ही कल्पना आता ठळक होते आहे; पण मे महिना आला, तरी माझ्या मनाची अजून परतायची तयारी

झालेली नाही, अजून तरी नाहीच. मी मनोमन विचार करते आणि तो विचार बाहेर काढून टाकते. मला अजून काही फोटो घ्यायचे आहेत, त्याची यादी, काही मुलाखती रेकॉर्ड करायच्या आहेतच; पण केव्हा? मला दुसरा आवाज ऐकू येतो. माझे काम केव्हा संपणार?

"घरी परत ये, सादिया," आई फोनवर म्हणते. वडील तसे म्हणत नाहीत, पण त्यांच्या आवाजामधून मला कळतं, की त्यांनाही मी घरी हवी आहे. हटवादीपणाने मी फोन खाली ठेवते.

*एका दुपारी रेखेव दारावरची* घंटा वाजवतो आणि जेव्हा मी गेटपाशी त्याला आत घ्यायला जाते, तेव्हा तो मलाच वेगळाच, विस्कटलेला वाटतो.

"तू ठीक आहेस ना?" मी त्याला विचारते. तो मला सांगतो, की एका नव्या लघुपटासाठी तो रात्रभर संकलकाबरोबर काम करत होता. ज्या कथेबरोबर तो वाढला, अशा एका लोककथेचे ते रूपांतर होते... तो माझा व्हिडिओकॅमेरा टीव्हीला जोडतो आणि त्या लघुपटाची पहिली कच्ची प्रत– व्हिडिओ कॉपी– मला दाखवतो. मी भारल्यासारखी होऊन बघत राहते. त्याच्या वह्यांमधल्या कल्पना जिवंत झालेल्या दिसतात– एका पुस्तकाची पाने हवेत वर उडायला लागतात. एका मुलीचे झाड होते. या कच्च्या अवस्थेमध्ये देखील ही फिल्म सुंदरच, छान वाटते आहे आणि मलाही उत्साह येतो. त्याने काही गोष्टी कशा केल्या, ते त्याला मी विचारते आणि त्यानंतर त्याने कायकाय करायला हवे आहे, तेही त्याला सांगते.

"हे तुला दाखवताना मला खूप आनंद झालाय. हा आपला एक गृहपाठ आहे, पण आता मी सुरुवात करतोय." तो उठतो आणि एक सिगरेट पेटवतो. तो खिडकीपाशी बसतो आणि खिडकीच्या लोखंडी गजांतून पांढऱ्या धुराचे लांबलांब लोट सोडतो. खोलीत शांतता आहे. एक ट्रक रिव्हर्समध्ये जातोय, तेवढाच फक्त आवाज आहे. त्याचा हा शांतपणा पाहून मी जरा सरळ बसते.

"सादिया, मला तुला काहीतरी सांगायचंय," तो म्हणतो.

तो वळून माझ्याकडे बघतो आणि माझ्या डोळ्यांत क्षणभर काहीतरी विचित्र, भोवळ आल्यासारखे गरगरते. "मला वाटतं तू इंडियात राहावंस." तो अखेरीस म्हणतो, "जाऊ नकोस, भारतात वर्षभर थांब आणि माझ्याबरोबर राहा."

"तुझ्याबरोबर राहा?" मी विचारते. मी ऐकलंय ते बरोबर आहे ना, याची मला खात्री करून घ्यायचीय.

"आपण कोकणात जाऊ नि लहानसं घर भाड्याने घेऊ. रेवदंड्यात संगीताचं होतं तसं किंवा मुंबई आणि हिमालयात, तू म्हणशील तिथे. तू तुझ्या प्रोजेक्ट्सवर काम कर आणि मी माझ्या प्रोजेक्ट्सवर काम करीन आणि असं छान आयुष्य होईल.

मी तुला पुष्कळ गोष्टी शिकवीन. मी तुला माझ्याशी लग्न करायला विचारत नाही. मी तुला वर्षभर राहायला सांगतो आहे.''

त्या काल्पनिक वर्षाचा आवाज मनात येतो आणि त्याच्या अटळ गुंतागुंती देखील, ते कसं असेल नि कसं दिसेल, याचा विचार मनात येतो. त्याच्या या धाडसी सूचनेने मी जराशी हादरतेच. मी अशा बेताला होकार देईन, असे अंतर्ज्ञान त्याला झालेच कसे, असे वाटून मी थक्क होते. आम्ही दोघांनी सारख्याच कादंबऱ्या वाचलेल्या होत्या.

''आणि त्या एक वर्षाच्या नंतर? पुढे काय?''

''त्यानंतर तू परत घरी जाऊ शकतेस आणि तुझे प्लॅन्स पुढे चालू करू शकतेस. तुझ्या अमेरिकेतल्या आयुष्याकडे. तेवढंच मी मागतोय. एक वर्ष.''

मला एक जोरदार खंत, प्रचंड पश्चात्तापाची भावना मनात दाटून येते. आपण कोण आहोत आणि काय नाही आहोत, त्याचे परिणाम त्या खोलीच्या मोकळ्या हवेत मला भेडसावतात. आमच्या बिननावी नात्यात मी जास्त आनंदाने राहू शकले असते.

''आत्ता काही सांगू नकोस,'' तो उठून निघताना म्हणतो. ''त्याच्यावर विचार कर.''

*रेखेवच्या कल्पनेवर मी विचार* करत मुंबईत हिंडते. माझी पावले मागेच रेंगाळतात. अठरा महिन्यांपूर्वी मी इथे आले, तेव्हा मुंबईतल्या ज्या रस्त्यांवरून मी प्रथम चालले, तिकडे माझे पाय वळतात. मी मरीन ड्राईव्हवरून चालत, नाना मेट्रन होती, त्या कामा हॉस्पिटलपर्यंत जाते. चौपाटीच्या समुद्रावरच्या घाण वाळूतून चालते, गेटवे ऑफ इंडियाकडे जाते, ताजमहाल हॉटेलजवळच्या कुलाब्यांतल्या शांत गल्ल्यांमधून फिरते. नानाला या शहराची किती ओढ होती, इथली गर्दी, इथले देखणे रस्ते... मी इथे आले होते, ते ज्या वाटा नानाने स्वीकारल्या नाहीत, त्या वाटा शोधायला आले होते; पण आता मला वाटतंय, की तिचे हे शहर सोडताना, या शहराची आठवण होईल तेव्हा, नानाचा आणखी एक नवा पैलू मला समजेल.

चहाच्या दुकानावर एका दुपारी जाताना, मला ओळखीची असावी, अशी एक स्त्री दिसते. अमेरिकन दिसणारी ही स्त्री मला यापूर्वीही एकदा दिसली होती. सलवार-कमीजमधली. मी नीट निरखून पाहते, तेव्हा ती माझ्यापेक्षा दहा-पंधरा वर्षांनी तरी मोठी वाटते आणि तिच्या इथल्या आयुष्यावर बसलेले काल्पनिक शिक्के मला स्पष्ट दिसतात. शब्द समजावून सांगताना तिच्या चेहऱ्यावर येणारे निराळेच हावभाव मी पाहते, अमेरिकेहून येणाऱ्यांच्या अंगावर नेहमी तजेलदार, प्रसन्न रंगाचे कपडे असतात, पण त्याऐवजी आता तिने स्वीकारलेले बदामी नि तपकिरी रंगाचे कपडे मी निरखते. ती गर्दीतून सफाईने मार्ग काढते आणि ड्रायव्हरला कोपऱ्यावर

गाडी पार्क करायला खुणेने सांगू शकते, हे माझी नजर टिपते. ती स्वत:ला इथे एक वेगळी न वाटणारी, अशी बदलते. कदाचित इथेच, जवळपास तिचे घर असेल. जुन्या काळातल्या ब्रिटिश क्लबमध्ये तिचं सभासदत्व असेल, भारतीय नवरा, भारतीय मुले असतील. जेव्हा तिचं इथे घर झालं, तेव्हा तिच्या आई-वडिलांनी तिला तू घरी केव्हा परत येणार आहेस, असं विचाराचं केव्हा थांबवलं असेल, याचं मला कुतूहल वाटतं. मी तिला न्याहाळून पाहते आहे, हे तिच्या लक्षात येतं आणि ती वळून माझ्याकडे बघते– एखादा आरसा असावा तशी; ती माझा चेहरा बघते. आमचे सारखे वाटणारे कपडे, माझे अमेरिकन सँडल्स आणि ती थांबते. स्तब्ध, समोर सरळसोट उभी राहते आणि 'नीट विचार कर' असे जणू सुचवणारी तिची नजर. क्षणभर मी तिच्याकडे पाहते आणि मला माझ्यासमोरचा रस्ता एकदम मोकळा झाल्यासारखा वाटतो. एक ओळखीची शिरशिरी आणि जितक्या लवकर ती भावना मनात आली, तितक्या लवकर ती नंतर विरली देखील. गाडी थांबलेल्या जागेवरून तिचा ड्रायव्हर तिला हाताने खूण करतो, ''मॅडम!'' तो हाक मारतो, ती गाडीत बसते आणि निघून जाते.

*मी माझ्या परतीच्या तिकिटाची* तारीख नानाच्या पुण्यतिथीच्या सुमारास पोहोचता येईल, अशी निवडते. त्या दिवशी दर वर्षी ममा प्रार्थना करते आणि नानाच्या आवडीचे जेवण बनवते. ती जाऊन आता तीन वर्षे झालीत, त्यापैकी दीड वर्ष मी इथे, नानाच्या शहरात होते.

मी रेखेवला फोन करते आणि माझी जायची तारीख ठरवलीय, असं सांगते.

''तू तिथं आहेस ना?'' मी विचारते. ''माझ्यासाठी हरवला आहेस की काय?''

प्रदीर्घ शांतता आणि मला त्याचा श्वासोच्छ्वास ऐकू येतो.

''मला घरी जायला हवं, रेखेव.'' मी म्हणते.

तो मला भेटायला मुंबईला येईल का, ते मी विचारते; पण तो उत्तर देत नाही. आमचा छोटा संवाद, भयाण शांततेत संपतो आणि पुन्हा भेटणार की नाही, याची कोणतीच निश्चित कल्पना नाही.

*माझ्या 'गुडबाय'च्या भेटी* सुरू होतात. माझा वाणी, भाजीवाला, माझ्या नेहमीच्या सगळ्या दुकानदारांना मी सहजपणे भेटते. नंतर माझ्या अनेक लाडक्या जागांचा मी मनोमन निरोप घेते– माझे रेल्वेचे स्टेशन, ग्रँट रोड, बी मेरवान, इराणी चहाचे हॉटेल, मागन हासिदीम सिनगॉग, माझा नेहमीचा बस स्टॉप, बागेतली हत्तीच्या आकाराची घसरगुंडी. ORT इंडियामध्ये बेनी आयझॅक मला परत केव्हा येणार म्हणून विचारतात आणि मी त्यांना सांगते, की केव्हा ते सांगता येणार नाही,

पण आता मी इतके दिवस राहिले आहे, तेव्हा मला वाटतंय, की मी नक्कीच परत येईन.

"तुला काहीतरी डिप्लोमा वगैरे मिळेल असं मला वाटतं, होय ना? हे इतकं सगळं काम तू केलं आहेस त्यासाठी? किंवा कसली तरी ग्रेड?"

त्यांना कसं समजावून सांगावं, ते मला कळत नाही. "वेल्, त्यात तुला 'ए' ग्रेड मिळो, अशी इच्छा मी व्यक्त करतो." ते म्हणतात आणि तिथे इतक्या प्रेमाने माझे स्वागत केल्याबद्दल मी त्यांचे आभार मानते.

शॅरनच्या ऑफिसमध्ये तो हायस्कूल विद्यार्थ्यांच्या एका गटाशी आठवड्याच्या 'तोरा'च्या भागाची चर्चा करताना दिसतो आणि ज्या हिरिरीने ती मुले त्या विषयाबद्दल वादविवाद करतात, ते पाहून खरंच खूप छान वाटते.

मुलांचा वर्ग संपवून ती निरोप घेऊन बाहेर पडतात. त्यानंतर मी त्याच्या टेबलाजवळ बसते आणि सांगते, की माझी आता घरी जायची वेळ झाली आहे. शॅरन मला सांगतो, की तो दर महिन्याला कोकणच्या किनाऱ्यावर जातो आणि हिब्रूचे धडे देतो व बेंजामिन व एलिस वासकरांच्या मुलांनाही शिकवतो. मला वासकरांसाठी एक पत्र द्यायचंय. त्यासाठी तो मदत करेल का, म्हणून मी विचारते. तो आनंदाने तयार होतो. माझे इंग्लिशमध्ये लिहिलेले पत्र तो मराठीत भाषांतर करून लिहितो. माझ्या पत्रात मी त्यांना लिहिते, की मी लवकरच अमेरिकेला परत जाते आहे आणि मला त्यांची खूप आठवण येईल. मी त्यांना कळवते, की रेवदंडा हे माझं मूळ गाव आहे, असा मी शोध लावलाय.

जेव्हा शॅरनचे पत्र लिहून पूर्ण होते, तेव्हा तो माझ्याकडे वळून विचारतो, "तुझा निर्णय झाला की नाही अजून? तुझ्या धर्मासंबंधीचा?" तो प्रेमळपणाने हसतो आणि त्याला कसे उत्तर द्यावे, त्याचा मला विचार पडतो. "बरं, मला तू एक सांग," तो खुर्चीतच जरासा पुढे वाकून म्हणतो, "समजा, तू न्यूयॉर्कमध्ये तुझ्या घरी आहेस आणि तुला प्रार्थना करावीशी वाटतेय. तुझ्यासमोर एक चर्च, एक मशीद नि एक सिनगॉग आहे. तुला कोणत्या ठिकाणी आत जावंसं वाटेल?"

हे चित्र मी डोळ्यांसमोर आणलं. मॅनहॅटनमध्ये मी वेगवेगळ्या धार्मिक प्रार्थनास्थळांच्या दारांतून आत डोकावून पाहते आहे. कुठूनही बघितलं, तरी मी बाहेरच उभी आहे आणि आतमध्ये डोकवून पाहते आहे.

"काही वेळा वाटतं, की मी यातून निवड केली पाहिजे. माझ्या आई-वडिलांनी हे पर्याय माझ्यासमोर ठेवलेले आहेत. इथे आता भारतात राहिल्यानंतर तर त्याची मला जास्त जरुरी भासते आहे; पण शॅरन, प्रामाणिकपणे सांगायचं, तर मी एका धर्माची निवड केली, तर दुसऱ्याशी प्रतारणा करण्यासारखे मला वाटते. सत्य गोष्ट ही आहे, की मी तिन्ही धर्मांमध्ये भावनिकदृष्ट्या गुंतलेली आहे."

"हं." शॅरन म्हणतो, "तर मग तुला अजून काम करायला लागेल."

"होय, मलाही तसंच वाटतंय."

"तुझ्या प्रवासासाठी माझ्या मन:पूर्वक शुभेच्छा, सादिया," शॅरन उभा राहतो आणि हात पुढे करतो. "तुझा हा प्रवास सुखाचा होवो."

*मी निघणार त्या रात्री,* संध्याकाळपासून, माझा फ्लॅट एकदम एक सार्वजनिक जागा होते आणि अनेक प्रकारचे लोक मला 'गुडबाय' करायला तिथे येत राहतात. ज्युली, माझे विद्यार्थी, माझे बेने इस्रायलींचे फोटो छापणारा इसम. आंब्यांचा मोसम असल्याने माझ्या पाहुण्यांच्या वर्दळीला मी आंबे खायला देते. ते जमिनीवर बसून आंबे खात आहेत. माझ्या बॅगांमध्ये जागा नसणाऱ्या वस्तू मी वाटून टाकते आहे, ते पाहत राहतात– पुस्तके, लहानसहान वस्तू, जादा कपडे. दर वेळेला घंटा वाजली, की तो रेखेव आहे का, हे मी उत्सुकतेने पाहते, पण त्याचे येण्याचे काही चिन्ह दिसत नाही.

ज्युली मला सांगते, की काहीही साफ करायचे नाही. साफसफाईचे काम तिच्यासाठी ठेवून द्यायचे. "सादिया, तुझं पॅकिंग अजून संपलेलं नाही. हे साफसूफ करणं थांबव आणि बॅगा भरून टाक!" माझ्या हातातली केरसुणी काढून घेत ती मला दटावते.

ती सांगते, की मी जाईन तेव्हा मी नेहमी ठेवते, तशी किल्ली फळीवर ठेवून द्यायची. दुसऱ्या दिवशी ती येऊन साफ करेल आणि माझ्या घरमालकाकडे किल्ली देऊन टाकेल.

रात्री अकराच्या सुमारास सर्व पाहुणे जातात. मी एक शेवटची नजर खोलीकडे टाकते. गेले चौदा महिने हेच माझं जग होतं. मी भिंतीवरचे नकाशे बघते. उरलेली पुस्तके नि कपडे मी ज्युलीसाठी ठेवले आहेत. तिच्या मुलांसाठी भेटवस्तू ठेवल्या आहेत. ज्युलीने सांगितल्याप्रमाणे मी किल्ली फळीवर ठेवते आणि माझ्या बॅगा माझ्यामागे ओढत, दारातून बाहेर पडते. ते लोखंडी दार बंद होतं, ते मी ऐकते. आता आत जायची वाट नाही; मनात येतं.

गाडीवाटेवरून रस्त्यापर्यंत जाईस्तोवर मला रेखेव दिसत नाही. मी विचारात पडते, की रस्त्यात पुढे जाऊन टॅक्सीला बोलवेपर्यंत मी या बॅगा तशाच तिथे कशा काय ठेवणार ते. रस्त्यावरच्या दिव्याच्या उजेडात मला त्याची सावलीवजा आकृती दिसते, एका खांद्यावर तीच परिचित खांदेपिशवी.

"किती वेळ इथे थांबला आहेस?"

"काही मिनिटेच झाली. मी इथे राहणार आहे की नाही, याची खात्री नव्हती मला."

"मी एअरपोर्टवर निघालेय, आत्ता."

तो मान डोलावतो. "मीही येतो."

आम्ही दोघे मिळून एक टॅक्सी बोलावतो आणि माझ्या अतिगच्च भरलेल्या बॅगा टॅक्सीत ठेवतो. ड्रायव्हर आणि रेखेव मिळून गाडीच्या डिकीचे शटर, गाडीच्या टपाला एका जाड दोरीने गाठी मारून, नीट बांधतात, म्हणजे आतले काहीही बाहेर पडणार नाही. आम्ही एअरपोर्टपर्यंतचा तासाभराचा प्रवास तात्पुरत्या शांततेत करतो, परंतु रेखेवच्या येण्यामुळे मला फारच समाधान वाटले आहे.

रेखेव साठ रुपयांचे तिकीट काढतो, म्हणजे तो मला निरोप देण्यासाठी आत येऊ शकेल. तिथे थांबलेल्या कुटुंबांना आणि झिरमिळ्या लावलेले नावांचे फलक घेऊन वाट बघत उभे असलेल्या ड्रायव्हरांच्या रांगा ओलांडून, आम्ही पुढे जायला लागतो.

"तू खरंच जाशील, असं मला वाटलं नव्हतं." रेखेव म्हणतो, "किमान, आत्ता तरी नाही."

एअरपोर्टच्या फ्लोरोसंट दिव्यांमधून आम्ही पुढे जातो आणि तिकीट-काऊंटरवर मी चेक-इन करते व ज्यादा सामानासाठी प्रचंड रक्कम भरते. माझे विमान पहाटे तीन वाजता सुटणार आहे, त्याला अजून बराच वेळ आहे. मी रेखेवला त्याने परत जावे, असे सुचवते.

"मी कसा जाईन," रेखेव म्हणतो, "जेव्हा इतका थोडाच वेळ उरलाय?"

मी होकारार्थी मान हलवते आणि आम्ही दोन जागा शोधतो आणि दोन लहान प्लॅस्टिक कपात चहा घेत तिथे मुकाट बसतो. तो थोडासा वेळ तासाभरासारखा वाटतो. काय बोलावे, ते मला सुचत नाही.

"मला एक सांग, सादिया," रेखेव अखेरीस माझ्याकडे सरळ रोखून बघत म्हणतो, "ही सत्यस्थिती आहे, की एक कल्पना आहे?"

"तुला काय म्हणायचंय?"

"मी जेव्हा पहिल्या वेळी जम्मूहून पुण्यात आलो, तेव्हा अख्खं पुणं म्हणजे मला एक कल्पनाराज्यच वाटत होतं. जे सत्य होतं, जे मला समजलं, ते होतं माझ्या वडिलांचं घर, तिथे आईने केलेला स्वयंपाक, नोकरीचा प्रयत्न होता. 'पुणे,' त्या सर्व चर्चा, एक कलावंत होण्याची इच्छा, नव-नवीन माणसांना भेटणं, या सगळ्या कल्पना होत्या. मी रात्री रिक्षात बसून जायचो, तेव्हा फक्त आजूबाजूला बघत राहायचो. त्याचं खूप आश्चर्य वाटायचं मला, की हे सगळं मलाच कसं मिळत होतं याचं. ते सारं मला नवीन होतं, नंतर मग ते जास्त समजायला लागलं, पण अजूनही काही वेळा मला वाटतं, की मी झोपेतून उठेन आणि दिवास्वप्ने पाहत, त्यात रमत माझ्या घरीच असेन. आता मला वाटतं, की तुला सुद्धा असंच वाटत

असेल. तू न्यूयॉर्कला जेव्हा परत जाशील, तेव्हा ते तुझ्यासाठी सत्य असेल, की ती एक कल्पना असेल? आणि मग, मुंबई ही काय असेल?''

मी विचार करायला जरा वेळ घेते, ''आत्ता या क्षणाला मला मुंबई अगदी खरी वाटते; पण माझ्या एका भागाला वाटतं, की ती माझ्यासाठी एक कल्पनाच राहील. खास करून मी घरी परत जाईन तेव्हा.''

''घर म्हणजे न्यूयॉर्क का?''

''होय.''

''या क्षणाचा, इथे एअरपोर्टवरचा, न्यूयॉर्कला परत गेल्यावर तू विचार करशील का?''

''अर्थातच, मी करीन.'' मी त्याच्याकडे बघत सांगते. माझ्या गळ्यावर हात ठेवते आणि न रडण्याचा प्रयत्न करते.

''जा आत.'' तो म्हणतो नि हसतो. त्याचा हात त्याच्या चेहऱ्यावरून फिरवतो, ''ही गोष्ट माझा जीव घेण्यापूर्वीच जा.''

''हो.'' मी म्हणते.

आम्ही अवघडून एकमेकांना मिठी मारतो आणि मी मागे न वळून बघता चटकन सिक्युरिटी गार्ड्सजवळ जाते. माझ्या इथल्या तात्पुरत्या नागरिकत्वाची शेवटची निशाणी असलेले माझे फॉरिनर रेसिडन्स परमिट मी त्यांना देते आणि जितक्या लवकर चालता येईल, तितक्या लवकर चालत जात, सिक्युरिटी चेकपॉईंटकडे जाते.

*विमानात, मी* माझा चेहरा खिडकीच्या छोट्या लांबटगोल काचेवर टेकते आणि माझ्या 'दत्तक गावा'चे लाखो दिवे नजरेपासून दूर जाताना बघते.

# समारोप

## परतीचा प्रवास

### वेस्ट पाम बीच, मे २००३

भारतातून जेव्हा मी परत आले, तेव्हा मी नानाच्या कबरीपाशी गेले. मी मायामीला विमानाने गेले नि एक भाड्याची मोटार घेऊन, ती चालवत वेस्ट पाम बीचला गेले. दक्षिण फ्लॉरिडाचे रुंद रस्ते आणि दोन्ही बाजूंनी आडव्या अंगाची ठेंगणीठुसकी दुकाने, त्यात अखंड एअर-कंडिशनिंग, हे दृश्य मला आता जरा निराळं वाटायला लागलं होतं. नानाचे दफन इथे केलेले होते, ते मला विचित्र आणि तऱ्हेवाईक वाटलं. मी दफनभूमीत पोहोचले, तेव्हा तिथली जागा मला वाजवीपेक्षा जास्त सपाट वाटली. तिथल्या कृत्रिम हिरवळीच्या बाजूने चौपदरी रस्ता होता. मी सावकाशपणे गाडी चालवत होते. प्रवेशद्वारावरची नक्षीदार पांढरी कमान आणि नीटस ओळीत आखलेल्या, प्लॅस्टिकच्या फुलांनी सजवलेल्या कबरी, या कधी यापूर्वी लक्षात आलेल्या नव्हत्या. नाना नसल्याचं दुःख पुन्हा एकदा नव्याने जाणवलं आणि माझा गळा दाटून आला. त्या स्मशानभूमीत धर्मप्रमाणे विभाग पाडलेले होते आणि जुन्या काळातल्या रस्त्यांवरच्या पाट्या असत, तशा पांढऱ्या पाट्यांवर ठळक काळ्या अक्षरांत 'आशा', 'विश्वास' आणि 'श्रद्धा' असे लिहिले होते. जरा आतल्या अंगाला, दोन रस्त्यांच्या चौकाच्या कडेला नानाची जागा होती. मी एका बाजूला गाडी लावली आणि हळूहळू बाहेर आले. उष्मा बराच होता,

आकाश निरभ्र होतं आणि ऊन जास्तच जाणवत होते.

गेल्या वेळी मी इथे आले तेव्हा, त्याची आठवण झाली. नानाच्या मृत्यूनंतर अकरा महिने झाल्यावर, आम्ही ती कबर उघडण्याच्या विधीसाठी एकत्र जमलो होतो. ममाने नानाची भाची लीना हिला इस्राईलहून आणि नानाचा सर्वांत धाकटा भाऊ निस्सीम याला भारतातून आणण्याची व्यवस्था केली होती. ज्यांना ज्यू प्रार्थना माहिती होती, असे ते दोघेच तिथे हजर होते. बाकीचे आम्ही– माझे आई-वडील, माझा भाऊ, दोघे मामा नि मी– आम्ही सर्वांनी रॅबाय काय सांगतोय, ते नीट लक्ष देऊन ऐकलं आणि जेव्हा 'तोरा'मधल्या ओळींचे पठण सुरू होते, तेव्हा आम्ही सर्वांनी माना खाली घातल्या होत्या. त्यांनी सांगितलं, की ज्यू प्रथेप्रमाणे त्या दिवशी सुतक पाळायचे दिवस संपतात आणि दफन जिथे झाले, त्या जागेचे आता एका स्मृतिस्थळात रूपांतर झाले आहे.

कबरीवरची स्मारकशिळा ही माझ्या आई-वडिलांनी खास तयार करून घेतली होती व ती आदल्या दिवशी तिथे नेली होती. गर्द जांभळ्या मखमली कापडाने ती फरशी झाकली होती. स्थानिक सिनगॉगमधून आणलेल्या त्या वस्त्रावर हिब्रू अक्षरे होती. जेव्हा ते कापड बाजूला केले, तेव्हा आम्हाला दिसली– माझ्या आई-वडिलांनी त्या शिळेवर नानाची 'रेचल' व 'राहत' अशी दोन्ही नावे हिब्रू, अरेबिक व इंग्लिशमध्ये कोरली होती. जेव्हा ते कापड बाजूला केले, तेव्हा आश्चर्याचे उद्गार आजूबाजूने ऐकू आले. माझा एक मामा म्हणाला, "आमच्या वडिलांचे नाव त्याच्यावर दिलेले नाही, ते पण असायला हवे होते." माझ्या आईने फक्त खांदे उडवले, तिचा निर्णय योग्यच होता, हे दर्शवण्यासाठी. आमचे आणखी काही नातेवाईक हे पाहायला तिथे हवे होते, असं माझ्या मनात आलं. तो क्षण पाहून नानालाही खूप आनंद वाटला असता. मृत्यूमुळे का होईना, पण तिची बहुपेडी व्यक्ती म्हणून ती कोण होती, याची ओळख इतरांना झाली.

रेचल जेकब्ज
१७ जून १९१७

राहत सिद्दीकी
१६ मे २०००

नंतर त्या दिवशी अंकल निस्सीमने मला सांगितले, की नाना जाण्याच्या काही महिने अगोदर तिने त्याला भारतात फोन केला होता आणि तिचा दफनविधी इस्राईलमध्ये करणे शक्य होईल का, त्याची चौकशी करायला तिने त्याला सांगितलं

होतं. ती त्याला म्हणाली होती, की तीच पुन्हा विचार करून त्याला नंतर फोन करेल; पण तिने फोन केला नाही. त्या वेळेला त्याच्या बोलण्याने मी पुन्हा विचारात पडले, की तिच्या या निवडीबद्दल तिच्या मनात कितीतरी परस्परविरोधी सूर असतील! तिची ही बाजू मला कधी समजलीच नव्हती. चार महिने होऊन गेल्यानंतर मी भारतात जायला निघाले होते.

आता दोन वर्षांनंतर मी तिथेच जमिनीवर मांडी घालून बसले होते आणि मुंबईच्या चौपाटीवरून आणलेला एक छोटा पांढरा दगड मी त्या स्मारकशिळेच्या डोक्याच्या बाजूला ठेवला. सबंध दुपारभर मी तिथेच होते. वेगाने धावणाऱ्या वाहनांचे आवाज ऐकत नि जवळच चोवीस तास जळत असलेल्या एका रस्त्यावरच्या दिव्याची मंद गुणगुण ऐकत. नाना आम्हाला नेहमी म्हणायची, की ती जाण्यापूर्वी आम्हाला सूचना देईल, ते मला आठवलं; पण आता उमगलं, जसं मला हे ठाऊक होतं, त्याप्रमाणे आता मला वाटतंय, की तिला स्वप्न पडलंच असेल; पण आम्हाला ते लवकर कळू नये, म्हणून हे शेवटचं स्वप्न तिने स्वत:पाशीच राखून ठेवलं असेल. मी तिथे बसले होते, तेव्हा ज्या ज्या गोष्टी मी तिला सांगू शकले असते, त्यांची मी यादी केली. गेल्या वर्षी माझ्या वडिलांनी त्या जागी जवळच एक झाड लावले होते. त्याबद्दल मला खूप समाधान वाटले. अंधार पडायला लागला, तेव्हा मी उठले आणि गाडीपाशी गेले. त्या रात्री, मी आल्या वाटेने मोटारीने परत गेले आणि त्यानंतर परत घरी, न्यूयॉर्कला.

■

*नोकरी करणाऱ्या प्रत्येक स्त्रीसाठी अत्यावश्यक पुस्तक*

# वुमन ऑन टॉप

लेखक

**सीमा गोस्वामी**

अनुवाद

**शोभना शिकनीस**

'वुमन ऑन टॉप' किताबाच्या मानकरी ठरण्यासाठी नोकरीच्या वाटचालीत शेवटी त्या आभासमय, अभेद्य अशा ग्लास सिलिंगला छेद देण्याची, 'बॉस' होऊन खास तुमच्यासाठी अभिरुचीपूर्ण, कलात्मकतेने सजवलेल्या ऑफिसच्या खिडकीतून बाहेरचं विहंगम दृश्य न्याहाळण्याची मनोकामना नोकरी करणाऱ्या प्रत्येक स्त्रीच्या मनात सुप्तावस्थेत दडलेली असतेच. पण ते स्वप्न प्रत्यक्षात उतरवण्यासाठी निश्चित कोणत्या दिशेने प्रयत्न केले पाहिजेत, ह्याची मात्र त्यांना माहिती असतेच असं नाही. 'टॉप'ला पोहोचताना विशेषत: स्त्रियांना अनेक अडथळ्यांच्या शर्यती पार कराव्या लागतात. नोकरीच्या ठिकाणी मुसंडी कशी मारायची, स्वत:चं व्यक्तिमत्त्व अंतर्बाह्य कसं खुलवायचं, लैंगिक छळाला कसं तोंड द्यायचं, बॉस कोणकोणत्या प्रकारचे असतात, घर-संसार आणि नोकरी यांच्यातला समतोल करिअरचं आव्हान पेलत असतानाच कसा संभाळायचा... या सगळ्या विषयांचा संबंधित बारकाव्यांविषयी नर्म विनोदी शैलीत परामर्श घेणारं पुस्तक कसं असावं, याचा 'वुमन ऑन टॉप' हे सीमा गोस्वामी या नाणावलेल्या लोकप्रिय पत्रकाराने लिहिलेलं पुस्तक म्हणजे एक आदर्श नमुनाच ठरावा.

*‘पाश्चात्त्य’ जगातील जिहादी मुस्लिमांच्या मानसिकतेचा ‘शोध’*

# नोमॅड

लेखक

**आयान हिरसी अली**

---

अनुवाद

**प्राजक्ता चित्रे**

‘इन्फिडेल’ हे आयान हिरसी अलीचे पहिले पुस्तक. या वादळी आत्मकथनामुळे आयान अलीने साऱ्या जगात खळबळ माजवली. ‘नोमॅड’मध्ये तिने अमेरिकेत आल्यावर नव्याने आयुष्याला कशी सुरुवात केली त्याबद्दल लिहिले आहे. ही कथा शारीरिक आणि भावनिक स्तरावरील स्वातंत्र्याच्या प्रवासाची आहे. स्त्रीच्या आचारविचारावर बंधने घालणाऱ्या मागास जमातीतल्या स्त्रीचे रूपांतर एका खुल्या समाजातील स्वतंत्र आणि समानतेची भावना मनात असणाऱ्या नीडर स्त्रीमध्ये कसे झाले, त्याबद्दलचे हे अनुभवकथन आहे. तिने सांगितलेल्या वास्तववादी गोष्टींमधून तिला किती आव्हानांचा सामना करायला लागला, हे स्पष्ट होते. अशा परिस्थितीत इस्लाममधील विरोधाभास दाखवणाऱ्या जीवनपद्धती आणि पाश्चिमात्यांची जगण्याची मूल्ये यांचा कुठेच मेळ बसत नाही, हे तिने दाखवून दिले. ‘नोमॅड’ हे सांस्कृतिक संघर्षात वाताहात झालेल्या कुटुंबाचं चित्रण तर आहेच, पण त्याचबरोबर एका स्त्रीच्या अमेरिकेतील पदार्पणाचे तेथील हृद्य, काही वेळा मजेशीर अनुभवाचे, तिथल्या संस्कृतीचे, तिने केलेल्या विश्लेषणाचे चित्रण आहे.

*तीन जिवलग मैत्रिणींचा सुखाचा शोध*

# रुगवलीच्या दिशेला

लेखक

**ज्युलिया ग्रेगसन**

अनुवाद

**श्यामल कुलकर्णी**

१९२८ :

तीन तरुणी भारतात यायला निघतात. प्रत्येकीचे येण्याचे कारण वेगवेगळे असते. नव्या आयुष्याबद्दलच्या अपेक्षा, इच्छा आणि आकांक्षा भिन्न असतात. बॉम्बेला रोझचं लग्न एका इंग्रज अधिकाऱ्याशी होणार असतं, पण सोबत आई-वडील नसल्याने एका अनोळखी माणसाशी अनोळखी प्रदेशात लग्न करायचा ताण तिच्या मनावर येतो. इंग्लंडमध्ये लग्न जमत नाही म्हणून व्हिक्टोरियाची आई व्हिक्टोरियाला जोडीदार शोधण्यासाठी रोझसोबत भारतात पाठवते, तर लेखिका होण्याची महत्त्वाकांक्षा बाळगणारी व्हिवा, तिच्यावर ओझे झालेल्या भूतकाळाची मुळे शोधायला भारतात येते.

बॉम्बेमधील उच्चभ्रू समाज, गरीब वस्त्या, भारतातले इंग्रज, त्यांची भारताबद्दलची मते, तत्कालीन भारतीय समाजाची इंग्रजांबद्दलची मते, भारतीय स्वातंत्र्यलढा अशा व्यापक पार्श्वभूमीवर विणलेला हा कादंबरीचा पट खिळवून ठेवतो.